മാർക്സിസത്തിന്റെ ഉറവിടങ്ങൾ

Marxsisathinte Uravidangal
Study

C P Narayanan

CHINTHA PUBLISHERS
Thiruvananthapuram

Revised Second Edition
December 2015

Third Edition
October 2019

Second Impression
December 2021

Published & Typesetting
Chintha Publishers, Thiruvananthapuram

Printed at
Repro India Ltd, Mumbai

Cover Design
Vinod Mangoes

ISBN - 978-93-85045-10-3

CR - 2144 / 5746

₹ 280

Email: chinthapublishers@gmail.com
Website: www.chinthapublishers.com

A vertion is available at National Libraries
Kolkata, Mumbai, Chennai and Delhi

Distribution
DESHABHIMANI BOOKHOUSE
H O Thiruvananthapuram 695035

Branch
Head Office Kunnukuzhi • Statue Thiruvananthapuram
KSRTC Bus Terminal Thampanoor • Saphalyam Complex Thiruvananthapuram
KSRTC Bus Station Alappuzha • KSRTC Bus Station Ernakulam
Machingal Lane Thrissur • IG Road Kozhikode
Mavoor Road Kozhikode • NGO Union Building Kannur
Central Bus Terminal Complex Thavakkara Kannur

മാർക്സിസത്തിന്റെ ഉറവിടങ്ങൾ

സി പി നാരായണൻ

ചിന്ത പബ്ലിഷേഴ്സ്
തിരുവനന്തപുരം-695 035
വില ₹ 280

സി പി നാരായണൻ

1938 സെപ്തംബറിൽ ജനിച്ചു. സ്വദേശം തൃശൂർ ജില്ലയിലെ വടക്കാഞ്ചേരി. ഉപരിപഠനം തിരുവനന്തപുരത്ത്. ഗണിതത്തിലും സാംഖ്യകത്തിലും ബിരുദാന്തര ബിരുദം. 1960-69 കാലത്ത് കോഴിക്കോട് മലബാർ ക്രിസ്ത്യൻ കോളേജിൽ ഗണിതാദ്ധ്യാപകൻ. അതിനുശേഷം അഞ്ചു വർഷം തിരുവനന്തപുരത്ത് കേരള ഭാഷാ ഇൻസ്റ്റിറ്റ്യൂട്ടിൽ. തുടർന്ന് *ചിന്ത വാരിക, ദേശാഭിമാനി*, ചിന്ത പബ്ലിഷേഴ്സ് എന്നിവയുമായി ബന്ധപ്പെട്ട് സി പി ഐ (എം) ൽ പ്രവർത്തിച്ചുവരുന്നു. ഇപ്പോൾ *ചിന്ത വാരികയുടെ* പത്രാധിപർ. സി പി ഐ (എം) സംസ്ഥാനകമ്മിറ്റി അംഗം. നിലവിൽ രാജ്യസഭാംഗമായി പ്രവർത്തിക്കുന്നു. കേരള ശാസ്ത്രസാഹിത്യ പരിഷത്ത് ഉൾപ്പെടെയുള്ള ജനകീയ ശാസ്ത്ര പ്രസ്ഥാനത്തിലും സജീവമാണ്.

ഭാര്യ : തങ്കം

മക്കൾ : അജിത്ത്, അഞ്ജന.

വിലാസം : ബി 10, ചിത്രാ നഗർ,
വട്ടിയൂർക്കാവ്, തിരുവനന്തപുരം- 13

ഉള്ളടക്കം

പ്രസാധകക്കുറിപ്പ്

മാർക്സിസത്തെയും, മാർക്സിസത്തിന്റെ ഉറവിടങ്ങളെയും സംബന്ധിച്ച് മാർക്സിസത്തെ അനുകൂലിക്കുന്നവരിലും എതിർക്കുന്നവരിലും പെടുന്ന വലിയ ഒരു വിഭാഗം ആളുകൾക്കും ഉള്ള അറിവ് പരിമിതമാണ്. അറിവിൽ ഉള്ള ഈ പരിമിതി മാർക്സിസത്തെ വളച്ചൊടിക്കുന്നവർക്കും കണ്ണടച്ച് എതിർക്കുന്നവർക്കും തെറ്റായ വിശകലനങ്ങളിലും പ്രചാരണങ്ങളിലും പിടിച്ചുതൂങ്ങാൻ ഇടനല്കുന്നതാണ്. ഇതിനു കാരണം മാർക്സിസത്തെ അനുകൂലിക്കുന്നവർക്കും അറിയാനാഗ്രഹിക്കുന്നവർക്കും തങ്ങളുടെ അറിവു വിപുലപ്പെടുത്തുകയും കാലോചിതമാക്കുകയും ചെയ്യുന്നതിന് ആവശ്യമായ പുസ്തകങ്ങൾ മലയാളത്തിലും ഇതര ഇന്ത്യൻ ഭാഷകളിലും തീരെ കുറവാണ് എന്നതാണ്.

ഈ കുറവു നികത്തുക എന്ന ലക്ഷ്യത്തോടെ സി പി നാരായണൻ തയ്യാറാക്കിയതാണ് *മാർക്സിസത്തിന്റെ ഉറവിടങ്ങൾ* എന്ന ഈ ഗ്രന്ഥം. പശ്ചാത്തലം തുടങ്ങി 12 അദ്ധ്യായങ്ങളിലൂടെ മാർക്സിന്റെയും എംഗൽസിന്റെയും ശാസ്ത്രീയ പഠനനിരീക്ഷണ, വിശകലനരീതികളെയും അതിന്റെ ഫലങ്ങളെയും മാർക്സിസം എന്ന തത്ത്വശാസ്ത്രം എങ്ങനെ പരിണമിച്ചുണ്ടായി എന്നും ഈ ഗ്രന്ഥം വിവരിക്കുന്നു.

പ്രത്യയശാസ്ത്ര പഠനത്തിനുള്ള ഒരു താക്കോൽ എന്ന നിലയ്ക്ക് ഈ പുസ്തകത്തിന് വമ്പിച്ച പ്രസക്തിയുണ്ട്. ഇതു സർവ്വാത്മനാ സ്വീകരിക്കപ്പെടും എന്ന ഉറപ്പോടെ.

ചിന്ത പബ്ലിഷേഴ്സ്

മുഖവുര

കാൾ മാർക്സിന്റെ ചരമശതവാർഷികം ആചരിക്കുന്ന ഈ സന്ദർഭത്തിലും മാർക്സിസത്തെയും അതിന്റെ ഉറവിടങ്ങളെയുംകുറിച്ച് ശരിയായ ധാരണ സാമാന്യജനങ്ങൾക്കിടയിൽ പൊതുവെ ഉണ്ടായിട്ടില്ല. അത് വിപ്ലവത്തിനിടയാക്കുന്നു എന്ന് മിക്കവരും മനസ്സിലാക്കിയിട്ടുണ്ട്. ആ വിപ്ലവം തൊഴിലാളിവർഗ്ഗത്തിനും പാവപ്പെട്ടവർക്കും ഗുണകരമാണെന്ന് ആ വിഭാഗങ്ങൾക്കിടയിൽ പലരും ഏതാണ്ട് ധരിച്ചിട്ടുണ്ട്. എന്തുകൊണ്ടാണ് അതങ്ങനെ എന്ന് അവരിൽ ഏറെപ്പേർക്കും അറിവില്ല. നിലവിലുള്ളതിനെയൊക്കെ തകിടം മറിക്കും എന്നതിനാൽ വിപ്ലവവും അതിന്റെ പ്രേരകശക്തിയായ മാർക്സിസവും തങ്ങൾക്ക് എതിരാണെന്ന് ധരിച്ചുവെച്ചിട്ടുള്ളവരും കുറവല്ല. അവർ മാർക്സിസത്തെയും മാർക്സിസ്റ്റുകാരെയും നഖശിഖാന്തം എതിർക്കുന്നു; മാർക്സിസത്തിനെതിരായി പ്രചരിപ്പിക്കപ്പെടുന്നതെല്ലാം അപ്പാടെ വിശ്വസിക്കുന്നു.

ചുരുക്കിപ്പറഞ്ഞാൽ, മാർക്സിസത്തെ അനുകൂലിക്കുന്നവരിലും എതിർക്കുന്നവരിലും വലിയൊരു വിഭാഗത്തിന് തങ്ങൾ അനുകൂലിക്കുന്ന അല്ലെങ്കിൽ എതിർക്കുന്ന സിദ്ധാന്തത്തെക്കുറിച്ച് വളരെ കുറച്ചേ അറിയൂ. സാമാന്യജനങ്ങളുടെ മാത്രം സ്ഥിതിയല്ല ഇത്.

ഈവക കാര്യങ്ങളെക്കുറിച്ച് അറിയാം എന്ന് നടിക്കുന്നവരിൽ പലർക്കും മാർക്സിസത്തിന്റെ അടിത്തറ എന്ത് എന്നറിയില്ല. മാർക്സിസത്തിന്റെ അന്തഃസത്തയെക്കുറിച്ച് എഴുതിയ പോഞ്ഞിക്കര റാഫിയും സെബീന റാഫിയും (*കലിയുഗം* എന്ന ഗ്രന്ഥം നോക്കുക) ഇത്തരക്കാർക്കു നല്ലൊരു മാതൃകയാണ്.

ഹെഗലിന്റെ *വൈരുദ്ധ്യശാസ്ത്രം*, ഫൊയർ ബാഹിന്റെ *ഭൗതികവാദം*, ഉട്ടോപ്യന്മാരുടെ *സോഷ്യലിസം*, ഇംഗ്ലീഷ് അർത്ഥശാസ്ത്രജ്ഞ

രുടെ സംഭാവനകൾ എന്നിവയെ ആശ്രയിച്ച് മാർക്സും എംഗൽസും കൂടി 'മാർക്സിസം' എന്ന സിദ്ധാന്തം ആവിഷ്കരിച്ചു എന്നാണ് റാഫിമാർ മാത്രമല്ല, മാർക്സിസം എങ്ങനെ രൂപംകൊണ്ടു എന്നറിയാത്തവരും അതറിയാൻ മെനക്കെടാത്തവരുമായ മാർക്സിസ്റ്റു വിരോധികൾ ഒക്കെ ധരിച്ചുവെച്ചിരിക്കുന്നതും പ്രചരിപ്പിക്കുന്നതും.

ഓരോരോ വ്യക്തിക്കുണ്ടാകുന്ന വെളിപാടുകളിൽനിന്ന് ഉരുത്തിരിയുന്നതാണ് ആശയങ്ങൾ എന്നാണ് ഇവരുടെ പൊതുധാരണ. ആശയങ്ങൾ സമൂഹത്തിന്റെ സൃഷ്ടിയാണെന്നും ഓരോ വ്യക്തിയും അവയെ പ്രതിഫലിപ്പിക്കുക മാത്രമാണ് ചെയ്യുന്നതെന്നും ഇവർ മനസ്സിലാക്കിയിട്ടില്ല; അല്ലെങ്കിൽ അറിഞ്ഞിട്ടും അറിഞ്ഞില്ലെന്ന് നടിക്കുന്നു. എല്ലാക്കാലത്തും ആശയങ്ങൾ രൂപംകൊണ്ടിട്ടുള്ളത് മനുഷ്യസമൂഹത്തിലെ ജീവിതവ്യാപാരങ്ങളുടെ ഫലമായാണ് എന്ന് സാമൂഹ്യശാസ്ത്രങ്ങൾ സ്ഥാപിച്ചുകഴിഞ്ഞു. എന്നിട്ടും അവർ അത് അംഗീകരിക്കുന്നില്ല.

ഹെഗലും ഫൊയർബാഹും സാങ്സിമോണും റോബർട്ട് ഓവനും ആദംസ്മിത്തും റിക്കാർഡോവും മറ്റും ഓരോ കാലത്ത് പുതിയ ആശയങ്ങൾക്ക് രൂപം കൊടുത്തത് തങ്ങളുടെ കാലദേശങ്ങളുടെ പ്രേരണമൂലമാണ്. ആ ആശയങ്ങൾ അവരുടെ മുൻഗാമികളുടെ ആശയങ്ങളുടെ തുടർച്ചയായിരുന്നു. തുടർച്ച എന്നു പറയുമ്പോൾ മുമ്പുള്ളതിനെ എല്ലാം അതേപടി അംഗീകരിക്കലല്ല. പുതിയ പരിതഃസ്ഥിതിയുടെ ആവശ്യവും മാനദണ്ഡങ്ങളും അനുസരിച്ച് പഴയവയിൽ കൊള്ളാവുന്നവയെ കൊള്ളും, തള്ളേണ്ടവയെ തള്ളും.

തങ്ങളുടെ പരിതഃസ്ഥിതിക്കൊത്ത് മാർക്സും എംഗൽസും ചെയ്തതും അതുതന്നെയാണ്. എന്നാൽ, അവർ പുതിയൊരു സാമൂഹ്യവ്യവസ്ഥയുടെ ഉദയം വിളിച്ചറിയിക്കുകയായിരുന്നതിനാൽ അവർക്ക് മുൻഗാമികളുടെ സംഭാവനകളിൽ കൂടുതൽ അംശങ്ങൾ തള്ളിക്കളയേണ്ടിവന്നു. എങ്കിലും ഹെഗലിന്റെയും ഫൊയർബാഹിന്റെയും ഉട്ടോപ്യൻ സോഷ്യലിസ്റ്റുകാരുടെയും അർത്ഥശാസ്ത്രജ്ഞന്മാരുടെയും പല ആശയങ്ങളും അവർ സ്വീകരിക്കുകയുണ്ടായി. അതുവെച്ച് അവർ ഈ മുൻഗാമികളുടെ ആശയങ്ങൾ പകർത്തിവയ്ക്കുകയാണ് എന്നു പറയുന്നത്, മാർക്സിസം അങ്ങാടിമരുന്നോ പച്ചമരുന്നോ എന്നറിയാത്തവരാണ്; തലമുറകൾ തമ്മിൽ ആശയങ്ങൾ കൈമാറുന്നതിനെക്കുറിച്ച് ഒരു പിടിപാടും ഇല്ലാത്തവരാണ്.

പല മതപ്രബോധകർക്കും ഉണ്ടായതായി ചിലർ വിശ്വസിക്കുന്നതുപോലെ വെളിപാടുകളിലൂടെയാണ് പുതിയ അറിവ് മനുഷ്യസമൂഹത്തിന് ലഭിക്കുന്നത് എന്ന് അവർ കരുതുന്നു. മാർക്സും എംഗൽസും നല്കിയ സംഭാവനകളെ ഈ അളവുകോൽവെച്ച് വിലയിരുത്താൻ ശ്രമിക്കുന്നു. പഴമയിൽനിന്ന് പൂർണ്ണമായും സ്വതന്ത്രമല്ല അവരുടെ ആശയങ്ങൾ എന്നതുകൊണ്ട് അവ അനുകരണങ്ങളാണ് എന്ന് അവർ വിധിക്കുന്നു. അക്കൂട്ടത്തിൽ തീരെ വിവരംകെട്ടവർ വൈരുദ്ധ്യാത്മകവാദം പകുതി ആത്മീ

യവും പകുതി ഭൗതികവും ആണെന്നും അർത്ഥശാസ്ത്രം പൂർണ്ണമായി ഭൗതികവും ഉട്ടോപ്യൻ സോഷ്യലിസം പൂർണ്ണമായി ആത്മീയവും ആണെന്നും അതിനാൽ മാർക്സിസം നേർപകുതി ആത്മീയവും നേർ പകുതി ഭൗതികവും ആണെന്നുമുള്ള 'കണക്കുശാസ്ത്രം' അവതരിപ്പി ക്കുന്നു.

അതുപോലെ, മാർക്സും എംഗൽസും നടത്തിയ ചില പദപ്രയോ ഗങ്ങളെ പിടിച്ച് ഞാണിന്മേൽക്കളി നടത്തി അവർ ഹെഗലിന്റെ ആശയ ങ്ങളെ ചോർത്തി എടുക്കുകയാണ് ഉണ്ടായത് എന്ന് വാദിക്കുന്നവരുണ്ട്. എന്താണ് ഹെഗൽ പറഞ്ഞത്, അതേ ആശയത്തെക്കുറിച്ച് മാർക്സും എംഗൽസും പറഞ്ഞതിന്റെ മർമ്മം എന്ത് എന്ന് പരിശോധിക്കാൻ മെന ക്കെടാതെ വിധിയെഴുത്ത് നടത്തുന്നവരാണ് അവർ. അവർ സത്യാന്വേഷ കരല്ല, അറിവ് തേടുന്നവരുമല്ല. അവസാന നിഗമനം ആദ്യംതന്നെ നിശ്ച യിച്ച്, കാണുന്നതിനെയും കേൾക്കുന്നതിനെയും എല്ലാം അതിലേക്ക് ഒടിച്ചു മടക്കി ഘടിപ്പിക്കാൻ വെമ്പുന്നവരാണ് അവർ; മാർക്സിസം അവ രുടെ കണ്ണിലെ കരടായതിൽ അത്ഭുതപ്പെടാനില്ല. യുക്തിയുടെ ഉലയിൽ കാച്ചിയെടുത്തതിനെ മാത്രമേ സ്വീകരിക്കാനാവൂ എന്ന മാർക്സിസ ത്തിന്റെ നിബന്ധന സ്വീകരിച്ചാൽ കെട്ടുകഥകളെയും ഊഹങ്ങളെയും സ്ഥാപിത താല്പര്യങ്ങളെയും അടിസ്ഥാനമാക്കി ഇക്കൂട്ടർ മെനഞ്ഞെ ടുത്ത ലോകവീക്ഷണത്തെ എങ്ങനെ ന്യായീകരിക്കാനാവും? (മാർക്സി സമല്ല ഇങ്ങനെയൊരു നിബന്ധന ആദ്യം ഏർപ്പെടുത്തിയത്, ആധുനിക ശാസ്ത്രമായിരുന്നു. അതിന്റെ പിതാവായി കരുതപ്പെടുന്ന ഫ്രാൻസിസ് ബേക്കൺ 17-ാം നൂറ്റാണ്ടിൽത്തന്നെ പറഞ്ഞു, നിരീക്ഷണ പരീക്ഷണ ങ്ങളിലൂടെ സാധൂകരിക്കപ്പെടാത്തതൊന്നും ശാസ്ത്രത്തിന് സ്വീകരിക്കാ നാവില്ല എന്ന്) അതുകൊണ്ടാണ് മാർക്സിസം തെറ്റാണെന്നും അസം ബന്ധമാണെന്നും അതല്ല, ആത്മീയതയിൽ അടിയുറച്ചതാണെന്നും അതുകൊണ്ട് അതിന്റെ നിരീക്ഷണങ്ങളും നിഗമനങ്ങളും കാര്യമാക്കേ ണ്ടതില്ലെന്നും 'തെളിയിക്കാൻ' ഉള്ള ശ്രമം നിരന്തരം നടക്കുന്നത്.

ഇമ്മാതിരി വ്യാഖ്യാനങ്ങൾക്കും വാദങ്ങൾക്കും വളച്ചൊടിക്കലുകൾ ക്കും ഇന്ന് പ്രചാരമുള്ളത് സാധാരണക്കാർക്ക് മാർക്സിസത്തെക്കുറിച്ച് വേണ്ടത്ര അറിവില്ലാത്തതുകൊണ്ടാണ്. അവരുടെ അജ്ഞതയിൽനിന്ന് മുതലെടുക്കാൻ തല്പരകക്ഷികൾ ശ്രമിക്കുന്നു. ഇതു തടയാൻ കുറു ക്കുവഴികളൊന്നുമില്ല. മാർക്സിസത്തെക്കുറിച്ചുള്ള അറിവ് വിപുലപ്പെടു ത്തുകയും കാലോചിതമാക്കുകയും മാത്രമാണ് ഫലപ്രദമായ പരിഹാരം.

അതിനു സഹായകമായ നിരവധി പുസ്തകങ്ങൾ ഇംഗ്ലീഷിലും മറ്റ് വിദേശഭാഷകളിലുമുണ്ട്. എന്നാൽ, മലയാളത്തിലും മറ്റ് ഇന്ത്യൻ ഭാഷ കളിലും അവയുടെ എണ്ണം താരതമ്യേന കുറവാണ്. വിശേഷിച്ച് മാർക്സി സത്തിന്റെ ഉറവിടങ്ങളെ വിവരിക്കുന്ന പുസ്തകങ്ങൾ. *കമ്യൂണിസ്റ്റ് മാനി ഫെസ്റ്റോ* വരെയുള്ള മാർക്സിന്റെയും എംഗൽസിന്റെയും ആദ്യകാല കൃതികളാണ് മാർക്സിസം എങ്ങനെ രൂപപ്പെട്ടു എന്ന് വിവരിക്കുന്നത്.

മാർക്സിന്റെ ഗവേഷണ പ്രബന്ധം മുതല്ക്കുള്ള കൃതികളിൽ—അക്കാലത്തുതന്നെ പ്രസിദ്ധീകരിക്കപ്പെട്ട ലേഖനങ്ങളിലും ഗ്രന്ഥങ്ങളിലും മാർക്സിന്റെ കാലശേഷം പ്രസിദ്ധീകൃതമായ കൈയെഴുത്തുപ്രതികളിലും — ഒരു പുതിയ ദർശനവും ലോകവീക്ഷണവും പടിപടിയായി ഉടലെടുക്കുന്നത് കാണാം. എംഗൽസിന്റെ കൃതികളിലുമുണ്ട് ഇതേ രീതിയിലുള്ള ആശയപരമായ വളർച്ച. 1845 നു ശേഷം പല കൃതികളും അവർ കൂട്ടായിട്ടാണ് എഴുതിയത്.

ഈ കൃതികൾ വായിക്കുമ്പോൾ തങ്ങളുടെ മുൻഗാമികളുടെ ആശയങ്ങളോടും സിദ്ധാന്തങ്ങളോടും അവർ കൈക്കൊണ്ട സമീപനമെന്തെന്ന് വ്യക്തമാകും. എന്തുകൊണ്ടവർ ചില ആശയങ്ങളെ സ്വീകരിച്ചു, മറ്റുള്ളവ തള്ളിക്കളഞ്ഞു എന്നു മനസ്സിലാകും. തങ്ങൾക്കു കിട്ടിയ പുതിയ അറിവുകളെ സുബദ്ധമായി ക്രോഡീകരിക്കാനുള്ള ശ്രമങ്ങൾക്കിടയിലാണ് മാർക്സും എംഗൽസും ഈ തള്ളലും കൊള്ളലും എല്ലാം നടത്തിയത് എന്ന് ബോദ്ധ്യമാകും. അവരെ സംബന്ധിച്ചിടത്തോളം ഏതെങ്കിലും മുൻഗാമിയെ അനുകരിക്കുകയോ എതിർക്കുകയോ ആയിരുന്നില്ല മുഖ്യ പ്രശ്നം; ഒരു പുതിയ ലോകവീക്ഷണത്തിനു രൂപം കൊടുക്കുകയായിരുന്നു.

ഇനിയുള്ള പേജുകളിൽ പത്തൊമ്പതാംനൂറ്റാണ്ടിലെ അഞ്ചാം ദശകത്തിൽ ജർമ്മനിയിലെ അന്യാദൃശരായ രണ്ടു യുവാക്കൾ നടത്തിയ ചരിത്രം സൃഷ്ടിച്ച പഠനങ്ങളിലൂടെയും ആശയസമരങ്ങളിലൂടെയും എങ്ങനെ തൊഴിലാളിവർഗ്ഗത്തിന്റെ ലോകവീക്ഷണം രൂപംപൂണ്ടു എന്നു വിവരിക്കുന്നു.

ഇംഗ്ലീഷ് പുസ്തകങ്ങൾ വായിക്കാൻ കഴിയുന്നവരെ ഉദ്ദേശിച്ചുകൊണ്ടുള്ളതല്ല ഈ പുസ്തകം. അവർ പ്രതീക്ഷിച്ചേക്കാവുന്നതുപോലെ വിശദമായി ഈ വിഷയം കൈകാര്യം ചെയ്യാൻ ഇവിടെ ശ്രമിച്ചിട്ടില്ല. വളരെയൊന്നും വിദ്യാഭ്യാസമില്ലാത്തവരും എന്നാൽ, മാർക്സിസത്തെക്കുറിച്ച് കഴിയുന്നത്ര അറിവ് നേടണമെന്ന് ആഗ്രഹിക്കുന്നവരുമായ ആയിരക്കണക്കിന് സാധാരണക്കാരെ ഉദ്ദേശിച്ചാണ് ഇതെഴുതിയിട്ടുള്ളത്. അവർക്ക് മനസ്സിലാകുന്നത്ര ലളിതമായി കാര്യങ്ങൾ പ്രതിപാദിക്കാൻ ശ്രമിച്ചിട്ടുണ്ട്. എന്നാൽ, വൈരുദ്ധ്യാത്മകത ഇന്ത്യൻ ദർശനത്തിനും നമ്മുടെ ഭാഷയ്ക്കും പൊതുവെ അപരിചിതമായതുകൊണ്ട് ചില ആശയങ്ങൾ ആഗ്രഹിച്ചതുപോലെ ലളിതമാക്കാൻ കഴിഞ്ഞിട്ടില്ല. അവിടെ വായനക്കാർ അതു മനസ്സിലാക്കാൻ മാത്രം ആശയപരമായി ഉയരുകയേ നിർവ്വാഹമുള്ളൂ. അറിവിനെക്കുറിച്ചുള്ള മാർക്സിസത്തിന്റെ പൊതുസമീപനവും അതാണ്.

പരിഷ്ക്കരിച്ച
രണ്ടാം പതിപ്പിനുള്ള മുഖവുര

***മാ**ർക്സിസത്തിന്റെ ഉറവിടങ്ങളുടെ* രണ്ടാം പതിപ്പ് ഇപ്പോൾ ഇറങ്ങുന്നത് ആദ്യപതിപ്പിറങ്ങി മൂന്നുപതിറ്റാണ്ട് കഴിയാറായപ്പോഴാണ്. കിഴക്കൻ യൂറോപ്പിലെ സോഷ്യലിസ്റ്റ് രാജ്യങ്ങളിൽ ഓരോന്നിലായി മുതലാളിത്തം പുനഃസ്ഥാപിക്കപ്പെട്ടതും സോവിയറ്റ് യൂണിയൻ ഛിന്നഭിന്നമായതും അത് പ്രസിദ്ധീകരിച്ച് ഒരു പതിറ്റാണ്ടിനുള്ളിലാണ്. അതോടെ മാർക്സിസത്തിന്റെയും സോഷ്യലിസത്തിന്റെയും കഥ കഴിഞ്ഞു എന്ന് സാമ്രാജ്യത്വവക്താക്കളും മുതലാളിത്ത സൈദ്ധാന്തികരും വിധിച്ചു. ഇവിടെ കേരളത്തിലും അവരുടെ അനുയായികളായ രാഷ്ട്രീയ നേതാക്കളും മറ്റ് കമ്യൂണിസ്റ്റ് വിരുദ്ധരും സി പി ഐ (എം) പിരിച്ചുവിടണമെന്നുവരെ ആവശ്യപ്പെട്ടു. എന്നാൽ അതിനുശേഷം സി പി ഐ (എം) ഉൾപ്പെടെയുള്ള ഇടതുപക്ഷം കേരളത്തിലും പശ്ചിമബംഗാളിലും ത്രിപുരയിലും തിരഞ്ഞെടുപ്പുകളിൽ ജയിച്ചുകൊണ്ടിരിക്കുന്നു. പാർട്ടിയുടെ ബഹുജനാടിത്തറയ്ക്കു ക്ഷതം ഏറ്റതുമില്ല.

അധികം താമസിയാതെ പല മുതലാളിത്ത രാജ്യങ്ങളും വലിയ പ്രതിസന്ധികളെ അടിക്കടി നേരിടാൻ തുടങ്ങി. ഏറ്റവും കൂടുതൽ അത്തരം പ്രശ്നങ്ങൾ ഉളവായത് അമേരിക്കയിലും പശ്ചിമയൂറോപ്യൻ രാജ്യങ്ങളിലുമാണ്. സോവിയറ്റ് യൂണിയന്റെ തകർച്ചയെത്തുടർന്ന് ഇനി അമേരിക്കയെയും മുതലാളിത്തത്തെയും വെല്ലാൻ ഒരു ശക്തിയും ലോകത്തിലില്ല എന്ന് മുതലാളിത്തവക്താക്കൾ അഹങ്കരിച്ചുകൊണ്ടിരിക്കുമ്പോഴായിരുന്നു ഈ പ്രശ്നങ്ങൾ അരങ്ങേറിയത്. അതേസമയം ജനകീയ ചൈന ലോകത്ത് മറ്റൊരു രാജ്യത്തിനു കൈവരിക്കാൻ കഴിയാത്ത സാമ്പത്തിക പുരോഗതി തുടർച്ചയായി നേടിക്കൊണ്ടിരിക്കുകയായിരുന്നു. ഇത് സംഭവിച്ചുകൊണ്ടിരിക്കെ 1996 നും 2008 നും ഇടയ്ക്ക് മുതലാളിത്ത ലോക

ത്തിൽ, വിശേഷിച്ച് അമേരിക്കയിൽ, പലതവണ ഐ ടി വ്യവസായ ത്തിലും മറ്റുമായി സാമ്പത്തികക്കുഴപ്പമുണ്ടായി. പക്ഷേ, വീടുകൾ തവണ വ്യവസ്ഥയിൽ വാങ്ങുന്നതിനു വായ്പകൊടുക്കുന്ന ഏർപ്പാടിൽ മുഴുകിയ ചില ധനകാര്യ സ്ഥാപനങ്ങൾ നേരിട്ട തകർച്ച 2008 സെപ്തം ബർ മുതൽ അമേരിക്കൻ സാമ്പത്തിക സ്ഥാപനങ്ങളെ മാത്രമല്ല, യൂറോ പ്യൻ രാജ്യങ്ങളിലെ പല സ്ഥാപനങ്ങളെയും ലോകകമ്പോളത്തെ തന്നെയും ബാധിച്ചു. ലോകപ്രസിദ്ധമായവ ഉൾപ്പെടെ നിരവധി പ്രമുഖ ധനകാര്യ സ്ഥാപനങ്ങൾ തകർന്നടിഞ്ഞു. മറ്റുചിലർ പിടിച്ചു നിന്നത് അമേരിക്കയിലെയും മറ്റും സർക്കാരുകൾ ഖജനാവിൽനിന്ന് അവയെ നിർല്ലോഭമായി സഹായിച്ചതുകൊണ്ടായിരുന്നു.

ഏഴുവർഷം മുമ്പ് ഏറ്റ ആ പിന്നോട്ടടിയിൽനിന്ന് അമേരിക്കൻ സമ്പദ് വ്യവസ്ഥ ഇനിയും കരകയറിയിട്ടില്ല. മുതലാളിത്തം ഒരു രാജ്യത്ത് മാത്രമായി ഒതുങ്ങിനില്ക്കുന്ന വ്യവസ്ഥയല്ല. ഏതാണ്ട് മുക്കാൽ നൂറ്റാ ണ്ടായി അമേരിക്കയാണ് ലോകമുതലാളിത്തകേന്ദ്രം. അതിനാൽ ആ കേന്ദ്രത്തിനുണ്ടാകുന്ന പിന്നോട്ടടി മറ്റ് മുതലാളിത്തകേന്ദ്രങ്ങളെയും ബാധിക്കും. അമേരിക്കയുമായി ഏറ്റവും കൂടുതൽ ബന്ധപ്പെട്ടാണ് യൂറോ പ്യൻ രാജ്യങ്ങൾ ഇന്ന് നിലനില്ക്കുന്നത്. അതിനാൽ അമേരിക്കയിലെ സാമ്പത്തികക്കുഴപ്പങ്ങൾ അവയെയും ബാധിച്ചു. അവിടങ്ങളിലെ കുഴ പ്പങ്ങൾ ചൈന, ഇന്ത്യ, റഷ്യ, ബ്രസീൽ, ദക്ഷിണാഫ്രിക്ക എന്നീ വിക സ്വര രാജ്യങ്ങളെ അതേ തോതിൽ ബാധിച്ചില്ല. പാശ്ചാത്യ മുതലാളിത്ത കുഴപ്പത്തെ ഒരളവേളം ചെറുക്കാനുള്ള ശേഷി ഈ രാജ്യങ്ങൾ കൈവ രിച്ചിരിക്കുന്നു. പക്ഷേ, ലോകത്തിലെ മുഖ്യ ഉപഭോക്താക്കൾ അമേരി ക്കയിലും പശ്ചിമയൂറോപ്പിലുമുള്ള, ലോക ജനസംഖ്യയുടെ പത്തി ലൊന്നു വരുന്ന, ജനങ്ങളായതിനാൽ അവിടങ്ങളിലെ പ്രതിസന്ധി ലോക രാജ്യങ്ങളെ പൊതുവിൽ ബാധിച്ചു.

സോവിയറ്റ് യൂണിയന്റെ തകർച്ചയെത്തുടർന്ന് മാർക്സിസം കാല ഹരണപ്പെട്ടെന്നും കമ്യൂണിസ്റ്റ് പാർട്ടികൾ പിരിച്ചുവിടണമെന്നും ആവ ശ്യപ്പെട്ടവരിൽ ചിലർക്കെങ്കിലും 2008 ലെ മുതലാളിത്ത പ്രതിസന്ധിയെ തുടർന്നു പറയേണ്ടിവന്നു, മാർക്സിനെ തിരിച്ചുവിളിക്കണമെന്ന്; എന്നു വെച്ചാൽ, മാർക്സിന്റെ കൃതികളിലേക്ക് തിരിച്ചു പോയി മുതലാളിത്ത ത്തിനു എന്തുപറ്റി എന്നു അന്വേഷിക്കണമെന്ന്. മുതലാളിത്തത്തെ മാർക്സിനോളം കൂലങ്കഷമായി പഠിച്ച മറ്റൊരാളില്ല എന്ന വസ്തുത അവർ തുറന്നു സമ്മതിക്കുകയായിരുന്നു, മാർക്സിന്റെ വിശകലനത്തിൽ നിന്നേ മുതലാളിത്തത്തെ ബാധിച്ച ശാപത്തിനു പ്രതിവിധി കണ്ടെ ത്താനാവൂ എന്നും 1929 -33 കാലത്താണ് അതേവരെ മുതലാളിത്തം നേരിട്ടതിൽവെച്ച് ഏറ്റവും കടുത്ത പ്രതിസന്ധിയെ അത് നേരിട്ടത്. കോള നികൾ ഉൾപ്പെടെ തങ്ങളുടെ വരുതിയിലുള്ളതും തങ്ങളുമായി സാമ്പ ത്തിക ബന്ധം ഉള്ളതുമായ രാജ്യങ്ങളുടെ മേൽ തങ്ങൾ നേരിട്ട പ്രതിസ ന്ധിയുടെ ഭാരം കയറ്റിവെച്ചും ലോകത്തെ വീണ്ടുമൊരു ലോകയുദ്ധ

ത്തിലേക്ക് തള്ളിവിട്ടുമാണ് അന്നത്തെ പ്രതിസന്ധിയിൽനിന്ന് സാമ്രാജ്യത്വ ശക്തികൾ രക്ഷപ്പെട്ടത്. യുദ്ധാനന്തരം അമേരിക്കയുടെ സഹായത്തോടെ പടിഞ്ഞാറൻ യൂറോപ്യൻ രാജ്യങ്ങളും, ജപ്പാനും യുദ്ധക്കെടുതികൾ തുടച്ചുമാറ്റാനുള്ള പുനർനിർമ്മാണത്തിൽ ഏർപ്പെട്ടു. അതിനാൽ യുദ്ധാനന്തരമുള്ള കാൽനൂറ്റാണ്ടുകാലത്ത് അമേരിക്കയിലും പശ്ചിമയൂറോപ്യൻ രാജ്യങ്ങളിലും ജപ്പാനിലും പ്രതിസന്ധിയൊന്നും ഉണ്ടായില്ല. എന്നാൽ പുനർനിർമ്മാണം തീർന്നതോടെ, 1970കളായപ്പോഴേക്ക്, മുതലാളിത്തം വീണ്ടും കെട്ടിക്കിടപ്പും തൊഴിലില്ലായ്മയും വിലക്കയറ്റവും ഒരേ സമയം അനുഭവപ്പെടുന്ന പ്രതിസന്ധിയെ നേരിടാൻ തുടങ്ങി. അതിൽനിന്ന് കരകയറുന്നതിനും പ്രതിസന്ധിയെ പുതിയ രീതിയിൽ മറ്റ് രാജ്യങ്ങളിലേക്ക് കയറ്റി അയക്കാനും അങ്ങനെ സ്വയം അതിന്റെ ആഘാതത്തിൽനിന്ന് രക്ഷപ്പെടാനുമായിരുന്നു അമേരിക്കയും കൂട്ടാളികളും ആഗോളവല്ക്കരണം അഴിച്ചുവിട്ടത്. അതിനു നേതൃത്വവും പ്രേരണയും നല്കിയ കോർപ്പറേറ്റ് ശക്തികൾക്ക് തങ്ങളുടെ സാമ്പത്തിക ശേഷി അങ്ങേയറ്റം വർദ്ധിപ്പിക്കുക എന്നതായിരുന്നു മുഖ്യലക്ഷ്യം. 1990കൾ ആയപ്പോഴേക്ക് അതായി ആഗോളവല്ക്കരണത്തിന്റെ ചാലകശക്തി.

നാടുവാഴിത്തത്തിൻകീഴിൽ സമ്പത്തും അധികാരവുമെല്ലാം രാജാവിലും നാടുവാഴികളിലും ഭൂപ്രഭുക്കളിലും കേന്ദ്രീകരിച്ചിരിക്കുകയായിരുന്നു. നാനാതരം കൈത്തൊഴിലുകളിൽ ഏർപ്പെട്ടിരുന്നവർ പുതുതായി ഉയർന്നുവന്ന ശാസ്ത്ര -സാങ്കേതിക സിദ്ധികൾ ഉപയോഗിച്ച് തങ്ങളുടെ ഉല്പാദനവും വിപണനവും വികസിപ്പിക്കുന്നതിന് സമ്പത്തും അധികാരവും നാടുവാഴിത്ത ശക്തികളിൽ കേന്ദ്രീകരിച്ചിരുന്നത് തടസ്സമായി കണ്ടു. തങ്ങൾക്ക് കൂടുതൽ സമ്പത്ത് ആർജ്ജിക്കുന്നതിനും നാടുവാഴിത്ത വ്യവസ്ഥയും അതിലെ അധികാരകേന്ദ്രങ്ങളും അവ സൃഷ്ടിച്ച ദേശീയ അതിരുകളും പ്രതിബന്ധം സൃഷ്ടിക്കുന്നതായി അവർ വിലയിരുത്തി. അതിനാൽ അധികാരം അവരിൽനിന്നു മാറ്റുന്നതിന് പുതിയ ഉല്പാദന ശക്തികൾ ശ്രമിച്ചു. അതിന് അവർ ആരംഭിച്ച ബദലായിരുന്നു പാർലമെന്ററി ജനാധിപത്യവ്യവസ്ഥ ജനങ്ങൾ എല്ലാവരും ഭരണാധികാരത്തിനു മുന്നിൽ തുല്യരാണ്. അധികാരം കൈയാളുന്നതിനു അവർക്കെല്ലാം തുല്യാവകാശമുണ്ട്. തങ്ങളെ ഭരിക്കേണ്ടവരെ തിരഞ്ഞെടുക്കാൻ അവർക്ക് സ്വാതന്ത്ര്യവും അവകാശവും ഉണ്ടാവണം. ഒരേ കുടുംബമോ ഒരേ കൂട്ടരോ അധികാരത്തിൽ ഏറെക്കാലം തുടരരുത്. ഈ വ്യവസ്ഥകളാണ് ബ്രിട്ടനിലും ഫ്രാൻസിലുമൊക്കെ 17-ാം നൂറ്റാണ്ടിലും 19-ാം നൂറ്റാണ്ടിലും ഉണ്ടായ അധികാരമാറ്റത്തിന്റെ അടിത്തറ.

പാർലമെന്ററി ജനാധിപത്യത്തിൽ എല്ലാവരും യഥാർത്ഥത്തിൽ തുല്യരല്ലെന്നും അത് ഫലത്തിൽ മുതലാളിത്തസർവ്വാധിപത്യമായി മാറിയിരിക്കുകയാണെന്നും യൂറോപ്പിലെ ജനാധിപത്യഭരണകൂടങ്ങളെ ചരിത്രപരമായി വിശകലനം ചെയ്തുകൊണ്ട് മാർക്സും എംഗൽസും കണ്ടെത്തി. ഈ ഭരണരൂപം മുതലാളിമാർ സ്വന്തം താല്പര്യം അനുസരിച്ച്

രൂപപ്പെടുത്തിയതാണ്. മുതലാളിത്തവ്യവസ്ഥയിൽ ഉല്പാദകർ, വ്യാപാരികൾ എന്നിവർ അടങ്ങുന്ന മുതലാളിമാർ തമ്മിൽ തമ്മിൽ സമ്പൂർണ്ണമായ മത്സരം തടയണമെന്നാണ് ആദംസ്മിത്തും മറ്റും നിർദ്ദേശിച്ചിരുന്നത്. എന്നാൽ ആ വ്യവസ്ഥയിൽ ഇതേവരെ ഉണ്ടാകാത്തതും അതാണ്.

മുതലാളിത്തത്തിനു ഓരോ രാജ്യത്തിനകത്തും അടിക്കടി അനുഭവപ്പെട്ട വളർച്ചാസ്തംഭനം തരണം ചെയ്യുന്നതിന് അത് മറ്റു രാജ്യങ്ങളിലേക്ക് ആദ്യം കച്ചവടത്തിനായി കടന്നു കയറി, പിന്നീട് അവയെ കീഴ്പ്പെടുത്തി കോളനികളാക്കി. ആ പ്രവണത വളർന്നു ചില യുറോപ്യൻ ശക്തികൾ എല്ലാ വൻകരകളിലും കോളനികൾ സ്ഥാപിച്ചു. ഈ പ്രക്രിയയിലൂടെ മുതലാളിത്തം കുത്തക മുതലാളിത്തത്തിലേക്കും പിന്നീട് സാമ്രാജ്യത്വത്തിലേക്കും വളർന്നു. കഴിഞ്ഞ നൂറ്റാണ്ടിന്റെ മദ്ധ്യത്തോടെ പല സ്വാതന്ത്ര്യസമരങ്ങളെത്തുടർന്ന് അവയ്ക്ക് കോളനികൾ നഷ്ടപ്പെട്ടു. അതോടെ സാമ്രാജ്യത്വരാജ്യങ്ങൾ മറ്റ് രാജ്യങ്ങളെ ഭരണപരമായും സാമ്പത്തികമായും അടക്കി വാഴുന്ന സ്ഥിതി മാറി. എന്നാൽ അവയെ സാമ്പത്തികമായി ചൂഷണം ചെയ്യുന്നത് തുടർന്നു. വ്യവസായങ്ങൾക്കു വേണ്ട അസംസ്കൃത പദാർത്ഥങ്ങൾ അവികസിത/വികസ്വര രാജ്യങ്ങളിൽനിന്ന് അവ കുറഞ്ഞവിലയ്ക്ക് വാങ്ങുകയും നിർമ്മിത വസ്തുക്കൾ കൂടിയ വിലയ്ക്ക് അവയ്ക്ക് വില്ക്കുകയും ചെയ്തു. ഇതിനെതിരെ പുതുതായി സ്വാതന്ത്ര്യം നേടിയ രാജ്യങ്ങൾ സോഷ്യലിസ്റ്റ് ചേരിയുടെ സഹായത്തോടെ ഐക്യരാഷ്ട്ര സഭയിലും മറ്റും പൊരുതാൻ തുടങ്ങിയപ്പോൾ, അതിനെതിരെ സാമ്രാജ്യത്വശക്തികൾ നടത്തിയ സാമ്പത്തിക നീക്കമായിരുന്നു ആഗോളവല്ക്കരണം.

സോവിയറ്റ് യൂണിയന്റെ തകർച്ചയോടെ മുതലാളിത്തത്തിന് ബദലില്ല എന്ന പ്രതീതി പരത്തപ്പെട്ടു. പക്ഷേ, 2008 ലെ ഗുരുതരമായ പ്രതിസന്ധി മുതലാളിത്ത നേതൃത്വത്തിനു തന്നെ ഉൽക്കണ്ഠ ഉളവാക്കി.

എന്നിട്ടും മുതലാളിത്തം തകർന്നു തരിപ്പണം ആകാത്തതിനാൽ, അതിനു നാശവും അവസാനവുമില്ല എന്നു മുതലാളിത്ത സൈദ്ധാന്തികർ വാദിച്ചു. പ്രതിസന്ധികളെ മറികടക്കാനുള്ള മുതലാളിത്തത്തിന്റെ ശേഷിയായി ഇത് വ്യാഖ്യാനിക്കപ്പെട്ടു. ഇത് സ്വതഃസിദ്ധമായി മുതലാളിത്തത്തിനുള്ള കഴിവല്ല. ബഹുരാഷ്ട്രകുത്തകകളും മറ്റ് വൻകിടക്കാരും വിവിധ രാജ്യങ്ങളിലെ ഗവൺമെന്റുകളെ സ്വാധീനിച്ച് തങ്ങളുടെ നിലനില്പിനായി നേട്ടമുണ്ടാക്കുന്നു. അത് അവയുടെ സ്വന്തം രാജ്യത്തെയും അന്യനാടുകളിലെയും ചൂഷണവും അസമത്വവും വർദ്ധിപ്പിച്ചിരിക്കുന്നു. സമൂഹത്തിലെ ഉച്ചനീചത്വം തൽഫലമായി വർദ്ധിക്കുന്നു. ഇതിനു അനുഗുണമായ നിലപാടുകളാണ് വിവിധരാജ്യങ്ങളിലെ ബൂർഷാപാർട്ടികൾ ആഗോളവല്ക്കരണശക്തികളുടെയും അതത് രാജ്യത്തെ കോർപ്പറേറ്റ് മുതലാളിമാരുടെയും സമ്മർദ്ദത്തിനു വഴങ്ങി കൈക്കൊണ്ടുകാണുന്നത്.

ലോകത്തിലെ കുറെ രാജ്യങ്ങൾ-ആഫ്രിക്കയിലെയും ഏഷ്യയിലെയും ലാറ്റിനമേരിക്കയിലെയും-ദരിദ്രമായിരിക്കുകയും അവിടങ്ങളിലെ

വലിയ ഭാഗം ജനങ്ങൾ പട്ടിണിയിലും രോഗാതുരതയിലും നിരക്ഷരതയിലും മറ്റും ആണ്ടുകിടക്കുകയും ചെയ്യേണ്ട ആവശ്യമില്ല എന്ന് ഫ്രാൻസിസ് മാർപ്പാപ്പയെപോലുള്ള യാഥാസ്ഥിതികരടക്കം കൂടുതൽ കൂടുതൽപേർ തിരിച്ചറിഞ്ഞുക്കൊണ്ടിരിക്കുകയാണ്. അമേരിക്കയിലെയും യൂറോപ്പിലെയും മറ്റും അതിസമ്പന്നതയെ നിയന്ത്രിക്കാൻ കഴിഞ്ഞാൽ, അവിടെ ദുർവ്യയം ചെയ്യപ്പെടുന്ന വിഭവങ്ങൾ ഈ ദരിദ്രരാജ്യങ്ങൾക്കും ദരിദ്രജനവിഭാഗങ്ങൾക്കും കൈമാറാൻ കഴിഞ്ഞാൽ, ദാരിദ്ര്യവും രോഗാതുരതയും മറ്റ് ദൈന്യങ്ങളും ഭൂമുഖത്തു നിന്ന് മിക്കവാറും തുടച്ചു നീക്കാൻ കഴിയും. വേണ്ട രീതിയിലുള്ള ഇടപെടൽ ഉണ്ടായാൽ ഭക്ഷ്യദൗർലഭ്യമുള്ള ആഫ്രിക്കൻ രാജ്യങ്ങളിലും മറ്റും ആവശ്യത്തിന് ഭക്ഷ്യവസ്തുക്കൾ ലഭ്യമാക്കാനോ ഉല്പാദിപ്പിക്കാനോ കഴിയും. അതുപോലെ രോഗാതുരതയും, നിരക്ഷരതയും, തൊഴിലില്ലായ്മയും മറ്റ് പിന്നോക്കാവസ്ഥകളും ഇല്ലാതാക്കാനും കഴിയും.

അതിനു എന്താണ് വേണ്ടത്? മുതലാളിത്തത്തിന്റെയും മുതലാളിമാരുടെയും വളർച്ചയ്ക്കായി കഴിഞ്ഞ അഞ്ചു നൂറ്റാണ്ടോളമായി വർദ്ധമാനമായതോതിൽ ഉന്നയിക്കപ്പെടുന്ന സാമ്പത്തികവളർച്ച സംബന്ധിച്ച വാദം നിരാകരിക്കപ്പെടണം. രാജ്യത്ത് കൂടുതൽ സമ്പത്ത് ഉല്പാദിക്കപ്പെടണം, അതിന്റെ തോത് വർദ്ധിച്ചുകൊണ്ടിരിക്കണം എന്ന വാദമാണ് മുതലാളിമാർക്ക് വേണ്ടി അർത്ഥശാസ്ത്രജ്ഞന്മാരും സർക്കാരുകളും ഉന്നയിച്ചുകൊണ്ടിരിക്കുന്നത്. അങ്ങനെ ഉല്പാദിപ്പിക്കപ്പെടുന്ന സമ്പത്തിൽ ഏറിയകൂറും സേവനങ്ങളായാണ് ഇപ്പോൾ കണ്ടുവരുന്നത്. ഭക്ഷ്യവസ്തുക്കൾ, ജനസാമാന്യത്തിനു ആവശ്യമായ വസ്ത്രങ്ങൾ, വീട്, ഔഷധം, വിദ്യാഭ്യാസം, ചികിത്സാസൗകര്യങ്ങൾ എന്നിവ ആവശ്യമായ തോതിൽ ഉല്പാദിപ്പിക്കപ്പെടുന്നുണ്ടോ എന്ന് ഉറപ്പുവരുത്തുന്നില്ല. അഥവാ ഉല്പാദിപ്പിക്കുന്നുണ്ടെങ്കിൽ അത് സാധാരണക്കാർക്ക് പ്രയോജനപ്പെടുന്നവയാണോ എന്ന് നിഷ്കർഷയില്ല. അതുകൊണ്ടാണ് ഉല്പാദനം കാര്യമായി നടക്കുമ്പോഴും പല രാജ്യങ്ങളിലും പലരും ദാരിദ്ര്യം, രോഗാതുരത, നിരക്ഷരത മുതലായവയിൽ ആണ്ടുകിടക്കുന്നത്. മുതലാളിമാരെ സംബന്ധിച്ചിടത്തോളം ഇങ്ങനെ ഒരു വിഭാഗം സമൂഹത്തിൽ എപ്പോഴും ഉണ്ടാകണം. അവർ ഇല്ലെങ്കിൽ മുതലാളിമാർക്ക് കുറഞ്ഞകൂലി നല്കി അദ്ധ്വാനം വാങ്ങി ലാഭം കൊയ്യാൻ കഴിയാത്ത സ്ഥിതി വരും.

സമൂഹത്തിൽ ഒരു വിഭാഗം എന്നും ഇല്ലായ്മകളിൽ കുരുങ്ങി കിടക്കുന്നത് അനിവാര്യമാണ്, ദൈവനിശ്ചയമാണ് എന്നായിരുന്നു മാർക്സിസത്തിന്റെ ആവിർഭാവം വരെ പൊതുവെ കണക്കാക്കപ്പെട്ടിരുന്നത്. ചിലർ സമ്പന്നരും മറ്റു ചിലർ ദരിദ്രരുമാകുന്നതും ചിലർ എന്നും വേറെ ചിലരുടെ ദാസ്യവൃത്തിക്കു വിധേയരാകുന്നതും ചിലർ അനാരോഗ്യത്തിനും രോഗങ്ങൾക്കും വിധേയരാകുന്നതും അനിവാര്യമാണെന്നായിരുന്നു കരുതപ്പെട്ടത്. രോഗങ്ങൾ ഉണ്ടാക്കുന്നത് ചിലതരം അണുക്കളാണെന്നും അവയെ തടഞ്ഞ് രോഗവിമുക്തി സാദ്ധ്യമാണെന്നും കൃഷിയിലും കാലി

വളർത്തലിലും മറ്റും വേണ്ട രീതിയിൽ ഇടപെട്ടാൽ ആവശ്യാനുസരണം ഭക്ഷ്യവസ്തുക്കൾ ഉല്പാദിപ്പിക്കാമെന്നും മറ്റും കണ്ടെത്തിയ കാലത്താണ് മാർക്സും എംഗൽസും ജീവിച്ചത്. നാനാരാജ്യങ്ങളിലെ വ്യത്യസ്ത കാലഘട്ടങ്ങളിലെ അനുഭവങ്ങളും വസ്തുതകളും യുക്തിയുക്തമായി ക്രോഡീകരിച്ചാണ് അവർ നിലവിലുള്ള പല ധാരണകളെയും സങ്കല്പങ്ങളെയും തിരുത്തിക്കുറിച്ചത്. 18-19 നൂറ്റാണ്ടുകളിൽ കൃമികളെപ്പോലെ ജീവിക്കാൻ നിർബ്ബന്ധിതരായിരുന്ന തൊഴിലാളികൾക്കും കൃഷിക്കാർക്കും മറ്റും മനുഷ്യരെപ്പോലെ ജീവിക്കാൻ അവകാശമുണ്ടെന്നും അതിനുള്ള സമ്പത്ത് അവർ യഥാർത്ഥത്തിൽ ഉല്പാദിപ്പിക്കുന്നുണ്ടെന്നും മുതലാളിമാരും മറ്റും അത് തട്ടിയെടുക്കുന്നതുകൊണ്ടാണ് അവർ ദാരിദ്ര്യത്തിലും മറ്റ് ദൈന്യതകളിലും ആണ്ടുകിടക്കുന്നതെന്നും മാർക്സും എംഗൽസും ചരിത്രവസ്തുതകളെയും സമകാലികയാഥാർത്ഥ്യങ്ങളെയും എടുത്തു കാട്ടി വ്യക്തമാക്കി. ഈ ആശയങ്ങൾക്കെല്ലാംകൂടി കമ്യൂണിസം എന്ന സൈദ്ധാന്തിക രൂപം അവർ നല്കിയപ്പോൾ, അതിനെ ഭൂതമായി അന്നത്തെ യൂറോപ്പിലെ മുതലാളിമാരും അവരുടെ വൈതാളികരും കൂടി ചിത്രീകരിച്ച് ആക്ഷേപിച്ചു.

ഭൂപ്രഭുക്കളുടെയും മുതലാളിമാരുടെയും ചൂഷണത്തിന് ഗണ്യമായ നിയന്ത്രണം ഏർപ്പെടുത്തുകയും ജനങ്ങൾക്കെല്ലാവർക്കും തൊഴിൽ നല്കിക്കൊണ്ടുള്ള സാമ്പത്തിക-സാമൂഹിക വികസനം നടപ്പാക്കുകയും ചെയ്താൽത്തന്നെ, അവരുടെ എല്ലാവരുടെയും മിനിമം ആവശ്യങ്ങളെല്ലാം നിറവേറ്റാൻ കഴിയുമെന്നു സോവിയറ്റ് യൂണിയന്റെയും ജനകീയ ചൈനയുടെയും അനുഭവം വിളിച്ചോതുന്നു. അതോടൊപ്പം ശാസ്ത്ര സാങ്കേതിക രംഗങ്ങളിൽ വലിയ പുരോഗതി കൈവരിക്കാൻ കഴിയുമെന്നും അവ തെളിയിച്ചു. മറ്റുള്ളവരെ ചൂഷണം ചെയ്ത് ഒരു പിടി പേർ അതിസമ്പന്നരാകുന്നതാണ് എല്ലാത്തരം അസമത്വങ്ങളുടെയും ഉറവിടം എന്നും അതോടെ സ്പഷ്ടമായി. കിഴക്കൻ യൂറോപ്യൻ സോഷ്യലിസ്റ്റ് രാജ്യങ്ങൾ, യൂഗോസ്ലാവിയ, ക്യൂബ, വെനസ്വേല എന്നീ രാജ്യങ്ങളിലെ വ്യത്യസ്തങ്ങളായ അനുഭവങ്ങളെല്ലാം വിളിച്ചോതുന്നത് സമ്പത്തിന്റെ ഉല്പാദനത്തിലും ഉപഭോഗത്തിലും എല്ലാ ജനങ്ങൾക്കും തുല്യമായ അവകാശവും പങ്കും ഉണ്ടാകുന്ന പക്ഷം ഉല്പാദനവും ജീവിത ഗുണനിലവാരവും പൊതുവിൽ ഗണ്യമായി വർദ്ധിപ്പിക്കാൻ കഴിയുമെന്നാണ്.

എന്നാൽ സോഷ്യലിസ്റ്റ് രാഷ്ട്രങ്ങൾക്ക് മുതലാളിത്ത രാജ്യങ്ങൾക്ക് കഴിയുന്ന തോതിൽ വളരാൻ കഴിയുന്നില്ല എന്നാണ് മുതലാളിത്ത വക്താക്കൾ ഉന്നയിക്കുന്ന വിമർശനം. അമേരിക്ക ഉൾപ്പെടെയുള്ള വികസിത മുതലാളിത്ത രാജ്യങ്ങളിലെല്ലാം സമ്പന്നരും ദരിദ്രരും തമ്മിലുള്ള അന്തരം ഭീമമാണ്. അതാകട്ടെ, ആഗോളവല്ക്കരണത്തിൻകീഴിൽ കുത്തനെ ഉയർന്നതായി എല്ലാ സ്ഥിതിവിവരകണക്കുകളും വെളിവാക്കുന്നു. സാമ്രാജ്യത്വവക്താകൾക്കും അത് നിഷേധിക്കാൻ കഴിയുന്നില്ല. സ്വീഡൻ, നോർവെ മുതലായ സ്കാൻഡിനേവ്യൻ രാജ്യങ്ങൾ മാത്രമാണ് ആ പ്രവ

ണതയ്ക്ക് അപവാദമായി നില്ക്കുന്നത്. അവിടങ്ങളിൽ അവർ പൊതുവിൽ മുതലാളിത്ത നയങ്ങൾ പിന്തുടരുമ്പോൾ തന്നെ, ഗണ്യമായതോതിൽ നികുതി ചുമത്തി സർക്കാരിന്റെ വരുമാനം വർദ്ധിപ്പിച്ച് അതുപയോഗിച്ച് ഗുണനിലവാരമുള്ള സേവനങ്ങളും വലിയ തൊഴിൽ സാദ്ധ്യതയും നല്കി, പാവപ്പെട്ടവരുടെ ജീവിതനിലവാരം ഉയർത്തുന്നു. ഇത് സമ്പന്നരും ദരിദ്രരും തമ്മിലുള്ള അന്തരം നിരന്തരം വർദ്ധിക്കുന്നത് തടയുന്നു. ജനങ്ങൾക്കെല്ലാവർക്കും ഒരു മിനിമം ജീവിതഗുണത ആസ്വദിക്കാനുള്ള അവസരം സൃഷ്ടിക്കുന്നു. എന്നാൽ ഇതിനെ മാതൃകയാക്കാൻ അമേരിക്ക ഉൾപ്പെടെയുള്ള മുതലാളിത്തരാജ്യങ്ങൾ തയ്യാറാകുന്നില്ല.

ചൈനയിൽ സമ്പന്നരും ദരിദ്രരും തമ്മിലുള്ള അന്തരം വർദ്ധിക്കുകയാണെന്ന് ചൂണ്ടിക്കാട്ടി, ഒരുവശത്ത് തങ്ങളുടെ രാജ്യത്തുള്ള വർദ്ധിച്ചുവരുന്ന അന്തരത്തെ ന്യായീകരിക്കാനും സോഷ്യലിസ്റ്റ് രാജ്യങ്ങളും തങ്ങളുടെ വഴിക്കുതന്നെയാണ് നീങ്ങുന്നത് എന്ന് സ്ഥാപിക്കാനും അവർ ശ്രമിക്കുന്നു. ചൈന സോഷ്യലിസ്റ്റ് രാഷ്ട്രമാണെന്ന് അവകാശപ്പെടുന്നില്ല. ജനകീയ ജനാധിപത്യം ആണെന്നും ഭരണനേതൃത്വം തൊഴിലാളിവർഗ്ഗശക്തികളുടെ നിയന്ത്രണത്തിലാണ് എന്നും മാത്രമാണ് മുഖ്യമായ വ്യത്യാസം. ഉല്പാദന ശക്തികളുടെ കെട്ടഴിച്ച് വിട്ട് ഉല്പാദനം ഗണ്യമായി വർദ്ധിപ്പിച്ച് മിനിമം ജീവിതനിലവാരം ഉറപ്പാക്കാൻ ചൈന ശ്രമിക്കുന്നു. വരുമാനത്തിലുള്ള അന്തരം കുറയ്ക്കാനും അഴിമതി തടയാനും ജനകീയ ജനാധിപത്യഭരണകൂടം നിരന്തരം ശ്രമിക്കുന്നു. ചുരുക്കത്തിൽ ചൈനയിലെ സംഭവവികാസങ്ങൾ മാർക്സും എംഗൽസും വിഭാവനം ചെയ്ത വിപ്ലവകാഴ്ചപ്പാടിന് എതിരല്ല.

മുതലാളിത്തം വിശേഷിച്ച് സാമ്രാജ്യത്വശക്തികൾ സമ്പന്ന വർഗ്ഗത്തിന്റെ സ്ഥിതി കൂടുതൽ മെച്ചപ്പെടുത്താനാണ് പ്രതിബദ്ധത കാണിക്കുന്നത്. അങ്ങനെ സമ്പത്ത് കുന്നുകൂടുന്നവരുടെ മേൽ കൂടുതൽ നികുതി ചുമത്താൻ പാടില്ല എന്നവർ ശഠിക്കുന്നു. പ്രസിഡന്റ് ഒബാമ സാധാരണക്കാരെ സഹായിക്കുന്ന ആരോഗ്യപദ്ധതി നടത്താൻ ശ്രമിച്ചപ്പോൾ അതിന്റെ അധികച്ചെലവിനായി ഒറ്റ ഡോളർ കൂടുതൽ നികുതി കൊടുക്കില്ല എന്ന് ശഠിച്ചത് അവിടത്തെ ശതകോടീശ്വരന്മാരാണല്ലോ. അവർ സമൂഹത്തിലെ ചെറുന്യൂനപക്ഷമാണ്. പക്ഷേ, അവർ അധികാര കേന്ദ്രമായ സെനറ്റിലും മറ്റും നിർണ്ണായക സ്വാധീനം ചെലുത്തുന്നു. അതിനാൽ അവർ അംഗീകരിക്കാത്ത ഭരണപരിഷ്കാരങ്ങൾ നടപ്പാക്കുന്നതിന് ഒരു പ്രസിഡന്റിനും അമേരിക്കയിൽ കഴിയാത്ത സ്ഥിതി സൃഷ്ടിക്കപ്പെട്ടിരിക്കുകയാണ്. ജനങ്ങളിൽ ന്യൂനപക്ഷമാണെങ്കിലും അവർ ഭരണകൂടത്തിൻമേൽ സർവ്വാധിപത്യം ചെലുത്തുന്നു. അതുകൊണ്ടാണ് മാർക്സ് പറഞ്ഞത്, “ഈ ജനാധിപത്യം മുതലാളിവർഗ്ഗസർവ്വാധിപത്യമാണെന്ന്.” അവരുടെ ഭരണത്തിനുമേൽ ജനസാമാന്യത്തിനു ലഭിക്കുന്നത് മുതലാളിമാർ മുതലാളിമാർക്കുവേണ്ടി നടത്തുന്ന മുതലാളിത്ത വാഴ്ചയ്ക്കുകീഴിൽ വീണുകിട്ടുന്ന ചില ആനുകൂല്യങ്ങൾ മാത്രമാണ്.

സോവിയറ്റു യൂണിയനിൽനിന്ന് വെല്ലുവിളി ഉയർന്നപ്പോൾ മാത്രമാണ് ബ്രിട്ടനിൽ സ്ത്രീകൾക്ക് പ്രായപൂർത്തി വോട്ടവകാശം ഉൾപ്പെടെ പല അവകാശങ്ങളും സ്വാതന്ത്ര്യങ്ങളും ലഭിച്ചത്. പാവപ്പെട്ടവർക്ക് വിദ്യാഭ്യാസാനുകൂല്യങ്ങൾ ലഭിച്ചതും ആ സാഹചര്യത്തിൽ ലേബർ പാർട്ടി രണ്ടാം ലോകയുദ്ധാനന്തരം അധികാരത്തിൽ എത്തിയപ്പോഴായിരുന്നു. കറുത്തവരോടുള്ള വിവേചനം തുടരുന്നത് സാർവ്വദേശീയതലത്തിൽ തങ്ങൾക്ക് തിരിച്ചടി ഉണ്ടാക്കുന്നു എന്ന് കണ്ടപ്പോഴാണ് ജോൺകെന്നഡിയുടെ കാലത്തുപോലും നല്കപ്പെടാത്ത ആനുകൂല്യങ്ങൾ യാഥാസ്ഥിതികനായ ലിൻഡൻ ജോൺസിന്റെ കാലത്ത് കറുത്തവർക്ക് നല്കപ്പെട്ടത്. ഇതെല്ലാം കാണിക്കുന്നത് മുതലാളിത്തവാഴ്ചയ്ക്കുകീഴിൽ തുല്യാവകാശങ്ങൾ നല്കപ്പെടുന്നത് അവ നിഷേധിക്കാനാവാത്ത സാഹചര്യം ഒത്തുകൂടുമ്പാൾ മാത്രമാണ് എന്നത്രെ.

മുതലാളിത്തത്തിനുമുമ്പ് കൈയൂക്കുള്ളവന്റെ കൈകാര്യകർത്തൃത്വമായിരുന്നു. രാജാക്കന്മാരുടെയും സ്വേച്ഛാധിപതികളുടെയും ഭൂപ്രഭുക്കളുടെയും പുരോഹിതന്മാരുടെയും ചവിട്ടടികൾക്കുകീഴിൽ അമർന്നിരിക്കുകയായിരുന്നു ജനസാമാന്യം. അതിനുള്ളിൽനിന്നാണ് യൂറോപ്പിൽ നവോത്ഥാനത്തെ തുടർന്ന് പുതിയ ഉല്പാദനരീതികളും ഉല്പന്നങ്ങളും രൂപപ്പെടുന്നത്. അവയ്ക്ക് വളർന്ന് പന്തലിക്കുന്നതിന് തടസ്സമായിത്തീർന്നു അന്ന് നിലനിന്ന നാടുവാഴിത്തവ്യവസ്ഥ. ചെറുകിട ഉല്പാദകരുടെയും അവരുടെ കീഴിൽ പ്രവർത്തിക്കുന്ന തൊഴിലാളികളുടെയും കൂട്ടായ്മ ആ വ്യവസ്ഥയ്ക്ക് എതിരായി പൊരുതാൻ തുടങ്ങി. ഇംഗ്ലണ്ടിൽ ഒലിവർ ക്രോംവെല്ലിന്റെ നേതൃത്വത്തിൽ സ്ഥാപിക്കപ്പെട്ട റിപ്പബ്ലിക്കും ഫ്രഞ്ച് വിപ്ലവുമൊക്കെ ആ പോരാട്ടത്തിന്റെ വിവിധ ഘട്ടങ്ങളായിരുന്നു.

പ്രത്യക്ഷത്തിൽ അത് എല്ലാവർക്കും തുല്യ അവകാശങ്ങളും അവസരങ്ങളും പ്രദാനം ചെയ്യുന്നു. വ്യക്തിക്ക് പൗരൻ എന്ന നിലയിൽ പല സ്വാതന്ത്ര്യങ്ങളും ഉള്ളതായി പ്രഖ്യാപിക്കപ്പെടുന്നു. ഭൂരിപക്ഷതീരുമാനമാണ് രാജ്യത്ത് എല്ലാ തലങ്ങളിലും നടപ്പാക്കപ്പെടുക. അങ്ങനെ നോക്കിയാൽ ഇതിൽപ്പരം ഒന്നും മനുഷ്യനു പ്രതീക്ഷിക്കാനില്ല.

എന്നാൽ ഇത് ഒരു മറ മാത്രമാണ്. അതിനു പിന്നിൽ ശക്തർ ദുർബ്ബലരെ അടിച്ചമർത്തുന്നു, കൊള്ള ചെയ്യുന്നു. ആരും ചോദിക്കില്ല. കാരണം ഭൂരിപക്ഷത്തിന്റെ ഇംഗിതമനുസരിച്ചാണ് കാര്യങ്ങൾ നടക്കുക. ജനാധിപത്യവ്യവസ്ഥയിൽ എല്ലാവർക്കും തുല്യാവകാശങ്ങൾ ഉണ്ടെന്നായിരുന്നു പ്രഖ്യാപനം. പക്ഷേ, ആദ്യം നികുതിദായകർക്കുമാത്രമായിരുന്നു വോട്ടവകാശം. അല്ലാത്തവർക്കില്ലായിരുന്നു. സ്ത്രീകൾക്ക് മൊത്തത്തിൽ അവകാശമില്ല. ഇത് മാറ്റി പ്രായപൂർത്തിവോട്ടവകാശം സാർവ്വത്രികമായി ബ്രിട്ടനിൽ നല്കപ്പെട്ടത് 1920 കളിൽ ആയിരുന്നു. മുതലാളിമാരുടെ സ്ഥാനാർത്ഥികളിൽ ഏതെങ്കിലും ഒരാളെ പിന്താങ്ങുന്നതിൽ ഒതുങ്ങുന്നതാണ് ഫലത്തിൽ വോട്ടവകാശം. ഇത് മാർക്സും എംഗൽസും ഒന്നര നൂറ്റാണ്ടിനുമുമ്പ് തന്നെ ചൂണ്ടിക്കാട്ടിയിരുന്നു.

മുതലാളിവർഗ്ഗം ഇന്നത്തെ ഭരണരീതിയായ മുതലാളിത്തം അവസാനിപ്പിക്കുന്നതിനോ അതിനെ വിപുലമായ തോതിൽ ഭേദഗതി ചെയ്യുന്നതിനോ എതിരാണ്. അധികാരം ജനങ്ങളിലേക്ക് പകർത്തിക്കൊടുക്കുന്നതിനെ, അതിലേറെ അത് തങ്ങൾക്ക് നഷ്ടപ്പെടുന്നതിനെ മുതലാളിവർഗ്ഗം എതിർക്കുന്നു. ജനങ്ങൾക്കുവേണ്ടി ജനങ്ങളാൽ നടത്തപ്പെടുന്ന ജനങ്ങളുടെ ഭരണം എന്നാണ് എബ്രഹാം ലിങ്കൺ ജനാധിപത്യത്തെ നിർവ്വചിച്ചത്. എന്നാൽ അത് ഫലത്തിൽ മുതലാളിമാർക്കുവേണ്ടി മുതലാളിമാർ നടത്തുന്ന മുതലാളിമാരുടെ ഭരണം മാത്രമാണ് എന്ന് മാർക്സ് ചൂണ്ടിക്കാട്ടി. ഇപ്പോൾ അതിലൊരു മാറ്റം വന്നിട്ടുണ്ട്. കുത്തകകൾക്ക് വേണ്ടി കുത്തകകളാൽ നടത്തപ്പെടുന്ന കുത്തകകളുടെ ഭരണമായി മാറിയിട്ടുണ്ട് അത്. അതിനെതിരെയാണ് അമേരിക്കയിൽ ന്യൂയോർക്കിലെ വാൾസ്ട്രീറ്റിൽ ഒരു ശതമാനം വരുന്ന കുബേരന്മാർക്കെതിരെ 99 ശതമാനം ജനങ്ങളുടെ പേരിൽ സമരം ആരംഭിച്ചതും ലോകമാസകലം ആ സമരത്തിന്റെ മാറ്റൊലി ഉയർന്നതും.

മുതലാളിമാരുടെ, കുത്തകകളുടെ വാഴ്ചയെ അവർ മാത്രമാണ് ന്യായീകരിക്കുന്നത്. പക്ഷേ, മുതലാളിത്തരാജ്യങ്ങളിലെ ജനങ്ങളിൽ മഹാഭൂരിപക്ഷവും അവരുടെ വരുതിയിൽ ആയതിനാൽ, അവരുടെ കീഴിൽ വിവിധ തൊഴിലുകളിൽ ഏർപ്പെട്ടിരിക്കുന്നതിനാൽ, അവരുടെ വാദമുഖങ്ങൾ ഉന്നയിക്കുന്നു, ആവർത്തിക്കുന്നു. അവരുടെ സ്ഥാപനങ്ങളിൽ ജോലി ചെയ്യുന്നവർ അവരുടെ മാധ്യമങ്ങളെയും മറ്റും ആശ്രയിച്ച് ജീവിക്കുന്നവർ ഏതെങ്കിലും തരത്തിൽ അവരുടെ നീരാളിപ്പിടിത്തത്തിൽ അകപ്പെട്ടവർ, അവർ നിലനിർത്തുന്ന സർക്കാരുകളുടെയോ രാഷ്ട്രീയപാർട്ടികളുടെയോ നിയന്ത്രണത്തിന് വിധേയരായവർ - എല്ലാം ഇതാണ് ചെയ്യുന്നത്. ഇന്ത്യയിലെ വൻകുത്തകകളുടെ അന്യായങ്ങളെയും അഴിമതികളെയും കുറിച്ച് തുറന്നടിക്കാൻ വീരശൂരപരാക്രമികളായ പല മാധ്യമപ്രവർത്തകരും രാഷ്ട്രീയനിരീക്ഷകരും എന്തിന്, രാഷ്ട്രീയ നേതാക്കൾ പോലും തയ്യാറാകാത്തത് ഏതെങ്കിലും തരത്തിൽ അവരെ ആശ്രയിച്ചാണ് അവർ നിലനില്ക്കുന്നത് എന്നതുകൊണ്ടാണ്. അല്ലെങ്കിൽ ഈ കുത്തകകൾ വിചാരിച്ചാൽ തങ്ങളെ അക്ഷരാർത്ഥത്തിൽ തന്നെ നാമാവശേഷമാക്കാൻ കഴിയും എന്ന ബോദ്ധ്യം ഉള്ളതുകൊണ്ടാണ്. ഈ സർവ്വരാജ്യധീരസാഹസികരെ നിലനിർത്തുന്നത് കുത്തകകളുമായുള്ള കെട്ടുപാടുകൾ ആണ്. അതിനാൽ ആ സായ്പന്മാരെ കാണുമ്പാൾ മാത്രമല്ല, അവരുടെ കാര്യം ഓർക്കുമ്പോൾ തന്നെ ആ ധീരസാഹസികർ കവാത്ത് മറക്കും. എന്നുമാത്രമല്ല, അവർക്കു നിയന്ത്രണമുള്ള മാധ്യമങ്ങൾക്കു പുറത്ത് ഒരിടത്തും ആ കുത്തകകളുടെ തനിനിറം വെളിവാക്കാൻ അവർ ചെറുവിരൽ പോലും അനക്കുന്നില്ല. തങ്ങളുടെ സമ്പത്തും ഭരണതലത്തിലുള്ള സ്വാധീനവും നിലനിർത്തുന്നതിന് ഈ കുത്തകകൾ ആരുടെയും തോളിൽ കൈയിടാൻ മടി കാണിക്കുകയില്ല എന്നതിനുള്ള തെളിവാണ് നരേന്ദ്രമോദിക്കും ബി ജെ പിക്കും

കഴിഞ്ഞ പാർലമെന്റ് തിരഞ്ഞെടുപ്പുകാലത്ത് അവർ നല്കിയ പിന്തുണ.

ഇതുമായി ബന്ധപ്പെട്ടില്ലെങ്കിലും, ഈ അവസരത്തിൽ പരിഗണിക്കപ്പെടേണ്ടതാണ് മാർക്സിസത്തെക്കുറിച്ച് പ്രസിദ്ധീകരിക്കപ്പെടുന്ന പുസ്തകങ്ങൾ. അക്കൂട്ടത്തിൽപ്പെടുന്നതല്ലെങ്കിലും തോമസ്പിക്കെറ്റിയുടെ *മൂലധനം 21-ാം നൂറ്റാണ്ടിൽ* എന്ന പുസ്തകത്തെ പലരും മാർക്സിന്റെ *മൂലധന*ത്തിനുള്ള ഏറ്റവും പുതിയ മറുപടിയായി കാണുന്നു. യഥാർത്ഥത്തിൽ പിക്കെറ്റി പറയുന്നത് മുതലാളിത്തത്തിൽ സമ്പത്ത് കുന്നുകൂട്ടപ്പെടുന്നു എന്നതുതന്നെയാണ്. അത് മുതലാളിത്തത്തിന്റെ സഹജസ്വഭാവമായി അദ്ദേഹം കാണുന്നുണ്ടെങ്കിലും, അത് ഇല്ലാതാക്കപ്പെടണമെന്ന് മാർക്സിനെപ്പോലെ അദ്ദേഹം കരുതുന്നില്ല. അതിനാൽ മുതലാളിത്തത്തിലെ സ്വത്ത് കേന്ദ്രീകരണം തടയുന്നതിന് അദ്ദേഹം ലഘുവായ ഒരു മാർഗ്ഗം നിർദ്ദേശിക്കുന്നു. മൂലധനത്തിനുമേൽ ആഗോളതലത്തിൽ നികുതി ചുമത്തുകയാണ് പിക്കെറ്റി നിർദ്ദേശിച്ചിരിക്കുന്ന പരിഹാരം. ആഗോളതലത്തിൽ ഗവൺമെന്റ് ഇല്ല. അതിനാൽ അത്തരമൊരു നികുതി ആരു ചുമത്തും, ആരു പിരിക്കും എന്നൊക്കെയുള്ള പ്രായോഗിക പ്രശ്നങ്ങൾ ഉയർന്നു വരുന്നു. സ്വന്തം നാട്ടിലായാലും പുറത്തായാലും, നികുതി ബാദ്ധ്യതകളിൽനിന്നും ഒഴിഞ്ഞു മാറുന്ന മുതലാളിമാർ അങ്ങനെ നികുതി ചുമത്തപ്പെടാൻ നിന്നുകൊടുക്കുമോ എന്നതും പ്രസക്തമായ ചോദ്യമാണ്. അങ്ങനെ ഏതെങ്കിലും പരിഹാരമാർഗ്ഗം കൈക്കൊണ്ടില്ലെങ്കിൽ വൻകിടമുതലാളിമാർക്കുവരെ ജനസാമാന്യത്തിന്റെ രോഷം ഇന്നല്ലെങ്കിൽ നാളെ പതഞ്ഞുയരുമെന്ന് 250 വർഷത്തെ സ്വത്തുടമസ്ഥതയുടെ വളർച്ച വിശദമായി വിശകലനം ചെയ്തുകൊണ്ട് പിക്കെറ്റി പറയുന്നു. പ്രസിദ്ധ അർത്ഥശാസ്ത്രജ്ഞനായിരുന്ന ജൊവാൻ റോബിൻസൺ ഇങ്ങനെ പറഞ്ഞിട്ടുണ്ട്: "മുതലാളിത്തവ്യവസ്ഥയുടെ പ്രധാന തകരാറുകൾ പരിഹരിക്കാനുള്ള അധികാരവും ഇച്ഛാശക്തിയുമുള്ള ഒരു ഗവൺമെന്റിന് അതിനെ ഇല്ലായ്മചെയ്യാനുള്ള ഇച്ഛയും അധികാരവും ഉണ്ടാകും. ആ വ്യവസ്ഥയെ നിലനിർത്താൻ ബാദ്ധ്യതപ്പെട്ട ഗവൺമെന്റിന് അതിന്റെ തകരാറ് തിരുത്താനുള്ള ഇച്ഛാശക്തി ഉണ്ടാവില്ല."

പിക്കെറ്റി മാർക്സിസത്തിനു ബദലായ ആശയം ഉന്നയിക്കുകയാണെന്നും മാർക്സിസത്തിനുള്ള പരിഹാരം മുതലാളിത്തവ്യവസ്ഥയ്ക്കുള്ളിൽത്തന്നെ കണ്ടെത്തിയിരിക്കുകയാണെന്നും വ്യാഖ്യാനിക്കുന്നവരുണ്ട്. അങ്ങനെ എന്തെങ്കിലും ചെയ്തതായി പിക്കെറ്റി അവകാശപ്പെടുന്നില്ല. ആഗോളതലത്തിൽ നികുതി കണക്കാക്കി ചുമത്തി പിരിച്ചാൽ സമൂഹത്തിൽ അസമത്വത്തിന്റെ വളർച്ച തടയാൻ കഴിയുമെന്ന് പിക്കെറ്റി കണക്കുകൂട്ടുന്നു. ഇവിടെ രണ്ടു പ്രശ്നങ്ങളുണ്ട്. ആഗോളതലത്തിൽ നികുതി ചുമത്തി പിരിച്ചുകൊണ്ടുമാത്രമേ അസമത്വത്തിന്റെ വളർച്ച തടയാൻ കഴിയൂ. ഇത് ചെയ്യാൻ സാമ്പത്തികമായോ നിയമപരമായോ ബാദ്ധ്യതയും ശേഷിയുമുള്ള ഭരണസംവിധാനും ആഗോളതലത്തിൽ

ഇല്ല. ഇന്നത്തെ നിലയിൽ അങ്ങനെയൊന്നിനു സാദ്ധ്യതയുമില്ല. അതുകൊണ്ട് ആ നികുതി ചുമത്തലും പിരിക്കലും ഇന്ന് അസാദ്ധ്യമാണ്.

സ്വന്തം രാജ്യത്തെ അധികാരകേന്ദ്രം ന്യായമായ നികുതി പിരിക്കുന്നതിനെ എതിർക്കുകയാണ് അമേരിക്കയിലെ അതിസമ്പന്നർ. രാജ്യമോ ജനസാമാന്യമോ എവിടെ പോയി തുലഞ്ഞാലും വേണ്ടില്ല., അവരെ പട്ടിണിയോ മഹാമാരിയോ ബാധിച്ചാലും വേണ്ടില്ല, തങ്ങൾ ഒട്ടും നികുതി വർദ്ധിപ്പിക്കാൻ അനുവദിക്കില്ല എന്നാണ് അവർ ശഠിക്കുന്നത്. ഇന്ത്യയിലെ വൻകിടക്കാരാകട്ടെ, തുടർച്ചയായി ഇളവ് അനുവദിച്ചുകിട്ടാനും ചുമത്തിയ നികുത്തി ഈടാക്കാതിരിക്കാനും നികുതി വെട്ടിച്ചാൽ നടപടി എടുക്കാതിരിക്കാനും സർക്കാരിനുമേൽ സമ്മർദ്ദം ചെലത്തുന്നു. ചുരുക്കത്തിൽ, വികസിത രാജ്യങ്ങളിലെയും വികസ്വരരാജ്യങ്ങളിലെയും അതിസമ്പന്നന്മാർ ഇപ്പോൾ ചുമത്തപ്പെടുന്ന നികുതി ഒഴിവാക്കിയും പുതിയ നികുതി ചുമത്തപ്പെടാതെയും സമ്പത്തും അസമത്വവും വർദ്ധിപ്പിക്കാനാണ് മുതിർന്നുകൊണ്ടിരിക്കുന്നത്. തോമസ് പിക്കെറ്റിയുടെ സദുദ്ദേശ്യ പ്രേരിത നികുതി പിരിവിനെയും അസമത്വം കുറയ്ക്കുക എന്ന അദ്ദേഹത്തിന്റെ ഉദ്ദേശ്യത്തെയും ഇവരാരും സ്വാഗതം ചെയ്യുന്നില്ല എന്ന് ചുരുക്കം.

ഡേവിഡ് ഹാർവിയെപ്പോലുള്ള മാർക്സിസ്റ്റുകാരാവട്ടെ, നവഉദാരവല്ക്കരണത്തിന്റെ ദേശാതീതമായ കമ്പോളവാഴ്ചയ്ക്കു പകരം വെക്കാൻ ഒന്നുമില്ലെന്നും അതിന് എല്ലാവരും വഴങ്ങണമെന്നുള്ള വാദത്തെ നിരാകരിക്കുന്നു. ഈ ഭീകരവാഴ്ചക്കെതിരായി ലോകത്തിന്റെ നാനാഭാഗങ്ങളിൽ ഉയർന്നുവരുന്ന ബദൽപ്രസ്ഥാനങ്ങളുടെ പ്രസക്തിയും പ്രധാന്യവും ഊന്നിപ്പറയുന്നു. മുതലാളിത്തത്തോടൊപ്പം ജനങ്ങൾക്കിടയിൽ വ്യാപിച്ചുകൊണ്ടിരിക്കുന്ന സ്വാതന്ത്ര്യം, പൗരാവകാശങ്ങൾ, സാമൂഹ്യനീതി, ജനാധിപത്യം എന്നിവയെല്ലാം നിഷേധിക്കുകയും നശിപ്പിക്കുകയുമാണ് നവഉദാരവല്ക്കരണം ചെയ്യുന്നത്. ഇതിനെ ചെറുത്തുകൊണ്ടുമാത്രമേ മാനവരാശിക്കും അതിനെ കാത്തുരക്ഷിക്കുന്ന പരിസ്ഥിതിക്കും നിലനില്പുള്ളൂ. സ്ത്രീകളും, ആദിവാസികളും, ദളിതരും, ഭിന്നശേഷിയുള്ളവരും ഉൾപ്പെടുന്ന സമൂഹത്തിന്റെ നിലനില്പിനും പുരോഗതിക്കും നവഉദാരവല്ക്കരണത്തെയും അതിനെ നിലനിർത്തുന്ന മുതലാളിത്തവ്യവസ്ഥയെയും ഇല്ലായ്മ ചെയ്യേണ്ടത് അനുപേക്ഷണീയമായിരിക്കുന്നു. അത് എത്രവേഗത്തിൽ ജനസാമാന്യം ലോകമാകെ അംഗീകരിക്കുന്നുവോ, അത്രയുംവേഗം അവർ നേരിടുന്ന ദുരിതങ്ങൾക്ക് അറുതിവരുത്താൻ കഴിയും.

നിലവിലിരുന്ന ഭരണരീതിയെ, രാഷ്ട്രീയ നിലപാടുകളെ, പ്രത്യയശാസ്ത്രനിലപാടുകളെ വിമർശനപരമായി സമീപിച്ചതിലൂടെയായിരുന്നു 170 വർഷങ്ങൾക്ക് മുമ്പ് മാർക്സും എംഗൽസും ദർശനം, ഭരണരീതി, അർത്ഥശാസ്ത്രം, സാമൂഹ്യശാസ്ത്രം മുതലായ ആശയമണ്ഡലങ്ങളിൽ വ്യത്യസ്തമായ നിഗമനങ്ങളിലും നിലപാടുകളിലും എത്തിച്ചേർന്നത്.

സമൂഹത്തെക്കുറിച്ചും അതും പ്രകൃതിയുമായുള്ള ബന്ധത്തെക്കുറിച്ചും പ്രകൃതിയുടെയും സമൂഹത്തിന്റെയും വികാസപരിണാമങ്ങളെക്കുറിച്ചും തികച്ചും നൂതനമായ ധാരണകളിലേക്കാണ് അവ നയിച്ചത്. മാർക്സും എംഗൽസും ആ വിശകലനങ്ങൾ നടത്തിയത് 30 വയസ്സാകും മുമ്പായിരുന്നു. പില്ക്കാലത്തെ തങ്ങളുടെ ധിഷണാപരവും രാഷ്ട്രീയവുമായ പഠനങ്ങൾക്കും പ്രവർത്തനങ്ങൾക്കും ഇടയിൽ അവർ ഈ ധാരണകളിൽ ചിലവയെ തിരുത്തുകയോ പരിഷ്കരിക്കുകയോ ചെയ്തിട്ടുണ്ട്. എന്നാൽ മൗലികമായ ഒരു മാറ്റവും അവർക്ക് തങ്ങളുടെ കണ്ടെത്തലുകളിലും നിലപാടുകളിലും വരുത്തേണ്ടിവന്നില്ല. മാത്രമല്ല, അവർ വികസിപ്പിച്ചെടുത്ത വിജ്ഞാനോല്പാദനരീതിയെ പല കാലങ്ങളിൽ പല വിജ്ഞാന ശാഖകളിൽ ഗവേഷണം നടത്തുന്നവർ വിജയകരമായി പ്രയോഗിച്ചിട്ടുണ്ട്. ഇപ്പോഴും അങ്ങനെ ചെയ്തുകൊണ്ടിരിക്കുന്നു.

സോവിയറ്റ് യൂണിയനോ കിഴക്കൻ യൂറോപ്പിലെ സോഷ്യലിസ്റ്റ് ഭരണകൂടങ്ങളോ തകർന്നത് അവിടങ്ങളിൽ ഭരണം നടത്തിയവർ മാർക്സിസം പ്രയോഗിച്ചതിലെ തകരാറുകൊണ്ടാണ് എന്ന് പൊതുവിൽ അംഗീകരിക്കപ്പെട്ടിട്ടുണ്ട്. ചൈനയോ, ക്യൂബയോ വടക്കൻ കൊറിയയോ നേരിടുന്ന പ്രശ്നങ്ങളുടെ കാരണവും അതാതിടത്ത് മാർക്സിസം പ്രയോഗിച്ചതിലെ പാളിച്ചകളാണ് എന്നുകാണാം.

അതിനർത്ഥം മാർക്സിസം അന്യൂനമായ ഒരു വിജ്ഞാനപദ്ധതിയാണെന്ന് വാദിക്കുന്നു എന്നല്ല. മനുഷ്യസ്രഷ്ടമായ ഏത് വിജ്ഞാനപദ്ധതിക്കും ഉണ്ടാകാവുന്ന കുറ്റവും കുറവുമൊക്കെ മാർക്സിസത്തിനും ബാധകമാണ്. അതിനു രൂപം നല്കപ്പെട്ട കാലത്തെ അറിവിന്റെ പരിമിതികൾ അതിന്റെ ഉള്ളടക്കത്തിലും ഘടനയിലുമൊക്കെ ഉണ്ടാവുക സ്വാഭാവികമാണ്. അതിനാൽ, അതിനു കാലാതീതമായ നിലനില്പും പ്രസക്തിയും ഉണ്ട് എന്ന് വാദിക്കാനാവില്ല. പക്ഷേ, മാർക്സും എംഗൽസും മുതലാളിത്ത ആശയങ്ങളെയും വ്യവസ്ഥയെയുമാണ് പഠനവിധേയമാക്കിയത്. അവ നിലനില്ക്കുന്ന കാലത്തോളം കാലം അവരുടെ പഠനത്തിനും അതിലൂടെ വെളിവാക്കപ്പെട്ട മുതലാളിത്തത്തിന്റെ പരിമിതികൾക്കും തകരാറുകൾക്കും പ്രസക്തിയുണ്ട്. അതുകൊണ്ടാണ് സോവിയറ്റ് യൂണിയന്റെ തകർച്ചയെ തുടർന്ന് മാർക്സിസത്തെ കുഴിച്ചുമൂടണമെന്ന് ആവശ്യപ്പെട്ടവർതന്നെ, 2008 ൽ മുതലാളിത്തം സാർവ്വത്രികമായ പ്രതിസന്ധിയെ നേരിട്ടപ്പോൾ, അതിന്റെ വിശകലനത്തിനു മാർക്സിലേക്ക് തിരിച്ചുപോകണമെന്നു നിർദ്ദേശിച്ചത്. അത് വെളിവാക്കുന്നത് മാർക്സിസത്തിന്റെ സമകാലിക പ്രസക്തിയെയാണ്.

ഇവിടെയാണ് മാർക്സിസത്തിന്റെ ഉറവിടങ്ങളെ ഇതൾ വിടർത്തി കാണിക്കുന്ന ഈ പുസ്തകത്തിന്റെ പ്രസക്തി എന്നു ഞാൻ കരുതുന്നു. പ്രാചീനവും സമകാലികവുമായ ചിന്താപദ്ധതികളെയും അവയുടെ നിഗമനങ്ങളെയും സൂക്ഷ്മ വിശകലനത്തിനു വിധേയമാക്കിയാണ് ആ വിജ്ഞാനമേഖലകളിൽ തങ്ങളുടേതായ ആശയങ്ങൾക്ക് മാർക്സും

എംഗൽസും രൂപംനല്കിയത്. അതാകട്ടെ, ഒരു നവലോകത്തിന്റെ, നവദർശനത്തിന്റെ, നവചിന്താപദ്ധതിയുടെ വാതിലുകൾ തുറന്നുകൊണ്ടായിരുന്നുതാനും. തങ്ങളുടെ കാലത്തെ ശാസ്ത്രീയ കണ്ടുപിടിത്തങ്ങളെയും സാങ്കേതിക വിദ്യയുടെ മുന്നേറ്റത്തിന്റെ അനന്തരഫലങ്ങളെയും ദീർഘവീക്ഷണത്തോടെ അവർ വിലയിരുത്തിയിട്ടുണ്ട്. അത് ശാസ്ത്ര സാങ്കേതികവിദ്യകളുടെ തുടർന്നുള്ള മുന്നേറ്റത്തിനു ഏറെ പ്രേരകമാവുകയും ചെയ്തു. അവരുടെ പഠനങ്ങൾ ഒട്ടേറെ പുതിയ വിജ്ഞാന ശാഖകളുടെ ജനനത്തിനു ഇടയാക്കി.

മാർക്സിസത്തിന്റെ അസ്തിത്വവും പ്രയോഗവും വലിയ വെല്ലുവിളികളെ നേരിടുന്ന ഈ വേളയിൽ അത് രൂപപ്പെട്ട സാഹചര്യത്തെയും അതിന്റെ പ്രധാന ആശയങ്ങൾ എങ്ങനെ രൂപപ്പെട്ടു എന്നതിനെയും വിവരിക്കുന്ന ഈ പുസ്തകത്തിന്റെ പുനഃപ്രകാശനം അവസരോചിതമായിരിക്കുമെന്ന് പ്രതീക്ഷിക്കുന്നു. ഇത് പുറത്തുകൊണ്ടുവരാൻ സഹായിച്ച ചിന്ത പബ്ലിഷേഴ്സിനോടുള്ള നന്ദി ഈ സന്ദർഭത്തിൽ പ്രകാശിപ്പിക്കട്ടെ.

തിരുവനന്തപുരം **സി പി നാരായണൻ**
നവംബർ 23, 2015

1

പശ്ചാത്തലം

മാർക്സിസത്തിൽ മാർക്സിന്റെയും എംഗൽസിന്റെയും തനതായ സംഭാവന എന്ത്, മാർക്സിസം ആശയവാദത്തിൽ അധിഷ്ഠിതമാണോ എന്ന ചോദ്യങ്ങളാണ് റാഫിമാർ ഉന്നയിച്ചിരുന്നത്. മാർക്സിസം 50 ശതമാനം ആശയവാദപരമാണെന്നാണ് അവരുടെ നിഗമനം.

ഈ ചോദ്യങ്ങൾക്ക് ഉത്തരം കാണണമെങ്കിൽ മാർക്സിസം രൂപപ്പെടാൻ ഇടയായ പശ്ചാത്തലം പരിശോധിക്കണം. 1789 ൽ നടന്ന ഫ്രഞ്ച് വിപ്ലവം നാടുവാഴിത്തത്തിനെതിരായി ഫ്രഞ്ച് ബൂർഷ്വാസി നടത്തിയ ഉജ്ജ്വലമായ പോരാട്ടമായിരുന്നു. വിപ്ലവത്തിന് ആശയപരമായ അടിത്തറ ഒരുക്കിയ റൂസ്സോ, വോൾട്ടയർ, റോബസ്പിയർ മുതലായ ബുദ്ധിജീവികൾ ഉട്ടോപ്യൻ സോഷ്യലിസം എന്ന ആശയത്തെ കുറെക്കൂടി മുന്നോട്ടുകൊണ്ടുപോയി. ഭരണകൂടത്തെ മതത്തിന്റെ പിടിയിൽനിന്ന് മോചിപ്പിക്കണമെന്നും രാജവാഴ്ച തകർത്ത് റിപ്പബ്ലിക് സ്ഥാപിക്കണമെന്നും ഉള്ള ആശയങ്ങൾ ഫ്രഞ്ച് വിപ്ലവത്തിലൂടെ ശക്തിപ്പെട്ടു. വിപ്ലവാനന്തരം ഫ്രാൻസിൽ ചില തിരിച്ചടികൾ ഉണ്ടായെങ്കിലും അത് ഉയർത്തിവിട്ട ആശയങ്ങൾ യൂറോപ്പിലെങ്ങും അലയടിച്ചു.

ബ്രിട്ടനിൽ രാജവാഴ്ചക്കെതിരായ പോരാട്ടം അതിനെത്രയോ മുമ്പു തന്നെ ആരംഭിച്ചിരുന്നു. ചാൾസ് ഒന്നാമന്റെ തല വെട്ടിയതും ഒലിവർ ക്രോംവെല്ലിന്റെ നേതൃത്വത്തിൽ അല്പകാലത്തേക്ക് റിപ്പബ്ലിക് സ്ഥാപിക്കപ്പെട്ടതും ഫ്രഞ്ച് വിപ്ലവത്തിന് മുമ്പായിരുന്നു. ബ്രിട്ടനിൽ ബൂർഷ്വാസി വളർന്ന് ശക്തിപ്പെട്ടതിന്റെ സൂചനകളായിരുന്നു അവ. ബ്രിട്ടനിലെ ബൂർഷ്വാസിയുടെ ഈ വളർച്ചയുടെ സാമ്പത്തികാടിസ്ഥാനത്തെ സിദ്ധാന്തവല്ക്കരിക്കുകയാണ് ആദംസ്മിത്ത്, റിക്കാർഡൊ മുതലായ സാമ്പത്തിക ശാസ്ത്രജ്ഞന്മാർ ചെയ്തത്. സോഷ്യലിസത്തെക്കുറിച്ച് ഫ്രഞ്ച്

ബുദ്ധിജീവികളുടെ സംഭാവനകൾ ബൂർഷ്വാവർഗ്ഗത്തിന്റെ വളർച്ചയുടെ ഒരു ഭാഗമായിരുന്നെങ്കിൽ അതിന്റെ മറ്റൊരു വശമാണ് ആദംസ്മിത്ത് ആദികൾ വിവരിച്ചത്.

ഇവയിൽ പ്രത്യേകിച്ച് ആദ്യത്തേതിന്റെ പ്രത്യാഘാതം നാടുവാഴി വർഗ്ഗത്തിന്റെ കർക്കശമായ ഭരണത്തിലായിരുന്ന ജർമ്മനിയിൽ ഉണ്ടായി. മതരംഗത്ത് മാർട്ടിൻ ലൂഥറുടെ നേതൃത്വത്തിൽ നടന്ന പരിഷ്കരണപ്രസ്ഥാനത്തിന്റെ ഈറ്റില്ലമായിരുന്നു ജർമ്മനി എന്ന് ഓർക്കേണ്ടതുണ്ട്. പോരാത്തതിന് കാന്ത്, ഫിഹ്തെ തുടങ്ങിയ ദാർശനികന്മാരുടെ ഒരു പരമ്പരയുടെ വിളനിലമായിരുന്നു ജർമ്മനി. സാമൂഹ്യരംഗത്ത് വന്നുകൊണ്ടിരുന്ന മാറ്റങ്ങളുടെ സ്വാധീനത്തിന് വിധേയരായിരുന്നു അവർ. എല്ലാ വിജ്ഞാനഗ്രന്ഥങ്ങളും ലാറ്റിൻ ഭാഷയിൽ എഴുതപ്പെട്ടിരുന്ന കാലത്ത് പ്രസിദ്ധ ദാർശനികനായിരുന്ന കാന്ത് ജർമ്മൻ ഭാഷയിൽ തന്റെ കൃതികൾ രചിക്കാൻ തുടങ്ങി. ജർമ്മൻ ദാർശനികരംഗം സാമൂഹ്യമാറ്റങ്ങൾക്ക് അതീതമായി പാറപോലെ ഉറച്ചുനില്ക്കുകയല്ല, ഏറക്കുറെ സാമൂഹ്യമാറ്റങ്ങളുടെ ഒരു ബാരോമീറ്ററായി വർത്തിക്കുകയാണ് ചെയ്തതെന്ന് ചുരുക്കം.

മാർക്സും എംഗൽസും വിദ്യാർത്ഥിജീവിതം നയിച്ചിരുന്ന കാലത്ത് ഹെഗൽ ആയിരുന്നു ജർമ്മൻ ദാർശനികരംഗത്തെ ഉജ്ജ്വലതാരം (അന്നേക്ക് അദ്ദേഹം മരിച്ചുകഴിഞ്ഞിരുന്നെങ്കിലും). ഹെഗലിന്റെ ശിഷ്യന്മാരും ആരാധകരുമായ ദാർശനികന്മാർ യുവഹെഗലിയന്മാർ എന്ന പേരിൽ അറിയപ്പെട്ടിരുന്നു. അവരെല്ലാം ഒരേ അഭിപ്രായഗതിക്കാരായിരുന്നില്ല. ഫൊയർബാഹ് ആദ്യം ഈ കൂട്ടത്തിലായിരുന്നു. പിന്നീട് അദ്ദേഹം ഭൗതികവാദത്തിൽ ഉറച്ചു നിന്നുകൊണ്ട് ഹെഗലിന്റെ ആശയവാദത്തെ എതിർത്തു. ഫൊയർബാഹിനോളം ഇല്ലെങ്കിലും യുവഹെഗലിയൻമാരിൽ പലരും ഹെഗൽ തെളിച്ച പാതയിൽനിന്ന് മാറി ചിന്തിച്ചിരുന്നു.

ഒരു കാര്യത്തിൽ അവരെല്ലാം തമ്മിൽ യോജിപ്പുണ്ടായിരുന്നു. പ്രഷ്യൻ രാജവാഴ്ചയെയും ഫ്രെഡറിക് വില്യം നാലാമന്റെ മിക്ക നിയമങ്ങളെയും അവർ നഖശിഖാന്തം എതിർത്തിരുന്നു (അന്ന് ജർമ്മൻ ഏകീകരണം നടന്നുകഴിഞ്ഞിരുന്നില്ല. ജർമ്മനി പല കൊച്ചു രാജ്യങ്ങളായിരുന്നു. അവയിൽവച്ച് ഏറ്റവും ശക്തമായിരുന്നു പ്രഷ്യ). സാധാരണഭാഷയിൽ പരസ്യമായി രാജാധികാരത്തെ എതിർക്കാൻ അനുവാദമില്ലാതിരുന്നതുകൊണ്ട് ദാർശനികപ്രശ്നങ്ങളുടെ ഉടുപ്പിട്ടാണ് രാഷ്ട്രീയ പ്രശ്നങ്ങൾ പലതും അവതരിപ്പിച്ചിരുന്നത്. ജനാധിപത്യപരമായ സ്വാതന്ത്ര്യവും അവകാശവും ആയിരുന്നു മുഖ്യ ചർച്ചാവിഷയം.

ഹെഗലിയന്മാർ പൊതുവെ രണ്ടുപക്ഷക്കാരായിരുന്നു—വലതുപക്ഷക്കാരും ഇടതുപക്ഷക്കാരും. പലരും അങ്ങോട്ടുമിങ്ങോട്ടും ചാടിക്കളിച്ചിരുന്നു. അവർക്കൊക്കെ തങ്ങളുടെ പക്ഷത്ത് ഹാജരാക്കാൻ പറ്റുന്ന ഭാഗങ്ങൾ ഹെഗലിന്റെ മിക്ക കൃതികളിലും ഉണ്ടായിരുന്നു.

ഹെഗലിയന്മാർ രണ്ടായി പിരിഞ്ഞത് 1835 ൽ സ്ത്രൗസ് *യേശു*

വിന്റെ ജീവിതം പ്രസിദ്ധീകരിച്ചതോടെയായിരുന്നു. ഹെഗലിന്റെ ആശയങ്ങളെ ആസ്പദമാക്കിയാണ് സ്ത്രൗസ് ആരംഭിച്ചതെങ്കിലും അദ്ദേഹത്തിന്റെ ആശയപ്രപഞ്ചത്തിനു നിരക്കാത്ത നിഗമനങ്ങളിലാണ് സ്ത്രൗസ് ചെന്നെത്തിയത്. ഹെഗലിന്റെ പല ആശയങ്ങളുടെയും സ്ഥിതി ഇതായിരുന്നു. അവ പരസ്പരവിരുദ്ധങ്ങളായിരുന്നു. ആശയവാദത്തെ മുറുകെപിടിക്കാനും അതേസമയം സമൂഹരംഗത്തുകണ്ട പ്രതിഭാസങ്ങളെ യുക്തിയുക്തമായി വ്യാഖ്യാനിക്കാനും ശ്രമിച്ചപ്പോൾ ഉണ്ടായ തകരാറാണ് ഇത്. സ്ത്രൗസിന്റെ ആശയങ്ങളെ വലതുപക്ഷ ഹെഗലിയന്മാർ രൂക്ഷമായി എതിർത്തു.

ഹെഗൽ ആശയവാദിയായിരുന്നു എന്നു മാത്രമല്ല കടുത്ത രാജപക്ഷപാതിയുമായിരുന്നു. ഭരണകൂടത്തിന്റെ പരമോന്നത രൂപമാണ് ഭരണഘടനയോടുകൂടിയ രാജവാഴ്ച എന്ന് ഹെഗൽ വാദിച്ചു. അതിന്റെ തന്നെ ഏറ്റവും മികച്ച രൂപം പ്രഷ്യയിലേതാണെന്നും അദ്ദേഹത്തിന് ഉറച്ച അഭിപ്രായമുണ്ടായിരുന്നു. ദർശനവും മതവും തമ്മിലുള്ള ഏകത്വത്തിൽ അദ്ദേഹം ഉറച്ചു വിശ്വസിച്ചിരുന്നു.

എന്നാൽ, ഹെഗലിനു മറ്റൊരുവശം കൂടിയുണ്ടായിരുന്നു. ലൂയി അൽത്തൂസർ അത് സംബന്ധിച്ച് നടത്തിയ നിരീക്ഷണം ഹെഗലിന്റെ ചിന്താഗതിയിലേക്ക് ഏറെ ഉൾക്കാഴ്ച നല്കുന്നു:

> ഡോക്ടറേറ്റിനുള്ള തന്റെ ഗവേഷണപ്രബന്ധം മുതൽ മാർക്സ് ആരുമായിട്ടാണോ തർക്കിക്കുന്നത്, ആ ഹെഗൽ അല്ല ലൈബ്രറിയിൽ കാണുന്ന പുസ്തകങ്ങളിലെ ഹെഗൽ, നാം പഠനത്തിനു വിധേയനാക്കുന്ന ഹെഗൽ. ഈ ഹെഗൽ, പുത്തൻ ഹെഗലിയൻ പ്രസ്ഥാനത്തിന്റെ ഹെഗലാണ്. 1840 കളിലെ ജർമ്മൻ ബുദ്ധിജീവികളുടെ ഒഴിവാക്കാനാവാത്ത ആവശ്യമായി കഴിഞ്ഞിരുന്നു അദ്ദേഹം. ആ ഹെഗലിലൂടെയാണ് അവർ സ്വന്തം ചരിത്രവും സ്വന്തം പ്രതീക്ഷകളും മനസ്സിലാക്കാൻ ശ്രമിക്കുന്നത്. ആ ഹെഗൽ അതിനകം തനിക്കെതിരായി നിലകൊണ്ടുകഴിഞ്ഞിരുന്നു, തനിക്കെതിരായി വാദിക്കാൻ തുടങ്ങിയിരുന്നു, തന്റെ സ്വന്തം ലക്ഷ്യത്തിനെതിരായി മാറിക്കഴിഞ്ഞിരുന്നു.

ഇതിനർത്ഥം ഹെഗൽ കഴിവില്ലാത്തവനോ ആശയവ്യക്തതയില്ലാത്തവനോ ആയിരുന്നു എന്നല്ല. അക്കാലത്തെ ഏറ്റവും വലിയ പ്രതിഭാശാലിയായിരുന്നു അദ്ദേഹം. എന്നാൽ, സാമൂഹ്യരംഗത്തും ആശയരംഗത്തും വന്ന വമ്പിച്ച മാറ്റങ്ങൾമൂലം അദ്ദേഹം എവിടെനിന്ന് ആരംഭിച്ചുവോ, ആ നാടുവാഴിത്തവ്യവസ്ഥയ്ക്കും രാജപക്ഷപാതത്തിനും ആശയവാദത്തിനും വിരുദ്ധമായ നിരീക്ഷണങ്ങളും വാദഗതികളും നിറഞ്ഞതായിത്തീർന്നു അദ്ദേഹത്തിന്റെ കൃതികൾ. അദ്ദേഹത്തിന്റെ ആശയവാദപരമായ പൊന്തപ്പടർപ്പുകൾ മാർക്സും എംഗൽസും വകഞ്ഞു നീക്കുന്നതുവരെ ഇക്കാര്യം സ്പഷ്ടമായിരുന്നില്ല.

ആശയവാദപരമായ കെട്ടുപാടുകളില്ലാത്ത അദ്ദേഹത്തിന്റെ ശിഷ്യന്മാർ ഹെഗലിന്റെ ആശയങ്ങൾ എടുത്തു പ്രയോഗിച്ചപ്പോൾ അവ നിലവിലുള്ള വ്യവസ്ഥയ്ക്കും ഭരണകൂടത്തിനും എതിരായ നിഗമനങ്ങളിൽ ചെന്നെത്തി. സ്ത്രൗസിന്റെ ഗ്രന്ഥവും റുഗെയുടെ പ്രസിദ്ധീകരണങ്ങളും ഫൊയർബാഹിന്റെ കൃതികളും ഇതിന് സാക്ഷ്യം വഹിക്കുന്നു. ഹെഗലിനെതിരായ മാർക്സിന്റെയും എംഗൽസിന്റെയും വിമർശനങ്ങളും അതിലൂടെ അവർ മാർക്സിസം എന്ന പേരിൽ അറിയപ്പെടാൻ തുടങ്ങിയ ദർശനത്തിന് രൂപം കൊടുത്തതും വിശദമായി പരിശോധിക്കുമ്പോൾ ഹെഗലിന്റെ പരസ്പരവൈരുദ്ധ്യങ്ങൾക്ക് എന്താണ് നിദാനം എന്ന് മനസ്സിലാകും.

ചുരുക്കത്തിൽ, ഹെഗലിന്റെ മൗലിക നിലപാടുകൾക്കെതിരായി ത്തീർന്നു ഹെഗേലിയനിസം എന്ന പേരിൽ അറിയപ്പെട്ട അദ്ദേഹത്തിന്റെ ആശയപരമായ സംഭാവന. അതുകൊണ്ട് ഹെഗേലിയനിസത്തെ ഖണ്ഡിച്ച് പരാജയപ്പെടുത്താൻ ഹെഗലിന്റെ ആരാധനാപാത്രമായിരുന്ന പ്രഷ്യയിലെ നാടുവാഴിത്ത രാജകീയ പിന്തിരിപ്പത്തം നിർബ്ബന്ധിതമായി. 1841 ൽ ബർലിൻ സർവ്വകലാശാലയിൽ ഹെഗലിന്റെ ദർശനത്തെ ഖണ്ഡിക്കുവാൻ മുമ്പ് ഹെഗലിനെപ്പോലെ ദർശനത്തിനു മികച്ച സംഭാവനകൾ ചെയ്തയാളും പിന്നീട് പിന്തിരിപ്പൻ ചേരിയിലേക്ക് കൂറുമാറിയ ആളുമായ ഷെല്ലിങ് എന്ന ദാർശനികൻ ക്ഷണിക്കപ്പെട്ടു.

അന്ന് ബർലിനിൽ സൈനികശാസ്ത്രം പഠിച്ചിരുന്ന എംഗൽസ് ഈ പ്രസംഗപരമ്പര കേൾക്കാൻ പോയവരുടെ കൂട്ടത്തിൽപ്പെടുന്നു. ഹെഗലിയനിസത്തിന്റെ നേരെ മാത്രമല്ല, ബുദ്ധിജീവികൾക്കാകെ എതിരായ ആ കടന്നാക്രമണത്തെ എതിർക്കണമെന്ന് അതിനകം യുവ ഹെഗലിയന്മാരുമായി സൗഹൃദം സ്ഥാപിച്ചു കഴിഞ്ഞിരുന്ന എംഗൽസ് തീരുമാനിച്ചു. 1841 ലും 1842 ലുമായി *ഹെഗലിനെക്കുറിച്ച് ഷെല്ലിങ്, ഷെല്ലിങ്ങും വെളിപാടും, ഷെല്ലിങ് ക്രിസ്തുവിലെ ദാർശനികൻ* എന്ന തലക്കെട്ടുകളിൽ മൂന്നു ലഘുലേഖകൾ സ്വന്തം പേരു വെക്കാതെ എംഗൽസ് പ്രസിദ്ധീകരിച്ചു. എംഗൽസിന്റെ ആദ്യകാല കൃതികളിൽ പ്രധാനപ്പെട്ടവയാണ് ഇവ എന്നു പറയാം.

ഹെഗലിന് ഇതു സംഭവിച്ചതിൽ അത്ഭുതത്തിനു അവകാശമില്ല. ലോകചരിത്രത്തിന്റെ ഒരു വഴിത്തിരിവിലായിരുന്നു അദ്ദേഹത്തിന്റെ ജിവിതം. തന്റെ മുൻഗാമികളുടെ കാഴ്ചപ്പാട് വെച്ചുകൊണ്ടാണ് അദ്ദേഹം ലോകത്തെ നോക്കിക്കാണാൻ തുടങ്ങിയത്. ആ കാഴ്ചപ്പാട് വെടിയാൻ കഴിഞ്ഞില്ലെന്നു മാത്രമല്ല, ഭാവിയെക്കുറിച്ച് വഴിത്തിരിവിൽനിന്നു കിട്ടിയ കാഴ്ചയുമായി അതിനെ കൂട്ടിയിണക്കാനും അദ്ദേഹത്തിനു കഴിഞ്ഞില്ല. വഴിത്തിരിവായാൽ രണ്ടുവഴിക്കും കാണാം എന്നാണ് സാധാരണ ഗതിയിൽ വിചാരിക്കുക; എല്ലാം ചടുലമായ മാറ്റത്തിലായതുകൊണ്ട് ഒന്നിനെക്കുറിച്ചും വ്യക്തമായ ചിത്രം ഉണ്ടാവില്ല. ആ കാലഘട്ടത്തെ ലെനിൻ ഇങ്ങനെ വിവരിച്ചു: "ബൂർഷ്വാജനാധിപത്യവാദികളുടെ വിപ്ലവസ്വഭാവ

ത്തിനു മങ്ങൽ ഏറ്റുകഴിഞ്ഞിരിക്കുന്നു (വിശേഷിച്ച് യൂറോപ്പിൽ). എന്നാൽ, സോഷ്യലിസ്റ്റുകാരായ തൊഴിലാളിവർഗ്ഗത്തിന്റെ വിപ്ലവ സ്വഭാവം പക്വത ആർജ്ജിച്ചിട്ടുമില്ല."

ഹെഗൽ ബൂർഷ്വാജനാധിപത്യവാദത്തോളംപോലും എത്തിയില്ല. നാടുവാഴിത്ത-രാജപക്ഷപാതത്തിൽ കുടുങ്ങിക്കിടക്കുകയായിരുന്നു. അപ്പോൾപ്പിന്നെ ഹെഗലിനു സംഭവിച്ച പരസ്പരവൈരുദ്ധ്യത്തിൽ അത്ഭുതപ്പെടാനൊന്നുമില്ല.

തുടക്കത്തിൽ മാർക്സും എംഗൽസും ഈ കുടുക്കിൽ അകപ്പെട്ടിരുന്നു. അവരും ആ കാലഘട്ടത്തിന്റെ സകല ആശയക്കുഴപ്പങ്ങൾക്കും ഇരയായിരുന്നു. എന്നാൽ, അസാധാരണമായ പ്രതിഭാവിലാസംമൂലം അവർ അവരുടെ സുഹൃത്തുക്കളെപ്പോലെ കൂടുതൽ ആശയക്കുഴപ്പത്തിൽ ചെന്നുചാടിയില്ല. മറിച്ച്, തുടർച്ചയായ ആശയസമരത്തിലൂടെ ആശയവാദത്തിൽനിന്നും അതിന്റെ നാനാതരത്തിലുള്ള നീരാളിപ്പിടുത്തങ്ങളിൽനിന്നും സ്വയം മോചിതരാവുകയാണ് ഉണ്ടായത്.

അവരുടെ ബുദ്ധിമാത്രമാണ് ഇതിന് സഹായകമായിരുന്നത് എന്ന് പറയുന്നത് ശരിയായിരിക്കയില്ല. ഫ്രഞ്ച് വിപ്ലവത്തിലൂടെ ചൊട്ടയിട്ട ബൂർഷ്വാ ജനാധിപത്യത്തിന്റെ ആശയങ്ങൾ 19-ാം നൂറ്റാണ്ടിന്റെ ആദ്യദശകങ്ങളിൽ തൊഴിലാളിവർഗ്ഗത്തിന്റെ ആശയങ്ങൾ പടിപടിയായി വളരാനുള്ള സാഹചര്യം ഒരുക്കി. അവ പടുമുളപോലെ യൂറോപ്പിൽ പലേടത്തുമായി വളർന്നുവരാൻ തുടങ്ങിയിരുന്നു. അവയെ ചിട്ടപ്പെടുത്തി ദർശനവും ശാസ്ത്രവുമാക്കി മാറ്റിയത് മാർക്സും എംഗൽസും ആയിരുന്നെങ്കിലും, വിളംബരം ചെയ്തവർ രംഗപ്രവേശം ചെയ്തുകഴിഞ്ഞിരുന്നു.

മാർക്സിനെയും എംഗൽസിനെയും വിലയിരുത്തുന്നവർക്ക് പൊതുവെ രണ്ടുതരത്തിലുള്ള പാളിച്ചകൾ സംഭവിക്കാറുണ്ട്. ഒരുകൂട്ടർ അവരെ അവതാരങ്ങളായി കാണുന്നു. ജനനം മുതൽക്കുതന്നെ അവതാരോദ്ദേശ്യം സാക്ഷാൽക്കരിക്കാനുള്ള ശ്രമം അവർ തുടങ്ങിയിരുന്നതായി വ്യാഖ്യാനിക്കുന്നു. അവരുടെ കുട്ടിക്കാലത്തെ ചെയ്തികളിലും പള്ളിക്കൂടത്തിൽ എഴുതിയ നോട്ടുകളിലും തൊഴിലാളിവർഗ്ഗവീക്ഷണം കണ്ടെത്താൻ ഇക്കൂട്ടർ കിണഞ്ഞ് ശ്രമിക്കുന്നു. മാർക്സ് സ്കൂളിൽവെച്ച് എഴുതിയ പ്രബന്ധം, അച്ഛനെഴുതിയ കത്ത്, എംഗൽസിന്റെ ആദ്യകാലകത്തുകൾ, അക്കാലത്ത് ഇരുവരും എഴുതിയ കവിതകളും ലേഖനങ്ങളും എന്നിവയെ ഇത്തരത്തിൽ വ്യാഖ്യാനിക്കാൻ ശ്രമിക്കുന്നവരുണ്ട്.

അവരുടെ ജീവിത പശ്ചാത്തലത്തിൽ പ്രായത്തിന് സഹജമായ ചിന്തകളോടും അഭിപ്രായങ്ങളോടുമൊപ്പം സവിശേഷമായ ആ വ്യക്തിത്വങ്ങളുടെ ചില അപൂർവ്വ മിന്നലാട്ടങ്ങൾക്കപ്പുറം എന്തെങ്കിലും ആ കൗമാരകൃതികളിൽ ഉണ്ടെന്ന് വ്യാഖ്യാനിക്കുന്നത് സത്യസന്ധമായിരിക്കുകയില്ല.

ഇതാണ് ഒരുവശത്ത് സംഭവിക്കുന്നതെങ്കിൽ മറുവശത്ത് ആ കൃതികളിൽ കാണപ്പെടുന്ന ആശയവാദം, ഭൗതികവാദത്തിന്റെ അഭാവം മുത

ലായവയെ ചൂണ്ടിക്കാട്ടി മാർക്സും എംഗൽസും ആദ്യം ആശയവാദികളും ആത്മീയവാദികളും ആയിരുന്നു; അതുകൊണ്ട് അവരുടെ സൃഷ്ടിയായ മാർക്സിസ്റ്റ് ദർശനത്തിന് അടിസ്ഥാനം ആശയവാദം അല്ലെങ്കിൽ ആത്മീയവാദം ആണെന്ന് സ്ഥാപിക്കാൻ വേറെ ചിലർ ശ്രമിക്കുന്നു.

ഇത്തരക്കാരിൽ വേറൊരു കൂട്ടരുണ്ട്; അവർ ബോധപൂർവ്വം മാർക്സിനെയും എംഗൽസിനെയും കരിതേച്ചുകാണിക്കാൻ ശ്രമിക്കുന്നു. മാർക്സ് സാത്താന്റെ ഉപാസകനായിരുന്നു, വിദ്യാർത്ഥി ആയിരിക്കെ തന്നെ തലതെറിച്ചവനായിരുന്നു എന്ന് മാർക്സിന്റെ അച്ഛന്റെ കത്ത് ദുർവ്യാഖ്യാനിച്ച റവ: വും ബ്രാന്റ് എന്ന പാതിരി ഇത്തരക്കാരുടെ മാതൃക കാണിച്ചുതരുന്നു. (The hope we share എന്ന ഗ്രന്ഥത്തിന്റെ അനുബന്ധത്തിൽ ഫാ. ജെ കൊട്ടുകാപ്പിള്ളി ഇതിനെക്കുറിച്ച് വിശദമായി പ്രതിപാദിക്കുന്നുണ്ട്).

രണ്ടും ഒരുപോലെ വർജ്ജ്യമാണ്. രണ്ടും വസ്തുതകളെ വളച്ചൊടിക്കലാണ്. യുക്തിയെ അവഹേളിക്കലാണ്. മറിച്ച്, കൗമാരകൃതികളെയും സർവ്വകലാശാലയിൽ വച്ചെഴുതിയ കൃതികളെയും പിന്നീട് പൊതുപ്രവർത്തനത്തിന്റെ ഭാഗമായി എഴുതിയവയെയും പരിശോധിച്ച് മാർക്സിസം എങ്ങനെ രൂപംകൊണ്ടു എന്നാണ് തേടിപ്പിടിക്കേണ്ടത്. മാർക്സ്, എംഗൽസ് എന്നീ വ്യക്തികളുടെ വളർച്ചയും ലെനിന്റെ ഭാഷയിൽ പറഞ്ഞാൽ "തൊഴിലാളിവർഗ്ഗത്തിന്റെ വിപ്ലവസ്വഭാവം പക്വത ആർജ്ജിക്കലും" കെട്ടുപിണഞ്ഞുകിടക്കുന്നു. അവയിൽനിന്ന് ഒന്നിനെ അടർത്തി മാറ്റി മറ്റേത് മാത്രമായി അവതരിപ്പിക്കാനാവില്ല.

ഹെഗൽ എഴുതിയത് ഫലത്തിൽ മോഷ്ടിക്കുകയാണ് മാർക്സും എംഗൽസും ചെയ്തതെന്ന റാഫിമാരുടെ വാദത്തിന് അടിസ്ഥാനം ആശയങ്ങളുടെ ചരിത്രപരമായ വളർച്ചയുടെ പ്രക്രിയയെക്കുറിച്ചുള്ള അറിവില്ലായ്മയാണ് എന്നു നിഗമിക്കാനേ സാമൂഹ്യശാസ്ത്രാവബോധം ഉള്ളവർക്ക് കഴിയൂ.

മാനവചരിത്രത്തിൽ ഓരോ വ്യക്തിയും സമൂഹവും തങ്ങളുടെ മുൻഗാമികളുടെ ആശയസംഭാവനകളെ ആധാരമാക്കിയാണ് തങ്ങളുടെ ആശയങ്ങളെ രൂപപ്പെടുത്താറുള്ളത്. അത് തങ്ങളുടെ സ്വന്തം അനുഭവങ്ങളുടെയും സമകാലികചിന്തകളുടെയും അടിസ്ഥാനത്തിലായിരിക്കും. പല ആശയങ്ങളെയും അതേപടി സ്വീകരിക്കും. ചിലവയെ ഭേദഗതി ചെയ്തേക്കും. മറ്റു ചിലവയെ പാടെ തള്ളിക്കളഞ്ഞ് പുതിയ ആശയങ്ങൾക്ക് രൂപംകൊടുത്തു എന്നു വരും. പണ്ട് പരസ്പരം ബന്ധമില്ലാതിരുന്ന സമൂഹങ്ങൾ തമ്മിൽ മാത്രമാണ് ഇത്തരം ആശയക്കൈമാറ്റങ്ങൾ നടക്കാതിരുന്നിട്ടുള്ളത്.

ഇങ്ങനെ കൊള്ളലും തള്ളലും നടത്തിയതിന്റെയും അതിലൂടെ സമൂഹരംഗത്ത് വളർച്ച ഉണ്ടായതിന്റെയും ചില ഉദാഹരണങ്ങൾ പരിശോധിക്കാം. വേദേതിഹാസങ്ങൾക്കു രൂപം നല്കിയ ഹിന്ദുമതത്തിന്റെ മുഖ്യ ആശയങ്ങളെ നിഷേധിച്ചുകൊണ്ടാണ് ബുദ്ധമതം ആവിർഭവിച്ചത്.

എന്നാൽ, ഹൈന്ദവപാരമ്പര്യങ്ങളെ തീർത്തും ബുദ്ധമതം നിഷേധിച്ചു എന്ന് പറയാനാവില്ല. അത് അപ്പാടെ സ്വീകരിച്ച പല കാര്യങ്ങളുമുണ്ട്. എന്നുവെച്ച് ബുദ്ധമതം ഹിന്ദുമതത്തിന്റെ തുടർച്ചയാണെന്ന് ആരും പറയാറില്ല. അവ തമ്മിലുള്ള വ്യത്യാസത്തിനാണ് ഊന്നൽ നല്കപ്പെടാറുള്ളത്.

ജൂതമതത്തിലെ പല അടിസ്ഥാനതത്ത്വങ്ങളെയും വിട്ടുവീഴ്ചയില്ലാതെ എതിർത്തുകൊണ്ടാണ് ക്രിസ്തുമതം രംഗപ്രവേശം ചെയ്തത്. എന്നാൽ, അവ രണ്ടും തമ്മിൽ പൊതുവായി ഒന്നുമില്ല എന്ന് അവയെ കുറിച്ച് അറിയാവുന്നവർ പറയില്ല. ഒരു പൊതു സാമൂഹ്യപശ്ചാത്തലത്തിൽനിന്നാണ് അവ രണ്ടും വന്നത്. ഇങ്ങനെ സാമ്യമുള്ളത് ചൂണ്ടിക്കാട്ടി ഈ മതങ്ങൾ രണ്ടും ഒന്നാണെന്ന് ആരും വാദിക്കാറില്ല.

നവോത്ഥാനകാലത്ത് ശാസ്ത്രരംഗത്ത് വമ്പിച്ച മാറ്റങ്ങൾ ഉണ്ടായി. അടിസ്ഥാന ആശയങ്ങളിൽ പലതും മാറി. എന്നുവെച്ച് അതിനുമുമ്പുള്ള ശാസ്ത്രവുമായി പിന്നീടുള്ള ശാസ്ത്രത്തിന് ഒരു ബന്ധവുമില്ലാതായിട്ടില്ല. എന്നിട്ടും ആധുനിക സയൻസ് മുമ്പുള്ള ശാസ്ത്രത്തിൽനിന്ന് മൗലികമായി വ്യത്യസ്തമാണെന്ന് പറയുന്നു.

മനുഷ്യസമൂഹത്തിൽ തുടർച്ചയായി മാറ്റങ്ങൾ വന്നുകൊണ്ടിരിക്കുന്നു. എന്നാൽ, ചില പ്രത്യേക ഘട്ടങ്ങളിൽ സാധാരണയിലും കവിഞ്ഞ തോതിലുള്ള മാറ്റങ്ങൾ, മാനവചരിത്രത്തിലെ വഴിത്തിരിവുകൾ, ഉണ്ടാവുന്നു. അപ്പോഴും തുടർച്ചയുണ്ട്. എന്നാൽ, മാറ്റങ്ങൾക്കാണ്, അത്തരം സന്ദർഭങ്ങളിൽ പ്രത്യേകിച്ചും ഊന്നൽ ലഭിക്കുക. മാർക്സും എംഗൽസും ആശയരംഗത്ത് പ്രവർത്തിക്കാൻ തുടങ്ങിയകാലം അങ്ങനെ ഒന്നാണ്.

മാർക്സും എംഗൽസും ഹെഗലിൽനിന്ന് ആശയങ്ങൾ കൊള്ളുകയും തള്ളുകയും ചെയ്തതിനെ മനസ്സിലാക്കേണ്ടത് ഈ ധാരണയോടെയാണ്.

ഈ ഭാഗം അവസാനിപ്പിക്കുന്നതിനുമുമ്പ് മാർക്സിസത്തെക്കുറിച്ച് ഒരു യുവ ഹെഗലിയനും മാർക്സിന്റെ അദ്ധ്യാപകനാണെന്ന് ചിലർ തെറ്റായി വിശേഷിപ്പിച്ചിട്ടുള്ള ആളുമായ എം ഹെസ്സ് എന്ന ദാർശനികൻ 1841 ൽ ഒരു സുഹൃത്തിനെഴുതിയ കത്തിലെ ഒരു ഭാഗം ഉദ്ധരിക്കാം. വിദ്യാർത്ഥി ജീവിതം അവസാനിക്കുമ്പോഴേക്ക് മാർക്സിനെക്കുറിച്ച് അദ്ദേഹത്തിന്റെ സുഹൃത്തുക്കൾക്കിടയിലാണെങ്കിൽപ്പോലും എന്തെന്ത് പ്രതീക്ഷകളുണ്ടായി എന്ന് ഇതിൽനിന്ന് ഊഹിക്കാം.

> ഏറ്റവും മഹാനായ, ഒരുപക്ഷേ, ജീവിക്കുന്ന ഒരേയൊരു യഥാർത്ഥ ദാർശനികനുമായി സൗഹൃദം സ്ഥാപിക്കുന്നതിനുള്ള സന്ദർഭം താങ്കൾക്ക് കാത്തിരിക്കാം. അദ്ദേഹം തന്റെ കൃതികൾ പ്രസിദ്ധീകരിക്കാൻ തുടങ്ങുന്നതുമുതൽ, അല്ലെങ്കിൽ പ്രഭാഷണം നടത്താൻ തുടങ്ങുന്നതുമുതൽ ജർമ്മനി മുഴുവൻ അദ്ദേഹത്തെ ഉറ്റുനോക്കാൻ തുടങ്ങും. പുതിയ പ്രവണതകൾ സൃഷ്ടിക്കുന്നതിലും

ദാർശനികവിജ്ഞാനത്തിലും അദ്ദേഹം സ്ത്രൗസിനെ മാത്രമല്ല, ഫൊയർബാഹിനെയും കടത്തിവെട്ടുന്നു. തർക്കശാസ്ത്രത്തെക്കുറിച്ച് അദ്ദേഹം പ്രഭാഷണം നടത്താൻ തുടങ്ങുമ്പോൾ എനിക്ക് ബോണിൽ എത്താൻ കഴിഞ്ഞാൽ അദ്ദേഹത്തിന്റെ സദസ്യരിൽ ഏറ്റവും ദത്തശ്രദ്ധനായ ആൾ ഞാനായിരിക്കും. അത്തരമൊരാൾ ദാർശനിക ഗുരുവായി എന്നും എനിക്കുണ്ടായിരുന്നെങ്കിൽ എന്ന് ഞാൻ ആശിച്ചുപോകുന്നു.

ഡോ. മാർക്സിന്—അതാണ് എന്റെ ആരാധനാപാത്രത്തിന്റെ പേര് —ഇപ്പോഴും നന്നെ ചെറുപ്പമാണ് (അദ്ദേഹത്തിന് 24 വയസ്സ് ആയതേ ഉള്ളൂ). അദ്ദേഹം മദ്ധ്യകാലമതത്തിനും രാഷ്ട്രീയത്തിനും അവസാനപ്രഹരം നല്കും. ഏറ്റവും അഗാധമായ ദാർശനികഗുരുത്വം അദ്ദേഹത്തിനുണ്ട്: അതോടൊപ്പം ഏറ്റവും തീക്ഷ്ണമായ ബുദ്ധിയും. റൂസ്സോവും വോൾട്ടയറും ഹോൾബാഹും ലെസ്സിങ്ങും ഹൈനയും ഹെഗലും സമഞ്ജസമായി ഉരുകിച്ചേർന്ന ഒരു വ്യക്തിത്വത്തെ കുറിച്ചാലോചിച്ചു നോക്കൂ. സമഞ്ജസമായി ഉരുകിച്ചേർന്നതെന്നാണ്, കൂടിക്കലർന്നത് എന്നല്ല ഞാൻ പറയുന്നത്. ഇത് ഡോ. മാർക്സിനെകുറിച്ച് താങ്കൾക്ക് ഏതാണ്ടൊരു ധാരണ നല്കും.

മാർക്സിന് സ്വതഃസിദ്ധമായി ഉണ്ടായിരുന്ന അസാധാരണമായ പ്രതിഭയെക്കുറിച്ച് ഇതിൽനിന്ന് നമുക്ക് ഏകദേശധാരണ കിട്ടുന്നു. ആശയവാദത്തിന്റെ പാപ്പരത്തം തുറന്നുകാട്ടുന്നതിലും അതിന്റെ സ്ഥാനത്ത് വൈരുദ്ധ്യാത്മക ഭൗതികവാദം ആവിഷ്കരിച്ച് സ്ഥാപിക്കുന്നതിലും അതിനെ മനുഷ്യജീവിതത്തിൽ പ്രയോഗിച്ച് പുതിയൊരു പ്രത്യയശാസ്ത്രം വാർത്തെടുക്കുന്നതിലും ഈ പ്രതിഭാശാലിത്വം തീർച്ചയായും മാർക്സിന് സഹായകമായിരുന്നു. എന്നാൽ ഇതായിരുന്നില്ല, 19-ാം നൂറ്റാണ്ടിന്റെ മദ്ധ്യത്തിൽ യൂറോപ്പിലെ സാമൂഹ്യരംഗത്തെ സവിശേഷതകളായിരുന്നു, പ്രധാന പങ്കുവഹിച്ചത്.

മാർക്സും എംഗൽസും കമ്യൂണിസ്റ്റുകാരോ സോഷ്യലിസ്റ്റുകാരോ ആയല്ല തങ്ങളുടെ ജീവിതം ആരംഭിച്ചത് എന്നാണ് മേൽപ്പറഞ്ഞതിന്റെ ചുരുക്കം. തങ്ങൾ ജനിച്ചുവളർന്ന കുടുംബപശ്ചാത്തലത്തിലെ ചിന്താഗതിയുമായാണ് അവർ വിദ്യാലയത്തിൽ പ്രവേശിച്ചത്.

പടിപടിയായി ജർമ്മൻസമൂഹത്തിലും അതിന്റെ ഭാഗമായി ബുദ്ധിജീവികൾക്കിടയിലും ആഞ്ഞടിച്ച ആശയസമരത്തിൽ അവരും ഭാഗഭാക്കായി, അതിലൂടെ അവർ സ്വയം വളർന്നു; ദാർശനികരംഗത്ത് വൈരുദ്ധ്യാത്മക ഭൗതികവാദത്തിന്റെ അനിഷേധ്യത സ്ഥാപിച്ചു; അക്കാലത്ത് രൂപംകൊണ്ടു വരികയായിരുന്ന തൊഴിലാളിവർഗ്ഗ പ്രസ്ഥാനത്തിന്റെ അടിത്തറ ഉറപ്പിക്കുകയും അതിന്റെ സ്ഥാപകനേതാക്കളായി മാറുകയും ചെയ്തു.

ഇത് എങ്ങനെ സംഭവിച്ചു എന്ന് പരിശോധിച്ചാൽ ഒരു ദശകത്തോളം കാലത്തിനിടയ്ക്ക് അവരുടെ വീക്ഷണത്തിൽ മൗലികമായ മാറ്റം വരുത്താൻ ഇടയാക്കിയ ആശയസമരങ്ങളിലെ വാദമുഖങ്ങൾ പേർത്തെടുത്താൽ, ഹെഗലിന്റെ ദാർശനിക സംഭാവനകളും മാർക്സും എംഗൽസും രൂപംനല്കിയ വൈരുദ്ധ്യാത്മക ഭൗതികവാദവും തമ്മിലും ഉട്ടോപ്യൻ സോഷ്യലിസവും ശാസ്ത്രീയ സോഷ്യലിസവും തമ്മിലുമുള്ള സാമ്യവും അന്തരവും മനസ്സിലാക്കാൻ കഴിയും.

മാർക്സിന്റെ കുടുംബപശ്ചാത്തലം മുതൽ തുടങ്ങാം.

മാർക്സ്, ഒരു ജൂതകുടുംബത്തിലാണ് ജനിച്ചത്. അച്ഛനായ ഹൈന്റിഹ് മാർക്സ് ഒരു വക്കീലായിരുന്നു. മതകാര്യങ്ങളിലോ രാഷ്ട്രീയവീക്ഷണത്തിലോ അദ്ദേഹം യാഥാസ്ഥിതികനായിരുന്നില്ല. അക്കാലത്ത് ജർമ്മനിയിൽ ജൂതന്മാർക്ക് പല വിലക്കുകളും കല്പിക്കപ്പെട്ടിരുന്നതിനാൽ അദ്ദേഹവും കുടുംബവും ക്രിസ്തുമതം സ്വീകരിച്ചു. അന്നതിലെ പുരോഗമന വിഭാഗമായിരുന്ന ലൂഥറൻ വിഭാഗത്തിലാണ് അദ്ദേഹം ചേർന്നത്. മതകാര്യങ്ങളിൽ അച്ഛന്റെ സ്വതന്ത്രചിന്ത മാർക്സിന്റെ ബാലമനസ്സിൽ അതിന്റേതായ മുദ്ര പതിപ്പിക്കാതിരുന്നില്ല.

രാഷ്ട്രീയവീക്ഷണത്തിലും ദർശനത്തിലും അതീവതല്പരനായിരുന്നു, ഹൈന്റിഹ് മാർക്സ്. റൂസ്സോ, വോൾട്ടയർ എന്നിവരുടെ ആശയഗതികളും ഫ്രഞ്ച് വിപ്ലവത്തിന്റെ സന്ദേശവും അദ്ദേഹം അംഗീകരിച്ചിരുന്നു. ലോക്ക്, ലൈബ്നിത്സ് മുതലായ ദാർശനികന്മാരുടെ ആശയങ്ങളും അദ്ദേഹം മനസ്സിലാക്കിയിരുന്നു. ഇവരുടെയെല്ലാം പുസ്തകങ്ങൾ അദ്ദേഹത്തിന്റെ ഗ്രന്ഥശേഖരത്തിലുണ്ടായിരുന്നു. അന്ന് നിലവിലിരുന്ന കർക്കശമായ രാജവാഴ്ചയുടെ സ്ഥാനത്ത് ജനപ്രാതിനിധ്യഭരണം ആണ് വേണ്ടതെന്ന് അദ്ദേഹത്തിന് ഉറച്ച അഭിപ്രായമുണ്ടായിരുന്നു. അച്ഛൻ മാർക്സിന്റെ ബാലമനസ്സിനെ രൂപപ്പെടുത്തുന്നതിൽ വലിയ പങ്ക് വഹിച്ചിരുന്നതിന്റെ തെളിവാണ് ജീവിതാവസാനംവരെ മാർക്സിന് അച്ഛന്റെ സ്മരണയോടുണ്ടായിരുന്ന സ്നേഹാദരങ്ങൾ; മാർക്സ് ജീവിച്ചിരുന്ന കാലം മുഴുവൻ കൈയിൽ സൂക്ഷിച്ചിരുന്ന അച്ഛന്റെ ഫോട്ടോ എംഗൽസ് അദ്ദേഹത്തിന്റെ ശവപ്പെട്ടിയിൽ അടക്കം ചെയ്തു.

ജർമ്മനിയിലും ഫ്രാൻസിലും പൊട്ടിവിടർന്ന പുതിയ ആശയങ്ങളെ മുഴുവൻ ഉൾക്കൊണ്ട ആളായിരുന്നു മാർക്സിന്റെ ഹെഡ്മാസ്റ്റർ. ഇതൊക്കെ കുട്ടികളെ പറഞ്ഞു മനസ്സിലാക്കേണ്ടതാണെന്ന ഉറച്ച അഭിപ്രായവും അദ്ദേഹത്തിനുണ്ടായിരുന്നു. അക്കാലത്ത് പേരുകേട്ട ആ അദ്ധ്യാപകനെ പ്രഷ്യൻ പൊലീസ് പ്രത്യേകം ശ്രദ്ധിച്ചിരുന്നു. സ്കൂളിന്റെ രാഷ്ട്രീയ മേൽനോട്ടത്തിനായി മറ്റൊരു അദ്ധ്യാപകനെ അധികാരികൾ നിയോഗിച്ചിരുന്നു. ആ പിന്തിരിപ്പൻ ചിന്താഗതിക്കാരനോട് സ്കൂൾ വിട്ടുപോകുന്ന സമയത്ത് മാർക്സ് യാത്ര പറയാൻ പോയില്ല. പിന്തിരിപ്പത്തത്തോട് അത്രത്തോളം വെറുപ്പ് അതിനകം മാർക്സിൽ വേരൂന്നിക്കഴിഞ്ഞിരുന്നു.

മാർക്സിൽ അക്കാലത്ത് നിലനിന്നിരുന്ന വിശ്വാസങ്ങളും ധാരണകളും നഷ്ടപ്പെടാതെ കിട്ടിയിട്ടുള്ളത് അദ്ദേഹത്തിന്റെ അക്കാലത്തെ നോട്ടുപുസ്തകങ്ങളിൽനിന്നും കത്തുകളിൽനിന്നും വെളിവാകുന്നുണ്ട്. സ്കൂളിൽ വെച്ചെഴുതിയ മൂന്ന് പ്രബന്ധങ്ങൾ, അച്ഛനയച്ച ഒരു കത്ത് ഇവയാണ് ഇക്കൂട്ടത്തിൽ പ്രധാനപ്പെട്ടവ.

അവയിലൊന്ന് മതത്തെക്കുറിച്ചാണ്. "വിശ്വാസികളും ക്രിസ്തുവും തമ്മിലുള്ള ഐക്യം ജോണിന്റെ വീക്ഷണത്തിൽ" എന്നാണ് അതിന്റെ തലക്കെട്ട്. അതിലാകെ നിറഞ്ഞുനില്ക്കുന്നത് മതപരവും ധാർമ്മികവുമായ സങ്കല്പമാണ്. ക്രിസ്തുഭക്തിയിൽ ആനന്ദം കണ്ടെത്തുകയും എപ്പിക്യൂറസിന്റെ ഭൗതികവാദപരമായ ദർശനത്തെ അപഹസിക്കുകയും ചെയ്യുന്നുണ്ട് മാർക്സ് ആ പ്രബന്ധത്തിൽ. ഏതാനും വർഷങ്ങൾക്കു ശേഷം ഗവേഷണപ്രബന്ധമെഴുതിയപ്പോഴേക്കും നേരെ മറിച്ചായിത്തീർന്നു മാർക്സിന്റെ നിലപാട്.

അദ്ധ്യാപകർ കുത്തിവെച്ചതും ഗൃഹാന്തരീക്ഷത്തിൽനിന്ന് ആർജ്ജിച്ചതുമായ ആശയങ്ങളാണ് സ്കൂളിൽവച്ചെഴുതിയ പ്രബന്ധത്തിൽ പ്രതീക്ഷിക്കേണ്ടത്. അതിലപ്പുറം മാർക്സിന്റെ വീക്ഷണത്തെ ഇതിൽനിന്നു വായിച്ചെടുക്കേണ്ടതില്ല. എന്നാൽ, ഈ പ്രബന്ധത്തിന് ഒരു പ്രത്യേകതയുണ്ട്. മതത്തോടുള്ള അന്ധമായ ഭക്തി അതിലില്ല. ഒരു ധാർമ്മിക സങ്കല്പമായാണ് അതിനെ സമീപിച്ചിരിക്കുന്നത്. വീട്ടിലെ ചിന്താഗതിയുടെ പ്രതിഫലനമാണത്.

മറ്റേ പ്രബന്ധം ലാറ്റിൻഭാഷയിലാണ്. "അഗസ്റ്റസിന്റെ ഭരണകാലത്തെ റോമാസാമ്രാജ്യത്തിന്റെ സന്തുഷ്ടകാലങ്ങളിൽ കൂട്ടാമോ?" എന്നാണ് വിഷയം. അഗസ്റ്റസ് ചക്രവർത്തി ജനങ്ങളുടെയും ജനപ്രതിനിധികളുടെയും സ്വാതന്ത്ര്യങ്ങളെല്ലാം തന്നിലേക്ക് കേന്ദ്രീകരിച്ചു. എന്നാൽ, അദ്ദേഹത്തിന്റെ ഭരണം ജനങ്ങൾക്ക് ഹിതകരമായതുകൊണ്ട് അവർ ഈ മാറ്റം അറിഞ്ഞില്ല. ജനങ്ങളുടെ സ്വാതന്ത്ര്യം സംരക്ഷിക്കേണ്ട കടമ ഭരണകൂടത്തിനുണ്ട് എന്നും ജനാധിപത്യ വിരുദ്ധ മാർഗ്ഗങ്ങളിലൂടെ ജനങ്ങൾക്ക് സ്വാതന്ത്ര്യം നേടാനാവില്ല എന്നും ഉള്ള വസ്തുത അന്ന് സ്കൂൾ വിദ്യാർഥിയായിരുന്ന മാർക്സിന് അറിയാമായിരുന്നില്ല.

ഏഴുകൊല്ലത്തിനുശേഷം മാർക്സ് മറ്റൊരു പ്രബന്ധം എഴുതി. "ഏറ്റവും ഒടുവിലത്തെ പ്രഷ്യൻ സെൻസർഷിപ്പ് ശാസനത്തെക്കുറിച്ചുള്ള അഭിപ്രായങ്ങൾ" എന്നായിരുന്നു തലക്കെട്ട്. വിദ്യാർത്ഥിജീവിതം അവസാനിച്ചശേഷമുള്ള മാർക്സിന്റെ ആദ്യത്തെ കൃതിയായിരുന്നു അത്.

സ്കൂളിലെ അവസാനപരീക്ഷയ്ക്ക് എഴുതിയ പ്രബന്ധമാണ് മൂന്നാമത്തേത്. "ഒരു തൊഴിൽ തെരഞ്ഞെടുക്കുന്നതിനെക്കുറിച്ച് ഒരു ചെറുപ്പക്കാരന്റെ ചിന്തകൾ" എന്നാണ് തലക്കെട്ട്. 17-ാം വയസ്സിൽ എഴുതിയതാണെങ്കിലും മാർക്സിന്റെ ചില സ്വഭാവവിശേഷങ്ങളിലേക്ക് അത് വെളിച്ചം വീശുന്നുണ്ട്. ഭാവിയിലെ ജീവിതവീക്ഷണത്തെ സൂചിപ്പിക്കുന്ന

ആശയങ്ങൾ ഇതിലുണ്ടെന്ന് പറഞ്ഞുകൂടാ. എങ്കിലും മാനവരാശിക്കു വേണ്ടിയുള്ള പ്രവർത്തനത്തിൽ ഏർപ്പെട്ട് ഏറ്റവും വലിയ ത്യാഗം ചെയ്യാനുള്ള സന്നദ്ധത ആ പ്രബന്ധത്തിൽ മാർക്സ് പ്രകടിപ്പിക്കുന്നുണ്ട്. പ്രബന്ധം അവസാനിക്കുന്നത് ഇങ്ങനെയാണ്:

> മാനവരാശിക്കുവേണ്ടി എല്ലാറ്റിലുമുപരി നമുക്ക് പ്രവർത്തിക്കാൻ കഴിയുന്ന നിലയാണ് നാം ജീവിതത്തിൽ സ്വീകരിച്ചിട്ടുള്ളതെങ്കിൽ, ഒരു ഭാരത്തിനും നമ്മെ കീഴ്പ്പെടുത്താൻ കഴിയില്ല. കാരണം, അവ എല്ലാവരുടെയും ഗുണത്തിനുവേണ്ടിയുള്ള ത്യാഗങ്ങളാണ്. അങ്ങനെയാണെങ്കിൽ നമുക്ക് ക്ഷുദ്രവും സങ്കുചിതവും സ്വാർത്ഥവുമായ ആനന്ദം തോന്നില്ല. മറിച്ച്, നമ്മുടെ സന്തോഷം ജനലക്ഷങ്ങളുടെ സന്തോഷമായിരിക്കും. നമ്മുടെ ചെയ്തികൾ നിശ്ശബ്ദമായാണെങ്കിലും എന്നെന്നും നിലനില്ക്കും. നമ്മുടെ ചിതാഭസ്മത്തിന്മേൽ ശ്രേഷ്ഠന്മാരുടെ ചുടുകണ്ണീർ അർപ്പിക്കപ്പെടും.

ആ പതിനേഴുകാരന്റെ ചിന്തകൾ എത്ര ഉന്നതമായിരുന്നു എന്നതിന് ഈ വരികൾ സാക്ഷ്യം വഹിക്കുന്നു. “പ്രബന്ധം ചിന്താബന്ധുരതകൊണ്ടും നല്ല ചിട്ടയോടുകൂടിയ വിവരണംകൊണ്ടും ശ്രദ്ധേയമായിരിക്കുന്നു" എന്ന് അത് വിലനിരുത്തിയ പ്രധാന അദ്ധ്യാപകൻ അഭിപ്രായപ്പെട്ടതിൽ അത്ഭുതമില്ല. അതോടൊപ്പം മാർക്സിന്റെ ഒരു ദൗർബല്യം ചൂണ്ടിക്കാണിക്കാനും അദ്ദേഹം വിട്ടുപോയില്ല. “പ്രബന്ധകർത്താവ് ഇവിടെയും അയാൾക്കു സഹജമായ ഒരു തെറ്റ് വരുത്തിയിട്ടുണ്ട്. നീണ്ട വർണ്ണശബളമായ പദപ്രയോഗങ്ങൾക്കായി തുടർച്ചയായി ശ്രമിക്കുന്നു.”

പ്രബന്ധത്തിൽ വ്യക്തിയെയും സമൂഹത്തെയും തൊഴിൽ തെരഞ്ഞെടുക്കുന്നതിനെയുംകുറിച്ച് ആശയവാദപരമായ ധാരണയാണ് തെളിഞ്ഞുകാണുന്നത്. ദൈവവിശ്വാസവും ബൂർഷ്വാ ഉല്പതിഷ്ണുത്വവുമാണ് അക്കാലത്ത് മാർക്സിന്റെ ചിന്തകളെ പാകപ്പെടുത്തിയിരുന്നത് എന്നും ആ പ്രബന്ധത്തിൽനിന്നു കാണാം. അമൂർത്തമായ മനുഷ്യസ്നേഹമാണ് ഇവയിൽ ഊറിനില്ക്കുന്നത്; അതിൽനിന്ന് ഉരുത്തിരിയുന്ന കാല്പനിക വ്യാമോഹങ്ങളും.

രണ്ടു വർഷങ്ങൾക്കുശേഷം ബർലിനിൽ പഠിക്കുമ്പോൾ അച്ഛനയച്ച ഒരു കത്തിലെ ഉള്ളടക്കം മാർക്സിന്റെ വളർച്ചയുടെ മറ്റൊരു ഘട്ടത്തെ സൂചിപ്പിക്കുന്നു. മാർക്സ് അച്ഛനയച്ച കത്തുകളിൽ ഇതുമാത്രമേ കണ്ടുകിട്ടിയിട്ടുള്ളു. മാർക്സ്-എംഗൽസ് സമാഹൃത കൃതികളിൽ ഒന്നാം വാല്യത്തിൽ പത്തു പേജോളം ഉണ്ട് ഈ നീണ്ട കത്ത്.

തന്റെ ജീവിതത്തിലെ ഒരു വഴിത്തിരിവാണ് ഇത് (1837 നവംബർ) എന്നു പറഞ്ഞുകൊണ്ടാണ് മാർക്സ് കത്ത് ആരംഭിക്കുന്നത്. കഴിഞ്ഞ കാലത്തെക്കുറിച്ച്, പ്രത്യേകിച്ച്, ബർലിനിലെ ഒരു വർഷക്കാലത്തെ ജീവിതത്തെക്കുറിച്ച്, “ശാസ്ത്രത്തിന്റെയും കലയുടെയും നാനാദിശകളിലേക്കു പടർന്നുകയറുന്ന ബൗദ്ധിക പ്രവർത്തനത്തെയും സ്വകാര്യ

പ്രശ്നങ്ങളെയും കുറിച്ച്" സ്വയം വിലയിരുത്തുകയാണ് മാർക്സ് ചെയ്യുന്നത്.

"എന്റെ സ്വർഗ്ഗവും എന്റെ കലയും, വിദൂരമായ എന്റെ പ്രേമം പോലെ, അങ്ങകലെയുള്ള ഒരു ലോകമായിത്തീർന്നു. യഥാർത്ഥമായിട്ടുള്ളതെല്ലാം അവ്യക്തമായി; അവ്യക്തമായതിനു സ്പഷ്ടമായ അതിർവരമ്പുകളില്ല" എന്നു പറഞ്ഞുകൊണ്ട് താൻ അക്കാലത്ത് എഴുതിയതും ജെന്നിക്കു അയച്ചുകൊടുത്തതുമായ മൂന്നു വാള്യം കവിതകളെ മാർക്സ് നിശിതമായി സ്വയം വിമർശിക്കുന്നു.

നിയമപഠനത്തിൽ ഹൈനെ കിയസ്, തിബൗത്ത് മുതലായ ജർമ്മനിയിലെ അക്കാദമിക് നിയമപണ്ഡിതരിൽ ഒതുങ്ങിനില്ക്കാൻ തനിക്ക് കഴിഞ്ഞില്ലെന്ന് മാർക്സ് പറയുന്നു. നിയമത്തെക്കുറിച്ച് അടിസ്ഥാന ധാരണ നേടുന്നതിനായി നിയമ മണ്ഡലത്തെയാകെ ഉൾക്കൊള്ളുന്ന ഒരു നിയമദർശനത്തിനു രൂപംനൽകാൻ ശ്രമിച്ചു. മൂന്നൂറു പേജോളം അങ്ങനെ എഴുതിക്കൂട്ടിയത്രെ.

ഇതിലും കവിതയിലും "എന്താണോ അതും എന്തായിരിക്കണമോ അതും," തമ്മിലുള്ള പൊരുത്തക്കേട് എന്ന ആശയവാദത്തിനു സഹജമായ പ്രതിബന്ധം തന്നെ അലട്ടുന്നതായി മാർക്സ് പറയുന്നു. ഇതിനെല്ലാമായി കഠിനമായി പ്രയത്നിക്കേണ്ടി വന്നതുമൂലം രോഗബാധിതനായ മാർക്സ് വിശ്രമത്തിനായി ബർലിന്റെ പ്രാന്തപ്രദേശമായ സ്ത്രാലൊവിൽ പോകുന്നു. അവിടെവച്ച് ഹെഗലിന്റെ ഗ്രന്ഥങ്ങൾ വായിക്കാനിടയാകുന്നു. യുവഹെഗേലിയന്മാർ ബർലിനിൽ സ്ഥാപിച്ച ഡോക്ടർമാരുടെ ക്ലബ്ബിനെക്കുറിച്ച് കേൾക്കുന്നു.

മാർക്സ് ഹെഗലിന്റെ ദർശനം മുമ്പ് വായിച്ചിരുന്നുവെങ്കിലും അന്നത് തീരെ പിടിച്ചിരുന്നില്ല എന്ന് കത്തിൽ പറയുന്നുണ്ട്. എന്നാൽ, പിന്നീട് നിയമപഠനത്തിൽ ആശയവാദത്തിലെ "എന്താണോ അതും എന്തായിരിക്കണമോ അതും" എന്നീ ദ്വന്ദ്വങ്ങളെ കൈകാര്യം ചെയ്യേണ്ടിവന്നപ്പോൾ "ദർശനത്തിന്റെ സഹായമില്ലാതെ മുന്നോട്ടു നീങ്ങാൻ കഴിയില്ലെന്ന്" അദ്ദേഹത്തിന് ബോദ്ധ്യമായി.

ഹെഗലിന്റെ ദർശനത്തിലേക്ക് മാർക്സ് ചെന്നെത്തുന്നത് അറച്ചറച്ചാണ്, തന്റെ പഠനത്തിന് കാന്റിന്റെയും ഫിഹ്തെയുടെയും ആശയവാദ സമീപനം ഉപകരിക്കില്ലെന്ന് ബോദ്ധ്യമായതിനെ തുടർന്നാണ് ഹെഗലിലേക്ക് മാർക്സ് തിരിയുന്നത്. സ്ത്രാലൊവിൽവെച്ച് മാർക്സ് ഹെഗലിന്റെ വൈരുദ്ധ്യാത്മകരീതി പഠിക്കുന്നു. യാഥാർത്ഥ്യത്തിന്റെ സഹജമായ ചലനം വിശകലനം ചെയ്യുന്നതിന് ഇത് ഒന്നാന്തരം ഉപകരണമാണ് എന്ന് മാർക്സ് പറയുന്നു.

> വസ്തുവിനെ അതിന്റെ വളർച്ചയിലൂടെ പഠിക്കണം. സ്വേച്ഛാപരമായ വിഭജനങ്ങൾ നടത്തിക്കൂടാ; വസ്തുവിന്റെ യുക്തിപരമായ സ്വഭാവം അതിൽത്തന്നെ വൈരുദ്ധ്യങ്ങൾ നിറഞ്ഞ ഒന്നായി വികസിച്ചുവരണം, അതിൽത്തന്നെ അതിന്റെ ഐക്യം കണ്ടെത്തുകയും വേണം."

എന്ന വാക്കുകളിലൂടെ വൈരുദ്ധ്യവാദത്തിന്റെ പ്രധാനപ്പെട്ട ഒരു വശം വിശദീകരിക്കുകയാണ് ആ കത്തിൽ യുവാവായ മാർക്സ് ചെയ്യുന്നത്.

ഫ്രാൻസ് മെഹറിങ് മാർക്സിന്റെ ജീവചരിത്രത്തിൽ ഈ കത്തിനെക്കുറിച്ച് ഇങ്ങനെ എഴുതുന്നു. "അറിവിനായുള്ള അദമ്യമായ ദാഹവും അളവറ്റ ഊർജ്ജവും വിട്ടുവീഴ്ചയില്ലാത്ത സ്വയംവിമർശനവും തെറ്റുപറ്റിയെന്ന് തോന്നുന്നിടത്ത് ഹൃദയത്തിന്റെ ചെവിടടപ്പിക്കുക മാത്രം ചെയ്ത പ്രതിരോധസജ്ജമായ ചൈതന്യവും അദ്ദേഹം വെളിവാക്കുന്നു."

അച്ഛനോടും മറ്റ് കുടുംബാംഗങ്ങളോടും കാമുകിയായ ജെന്നിയോടും ഉള്ള ഉൽക്കടമായ സ്നേഹപ്രകടനത്തോടെയാണ് കത്ത് അവസാനിക്കുന്നത്. സർവ്വകലാശാലയിൽ ചേർന്ന് ഒരുവർഷത്തിനകം മാർക്സിൽ വന്ന മാറ്റങ്ങളിലേക്ക് ഉൾക്കാഴ്ച നല്കുന്നു എന്നതാണ് ഈ കത്തിന്റെ പ്രാധാന്യം. ചില ഗവേഷകർ മാർക്സിസം മുഴുവൻ ഒരു ജലകണത്തിൽ കാനനമെന്നപോലെ ഈ കത്തിൽ തെളിഞ്ഞുകാണാം എന്നൊക്കെ തട്ടിവിടുന്നുണ്ടെങ്കിലും, ആ വാദങ്ങളൊന്നും വസ്തുതാപരങ്ങളല്ല. പ്രവാചകന്മാരിലെന്നപോലെ അമാനുഷികത്വം മാർക്സിൽ അടിച്ചേല്പിക്കലായിരിക്കും അതിന്റെ ഫലം.

എംഗൽസ്

മാർക്സിന്റേതിനേക്കാൾ ശ്രമകരമായിരുന്നു എംഗൽസിന്റെ ആശയപരമായ വളർച്ച. കാരണം, എംഗൽസ് പിറന്നത് ബാർമെനിലെ യാഥാസ്ഥിതികരും മതഭക്തരുമായ വ്യവസായികളുടെ കുടുംബത്തിലായിരുന്നു. ഇടയ്ക്കുവെച്ച് പഠനം നിർത്തി ബിസിനസിൽ പ്രവേശിക്കാൻ അച്ഛൻ എംഗൽസിനെ നിർബ്ബന്ധിച്ചു. മാർക്സിന്റെ അച്ഛനെപ്പോലെ ഉല്പതിഷ്ണുക്കളായിരുന്നില്ല എംഗൽസിന്റെ അച്ഛനും മറ്റു കാരണവന്മാരും. അതിനാൽ അന്ന് കൊടികുത്തിവാണ മതപരവും ദാർശനികവും രാഷ്ട്രീയവും സാംസ്കാരികവുമായ യാഥാസ്ഥിതികപ്രവണതകളുടെ നൂലാമാലകളിലൂടെ വേണ്ടിവന്നു എംഗൽസിന് തന്റെ വഴി കണ്ടെത്താൻ. മതത്തെയും ദൈവശാസ്ത്രത്തെയും കുറിച്ച് നടത്തിയ വിമർശനാത്മകമായ വിശകലനമാണ് എംഗൽസിനെ പുരോഗമനാശയങ്ങളിലേക്ക് എത്തിച്ചത്.

ബാർമെനിലെയും തൊട്ടടുത്തുള്ള എൽബെർഫെൽഡിലെയും തുണിമില്ലുകളുടെ ഉടമകൾ 1830 കളിൽ തൊഴിലെടുക്കുന്ന കുട്ടികളെയും പ്രായമായവരെയും കിരാതമായി ചൂഷണം ചെയ്യുന്നതിനെക്കുറിച്ചുള്ള ലേഖനമാണ് എംഗൽസിന്റെ ആദ്യത്തെ പ്രകാശിത കൃതി (1839 മാർച്ച്). ആ മുതലാളിമാർ പാപംപോക്കാൻ ഞായറാഴ്ചകളിൽ രണ്ടുതവണ പള്ളിയിൽപോയി. വിദ്യാഭ്യാസം അവരിൽ തൊട്ടുതെറിച്ചിരുന്നുപോലുമില്ല.

വിദ്യാർത്ഥിയെന്ന നിലയിൽ എംഗൽസിനെകുറിച്ച് വിദ്യാലയാധികൃതർക്ക് ബുദ്ധിസാമർത്ഥ്യം, സ്വഭാവം, പെരുമാറ്റം എന്നിവയിലൊക്കെ നല്ലതേ പറയാനുണ്ടായിരുന്നുള്ളൂ. എന്നാൽ, എംഗൽസ് അന്നേ ഏകാധിപത്യത്തെയും ഉദ്യോഗസ്ഥമേധാവികളുടെ മർദ്ദകഭരണത്തെയും വെറുത്തിരുന്നു.

1838 ൽ എംഗൽസിനെ അച്ഛൻ കോമേഴ്സ് പഠിക്കാൻ ബ്രെമെനിലേക്കയച്ചു. അതോടൊപ്പം എംഗൽസ് പലതും സ്വയം പഠിക്കാൻ ശ്രമിച്ചു. പത്രപ്രവർത്തനം, കവിത, ഗദ്യം എന്നിവ എഴുതാൻ, ചിത്രമെഴുത്ത്, ഗാനരചന, വിദേശഭാഷകൾ, കളികൾ എന്തിനേറെ വാൾപ്പയറ്റ് വരെ, ഉള്ള വിഷയങ്ങൾ പരിശീലിക്കുന്നതിൽ എംഗൽസ് ഏർപ്പെട്ടു.

ആദ്യം യുവജർമ്മനി സാഹിത്യഗ്രൂപ്പുമായും പിന്നീട് യുവഹെഗലിയന്മാരുമായും എംഗൽസ് ബന്ധപ്പെട്ടു. മതത്തോട് യാതൊരു വിട്ടുവീഴ്ചയുമില്ലാത്ത നിലപാടെടുക്കാൻ ഇതുവഴി എംഗൽസ് നിർബ്ബന്ധിതനായി. അന്നത്തെ ജർമ്മൻ ബൂർഷ്വാ ജനാധിപത്യപ്രസ്ഥാനത്തിന്റെ ആശയപരമായ സവിശേഷത മതത്തോടും പുരോഹിതമേധാവിത്വത്തോടുമുള്ള സമരമായിരുന്നു. 1838–41 കാലത്ത് എംഗൽസ് സുഹൃത്തുക്കളായ ഗ്രെയ്ബർ സഹോദരന്മാർക്ക് എഴുതിയ കത്തുകളിലെ പ്രധാന വിഷയം മതമായിരുന്നു. ആദ്യകാലത്ത് മതപ്രമാണങ്ങൾക്ക് യുക്തിസഹമായ രൂപം നല്കാൻ എംഗൽസ് ശ്രമിച്ചിരുന്നു. അദ്ദേഹത്തിൽ പ്രകടമാകാൻ തുടങ്ങിയ വിശ്വാസത്തകർച്ചയുടെ തെളിവായിരുന്നു അത്. മതത്തിന്റെ ഉള്ളടക്കവും രൂപവുമാണ് അതിന്റെ പ്രമാണങ്ങൾ. അതിനെ യുക്തിസഹമാക്കാനുള്ള ശ്രമം അന്ധവിശ്വാസം മാത്രമല്ല, മതവിശ്വാസം തന്നെ തകരുന്നതിന് ഇടയാക്കി. തന്റെ ഹൃദയമാകെ ദാഹിക്കുന്ന ദൈവത്തിലേക്കു തിരിച്ചുചെല്ലാൻ തനിക്കു കഴിയുമെന്ന് അപ്പോഴും എംഗൽസ് വിശ്വസിച്ചിരുന്നു. ആ വിശ്വാസം ഒന്നുരണ്ട് വർഷങ്ങൾക്കകം നേർത്തു നേർത്തു ഇല്ലാതായി.

വിപ്ലവത്തിലും ജനങ്ങളുടെ ഇച്ഛാശക്തിയുടെ പ്രകടനത്തിലും എംഗൽസിനു ആദ്യമേ ഉണ്ടായിരുന്ന വിശ്വാസം 1839 ൽ എഴുതിയ ഈ വരികളിൽനിന്നു വ്യക്തമാണ്; “ഓർക്കാപ്പുറത്തുള്ള ഇടിവെട്ടുപോലെ ജൂലൈ വിപ്ലവം വന്നു. വിമോചനയുദ്ധത്തിനുശേഷം ജനങ്ങളുടെ ഇച്ഛാശക്തിയുടെ ഏറ്റവും ഉജ്ജ്വലമായ പ്രകടനമായിരുന്നു അത്.”

ജർമ്മനിയിലെ ഏകാധിപത്യത്തിനെതിരായി ജനകീയ പ്രക്ഷോഭണം പൊട്ടിപ്പുറപ്പെടണമെന്ന് എംഗൽസ് ആഗ്രഹിച്ചു. പ്രഷ്യൻ ചക്രവർത്തിമാരെ അദ്ദേഹം വെറുത്തിരുന്നു. “1816–30 കാലത്ത് ഭരിച്ചവരെല്ലാം വധശിക്ഷയ്ക്ക് അർഹരായിരുന്നു..... ജനങ്ങളുടെ ചെപ്പയ്ക്കടി ഏല്ക്കുകയും വിപ്ലവത്തിന്റെ ഏറുകല്ലുകൾകൊണ്ട് തന്റെ കൊട്ടാരത്തിന്റെ ജനാലകൾ പൊളിയുകയും ചെയ്ത രാജാവിൽനിന്നു മാത്രമെ ഞാൻ എന്തെങ്കിലും നന്മ പ്രതീക്ഷിക്കുന്നുള്ളൂ.”

ചൂഷിതരുടെയും മർദ്ദിതരുടെയും വിപ്ലവത്തെ ഓർത്ത് ഞെട്ടിവിറയ്ക്കുകയും അതിനെ 'നിയമസമാധാന' ലംഘനമായി കണക്കാക്കുകയും ആണ് ലിബറൽ ജനാധിപത്യവാദികൾ ചെയ്തതെങ്കിൽ, വമ്പിച്ച ബഹുജനശക്തിയുടെ ചരിത്രപരമായ നീതിനടത്തിപ്പിലാണ് എംഗൽസ് ആശ അർപ്പിച്ചത്. അതിൽ വിപ്ലവജനാധിപത്യ ബോധത്തിന്റെ സത്ത അലിഞ്ഞുചേർന്നിട്ടുണ്ടെങ്കിലും, യാഥാർത്ഥ്യ ബോധത്തേക്കാൾ റൊമാന്റിസിസമാണ് കൂടുതൽ തെളിഞ്ഞു കാണാവുന്നത്. ആ പ്രായത്തിൽ അങ്ങനെ ഉണ്ടായതിൽ ആശ്ചര്യകരമായൊന്നുമില്ല.

മതത്തോടുള്ള സമീപനം എംഗൽസിനെ സംബന്ധിച്ചിടത്തോളം പ്രധാനമാണെന്ന് പറഞ്ഞുവല്ലോ. ഷ്ളൈയർമാഹർ, സ്ത്രൗസ് എന്നിവരുടെ മതത്തെക്കുറിച്ചുള്ള വിശകലനങ്ങളുടെ പഠനത്തിലൂടെയാണ് എംഗൽസ് ഹെഗലിൽ എത്തിയത്. തുടർന്ന് അദ്ദേഹം യുവഹെഗേലിയന്മാരുടെ പക്ഷത്തുചേർന്നു. ഹെഗലിയൻദർശനത്തെ അവർ വസ്തുനിഷ്ഠസാഹചര്യങ്ങളിലേക്ക് പ്രയോഗിച്ചതിലൂടെ ഉണ്ടായ പ്രത്യാഘാതങ്ങളും പുരോഗമന രാഷ്ട്രീയ ആശയങ്ങളും രാഷ്ട്രീയ പ്രവർത്തനവും ഉരുകിച്ചേർന്നപ്പോൾ പഴയ ആശയഗതിയും പുതിയ ആശയഗതിയും തമ്മിലുള്ള ഏറ്റുമുട്ടൽ അനിവാര്യമായി.

ഇവിടെയും എംഗൽസിന് ഒരു പിഴവ് വന്നു. എതിർപക്ഷങ്ങളുടെ ഈ ഏറ്റുമുട്ടലിനെ വർഗ്ഗബന്ധങ്ങളുടെ അടിസ്ഥാനത്തിൽ കാണാൻ എംഗൽസിനു കഴിഞ്ഞില്ല. തലമുറകൾ തമ്മിലുള്ള വിടവായിട്ടാണ് അദ്ദേഹം അതിനെ കണ്ടത്. ബൂർഷ്വാചിന്തകൾക്കിടയിൽ അന്നേ ഉണ്ടായിരുന്ന ആശയമാണ് തലമുറകൾ തമ്മിലുള്ള വിടവ്. എംഗൽസ് അത് പ്രകടിപ്പിച്ചതിൽനിന്ന്, ബൂർഷ്വാ ആശയഗതി അക്കാലത്ത് അദ്ദേഹത്തിൽ സ്വാധീനം ചെലുത്തിയിരുന്നു എന്ന് കാണാം. ബോർണെ ആയിരുന്നു അക്കാലത്തെ അദ്ദേഹത്തിന്റെ രാഷ്ട്രീയഗുരു എന്നതിനാൽ ഇത് സ്വാഭാവികമാണ്. ജർമ്മനിയിൽ രാജവാഴ്ച അവസാനിപ്പിച്ച് റിപ്പബ്ലിക് സ്ഥാപിക്കുന്നതോടെ ചൂഷണവും അടിച്ചമർത്തലും അവസാനിക്കും എന്നായിരുന്നു ആ യുവാവിന്റെ അന്നത്തെ ധാരണ. അത് മാറാൻ ഏതാനും കൊല്ലത്തെ അനുഭവവും പഠനവും വേണ്ടിവന്നു.

ദർശനത്തിലേക്ക്

അച്ഛന്റെ നിർബ്ബന്ധംമൂലം മാർക്സ് സർവ്വകലാശാലയിൽ നിയമപഠനത്തിൽ ഏർപ്പെട്ടെങ്കിലും അദ്ദേഹത്തിന്റെ താല്പര്യം മുഴുവൻ ദർശനത്തിലായിരുന്നു. നിയമപഠനത്തിന്റെ ഭാഗമായി മാർക്സ് നിയമത്തിന്റെ ഒരു ദർശനം സ്വയം എഴുതിയുണ്ടാക്കാൻ ശ്രമിച്ചതും അത് അദ്ദേഹത്തെ ഹെഗേലിയൻ ദർശനത്തിൽ ആകൃഷ്ടനാക്കിയതും ഇതിനുമുമ്പ് വിവരിച്ചുവല്ലോ. 1838 മേയിൽ അച്ഛൻ മരിച്ചതോടെ നിയമപഠനം നിർത്തി ദർശനത്തിൽ മാർക്സ് മുഴുവൻ ശ്രദ്ധയും കേന്ദ്രീകരിച്ചു. ഇതിനുപറ്റിയ അന്തരീക്ഷം സൃഷ്ടിക്കുന്നതിൽ യുവ ഹെഗേലിയന്മാരുമായി, അവരിൽ

ത്തന്നെ ബ്രൂണൊ ബാവറുമായി, മാർക്സിനുണ്ടായിരുന്ന അടുത്ത ബന്ധം വലിയൊരു പങ്കുവഹിച്ചു.

1839 ആദ്യംമുതൽക്ക് മാർക്സ് ദർശനത്തിന്റെ ചരിത്രപഠനത്തിൽ മുഴുകി. പ്രാചീന ഗ്രീക്ക് ദാർശനിക ചിന്തയെക്കുറിച്ച്, വിശേഷിച്ച് എപ്പിക്യൂറിയനിസം, സ്റ്റോയിസിസം, സന്ദേഹവാദം എന്നിവയുടെ വിശദമായ പഠനത്തോടെയാണ് ഇത് ആരംഭിച്ചത്. അടിമത്തവ്യവസ്ഥ തകർന്നടിയാൻ തുടങ്ങിയ കാലത്ത് പ്രാമാണ്യം നേടിയിരുന്ന ദർശനധാരകളാണ് ഇവ. ഇവയിൽ ആദ്യത്തേത് എപ്പിക്യൂറസിന്റെയും രണ്ടാമത്തേത് സ്റ്റോയിക്കുകളുടെയും ചിന്തകളെ അടിസ്ഥാനപ്പെടുത്തിയുള്ളവയാണ്. നിരീശ്വരവാദത്തിന്റെ സ്ഥാപകരിൽ പ്രമുഖനായ എപ്പിക്യൂറസിന്റെ ദർശനത്തിൽ ഇതിനകം നിരീശ്വരവാദിയായി കഴിഞ്ഞിരുന്ന മാർക്സിന് താല്പര്യമുണ്ടായത് സ്വാഭാവികമായിരുന്നു. ധാർമ്മിക പ്രശ്നങ്ങളും ചുറ്റുമുള്ള ലോകത്തോടുള്ള മനുഷ്യന്റെ നിലപാടും കൈകാര്യംചെയ്ത ദാർശനിക പ്രവണതകളിൽ മാർക്സ് അഗാധമായ താല്പര്യം കാണിച്ചു.

ഈ മൂന്ന് ദാർശനിക ധാരകളിൽ യുവ ഹെഗലിയന്മാർക്കുള്ള താല്പര്യവും ഇവയെക്കുറിച്ച് പഠിക്കാൻ മാർക്സിന് പ്രേരണനല്കി. അവർ ഈ പ്രാചീന ദാർശനികധാരകളെ 'ആത്മബോധ ദർശന'ത്തിന്റെ ആദിരൂപങ്ങളായാണ് വീക്ഷിച്ചത്. ഫിഹ്തെ, ഹെഗൽ എന്നിവരുടെ ദാർശനിക സംഭാവനകളെ ഈ ദർശനത്തിന്റെ ഉയർന്ന രൂപങ്ങളായും അവർ കണക്കാക്കി. വ്യക്തിയുടെ സ്വതന്ത്രമായ ആത്മബോധം എന്നത് അടിമസംസ്കാരത്തിന്റെ തകർച്ചയുടെ കാലത്ത് രൂപം നല്കപ്പെട്ട ഒരു അമൂർത്ത ആശയമാണ്. നിയമത്തെക്കുറിച്ച് ബൂർഷ്വാബോധം ഉന്നയിക്കുന്ന ആവശ്യങ്ങൾ വ്യക്തിയുടെ ആത്മബോധത്തെ വ്യഞ്ജിപ്പിക്കുന്നതായി യുവ ഹെഗലിയന്മാർ കരുതി. അതുകൊണ്ടായിരുന്നു അവർക്കതിൽ താല്പര്യം. എപ്പിക്യൂറസാദികൾ ആ ആശയം കൈകാര്യം ചെയ്തിരുന്നതുകൊണ്ടാണ് അവരുടെ ദാർശനിക സംഭാവനകളിൽ യുവ ഹെഗേലിയന്മാരുടെ കൗതുകം ഉണർന്നത്.

മാർക്സ് ഈ മൂന്ന് ദാർശനിക ധാരകളെക്കുറിച്ച് നടത്തിയ പഠനത്തിന്റെ ആദ്യഫലം ഏഴ് നോട്ടുപുസ്തകങ്ങളിലെഴുതിയ കുറിപ്പുകളായിരുന്നു. 1839 ൽ ആണ് അവ എഴുതപ്പെട്ടത്. *എപ്പിക്യൂറിയൻ, സ്റ്റോയിക്, സന്ദേഹവാദ ദർശനങ്ങളെക്കുറിച്ചുള്ള നോട്ടുപുസ്തകങ്ങൾ* എന്ന പേരിൽ അറിയപ്പെടുന്ന ഈ കൃതി മാർക്സ്, എംഗൽസ് സമാഹൃത കൃതികളുടെ ഒന്നാം വാല്യത്തിൽ ചേർത്തിട്ടുണ്ട്.

പ്രാചീന ദർശനത്തിന്റെ പ്രധാന പ്രവണതകളിലേക്കുള്ള ഈ വിഹഗാന്വേഷണം മാർക്സ് നടത്തിയത് 21-ാം വയസ്സിലാണ്. അദ്ദേഹത്തിന്റെ ബുദ്ധിസാമർത്ഥ്യത്തിന്റെയും വീക്ഷണത്തിലുള്ള തനിമയുടെയും ഉല്പതിഷ്ണുത്വത്തിന്റെയും സാക്ഷ്യപത്രമാണ് ഈ കൃതി. ഗ്രീക്ക് ദർശനത്തിന്റെ ഗതി അരിസ്റ്റോട്ടിലിനുശേഷം കീഴോട്ടായി. ആ ദശയുടെ അന്ത്യത്തിലാണ് പ്രമുഖ ഭൗതികവാദ ദാർശനികരായ ഡെമോക്രിറ്റസ്, എപ്പി

ക്യൂറസ്, ലുക്രേഷ്യസ് എന്നിവർ ജീവിച്ചിരുന്നത്. ഹെഗൽ പോലും (അദ്ദേഹത്തിനു മുമ്പുള്ളവരുടെ കാര്യം പറയാനുമില്ല) ഏതാണ്ടൊരു അവജ്ഞയോടെയാണ് ഇവരെ വീക്ഷിച്ചിരുന്നത്. ഹെഗലിന്റെ ആരാധകനായിരുന്ന, മാർക്സ് ഹെഗലിയൻ ആശയവാദത്തെ തന്റെ കൈവിളക്കായി കരുതിയിരുന്ന കാലത്ത് പ്രാചീന ദർശനചരിത്രത്തെക്കുറിച്ച് നടത്തിയ അന്വേഷണം ഈ മൂന്നുപേരുടെ സംഭാവനകളിൽ നിന്ന് തുടങ്ങിയത് വളരെ അർത്ഥവത്താണ്. മാർക്സിന്റെ സ്വതന്ത്രചിന്തയുടെയും ദാർശനിക പ്രശ്നങ്ങളെക്കുറിച്ച് തനതായ ധാരണയുണ്ടാക്കാനുള്ള ആഗ്രഹത്തിന്റെയും കഴിഞ്ഞകാല ദർശനങ്ങളെ സ്വയം വിലയിരുത്താനുള്ള നിശ്ചയദാർഢ്യത്തിന്റെയും നിദർശനമാണ് ഈ കൃതി. ചില വിമർശകർ സൂചിപ്പിക്കുന്നതുപോലെ ഒരു പദപ്രയോഗത്തിലൂടെമാത്രം ഹെഗലിനെ തിരുത്താൻ ശ്രമിച്ച മുറിവൈദ്യനല്ല മാർക്സ് എന്നതിനുള്ള തെളിവുകളാണ് ഈ നോട്ടുപുസ്തകങ്ങൾ മുതൽക്കുള്ള മാർക്സിന്റെ ദാർശനിക കൃതികൾ മുഴുവൻ.

പഴയകൃതികളെ പഠിക്കുമ്പോൾത്തന്നെ സമകാലിക ആശയസമരത്തിലെ പ്രശ്നങ്ങളിലും മാർക്സ് ശ്രദ്ധ പതിപ്പിച്ചുപോന്നു. പഴയ ദാർശനികരുടെ കൃതികളെക്കുറിച്ചുള്ള അഭിപ്രായം നോട്ടുപുസ്തകങ്ങളിൽ കുറിക്കുമ്പോൾത്തന്നെ, കാന്തിന്റെ അജ്ഞേയതാവാദത്തെകുറിച്ച് തനിക്കുള്ള അതൃപ്തി അദ്ദേഹം പ്രകടിപ്പിക്കാതിരുന്നില്ല. വിവരക്കേടിന്റെ ഔദ്യോഗിക പൂജാരിമാർ എന്നാണ് മാർക്സ് അത്തരക്കാരെ വിശേഷിപ്പിച്ചത്. തങ്ങളുടെ സ്വന്തം കഴിവുകേടിലും വസ്തുക്കളുടെ ശക്തിയിലും വിലപിക്കുകയാണത്രെ അവരുടെ നിത്യ തൊഴിൽ. ദർശനത്തിന്റെ വിജ്ഞാനാത്മകമായ ശക്തിയെ ചെറുതാക്കി കാണിക്കാനുള്ള ശ്രമങ്ങളിൽ അദ്ദേഹം പ്രതിഷേധിക്കുകയും ചെയ്തു. അന്ധവിശ്വാസത്തിനെതിരായി എപ്പിക്യൂറസ് നടത്തിയ സമരത്തെക്കുറിച്ചുള്ള മാർക്സിന്റെ പ്രശംസ ഒരേ സമയം ചിന്താ സ്വാതന്ത്ര്യത്തിനുവേണ്ടിയുള്ള വാദവും മതത്തിന്റെ ചങ്ങലക്കെട്ടുകൾക്കെതിരെ പ്രതിഷേധിക്കാനുള്ള ആഹ്വാനവുമാണ്.

ദർശനവും മതവും തമ്മിൽ പൊരുത്തപ്പെടില്ലെന്ന് മാർക്സ് ഈ കൃതിയിൽ ചൂണ്ടിക്കാട്ടി. ലോകത്തെ സ്വാധീനിക്കാൻ കെല്പുള്ള ഒരു സജീവ ശക്തിയാണ് ദർശനം എന്ന നിഗമനത്തിൽ ഇതിനകം മാർക്സ് എത്തിക്കഴിഞ്ഞിരുന്നു.

എപ്പിക്യൂറസും അദ്ദേഹത്തെ നിരീശ്വരവാദി എന്ന് കുറ്റപ്പെടുത്തിയ ചരിത്രകാരൻ പ്ലൂട്ടാർക്കും തമ്മിലുള്ള ആശയസമരത്തിൽ മാർക്സ് എപ്പിക്യൂറസിന്റെ നിരീശ്വരവാദപരമായ നിഗമനങ്ങളെല്ലാം ശരിവെച്ചു. മതവിശ്വാസികൾ ചെയ്തത് ദൈവം എന്നവർ വിളിച്ച ഒരു ഉയർന്ന അസ്തിത്വത്തിന്മേൽ തങ്ങളുടെ സ്വന്തം സ്വഭാവവിശേഷങ്ങൾ അടിച്ചേല്പിക്കുകയാണ് എന്ന വിശകലനത്തോടും മാർക്സ് യോജിച്ചു.

മാർക്സ് തന്റെ ഗവേഷണപ്രബന്ധത്തിനുള്ള വിഷയമായി നോട്ടു

പുസ്തകങ്ങളിലെ വിഷയമാകെ എടുത്തില്ല. അതിലെ ഒരംശം മാത്രം എടുത്തു. അതാണ് *പ്രകൃതിയെക്കുറിച്ചുള്ള ഡെമോക്രിറ്റസിന്റെ ദർശനവും എപ്പിക്യൂറസിന്റെ ദർശനവും തമ്മിലുള്ള വ്യത്യാസം*. ഇത് എഴുതപ്പെട്ടത് 1841 ൽ ആണ്.

ഡെമോക്രിറ്റസിന്റെ അതേ ദാർശനികഗണത്തിൽപ്പെടുന്ന ആളാണ് എപ്പിക്യൂറസ് എന്നായിരുന്നു അതേവരെയുള്ള അംഗീകൃതധാരണ. ലൈബ്നിത്സും മറ്റും പറഞ്ഞുറപ്പിച്ചുവച്ചത് അങ്ങനെയാണ്. എന്നാൽ പ്രകൃതിയെക്കുറിച്ചുള്ള എപ്പിക്യൂറസിന്റെ നിഗമനങ്ങൾക്ക് തനതായ അടിത്തറയുണ്ടെന്നും അവ ഡെമോക്രിറ്റസിൽനിന്നുള്ള സൃഷ്ടിപരമായ വളർച്ചയാണെന്നും മാർക്സ് ചൂണ്ടിക്കാട്ടി.

ഗവേഷണപ്രബന്ധത്തിനുള്ള ആമുഖത്തിൽ മാർക്സ് ഗ്രീക്ക് ദർശനത്തിൽ ഇവരുടെ ദാർശനിക സംഭാവനകൾക്കുള്ള പ്രാധാന്യം വിലയിരുത്തപ്പെടാതിരുന്നതിനെ കുറ്റപ്പെടുത്തി. "ഇവ ഗ്രീക്കു ദർശനത്തിന്റെ യഥാർത്ഥ ചരിത്രത്തിലേക്കുള്ള താക്കോലാണ്" എന്ന് ചൂണ്ടിക്കാണിക്കുകയും ചെയ്തു.

ഗവേഷണപ്രബന്ധത്തിൽ മാർക്സ് എപ്പിക്യൂറസിന്റെ രണ്ട് ആശയങ്ങളാണ് പ്രധാനമായി വിശകലനം ചെയ്തിരിക്കുന്നത്. ഒന്ന്, പ്രകൃതിയെക്കുറിച്ചുള്ള വീക്ഷണം. രണ്ട്, മതത്തെക്കുറിച്ചുള്ളത്. പ്രപഞ്ചമാകെ അഭേദ്യമായ അണുക്കളെക്കൊണ്ട് നിർമ്മിച്ചിട്ടുള്ളതാണെന്ന് ഡെമോക്രിറ്റസും എപ്പിക്യൂറസും കരുതി. എന്നാൽ, അവയുടെ ക്രമരഹിതമായ അപഭ്രംശം എന്ന ആശയം എപ്പിക്യൂറസിന്റേതായിരുന്നു. പൊതുവെ എല്ലാ വസ്തുക്കളിലും അണുക്കൾ നേർവരയിൽ ചലിക്കുന്നു. ഈ ചലനത്തിൽനിന്നുള്ള അപഭ്രംശമാണ് 'അണുവിന്റെ ആത്മാവ്', 'അമൂർത്തമായ വ്യക്തിത്വം എന്ന സങ്കല്പനം', 'അപഭ്രംശവും വികർഷണവുമാണ് വ്യക്തിത്വത്തിന്റെയും അനാശ്രിതത്വത്തിന്റെയും പ്രകാശനം.'

എപ്പിക്യൂറസിന്റെ ദർശനത്തിൽ മാർക്സ് വൈരുദ്ധ്യവാദത്തിന്റെ അംശങ്ങൾ കണ്ടു, പ്രത്യേകിച്ച് അണുക്കളുടെ അപഭ്രംശത്തിൽ. സ്വയം ചലനത്തിന്റെ വൈരുദ്ധ്യാത്മകതത്ത്വം ആയാണ് മാർക്സ് അതിനെ കണക്കാക്കിയത്. "ചീത്തയിൽ നിന്നുള്ള ഓട്ടമാണ് നന്മ; വേദനയിൽ നിന്നുള്ള അകലമാണ് ആനന്ദം." പ്രകൃതിയെക്കുറിച്ചുള്ള വീക്ഷണങ്ങളിൽ എപ്പിക്യൂറസിന്റേതിനോടാണ് മാർക്സ് യോജിച്ചത്. മാർക്സിന്റെ സ്വാതന്ത്ര്യസിദ്ധാന്തത്തിനു പ്രത്യേകിച്ചും ധാർമ്മികവീക്ഷണങ്ങൾക്ക് പൊതുവിലും, എപ്പിക്യൂറസിന്റെ ദർശനമാണ് അടിസ്ഥാനം. ദർശനം ജീവിതത്തിൽ സജീവമായി ഇടപെടണമെന്നാണ് മാർക്സ് ആഗ്രഹിച്ചത്. ദർശനവും ജീവിതവും തമ്മിലുള്ള വൈരുദ്ധ്യാത്മക ഐക്യം ഊന്നിപ്പറയുകയും ചെയ്തു. "ലോകം ദാർശനികമാകുന്നതോടെ, ദർശനം ലൗകികവുമായിത്തീരുന്നു. അതിന്റെ സാക്ഷാല്ക്കാരമാണ് അതിന്റെ നഷ്ടവും" എന്ന് മാർക്സ് ഗവേഷണ പ്രബന്ധത്തിന്റെ അവ

സാനഭാഗത്ത് എഴുതി. ദർശനം ജീവിതത്തിലേക്ക് പകർത്തപ്പെടുന്നതോടെ അത് ജീവിതത്തെ ഒരു ഉന്നത ഘട്ടത്തിലേക്കുയർത്തുന്നു. അതോടെ അത് ശുദ്ധസിദ്ധാന്തമല്ലാതായിത്തീരുന്നു. പ്രായോഗിക പ്രവർത്തനത്തിലാണ് അത് മൂർത്തമാകുന്നത്. "വ്യക്തിഗതമായ ആത്മബോധം എന്ന നിർവ്വികാരാവസ്ഥയെ നശിപ്പിക്കുന്നതൊന്നും അനശ്വരമല്ല." ഇതാണ് എപ്പിക്യൂറിയൻ ദർശനത്തിന്റെ ഹൃദയമായി മാർക്സ് ചൂണ്ടിക്കാട്ടിയത്.

മാർക്സിന്റെ ഈ പഠനം വളരെ പ്രധാനപ്പെട്ട സൈദ്ധാന്തിക നിഗമനങ്ങളിലേക്ക് അദ്ദേഹത്തെ നയിക്കുന്നു. മാർക്സിന്റെ ചരിത്ര-ദർശന സമീപനത്തിന്റെ ഗാംഭീര്യം അവ വിളിച്ചോതുന്നു. എപ്പിക്യൂറസ് മാർക്സിന്റെ ശ്രദ്ധ ഇത്രമേൽ പിടിച്ചുപറ്റാൻ കാരണമെന്ത് എന്നും ഇതിൽനിന്ന് വ്യക്തമാകുന്നു. ആണവിക തത്ത്വം ദർശനത്തിലെ പ്രാഥമികപ്രശ്നത്തിനുള്ള അമൂർത്തമായ പരിഹാരമാണ്. ഇതിനു ഒരു വൈരുദ്ധ്യാത്മക സ്വയം നിഷേധംകൂടി ഉണ്ടായാലേ ശാസ്ത്രീയമായ ലോകവീക്ഷണത്തെ സാധൂകരിക്കാൻ അതിനു കഴിയൂ. അത്രത്തോളം മാർക്സ് അന്ന് (1841ൽ) മനസ്സിലാക്കിയിരുന്നില്ലെങ്കിലും അമൂർത്തതത്ത്വത്തെ സ്വയം നിഷേധിക്കേണ്ടതിന്റെ ആവശ്യകത മാർക്സ് ചൂണ്ടിക്കാണിച്ചത് അദ്ദേഹം അസാമാന്യ പ്രതിഭാശാലിയായിരുന്നു എന്നതിനു തെളിവാണ്. തെളിയിക്കപ്പെടാത്ത ചില സങ്കല്പനങ്ങളെ അടിസ്ഥാനമാക്കിയുള്ള ആശയവാദത്തിനെതിരായ വിമർശനത്തിന്റെ വിത്ത് ഇതിൽ അടങ്ങിയിട്ടുണ്ട്.

ഒരു ദാർശനിക വ്യവസ്ഥ പൊട്ടിമുളയ്ക്കുന്നതിനു അമൂർത്തതത്ത്വത്തെ മൂർത്തമായി വളർത്തുന്നത് ആവശ്യമാണെന്ന് ഹെഗൽ മനസ്സിലാക്കിയിരുന്നു. എങ്കിലും അദ്ദേഹത്തിന്റെ "തർക്കത്തിന്റെ ശാസ്ത്ര"ത്തിലെ ആദ്യത്തെയും അവസാനത്തെയും സങ്കല്പനം "കേവലമായആശയം" ആണ്. ഹെഗലിന്റെ ആശയവാദത്തിന്റെ ഈ മൗലികമായ തകരാറ് അന്ന് മാർക്സ് കണ്ടിരുന്നില്ല.

എപ്പിക്യൂറിയൻ ദർശനത്തിന്റെ പരിമിതി പറഞ്ഞതോടൊപ്പം അത് വ്യക്തിസ്വാതന്ത്ര്യം എന്ന സങ്കല്പനം ഉന്നയിച്ചതിന്റെ പ്രാധാന്യം മാർക്സ് എടുത്തുപറഞ്ഞു. ഉന്നയിച്ച ചോദ്യങ്ങൾക്കാണ് പ്രാധാന്യം. അവയ്ക്കു നിർദ്ദേശിക്കപ്പെട്ട ലഘുവായ പരിഹാരത്തിനല്ല. ആ പരിഹാരമേ കാണാൻ കഴിഞ്ഞുള്ളു. എന്നത് എപ്പിക്യൂറസിന്റെ കുറവല്ല. കാരണം, അവയ്ക്കു പരിഹാരം കാണാൻ ചരിത്രപരമായി 19-ാം നൂറ്റാണ്ടിനേ കഴിയൂ. പ്രകൃതിയെക്കുറിച്ചുള്ള മനുഷ്യന്റെ അറിവ് അത്രമാത്രം വളർന്നു വിപുലമാകേണ്ടതുണ്ട്. അതിലളിതമായിട്ടാണെങ്കിലും വസ്തുനിഷ്ഠ യാഥാർത്ഥ്യത്തിലേക്ക് വിരൽ ചൂണ്ടിയതിനാൽ, ഒരു പുത്തൻ വൈരുദ്ധ്യാത്മകലോകവീക്ഷണം രൂപപ്പെടുത്തിയതിനാൽ, പ്രാചീന ഗ്രീക്കുകാർ എന്നെന്നും നമ്മുടെ ആചാര്യന്മാരായിരിക്കും എന്നാണ് മാർക്സിന്റെ വിലയിരുത്തൽ.

എപ്പിക്യൂറസിന്റെ ആശയങ്ങൾ വിമർശനാത്മകമായി വിലയിരുത്തിക്കൊണ്ട്, മാർക്സ് മറ്റൊരു പ്രധാന നിഗമനത്തിൽ ചെന്നെത്തി: ഭൗതികശാസ്ത്രത്തെ ധർമ്മശാസ്ത്രത്തിന് കീഴ്പ്പെടുത്തുന്നത് വസ്തുതകളെ തലകീഴാക്കി നിർത്തലാണ്. പ്രകൃതിയുടെ പ്രതിഭാസങ്ങളെ പക്ഷപാതപരമായി വ്യാഖ്യാനം ചെയ്യലായിരിക്കും ഇതിന്റെ ഫലം. പ്രകൃതിയെ ആത്മീയാംശത്തിനു കീഴ്പ്പെടുത്തുന്ന ആശയവാദത്തിനെതിരായ വിമർശനം മാർക്സിൽ നിന്നുണ്ടാവുമെന്ന സൂചന ഇതും നല്കുന്നു.

ഡെമോക്രിറ്റസും എപ്പിക്യൂറസും ഭൗതികവാദികളായിരുന്നു എന്ന് മാർക്സ് ഗവേഷണപ്രബന്ധം എഴുതിയ 1841 ൽ മനസ്സിലാക്കിയിരുന്നില്ല. ദാർശനികരംഗത്ത് ഇങ്ങനെ മൗലികവും പരസ്പരവിരുദ്ധവുമായ രണ്ട് പ്രവണതകളുണ്ട് എന്ന് അദ്ദേഹത്തിന് അന്ന് അറിയാമായിരുന്നില്ല. അതുകൊണ്ട് ഡെമോക്രിറ്റസിന്റെ അണുസിദ്ധാന്തത്തെ വെറുമൊരു ഭൗതികസിദ്ധാന്തമായിട്ടാണ് ഗവേഷണപ്രബന്ധത്തിൽ മാർക്സ് വിലയിരുത്തിയത്; എപ്പിക്യൂറസിനെ ആത്മബോധത്തിന്റെ ദാർശനികനായിട്ടും. ഹെഗലിന്റെ ദാർശനിക കണ്ണടയിലൂടെ നോക്കിയതുകൊണ്ടുവന്ന തകരാറാണ് ഇത്. എന്നിട്ടും ഡെമോക്രിറ്റസിന്റെയും എപ്പിക്യൂറസിന്റെയും സംഭാവനകളാണ് ഗ്രീക്ക് ദർശന ചരിത്രത്തിലേക്കുള്ള താക്കോൽ എന്ന് മാർക്സിന് കാണാൻ കഴിഞ്ഞത് അദ്ദേഹത്തിന്റെ കുശാഗ്രബുദ്ധിയുടെ തെളിവാണ്. ഹെഗലിനുപോലും ആശയവാദത്തിന്റെ അതിപ്രസരം കൊണ്ട് കാണാൻ കഴിയാതിരുന്ന വസ്തുതയാണ് അത്.

ദർശനത്തോട് ഹെഗൽ കൈക്കൊണ്ട സമീപനം ഊഹത്തെയോ വിചാരത്തെയോ അടിസ്ഥാനമാക്കിയുള്ളതായിരുന്നു, അനുഭവത്തെ ആസ്പദിച്ചുള്ളതായിരുന്നില്ല. മാർക്സ് ഗവേഷണ പ്രബന്ധത്തിൽ ഡെമോക്രിറ്റസിന്റെയും എപ്പിക്യൂറസിന്റെയും ദർശനങ്ങളെ വിശകലനം ചെയ്യുന്നതിനിടയിൽ ഹെഗലിന്റെ ഈ സമീപനത്തെ രൂക്ഷമായി വിമർശിച്ചു. ദർശനം സ്വാഭാവികമായി പ്രായോഗിക പ്രവർത്തനമായി മാറും. അതിനാൽ അത് ചിന്തയിൽ മാത്രമായി മുഴുകും എന്നു പറയുന്നത് ശരിയല്ല എന്ന് മാർക്സ് ചൂണ്ടിക്കാണിച്ചു. യാഥാർത്ഥ്യം താനേ യുക്തിസഹമായിത്തീരുന്നില്ല എന്നദ്ദേഹം ഊന്നിപ്പറഞ്ഞു. മനുഷ്യബുദ്ധിക്കേ അതിനെ അങ്ങനെയാക്കിത്തീർക്കാൻ കഴിയൂ, അതിനാൽ ദർശനം യാഥാർത്ഥ്യത്തെ തിരിച്ചറിഞ്ഞാൽ മാത്രം പോരാ, അതിനെ യുക്തിസഹമായി പരിവർത്തനം ചെയ്യേണ്ടതുമുണ്ട്. ദർശനം, അതിന്റെ വളർച്ചയുടെ ഉച്ചകോടിയിൽ യഥാർത്ഥത്തിൽ ഊഹവിരുദ്ധമാണ്. അതാണ് സാമൂഹ്യസൃഷ്ടിപരതയുടെ പിന്നിലെ ചാലകശക്തി. ദാർശനികമായ അന്വേഷണത്തിന് ആദ്യം വേണ്ടത് ധീരവും സ്വതന്ത്രവുമായ മനസ്സാണെന്ന് മാർക്സ് പറയുന്നു. അത് മതത്തിന്റെ നിഷേധമാണ്. വസ്തുക്കളെക്കുറിച്ചുള്ള മതപരമായ വീക്ഷണം അവസാനിക്കുന്നിടത്താണ് ദർശനത്തിന്റെ ആരംഭം. ഭയവും അജ്ഞതയും സൃഷ്ടിക്കുന്ന ബോധത്തിൽനിന്നു മനുഷ്യൻ ഉയരുന്നത് അവിടെവെച്ചാണ്. എപ്പിക്യൂറസ് യഥാർത്ഥ ദർശനത്തിന്റെ

പ്രാരംഭം കുറിക്കുന്നു. അന്ധവിശ്വാസത്തെ തള്ളിക്കളഞ്ഞുകൊണ്ട് യാഥാർത്ഥ്യത്തോട് അത് യുക്തിസഹമായ നിലപാട് കൈക്കൊള്ളുന്നു. അതിനാൽ എപ്പിക്യൂറസ് ഗ്രീക്ക് പ്രബുദ്ധതയുടെ ഏറ്റവും മഹാനായ പ്രതിനിധിയാണ്.

മതത്തിന്റെ നിഷേധത്തിനുള്ള സൈദ്ധാന്തികമായ അടിത്തറയാണ് യുക്തിയെ ആധാരമാക്കിയുള്ള ലോകവീക്ഷണം എന്ന് മാർക്സ് പറയുന്നു. ഓരോ മതവും അത് മാത്രമാണ് ശരിയുള്ള മതം, മറ്റുള്ളവ അന്ധവിശ്വാസങ്ങളിൽ അധിഷ്ഠിതമായവയാണ് എന്ന് വിധിക്കുന്നു. മതത്തിന്റെ അന്തഃസത്ത യുക്തിയില്ലായ്മയാണ് എന്ന് ഇതിൽനിന്ന് കാണാം. അല്ലെങ്കിൽ മതങ്ങൾ തമ്മിൽ ഇത്രമാത്രം അസഹിഷ്ണുത കാണിക്കേണ്ടതില്ല. മാർക്സ് പറയുന്നു:

> ഓരോ പ്രത്യേക അന്യദൈവങ്ങൾക്കുള്ളതാണ് ഓരോ പ്രത്യേക രാജ്യങ്ങൾ. യുക്തിയുടെ രാജ്യം പൊതുവിലുള്ള ദൈവത്തിനുള്ളതാണ്. ആ പ്രദേശത്ത് ദൈവത്തിന് അസ്തിത്വമില്ലാതാവുകയും ചെയ്യുന്നു.

ദൈവത്തിന്റെ അസ്തിത്വത്തിനുള്ള തെളിവുകളെ തള്ളിക്കളയുന്നതിനുള്ള അടിത്തറ, മതത്തിന്റേത് അയുക്തികവും സാധാരണവുമായ ബോധമാണെന്നും മതവും ദർശനവും മൗലികമായി വിപരീതങ്ങളാണെന്നും ധരിക്കലാണ് എന്ന് മാർക്സ് ചൂണ്ടിക്കാട്ടുന്നു.

> ദൈവശാസ്ത്രപരമായ ഈ പ്രകടനങ്ങളെയെല്ലാം ഹെഗൽ തലകീഴാക്കി നിർത്തുന്നു. അതായത്, അവയെ ന്യായീകരിക്കാൻ വേണ്ടി അദ്ദേഹം അവയെ തള്ളിക്കളയുന്നു. യാദൃച്ഛികതയാണ് പ്രപഞ്ചത്തെ ഭരിക്കുന്നത് എന്നു പറഞ്ഞ് 'യാഥാർത്ഥ്യ' (ദൈവ) ത്തിന്റെ കേവലമായ അവശ്യകത തെളിയിക്കാൻ ദൈവശാസ്ത്രജ്ഞന്മാർ ശ്രമിച്ചപ്പോൾ ഹെഗൽ, യാദൃച്ഛികതയല്ല, അവശ്യകതയാണ് പ്രപഞ്ചത്തെ നിയന്ത്രിക്കുന്നത് എന്ന് വാദിച്ച് ദൈവത്തിൽ തന്നെ ചെന്നെത്തി.

"ഈ അർത്ഥത്തിൽ ദൈവത്തിന്റെ അസ്തിത്വത്തെക്കുറിച്ചുള്ള എല്ലാ തെളിവുകളും അവന്റെ അസ്തിത്വമില്ലായ്മ തെളിയിക്കുന്നു. ദൈവത്തെക്കുറിച്ചുള്ള എല്ലാ സങ്കല്പനങ്ങളെയും തള്ളിക്കളയൽ ആണ് അത്." എന്നുവെച്ച് മതത്തിനു ജനങ്ങളുടെമേൽ ഒരു സ്വാധീനവുമില്ലെന്നല്ല മാർക്സ് പറഞ്ഞത്. മറ്റ് യുവഹെഗേലിയന്മാരെപ്പോലെ മതമാണ് മനുഷ്യനെ ഏറ്റവുമധികം അടിമയാക്കുന്ന ശക്തി എന്നദ്ദേഹം വാദിച്ചു.

മതപരമായ ധാരണകളുടെ ഉറവിടം എന്തെന്ന് മാർക്സിനും കൂട്ടർക്കും അന്നറിയാമായിരുന്നില്ല. കപടമായ ബോധം മാത്രമല്ല മതത്തിന്റെ ഉറവിടം എന്നുമാത്രമേ മാർക്സിനു അന്ന് അറിയാമായിരുന്നുള്ളൂ. ദൈവ

ത്തിന്റെ അസ്തിത്വത്തെക്കുറിച്ച് അദ്ദേഹം ഇങ്ങനെ പറഞ്ഞു: "പ്രകൃതിയെ മോശമായി സംഘടിപ്പിച്ചിരിക്കുന്നതുകൊണ്ട് ദൈവത്തിനു അസ്തിത്വമുണ്ട്." "ചിന്തയൊന്നും ഇല്ലാത്തതുകൊണ്ട് ദൈവമുണ്ട്." ആർക്ക് ലോകം യുക്തിരഹിതമായി തോന്നുന്നുവോ, അതിനാൽ ആർക്ക് സ്വയം യുക്തിയില്ലയോ, അയാൾക്ക് ദൈവം ഉണ്ട് എന്നല്ലേ ഇതിനർത്ഥം. വേറൊരു തരത്തിൽ പറഞ്ഞാൽ, യുക്തിരാഹിത്യം ആണ് മതത്തിന്റെ അസ്തിത്വത്തിനു നിദാനം.

ഗവേഷണപ്രബന്ധത്തിന്റെ മുഖവുരയിൽ മാർക്സ് പറഞ്ഞു:

> ദൈവത്തിന്റെ ദാസനാകുന്നതിനേക്കാൾ പാറക്കല്ലിന്റെ ഭൃത്യനാകുന്നതാണ് തനിക്കിഷ്ടം എന്നു പറഞ്ഞ പ്രൊമിത്യൂസിനെയാണ് ദാർശനിക നാൾവഴിയിലെ ഏറ്റവും പ്രഖ്യാതമുനിയും രക്തസാക്ഷിയുമായി കാണുന്നത്.
>
> മാർക്സിന്റെ സ്വേച്ഛാധിപത്യത്തോടും അടിച്ചമർത്തലിനോടും ഉള്ള എതിർപ്പിന്റെയും സ്വാതന്ത്ര്യത്തെക്കുറിച്ചുള്ള മതിപ്പിന്റെയും സാക്ഷ്യപത്രമാണ് ഈ വരികൾ.

2

പൊതുപ്രവർത്തനത്തിന്റെ തുടക്കം

ഡോക്ടർ ബിരുദം നേടിയശേഷം മാർക്സ് അദ്ധ്യാപകവൃത്തിയിൽ ഏർപ്പെടാനാണ് ആഗ്രഹിച്ചിരുന്നത്. ഗവേഷണ പഠനങ്ങളിലും പൊതുപ്രവർത്തനത്തിലും ഏർപ്പെടണമെന്ന് അദ്ദേഹത്തിന് ആഗ്രഹമുണ്ടായിരുന്നതായി സുഹൃത്തുക്കളുടെ കത്തുകളിൽ സൂചനയുണ്ട്. അതിന് സർവ്വകലാശാലയിലെ അദ്ധ്യാപകവൃത്തി തടസ്സമായിത്തീരുമോ എന്ന ഉൽക്കണ്ഠയും അദ്ദേഹത്തിനുണ്ടായിരുന്നു. അതേസമയം ബ്രൂണോ ബാവർ, മോസസ് ഹെസ്സ് എന്നീ സർവ്വകലാശാലാ അദ്ധ്യാപകരായ യുവ ഹെഗേലിയന്മാർ മാർക്സിനെ അദ്ധ്യാപകനാകാൻ പ്രേരിപ്പിച്ചു. താൻ ജോലി ചെയ്യുന്ന ബോൺ സർവ്വകലാശാലയിലേക്ക് ബാവർ മാർക്സിനെ ക്ഷണിച്ചു. മതത്തിനും ദൈവശാസ്ത്രജ്ഞർക്കുമെതിരായ പോരാട്ടത്തിൽ തനിക്ക് കരുത്തനായ ഒരു കൂട്ടാളിയെ കിട്ടുമല്ലോ എന്നായിരുന്നു ബാവറിന്റെ കണക്കുകൂട്ടൽ. പൊതുപ്രവർത്തനത്തിൽ ഏർപ്പെടുന്നതിനുള്ള മാർക്സിന്റെ ആഗ്രഹത്തെ ബാവർ നിരുത്സാഹപ്പെടുത്തി. അത് വങ്കത്തമായിരിക്കും എന്നദ്ദേഹം മാർക്സിന് എഴുതി.

1842 ആദ്യം ബാവർ ബോൺ സർവ്വകലാശാലയിൽനിന്ന് പിരിച്ചുവിടപ്പെട്ടു. മേധാവിത്വം വഹിച്ചിരുന്ന മതപരവും രാഷ്ട്രീയവുമായ ആശയഗതികൾക്കെതിരെ സമരം ചെയ്യുന്നവർക്ക് അന്ന് ഒരു ജർമ്മൻ സർവ്വകലാശാലയിലും ജോലി ചെയ്യാനാവില്ലെന്ന് വ്യക്തമായി. അതോടെ മാർക്സ് അദ്ധ്യാപകവൃത്തിയിൽ ഏർപ്പെടുക എന്ന ആശയം കൈവെടിഞ്ഞ് പൊതുപ്രവർത്തനത്തിൽ മുഴുകി.

സർവ്വകലാശാലയിൽ പ്രഭാഷണം ചെയ്യാൻവേണ്ടി അരിസ്റ്റോട്ടിൽ, സ്പിനോസ, ഹ്യൂം മുതലായ ദാർശനികരുടെ ഗ്രന്ഥങ്ങൾ മാർക്സ് ഇക്കാലത്ത് സവിസ്തരം പഠിച്ചിരുന്നു എന്നതിന് സൂചനകളുണ്ട്. അദ്ധ്യാപ

കവൃത്തിയിൽ ചേരുന്നില്ലെന്ന് തീരുമാനിച്ചതോടെ മാർക്സ് പത്രപ്രവർത്തനത്തിലേക്ക് ശ്രദ്ധ തിരിച്ചു. *റൈനിഷ്ത് സൈതൂങ്ങിൽ* രാഷ്ട്രീയ-വ്യാപാര-വ്യവസായ കാര്യങ്ങളെക്കുറിച്ച് ലേഖനങ്ങൾ എഴുതാൻ തുടങ്ങി. അഞ്ചാറുമാസങ്ങൾക്കകം, 1842 ഒക്ടോബറിൽ, അതിന്റെ പ്രധാന പത്രാധിപരായി നിയമിക്കപ്പെട്ടു. പിന്നീട് ഏതാണ്ട് അഞ്ച് മാസമേ ആ പത്രം പുറത്തുവന്നുള്ളൂ. 1843 മാർച്ച് 31 ന് പ്രഷ്യൻ ഗവൺമെന്റ് അതിന്റെ പ്രസാധനം തടഞ്ഞു. അതോടെ മാർക്സിന്റെ പത്രാധിപത്യവും അവസാനിച്ചു. എന്നാൽ, ഈ അഞ്ചു മാസക്കാലം മാർക്സിന്റെ ആശയഗതിയിൽ വലിയ മാറ്റങ്ങൾക്ക് സാക്ഷ്യം വഹിച്ചു.

അതിലേക്ക് കടക്കുംമുമ്പ് മാർക്സിന്റെ ആദ്യത്തെ രാഷ്ട്രീയ ലേഖനം പരാമർശിക്കേണ്ടതുണ്ട്. പ്രഷ്യയിലെ സെൻസർഷിപ്പിനെ കുറിച്ചായിരുന്നു ആ ലേഖനം. ഫ്രെഡറിക് വില്യം 4-ാമന്റെ ഭരണം 1841 ൽ ഏർപ്പെടുത്തിയതായിരുന്നു ആ സെൻസർഷിപ്പ്. സാഹിത്യത്തെ 'തഴച്ചുവളർത്തുക' ആയിരുന്നുവത്രേ അതിന്റെ ലക്ഷ്യം. "ഗൗരവപൂർവ്വവും വിനയപൂർവ്വവുമായ സത്യാന്വേഷണത്തെ തടയുകയോ എഴുത്തുകാരുടെമേൽ അമിതമായ നിയന്ത്രണം ഏർപ്പെടുത്തുകയോ പുസ്തക വ്യവസായത്തിന്റെ സ്വതന്ത്രമായ പ്രവർത്തനത്തെ തടസ്സപ്പെടുത്തുകയോ ചെയ്യരുത്" എന്ന് അതിൽ പറഞ്ഞിട്ടുണ്ട്. ജർമ്മനിയിലെ ഉല്പതിഷ്ണുക്കളായ പൊതുപ്രവർത്തകർ പലരും ഇതിനെ സ്വാഗതം ചെയ്തു. രാജവാഴ്ചയുടെ പുരോഗമന നടപടിയായി അതിനെ വാഴ്ത്തി. ആ പശ്ചാത്തലത്തിലാണ് മാർക്സിന്റെ ലേഖനം റുഗെ സ്വിറ്റ്സർലണ്ടിൽനിന്ന് പ്രസിദ്ധീകരിച്ചതും ജർമ്മനിയിൽ പ്രസിദ്ധീകരണം നിരോധിക്കപ്പെട്ടതുമായ ഒരു ലേഖനസമാഹാരത്തിൽ വെളിച്ചം കണ്ടത്. മാർക്സിന്റെ ആശയപരമായ വളർച്ചയിലെ മറ്റൊരു നാഴികക്കല്ലായിരുന്നു അത്.

എഴുത്തുകാരൻ വിനയാന്വിതനായിരിക്കണമെന്ന രാജവാഴ്ചയുടെ പുരോഗമന നിർദ്ദേശത്തെ മാർക്സ് ചോദ്യം ചെയ്തു.

> മനസ്സിന്റെ സാർവ്വത്രികമായ വിനയമാണ് യുക്തി. ചിന്തയുടെ സാർവ്വത്രികമായ ഉദാരത ആണത്. ഇത് ഓരോ വസ്തുവിനോടും പ്രതികരിക്കുന്നത് അതിന്റെ മൗലിക സ്വഭാവമനുസരിച്ചാണ്. ഇതല്ല രാജവാഴ്ച അനുശാസിച്ചത്, സത്യത്തോട് പുറംതിരിഞ്ഞു നില്ക്കാനാണ്, അസത്യത്തോട് വിനയം കാണിക്കാനാണ്. പ്രഷ്യയിൽ നിലവിലുള്ള വ്യവസ്ഥയോടും അതിന് പരിശുദ്ധി കല്പിക്കുന്ന മതത്തോടും വിമർശനാത്മകമായ നിലപാട് കൈക്കൊള്ളരുതെന്നാണ്.

സെൻസർഷിപ്പ് നിയമത്തിലെ പ്രസ്താവനകളെ സ്വതന്ത്രമായ ചിന്തകളെ തളച്ചിടുന്നതിന് എതിരായതും സത്യത്തെ മാത്രം അഭിലഷിക്കുന്നതുമായ യുക്തിവാദ പ്രസ്ഥാനത്തോട് മാർക്സ് തട്ടിച്ചുനോക്കുന്നു. ഫലം മാത്രമല്ല, അതിലേക്കുള്ള മാർഗ്ഗവും സത്യത്തിൽ ഉൾപ്പെ

ടുന്നു. സത്യാന്വേഷണം തന്നെ സത്യമായിരിക്കണം. സത്യാന്വേഷണം വികസിപ്പിച്ചെടുത്ത സത്യമാണ്; ഇതിന്റെ ചിതറിക്കിടക്കുന്ന അംശങ്ങളെ ഫലത്തിൽ ഒന്നിച്ചുകൊണ്ടുവരുന്നു.

"ക്രിസ്തുമതത്തിനെതിരായി പൊതുവിലോ, അല്ലെങ്കിൽ ഏതെങ്കിലും വിശ്വാസപ്രമാണത്തിനെതിരായോ, ബാലിശമോ ശത്രുതാപരമോ ആയി" എഴുതുന്നതിനെ സെൻസർഷിപ്പ് നിയമം നിരോധിച്ചു. ഇതിനെ പരാമർശിക്കവേ മാർക്സ് മതത്തിന്റെ സത്ത എന്തെന്ന് വ്യക്തമാക്കുന്നു.

> മതത്തിന്റെ സൃഷ്ടിപരമായ ഉള്ളടക്കത്തിൽനിന്നും സവിശേഷതകളിൽനിന്നും അതിന്റെ പൊതുതത്ത്വങ്ങളെ വേർതിരിക്കുന്നത് അതിനെതിരാണ്. കാരണം, ഓരോ മതവും ഇനിയുണ്ടാകാൻ പോകുന്ന എല്ലാ മതങ്ങളിൽനിന്നും വിഭിന്നമാണെന്നും അതിന്റെ പ്രത്യേക സ്വഭാവംമൂലം അതിന്റെ സവിശേഷത അതിനെ യാഥാർത്ഥമതമാക്കുന്നു എന്നും വിശ്വസിക്കുന്നു.

ഇവിടെ മതത്തോടുള്ള മാർക്സിന്റെയും ഫൊയർബാഹിന്റെയും സമീപനങ്ങൾ തമ്മിലുള്ള വ്യത്യാസം നാമ്പെടുക്കുന്നതു കാണാം. വികാരമാണ് മതത്തിന്റെ സത്ത എന്നാണ് ഫൊയർബാഹ് ധരിച്ചത്. അതുപ്രകാരം ഉള്ളടക്കത്തിന്റെ കാര്യത്തിൽ മതങ്ങൾ തമ്മിലുള്ള അന്തരം അപ്രധാനമാണ്. എന്നാൽ, ഓരോ മതത്തിനും വിഭിന്നമായ അടിസ്ഥാനപ്രമാണങ്ങളുണ്ട്. അവയാണ് അതിന്റെ രൂപവും ഭാവവും നിർണ്ണയിക്കുന്നത്. മതങ്ങളിൽ അന്തർലീനമായ വൈരുദ്ധ്യങ്ങളുടെ ബഹിർപ്രകടനങ്ങളാണ് അവ തമ്മിലുള്ള വൈരുദ്ധ്യങ്ങൾ. സെൻസർഷിപ്പിനെക്കുറിച്ചുള്ള ലേഖനത്തിൽ മാർക്സ് കൈക്കൊണ്ട ഈ നിലപാട് ദൈവമില്ലാത്തതും 'യുക്തിപരവും' ആയ മതം എന്ന ഫൊയർബാഹിന്റെ ആശയത്തെ തള്ളിക്കളയുന്നു (മതത്തെക്കുറിച്ചുള്ള ഈ വീക്ഷണം മാർക്സ് വൈരുദ്ധ്യാത്മകഭൗതികവാദം ആവിഷ്കരിക്കുന്നതുവരെ നിലനില്ക്കുന്നു).

എന്തുകൊണ്ടാണ് പ്രഷ്യൻ ഭരണകൂടം മതത്തിനെതിരായ വിമർശനം നിരോധിച്ചത് എന്ന് മാർക്സ് വ്യക്തമാക്കുന്നു. മതം നിലവിലിരിക്കുന്ന വ്യവസ്ഥയ്ക്ക് അംഗീകാരം നല്കുന്നു. അതുകൊണ്ടാണ് ഭരണാധികാരികൾ ഭരണകൂടത്തെ യുക്തിക്കുപകരം വിശ്വാസത്തിന്മേൽ പടുത്തുയർത്തുന്നത്. ഭരണകൂടം സമൂഹജീവിതത്തിന്റെ യുക്തിസഹമായ സംഘാടനമാണ് എന്ന് മാർക്സ് വാദിക്കുന്നു. മതം യുക്തിയില്ലാത്ത സംഘാടനവും. അതുകൊണ്ട് മതവും ഭരണകൂടവും പരസ്പരം പൊരുത്തപ്പെടുന്നില്ല. അതിനാൽ ക്രിസ്ത്യൻ (പൊതുവെ മതാധിഷ്ഠിത) ഭരണകൂടം എന്ന ആശയംതന്നെ അസംബന്ധമാണ്. മതത്തെ ഭരണകൂടം ന്യായീകരിക്കുന്നത് ഭരണകൂടവിരുദ്ധ നടപടിയുമാണ്. ഭരണകൂടത്തിന്റെ യുക്തിയുക്തത സമൂഹത്തിലെ അംഗങ്ങളുടെ യുക്തിബോധത്തെ ആശ്രയിച്ചിരിക്കുന്നു എന്ന മാർക്സിന്റെ വീക്ഷണം അദ്ദേഹവും യുവഹെഗേ

ലിയന്മാരും തമ്മിൽ പിന്നീട് വളർന്നുവരുന്ന അഭിപ്രായ ഭിന്നതയുടെ തിരനോട്ടമാണ്. മതത്തെക്കുറിച്ചുള്ള ഫൊയർബാഹിന്റെ വീക്ഷണവും മാർക്സിസ്റ്റ് വീക്ഷണവും തമ്മിൽ അകലുന്നതിന്റെ ഉത്ഭവവും ഇവിടെ നിന്നാണ്.

ഭരണകൂടവും മതവും തമ്മിലുണ്ടായിരിക്കേണ്ട ബന്ധത്തെക്കുറിച്ച് ബൂർഷ്വാ ജനാധിപത്യവാദികൾ ഫ്രഞ്ച് വിപ്ലവത്തിന്റെ അവസരത്തിലും പിന്നീടും ഉയർത്തിയ ആശയങ്ങളെ കുറെക്കൂടി സംമ്പുഷ്ടമാക്കുകയാണ് മാർക്സ് ഇവിടെ ചെയ്യുന്നത്. ജനാധിപത്യവാദികൾക്ക് അതൊരു വഴികാട്ടിയാണ്. പിന്തിരിപ്പന്മാർ ഇന്നും ഈ ആശയത്തെ എതിർക്കുന്നത് നാം കേരളത്തിൽത്തന്നെ കാണുന്നുണ്ടല്ലോ.

പത്രങ്ങളെ ശല്യപ്പെടുത്തുന്നത് സെൻസർഷിപ്പ് നിയമം നടപ്പാക്കുന്നതിലുള്ള തകരാറുകൊണ്ടാണെന്ന വാദത്തെ മാർക്സ് ഖണ്ഡിക്കുന്നു. സെൻസർമാരുടെ അശ്രദ്ധകൊണ്ടാണ് അതെന്ന വാദത്തെ ഒരു സ്ഥാപനത്തിന്റെ തകരാറിനെ ചില വ്യക്തികളുടെ തലയിൽ കെട്ടിവയ്ക്കാനുള്ള ശ്രമമാണെന്ന് പറഞ്ഞ് മാർക്സ് തള്ളിക്കളയുന്നു. വിട്ടുവീഴ്ച ചെയ്യേണ്ടിവന്നാൽ വ്യക്തികളെ ബലികഴിച്ച് സ്ഥാപനങ്ങളെ നിലനിർത്തുന്നത് കപടഉല്പതിഷ്ണുക്കളുടെ ശീലമാണെന്ന് അദ്ദേഹം ഊന്നിപ്പറയുന്നു. ഇതുകൊണ്ടൊന്നും സെൻസർഷിപ്പിൽ അടങ്ങിയിരിക്കുന്ന തകരാറ് മാറ്റാനും കഴിയില്ല. ജർമ്മനിയിലെ പല ഉല്പതിഷ്ണുക്കളും സെൻസർഷിപ്പിനെ പുരോഗമനപരമായ കാൽവെപ്പായി ചിത്രീകരിച്ചു.

ഇതുരണ്ടും—സ്ഥാപനങ്ങൾക്കുവേണ്ടി വ്യക്തികളെ ബലികഴിക്കലും അറു പിന്തിരിപ്പൻ നടപടികളെ പുരോഗമനപരമായി ചില ഉല്പതിഷ്ണുക്കൾ വാഴ്ത്തിപ്പറയലും—നമ്മുടെ നാട്ടിൽ ഇന്നും സാധാരണമാണ്. അവയോട് ഒരു മാർക്സിസ്റ്റിന്റെ നിലപാട് എന്തായിരിക്കണമെന്ന് മാർക്സിന്റെ ലേഖനത്തിൽനിന്നു വ്യക്തമാണ്. യഥാർത്ഥ പുരോഗമനവാദി സെൻസർഷിപ്പിനെ എങ്ങനെ വീക്ഷിക്കണമെന്ന് മാർക്സ് പറയുന്നു. “സെൻസർഷിപ്പിനുള്ള ശരിക്കും മൗലികമായ പ്രതിവിധി അത് റദ്ദാക്കുകയായിരിക്കും. കാരണം, ആ സ്ഥാപനംതന്നെ ചീത്തയാണ്. സ്ഥാപനങ്ങളാണെങ്കിൽ ജനങ്ങളെക്കാൾ കൂടുതൽ ശക്തവുമാണ്.” മാർക്സിസത്തിന്റെ ഒരു മൗലികാശയത്തിന്റെ പരുക്കൻ രൂപം ഈ വരികളിൽ തെളിഞ്ഞു കാണാം. തങ്ങളുടെ ജീവിതത്തെ നിർണ്ണയിക്കുകയും അതിന്റെമേൽ ആധിപത്യം വഹിക്കുകയും ചെയ്യുന്ന പരിതഃസ്ഥിതികളെ സൃഷ്ടിക്കുന്നത് മനുഷ്യർതന്നെയാണ്. ഇതാണ് ആ ആശയം. അത് ഹെഗലിന്റെ ആശയഗതിയിൽനിന്ന് തികച്ചും ഭിന്നമാണ്. ഹെഗലിൽനിന്നുള്ള മാർക്സിന്റെ വേർതിരിഞ്ഞു പോക്ക് ഇവിടെനിന്നങ്ങോട്ടുള്ള ഓരോ ലേഖനത്തിലും അവിടവിടെയായി തിരനോട്ടം നടത്തുന്നു.

പ്രസിദ്ധീകരിക്കപ്പെട്ട ഒന്നാമത്തെ ലേഖനത്തിൽതന്നെ മാർക്സ് തന്റെ തനിമ കാണിച്ചു. സെൻസർഷിപ്പിനെതിരായ ഒരു ലേഖനം മാത്ര

മായിരുന്നില്ല അത്. രൂപവും ഭാവവും തമ്മിലുള്ള വൈരുദ്ധ്യത്തെ കുറിച്ചുള്ള വിമർശനാത്മകവും വൈരുദ്ധ്യാത്മകവുമായ വിശകലനതിനു നല്ലൊരു മാതൃകയാണത്. അതോടൊപ്പം മതം, ഭരണകൂടം തുടങ്ങിയവയെ കുറിച്ചുള്ള പുതിയൊരു ചിന്തയ്ക്ക് അത് തുടക്കമിടുകയും ചെയ്തു.

നാടുവാഴിത്തത്തിന്റെ രാഷ്ട്രീയ മേധാവിത്വത്തെ പഴയ ചില നല്ല ആചാരങ്ങളെക്കൊണ്ട് മറച്ചുപിടിക്കാനുള്ള പിന്തിരിപ്പൻ കാല്പനികവാദത്തെയും മാർക്സ് ലേഖനത്തിൽ വിമർശിക്കുന്നുണ്ട്. മാർക്സിസ്റ്റ് ദർശനത്തിന് രൂപം നല്കുന്നതിൽ രാഷ്ട്രീയ കാല്പനികവാദത്തെ കുറിച്ചുള്ള ഈ വിമർശനത്തിന് എടുത്തുപറയത്തക്ക പ്രാധാന്യമുണ്ട്. പിന്നീട് നിയമത്തെയും കപടസോഷ്യലിസത്തെയുംകുറിച്ചുള്ള തന്റെ വിമർശനങ്ങളിൽ മാർക്സ് ഇതിൽ ആവിഷ്കരിച്ച വീക്ഷണം വികസിപ്പിക്കുകയും ചെയ്യുന്നു.

എംഗൽസ്

യുവത്വത്തിലേക്ക് കാലൂന്നിയ എംഗൽസ് എങ്ങനെയാണ് തന്റെ കുടുംബത്തിലെയും ചുറ്റുപാടിലെയും മതാധിഷ്ഠിത പിന്തിരിപ്പൻ വീക്ഷണങ്ങൾ വെടിയാനും വിപ്ലവ ജനാധിപത്യാശയങ്ങൾ ഉൾക്കൊള്ളാനും തുടങ്ങിയതെന്ന് ഇതിനുമുമ്പ് ചൂണ്ടിക്കാണിക്കുകയുണ്ടായല്ലോ. മതത്തിനെതിരായ ആശയസമരത്തിലൂടെയും തൊഴിലാളികളുടെ ദുരിതമയമായ ജീവിതത്തെക്കുറിച്ചുള്ള സൂക്ഷ്മനിരീക്ഷണത്തിലൂടെയും എംഗൽസ് യുവഹെഗേലിയന്മാരുടെ ആരാധകനും ആശയഗതിക്കാരനും ആയി മാറി.

എംഗൽസ് ദർശനത്തിൽ മാർക്സിനോളം വൈഭവം കാണിച്ചിരുന്നില്ല; അദ്ദേഹത്തിന്റെ അത്രതന്നെ താല്പര്യവും ഉണ്ടായിരുന്നില്ല. പലതിനോടൊപ്പം അതിലും കൈവച്ചു എന്നേയുള്ളു. അതിനർത്ഥം എംഗൽസ് ചില്ലറക്കാരനായിരുന്നു എന്നല്ല, മാർക്സ് ആദ്യം മുതൽക്കേ പ്രകടിപ്പിച്ച അസാമാന്യ പ്രതിഭാ ദർശനത്തിന്റെ കാര്യത്തിൽ എംഗൽസിനു ഉണ്ടായിരുന്നില്ല. അതേസമയം ജർമ്മൻസമൂഹം വമ്പിച്ചൊരു മാറ്റത്തിന്റെ വക്കത്തെത്തിയിരിക്കുകയാണെന്ന് ആ ഇരുപതുകാരൻ മനസ്സിലാക്കിക്കഴിഞ്ഞിരുന്നു. അത്രത്തോളം ക്രാന്തദർശിത്വം അതിനകം എംഗൽസ് ആർജ്ജിച്ചുകഴിഞ്ഞിരുന്നു. ഹെഗലിന്റെ ശിഷ്യന്മാരായ സ്ത്രൗസും ഗാൻസും റൂഗെയും രാഷ്ട്രീയ വിശകലനത്തിനും മതവിശകലനത്തിനും അദ്ദേഹത്തിന്റെ ആശയങ്ങളെ ഉപയോഗിക്കാൻ തുടങ്ങിയപ്പോൾ ഹെഗലിന്റെ ദർശനത്തെ ജർമ്മനിയിലെ നിലവിലുള്ള വ്യവസ്ഥയെ അരക്കിട്ടുറപ്പിക്കാൻ ഉപയോഗിക്കുക എന്ന പിന്തിരിപ്പന്മാരുടെ ഉദ്ദേശ്യം നടക്കാതെയായി. മറിച്ച്, അതിനെതിരായ ആക്രമണത്തിന്റെ ഉപകരണമായി അത് മാറി. അതിനെ ഉപയോഗിക്കുന്നവരിൽ ഏതാനും വർഷങ്ങൾക്കകം എംഗൽസ് ഒരു മുൻപന്തിക്കാരനായി മാറി.

ഇത് എന്തുകൊണ്ട് എന്ന് എംഗൽസിന് അന്ന് മനസ്സിലാക്കാൻ കഴിഞ്ഞിരുന്നില്ല. കാരണം ഹെഗലിന്റെ ദർശനത്തിന്റെ ആണിക്കല്ലായ ആശയവാദത്തിന്റെ ആരാധകനായിരുന്നു അന്ന് എംഗൽസ്. അതുകൊണ്ട് ഹെഗലിന്റെ ദർശനത്തെ ആയുധമാക്കി യുവഹെഗേലിയന്മാരും ഭരണകൂടത്തിന്റെ പിന്തുണയോടെ യാഥാസ്ഥിതികരും തമ്മിൽ നടന്ന ഏറ്റുമുട്ടലിനെ വർഗ്ഗങ്ങൾ തമ്മിലുള്ള ഏറ്റുമുട്ടലായിട്ടല്ല, തലമുറകൾ തമ്മിലുള്ള സംഘട്ടനമായിട്ടാണ് എംഗൽസ് അന്നു കണ്ടത്. യുവാക്കൾ പുതിയ ആശയങ്ങൾ സ്വാംശീകരിച്ചു വളരുന്നു. രാജ്യത്തിലെ ഭാവി അവരെ ആശ്രയിച്ചിരിക്കുന്നു. കാരണം, അവർക്കു മാത്രമാണ് ആ ആശയങ്ങളിൽനിന്നു ആവേശംകൊണ്ട് യുവസഹജമായ ഉത്സാഹത്തോടെ ആഴമേറിവരുന്ന വൈരുദ്ധ്യങ്ങൾ പരിഹരിക്കാൻ കഴിവുള്ളത്. ദാർശനികമായ നൂലാമാലകളിലും അമൂർത്തതയുടെ കൊടുമുടികളിലും കുടുങ്ങിക്കിടക്കാതെ സത്യമെന്ന സൂര്യനു നേരെ കഴുകനെപ്പോലെ പറന്നു ചെല്ലുകയാണ് വേണ്ടത്. 'ഹെഗലിന്റെ സ്കൂളിൽ' പഠിച്ചതുകൊണ്ട് യുവാക്കൾ അതിനു കഴിവു നേടിയിട്ടുമുണ്ട്—ഇങ്ങനെ പോയി അന്നത്തെ എംഗൽസിന്റെ യുവാക്കളെക്കുറിച്ചുള്ള പ്രതീക്ഷകൾ.

ഇതിലും "നമ്മുടെ പിതൃഭൂമി വിഭജിക്കപ്പെട്ടിരിക്കുന്ന കാലത്തോളം നമ്മൾ രാഷ്ട്രീയമായി ശൂന്യരായിരിക്കും. പൊതുജീവിതം, വളർച്ച പ്രാപിച്ച ഭരണഘടനാപരത, പത്രസ്വാതന്ത്ര്യം എന്നിങ്ങനെ നാം ആവശ്യപ്പെടുന്നതെല്ലാം വെറും മോഹങ്ങളായി കിടക്കും" എന്ന് എഴുതിയതിലും എംഗൽസിന്റെ അക്കാലത്തെ ചിന്താഗതി തെളിഞ്ഞു കാണാം. അന്നത്തെ ജർമ്മൻ ഉല്പതിഷ്ണുക്കൾ ഉന്നയിച്ചിരുന്ന തെക്കൻ ജർമ്മൻ ദേശീയത, സാർവ്വജനീനത എന്നിവ പോലുള്ള ആശയങ്ങൾക്കെതിരായിരുന്നു എംഗൽസ്. തെക്കൻ ജർമ്മൻ ദേശീയത ജർമ്മനിയെ ഇരുണ്ട മദ്ധ്യശതകങ്ങളിലേക്ക് തള്ളിയിടും എന്നതായിരുന്നു എംഗൽസിന്റെ ഭയം. സാർവ്വജനീനത ദേശീയമായ സവിശേഷതകളെ അവഗണിക്കുന്നു, ജർമ്മൻ ദേശീയതയുടെ ഏകീകരണം എന്ന കടമയുടെ പ്രാധാന്യം കാണുന്നുമില്ല എന്നായിരുന്നു അദ്ദേഹത്തിന്റെ ധാരണ. ജർമ്മനിയെ ഏകീകരിച്ച് ഒരു ജനാധിപത്യ രാഷ്ട്രമാക്കുന്നതിനായിരുന്നു അന്ന് എംഗൽസ് പ്രാധാന്യം കല്പിച്ചത്.

അന്നത്തെ പ്രസിദ്ധ രാജപക്ഷ ദാർശനികനായിരുന്ന ഷെല്ലിങ് ഹെഗലിന്റെ ദർശനത്തിനു നേരെ നടത്തിയ ആക്രമണത്തിന് മറുപടിയായി എഫ് ഓസ്വാൾഡ് എന്ന തൂലികാനാമത്തിൽ ഒരു ലേഖന പരമ്പര എംഗൽസ് എഴുതിയത് 21-ാം വയസ്സിലാണ്. ഷെല്ലിങ് ഭരണകൂടത്തിന്റെ പെരുമ്പറയടിയോടെ ബർലിൻ സർവ്വകലാശാലയിൽ നടത്തിയ പ്രസംഗ പരമ്പരയേക്കാൾ വലിയ സംഭവമായിരുന്നു ഈ ലേഖന പരമ്പരയുടെ പ്രസിദ്ധീകരണം. ജനാധിപത്യപ്രസ്ഥാനത്തിലെ ഏതോ പ്രഗത്ഭ നേതാവാണ് അത് എഴുതിയത് എന്നായിരുന്നു പൊതുവെ എല്ലാവരും ധരിച്ചത്.

തങ്ങളുടെ വൈജ്ഞാനിക-പൊതുജീവിതത്തിന്റെ ആരംഭത്തിൽ ത്തന്നെ, മാർക്സും എംഗൽസും അന്നത്തെ പുരോഗമന പ്രസ്ഥാനമായ യുവഹെഗേലിയന്മാരുടെ മുൻപന്തിയിലായിരുന്നു. അതിനു തെളിവാണ് ഇതേവരെ പരാമർശിക്കപ്പെട്ട മാർക്സിന്റെയും എംഗൽസിന്റെയും കൃതി കളും പ്രവർത്തനവും.

ഒരുകാര്യം ഇവിടെ എടുത്തുപറയേണ്ടതുണ്ട്. രണ്ടുപേരും ഉയർന്ന ഇടത്തരം കുടുംബങ്ങളിൽപ്പെട്ടവരായിരുന്നു എങ്കിലും ഭരണപക്ഷത്തി ന്റെയോ നിക്ഷിപ്ത താല്പര്യക്കാരുടെയോ രക്ഷാധികാരിത്വം അവർക്കു ണ്ടായില്ല. നമ്മുടെ സമകാലിക രാഷ്ട്രീയത്തിൽ ആശയപരമായോ സംഘാടനത്തിന്റെ കാര്യത്തിലോ എടുത്തുപറയത്തക്ക യാതൊരു കഴിവും പ്രദർശിപ്പിക്കാതെ ചില നിക്ഷിപ്ത താല്പര്യക്കാരുടെയും ഭര ണമാധ്യമങ്ങളുടെയും കൊമ്പുവിളികൊണ്ടുമാത്രം നന്നെ ചെറുപ്പത്തിൽ നേതാക്കളായി തീർന്നവരുടെ കഥ ഓർത്തുപോകുന്നു. ആ പശ്ചാത്ത ലത്തിൽ നോക്കുമ്പോഴാണ് അങ്ങനെ യാതൊരു പിൻബലവും ഇല്ലാതെ നവയൗവനത്തിൽത്തന്നെ പ്രശസ്തിയുടെ കൊടുമുടിയിൽ എത്തിയ മാർക്സിന്റെയും എംഗൽസിന്റെയും മഹനീയതയുടെ ഗാംഭീര്യം ബോദ്ധ്യപ്പെടുക.

3

പത്രാധിപർ

മാർക്സ് ആറുമാസക്കാലം *റൈനിഷ്ത് സൈതൂങ്ങി*ന്റെ പത്രാധിപരായ കാര്യം നേരത്തെ സൂചിപ്പിച്ചല്ലോ. റൈൻലാൻഡിലെ സമ്പന്നരായ മുതലാളിമാർ ഒരു ജോയിന്റ് സ്റ്റോക് കമ്പനിയായി 1841 ജനുവരിയിൽ 400 വരിക്കാരുമായി ആരംഭിച്ചതായിരുന്നു ആ പത്രം. ഭരണത്തിൽ സ്വാധീനം ചെലുത്താൻ പൊതുജനാഭിപ്രായത്തിന് തങ്ങളുടെ താല്പര്യത്തിനൊത്തവിധം രൂപം നല്കുക എന്ന മുതലാളിവർഗ്ഗത്തിനു സഹജമായ ലക്ഷ്യത്തോടെ ആരംഭിച്ചതായിരുന്നു അത്. ഏറ്റവും നല്ല എഴുത്തുകാരെ ലഭിക്കാൻ വേണ്ടിയുള്ള അവരുടെ തെരച്ചിൽ ചെന്നുമുട്ടിയത് യുവഹെഗേലിയന്മാരിലാണ്.

മാർക്സ് അതിൽ എഴുതിത്തുടങ്ങിയത് 1842 മേയിലാണ്. റൈൻ പ്രവിശ്യയിലെ നിയമസഭാനടപടികളെക്കുറിച്ചുള്ള പരമ്പരയാണ് മാർക്സ് ആദ്യം എഴുതിയത്. അതേവരെ ഇല്ലാതിരുന്ന ജിജ്ഞാസ വായനക്കാരിൽ ഈ പരമ്പര ഉണർത്തി. രണ്ടുമൂന്നുമാസം കഴിഞ്ഞപ്പോഴേയ്ക്കും മാർക്സ് ലേഖനമെഴുതാൻ മാത്രമല്ല, പത്രത്തിന്റെ നയം തീരുമാനിക്കാനും തുടങ്ങി. ഒക്ടോബറിൽ പത്രാധിപത്യം ഏറ്റെടുത്തതോടുകൂടി നയരൂപീകരണം മുഴുവൻ മാർക്സിന്റെ ചുമതലയിലായി.

മാർക്സിന്റെ പ്രായോഗിക പ്രവർത്തനത്തിലെ ആദ്യാനുഭവമാണ് *റൈനിഷ്ത് സൈത്തൂങ്ങി*ന്റെ പത്രാധിപത്യം. പാണ്ഡിത്യവും പൊതുപ്രശ്നങ്ങളെ കൈകാര്യം ചെയ്യാനുള്ള കഴിവും മാത്രമല്ല, ഉയർന്ന സംഘാടന സാമർത്ഥ്യവും കാണിക്കേണ്ട ഒരു ജോലിയായിരുന്നു അത്. പത്രാധിപരെന്ന നിലയ്ക്ക് കൈകാര്യം ചെയ്യേണ്ടിവന്ന പ്രശ്നങ്ങൾ മൂലമാണ് മാർക്സ് അർത്ഥശാസ്ത്രം ഗൗരവമായി പഠിക്കാൻ തുടങ്ങിയത്. അങ്ങനെയാണ് സാമ്പത്തികാടിത്തറയാണ് മനുഷ്യസമൂഹത്തിൽ വരുന്ന

മാറ്റങ്ങൾക്ക് നിദാനം എന്ന നിഗമനത്തിൽ മാർക്സ് എത്തിച്ചേർന്നത്.

മാർക്സ് പത്രത്തിലേക്ക് എഴുതാൻ പല പുതിയ എഴുത്തുകാരെയും ക്ഷണിച്ചു. അങ്ങനെ എഴുതാൻ തുടങ്ങിയവരുടെ കൂട്ടത്തിൽ ഒരാളായിരുന്നു എംഗൽസ്. അന്ന് ഇംഗ്ലണ്ടിലായിരുന്ന എംഗൽസ് അവിടെ നിന്ന് റിപ്പോർട്ടുകൾ അയച്ചുകൊണ്ടിരുന്നു.

മാർക്സിന്റെ പത്രാധിപത്യത്തിൻ കീഴിൽ *റൈനിഷ്ത് സൈത്തൂങ്ങിന്റെ* ഉള്ളടക്കമാകെ മാറി. അത് റൈൻലാൻഡിൽ, മാത്രമല്ല പ്രഷ്യയിലും സമീപരാജ്യങ്ങളിലുമുള്ള ജനാധിപത്യവാദികളുടെ ജിഹ്വയായി മാറി. തൽഫലമായി അതിന്റെ പ്രചാരം വർദ്ധിച്ചു. 1843 ജനുവരി ആയപ്പോഴേക്കും പ്രചാരം 3400 ആയി വർദ്ധിച്ചു. അന്നത്തെ നിലയ്ക്ക് അത് വലിയൊരു നേട്ടമായിരുന്നു.

ഇത് പത്രത്തെ അധികാരികളുടെ കൈയേറ്റത്തിന് ഇരയാക്കി. റൈൻലാൻഡിലെ നിയമസഭാ നടപടികളെക്കുറിച്ച് മാർക്സ് എഴുതാൻ തുടങ്ങിയപ്പോൾ മുതൽ സെൻസർ പിടിമുറുക്കാൻ തുടങ്ങിയിരുന്നു. മാർക്സ് പത്രാധിപരായപ്പോഴേക്ക് സെൻസറും പ്രവിശ്യാ ഗവർണ്ണറും ഒക്കെ ആ പത്രത്തെ സംഹരിക്കാൻ തയ്യാറെടുത്തു കഴിഞ്ഞിരുന്നു. സെൻസറുണ്ടാക്കുന്ന പ്രയാസങ്ങളും അധികാരികളുടെ ദ്രോഹങ്ങളും കുറ്റപ്പെടുത്തലുകളും പത്രമുടമകളുടെ മുറുമുറുപ്പും ഒക്കെ സഹിച്ചുകൊണ്ട് പത്രമിറക്കുന്നതുതന്നെ ശ്രമകരമായ ഒരു ജോലിയായിരുന്നു. അധികാരികളുടെ ദുഷ്ടലാക്കുകളെ തടയാൻ തന്നാൽ ആവുന്നതെല്ലാം ചെയ്യണമെന്ന ഉദ്ദേശ്യത്തോടെ മാർക്സ് എല്ലാ വിഷമങ്ങളും സഹിച്ച് പത്രാധിപസ്ഥാനത്ത് തുടർന്നു. പത്രത്തിനു താനുണ്ടാക്കിയ അടിസ്ഥാനനയം മുറുകെ പിടിച്ചു. അതേസമയം അധികാരികൾക്ക് നടപടിയെടുക്കാൻ കഴിയാതിരിക്കത്തക്കവിധം സെൻസറുടെ നിർദ്ദേശങ്ങളെ പ്രത്യക്ഷത്തിൽ പാലിക്കുന്നതായി തോന്നിച്ചു.

1843 ഫെബ്രുവരി ആയപ്പോഴേക്കും പത്രമുടമകൾ മാർക്സിന്റെ പത്രനയത്തെ രൂക്ഷമായി വിമർശിക്കാൻ തുടങ്ങി. 1842 നവംബർ വരെ അധികാരികൾ പത്രത്തിൽ വരുന്ന ലേഖനങ്ങളെക്കുറിച്ച് അതൃപ്തി രേഖപ്പെടുത്തുക ഉണ്ടായില്ലെന്നും നവംബറിനുശേഷം പത്രവും അധികാരികളും തമ്മിലുള്ള ഏറ്റുമുട്ടൽ ഒന്നിനൊന്നു വർദ്ധിച്ചുവന്നുവെന്നും അവരിൽ ചിലർ കുറ്റപ്പെടുത്തി. അതോടെ മാർക്സിന് പത്രാധിപരായി തുടരുക അസാദ്ധ്യമായി. മാർച്ച് 18 ന് നിലവിലുള്ള സെൻസർഷിപ്പ് നിയമം മൂലം മാർക്സ് പത്രാധിപസ്ഥാനം രാജിവച്ചതായി പത്രത്തിൽ പരസ്യം ചെയ്തു. ആ രാജികൊണ്ട് പത്രത്തെ രക്ഷിക്കാൻ കഴിഞ്ഞില്ല. അത് മാർച്ച് 31 നുശേഷം പ്രസാധനം തുടരരുതെന്ന് അധികാരികൾ ഖണ്ഡിതമായി വിധിച്ചു. *റൈനിഷ്ത് സൈതൂങ്* എന്ന ചരിത്രപ്രധാനമായ പത്രം അതോടെ നിലച്ചു.

ഈ പത്രത്തിൽ മാർക്സ് എഴുതിയ ലേഖനങ്ങൾ *മാർക്സ്-എംഗൽസ് സമാഹൃത കൃതികളുടെ* ഒന്നാം വാല്യത്തിൽ കൊടുത്തി

ട്ടുണ്ട്. ഇരുന്നൂറിലധികം പേജുകൾവരും അവ എല്ലാംകൂടി. അന്നത്തെ റൈൻലാൻഡിലെയും പ്രഷ്യയിലെയും ജീവിതപ്രശ്നങ്ങളെയും രാഷ്ട്രീയ പ്രശ്നങ്ങളെയും മറ്റും സംബന്ധിച്ചുള്ളവയാണ് ആ ലേഖനങ്ങളും പത്രാധിപക്കുറിപ്പുകളും മറ്റും.

പത്രപ്രവർത്തനം തുടങ്ങുന്നതോടെ ബുദ്ധിപരമായ പ്രവർത്തനം കെട്ടി അട്ടത്തു വെക്കണമെന്ന ചിന്താഗതിക്കാരാണല്ലോ ഇന്നത്തെ പത്ര പ്രവർത്തകരിൽ ഗണ്യമായ വിഭാഗം. അന്നും ഏതാണ്ട് ആ ധാരണ തന്നെയായിരുന്നു പൊതുവിൽ ഉണ്ടായിരുന്നത്. മാർക്സ് ഒരു ദാർശനിക വിദ്യാർത്ഥിയായിരുന്നു അതിനുമുമ്പ്. ആ മേഖല വിടാൻ മാർക്സ് തയ്യാറായില്ല. മറിച്ച്, പത്രത്തിലേക്ക് ദാർശനികചിന്ത കടത്തിവിടുകയാണ് അദ്ദേഹം ചെയ്തത്. ഫലമോ? പത്രത്തിന്റെ ഉള്ളടക്കത്തിൽ ഗുണപരമായ മാറ്റം വന്നു. ഉള്ളടക്കത്തിന് പതിവില്ലാത്ത ആഴവും പരപ്പും ലഭിച്ചു. അത് കൂടുതൽ അർത്ഥപൂർണ്ണവും പ്രസക്തവുമായി. അതേസമയം മാർക്സിന്റെ ദാർശനികചിന്തയുടെ സ്വഭാവത്തിലും മാറ്റം വന്നു. ദന്ത ഗോപുരത്തിൽനിന്ന് അത് സാധാരണ മനുഷ്യരുടെ ജീവിതച്ചാലുകളിലേക്ക് ഇറങ്ങിവന്നു. അത് പുതിയ മനുഷ്യഭാവങ്ങളെയും പ്രശ്നങ്ങളെയും നേരിടാൻ നിർബ്ബന്ധിതമായി. അങ്ങനെ *റൈനിഷ്ത് സൈതുങ്ങി*ന്റെ വായനക്കാരുടെ ലോകം മുമ്പില്ലാത്തവിധം ദാർശനികമായി. മാർക്സിന്റെ ദർശനം മുമ്പത്തെക്കാൾ ഐഹികവുമായി.

ദർശനം സാമൂഹ്യതലത്തിൽ പ്രത്യക്ഷപ്പെടുന്നത് ആ സമൂഹം പക്വത ആർജ്ജിച്ചതിന്റെ തെളിവാണ്. "ശത്രുക്കളുടെ അട്ടഹാസങ്ങൾക്കിടയ്ക്കാണ് ദർശനം ലോകത്തിലേക്കു കടന്നുവരുന്നത്" എന്ന് മാർക്സ് പറയുന്നു. പുതിയ ആശയങ്ങൾക്കെതിരാണ് അവരുടെ മുറവിളി. *റൈനിഷ്ത് സൈതുങ്ങ്* വാർത്തകൾ കൊടുക്കുകയെന്ന പത്രങ്ങളുടെ അന്നത്തെ പതിവ് വിട്ട് ദർശനവും മതവും സംബന്ധിച്ച സുപ്രധാന പ്രശ്നങ്ങൾ ചർച്ച ചെയ്യുന്നതിനെ ഒരു കത്തോലിക്കാ പത്രം എതിർത്തു. ഭരണകൂടത്തിന്റെ അടിത്തറ മതമാണ് എന്ന ധാരണയെ എതിർത്ത ദർശനത്തെ ആക്ഷേപിക്കുകയാണ് അത് വാസ്തവത്തിൽ ചെയ്തത്.

എന്തുകൊണ്ടാണ് പത്രത്തിൽ ദർശനം കടന്നുവന്നതെന്നും മതപരമായ കാര്യങ്ങൾ അതിൽ പരാമർശ വിഷയമാകുന്നത് എന്തുകൊണ്ടാണെന്നും മാർക്സ് ഈ വിമർശനങ്ങൾക്കുള്ള മറുപടിയായി വിശദീകരിച്ചു.

> മതത്തിന്റെ ചട്ടക്കൂട്ടിനുള്ളിൽ രാഷ്ട്രീയ സ്ഥിതിഗതികളെ വിമർശിക്കുന്നതിനേക്കാൾ രാഷ്ട്രീയ സ്ഥിതിഗതികളുടെ ചട്ടക്കൂട്ടിനുള്ളിൽ മതത്തെ വിമർശന വിഷയമാക്കണം എന്ന് ഞാൻ അഭ്യർത്ഥിച്ചു. അതാണ് പത്രത്തിന്റെ സ്വഭാവത്തിനും വായനക്കാരുടെ വിദ്യാഭ്യാസ നിലവാരത്തിനും കൂടുതൽ യോജിക്കുന്നത്....അവസാനമായി ഞാൻ ഒരു ആഗ്രഹം പ്രകടിപ്പിച്ചു, ദർശനത്തെക്കുറിച്ച് സംസാരിക്കുന്നുണ്ടെങ്കിൽ നിരീശ്വരവാദം എന്ന ലേബൽ എടു

ത്തുള്ള കളി കുറയ്ക്കണം. മറിച്ച് ദർശനത്തിന്റെ ഉള്ളടക്കം, ജന ങ്ങളിലേയ്ക്ക് എത്തിക്കണം" (സ.കൃ.വാള്യം.1, പേ, 394-5)

മറ്റൊരിടത്ത് മാർക്സ് ഇങ്ങനെ പറഞ്ഞു:

> മതം ഒരു രാഷ്ട്രീയ ഘടകമാകുമ്പോൾ, രാഷ്ട്രീയത്തിലെ ചിന്താ വിഷയമാകുമ്പോൾ പത്രങ്ങൾക്ക് ആ രാഷ്ട്രീയ പ്രശ്നങ്ങൾ ചർച്ച ചെയ്യാം. എന്നല്ല, അവ ചർച്ച ചെയ്തേ തീരൂ. ഈ ലോകത്തിന്റെ അറിവായ ദർശനത്തിന് ഇഹലോകത്തെക്കുറിച്ചും ഭരണകൂടത്തെ ക്കുറിച്ചും പരലോകത്തിന്റെ അറിവായ മതത്തെക്കാൾ ഉൽക്കണ്ഠ പ്പെടാൻ അർഹതയുണ്ട് (സ.കൃ.വാള്യം *1*, പേജ്, 198).
>
> ദർശനം അതിന്റെ പ്രകൃതമനുസരിച്ച് പാതിരിയുടെ ബ്രഹ്മചര്യ വേഷം മാറി പത്രങ്ങളുടെ ലളിതമായ പരമ്പരാഗതവേഷം ധരി ക്കുന്നതിനുള്ള ഒന്നാമത്തെ ചുവട് വെച്ചിരിക്കുന്നു. ദാർശനികന്മാർ മണ്ണിൽനിന്ന് കൂണുപോലെ പൊട്ടിമുളയ്ക്കുകയല്ല. അവർ അവ രുടെ കാലത്തിന്റെ, രാഷ്ട്രത്തിന്റെ സൃഷ്ടികളാണ്. ആ കാല ത്തിന്റെയും രാഷ്ട്രത്തിന്റെയും ഏറ്റവും സൂക്ഷ്മവും വിലപിടി ച്ചതും അദൃശ്യവുമായ നീരുകൾ ദാർശനികാശയങ്ങളിൽ ഒഴുകു ന്നു. തൊഴിലാളികളുടെ കൈകൾകൊണ്ട് റെയിൽവേ നിർമ്മി ക്കുന്ന അതേ ആത്മാവ് ദാർശനികരുടെ ബുദ്ധിയിൽ ദാർശനി കവ്യവസ്ഥ നിർമ്മിക്കുന്നു. (സ.കൃ.വാള്യം, പേജ്, 195)

മതം, രാഷ്ട്രീയം, ദർശനം എന്നിവയെക്കുറിച്ച് ഹെഗലിനുണ്ടായി രുന്ന ആശയവാദപരമായ നിലപാടിൽനിന്ന് മാർക്സ് അതിവേഗം നീങ്ങി പ്പോകുന്നതാണ് മേലുദ്ധരിച്ച വാക്യങ്ങളിൽ തെളിഞ്ഞുകാണാവുന്നത്. സാമൂഹ്യജീവിതത്തിൽ മുന്നേറ്റം ഉണ്ടായിട്ടുള്ളത് ദാർശനികമായി വനിച്ച നേട്ടങ്ങളുണ്ടായ കാലത്താണ് എന്ന് മാർക്സ് അഭിപ്രായപ്പെട്ടു. ഗ്രീസിൽ അതുണ്ടായത് പെരിക്ലീസിന്റെ കാലത്താണ്. മഹാനായ അല ക്സാണ്ടറുടെ കാലം അരിസ്റ്റോട്ടിലിന്റെ കാലമാണ്. ഈ കാലങ്ങൾ മതം ക്ഷയിച്ച കാലങ്ങളാണ്.

> പഴയ മതങ്ങളുടെ പതനമല്ല പ്രാചീന ഭരണകൂടങ്ങളുടെ പതന ത്തിനു കാരണം. നേരെ മറിച്ച്, പ്രാചീന ഭരണകൂടങ്ങളുടെ തകർച്ച യാണ് പഴയ മതങ്ങളുടെ തകർച്ചയ്ക്ക് നിദാനം. അതായത്, നിശ്ചിതമായ സാമൂഹ്യപ്രക്രിയകളുടെ ഫലമാണ് മതം. അതി നുള്ള കാരണമല്ല.

ഫൊയർബാഹിനോടുള്ള മാർക്സിന്റെ സമീപനത്തിലും ഈ മാറ്റം കാണാം. എന്നാൽ, ഫൊയർബാഹിനെക്കുറിച്ചുള്ള തീസിസുകളിൽ പ്രകാശിപ്പിച്ചിട്ടുള്ള ആശയങ്ങളിലേക്ക് മാർക്സ് അക്കാലത്ത് എത്തി യിരുന്നുമില്ല. ഫൊയർബാഹ് 1841 ൽ പ്രസിദ്ധീകരിച്ച *മതത്തിന്റെ സത്ത*

എന്ന ഗ്രന്ഥത്തിന്റെ ആരാധകനായിരുന്നു മാർക്സ് അക്കാലത്ത്. അന്നും തുടർന്ന് ഏതാനും വർഷങ്ങളിലും മാർക്സ് ഹെഗലിന്റെ ആശയവാദത്തിൽനിന്ന് തീർത്തും മുക്തനായിരുന്നില്ല. ഫൊയർബാഹിന്റെ ഭൗതികവാദത്തിലേയ്ക്ക്, നീങ്ങിക്കൊണ്ടിരിക്കുകയായിരുന്നു.

പത്രത്തിന്റെ നടത്തിപ്പിനിടയിൽ മാർക്സിന് അപക്വമതികളായ യുവാക്കളുടെ ചില ഗ്രൂപ്പുകളുടെ എതിർപ്പിനെ നേരിടേണ്ടിവന്നു. സമൂഹത്തിന്റെ സ്ഥിതിയെക്കുറിച്ച് വസ്തുനിഷ്ഠമായ അറിവുനേടി കാര്യങ്ങൾ വിശകലനം ചെയ്യുന്നതിനുപകരം, കുറേ വിപ്ലവവായാടിത്ത പ്രയോഗങ്ങൾ കുത്തിക്കയറ്റിയ ലേഖനങ്ങൾ സ്ഥിരമായി പ്രസിദ്ധീകരിക്കുന്നതിലായിരുന്നു അവർക്ക് മുഖ്യ താല്പര്യം. സെൻസറുടെ വിലക്ക് അങ്ങോട്ടു ചെന്ന് വാങ്ങിക്കൂട്ടണമെന്ന അഭിപ്രായഗതിക്കാരായിരുന്നു അവരിൽ പലരും. സെൻസർഷിപ്പ് നിലവിലിരിക്കെ പത്രം എത്രയും വേഗം പ്രസിദ്ധീകരണം നിർത്തുന്നതാണ് നല്ലതെന്നും അതിനായി സെൻസറെ പ്രകോപ്പിക്കുന്ന തരത്തിൽ എഴുതുന്നതിൽ യാതൊരു തെറ്റുമില്ലെന്നും അവർ വാദിച്ചു.

മാർക്സ് ഈ അഭിപ്രായഗതിയോട് തീർത്തും വിയോജിച്ചു. ജനാധിപത്യപരമായ ആശയങ്ങൾ പ്രചരിപ്പിക്കരുത് എന്നായിരുന്നു അന്നത്തെ സെൻസർഷിപ്പിന്റെ ലക്ഷ്യം. അത്തരം ആശയങ്ങൾ പ്രചരിപ്പിക്കുന്ന *റൈനിഷ്ത് സൈതൂങ്* പോലുള്ള പത്രങ്ങളുടെ പ്രസിദ്ധീകരണം എങ്ങനെയെങ്കിലും അവസാനിപ്പിച്ചുകാണാൻ അവർ ആഗ്രഹിച്ചു. ആ സ്ഥിതിക്ക് പത്രം ഏതുവിധമെങ്കിലും പ്രസിദ്ധീകരണം തുടരലാണ് ജനാധിപത്യപ്രസ്ഥാനത്തിന് ആവശ്യം; കഴിയുന്നത്ര വേഗം പൂട്ടിയിടലല്ല, അതിനായി സെൻസറുടെ കണ്ണിൽ പൊടിയിടുന്നതിനുവേണ്ടി സെൻസർഷിപ്പ് നിയമങ്ങൾ പാലിക്കാൻ ഭഗീരഥപ്രയത്നം ചെയ്യുന്നതായി ഭാവിക്കണം എന്ന് മാർക്സ് വാദിച്ചു. സെൻസറെ പ്രകോപ്പിക്കുന്ന ശൈലിയും പദപ്രയോഗവും പരമാവധി ഒഴിവാക്കി ആശയങ്ങൾക്ക് ഊനം തട്ടാതെ വാർത്തകളും ലേഖനങ്ങളും പ്രസിദ്ധീകരിക്കുക എന്ന നയം മാർക്സ് അംഗീകരിച്ചു.

> യാദൃച്ഛികമായി നാടക നിരൂപണങ്ങളിലും മറ്റും കമ്യൂണിസ്റ്റ്-സോഷ്യലിസ്റ്റ് സിദ്ധാന്തങ്ങൾ, അതായത് ഒരു പുതിയ ലോകവീക്ഷണം, തിരുകിവയ്ക്കുന്നത് അനുചിതവും അധാർമ്മികവും പോലുമാണെന്ന് കരുതുന്നതായി ഞാൻ എഴുതി. കമ്യൂണിസത്തെക്കുറിച്ച് പരാമർശിക്കുകയാണെങ്കിൽ അത് കൂടുതൽ വിശദമായ ചർച്ചയായിരിക്കണം എന്ന് ഞാൻ കരുതുന്നു.

എന്ന് റൂഗെക്കുള്ള കത്തിൽ മാർക്സ് എഴുതി. ഹെസ്സിന്റെ ഒരു ലേഖനം പ്രസിദ്ധീകരിച്ചപ്പോൾ ഒരു പിന്തിരിപ്പൻ പത്രം *റൈനിഷ്ത് സൈതൂങ്* കമ്യൂണിസം പ്രചരിപ്പിക്കുന്നതായി കുറ്റപ്പെടുത്തി. പൊലീസ് നടപടിക്കുള്ള പരസ്യമായ പ്രേരണ ആയിരുന്നു അത്. മാർക്സ് ഉടനെ തിരിച്ചടിച്ചു.

ഇന്നത്തെ നിലയിലുള്ള കമ്യൂണിസ്റ്റ് ആശയങ്ങൾക്ക് സൈദ്ധാന്തിക യാഥാർത്ഥ്യം പോലുമുള്ളതായി *റൈനിഷ്ത് സൈതൂങ്* കരുതുന്നില്ല. അപ്പോൾ പിന്നെ പ്രായോഗിക സാക്ഷാൽക്കാരത്തിന്റെ കാര്യം പറയാനുമില്ല.

ഇന്നത്തെ കമ്യൂണിസ്റ്റ് വിരുദ്ധർ മാർക്സ് കമ്യൂണിസത്തിന് എതിരായിരുന്നു എന്ന് കാണിക്കാൻ മാർക്സിന്റെ ഈ വരികൾ ഉദ്ധരിക്കാൻ മതി. മാർക്സ് യഥാർത്ഥത്തിൽ വിരൽ ചൂണ്ടിയത് അന്നത്തെ കമ്യൂണിസ്റ്റ് ആശയങ്ങളുടെ അശാസ്ത്രീയതയിലേക്കായിരുന്നു.

അന്ന് നിലവിലിരുന്നത് കമ്യൂണിസത്തെക്കുറിച്ചുള്ള ഫ്യൂറിയേ, കൊൺസിദറാങ് മുതലായവരുടെ ഉട്ടോപ്യൻ ആശയങ്ങളായിരുന്നു. കേവലസത്യത്തിലേക്കും നീതിയിലേക്കുമുള്ള മാർഗ്ഗമദ്ധ്യേ മനുഷ്യാത്മാവ് വഴിതെറ്റിപ്പോകുന്നതുകൊണ്ടാണ് സ്വകാര്യസ്വത്ത് ഉണ്ടാകുന്നത് എന്നായിരുന്നു അവരുടെ നിഗമനം. ഹെഗലിന്റെ ചരിത്രപരമായ സമീപനത്തെക്കുറിച്ച് നല്ല അറിവുണ്ടായിരുന്ന മാർക്സിന് ഇത്തരം ചരിത്രശാസ്ത്രവിരുദ്ധമായ വീക്ഷണങ്ങൾ അംഗീകരിക്കാൻ കഴിഞ്ഞില്ല. അതേസമയം കമ്യൂണിസം യൂറോപ്പിലാകെ പരക്കുന്നതായും മാർക്സ് കണ്ടു. വസ്തുതകളും അവയുടെ വ്യാഖ്യാനവും തമ്മിലുള്ള വ്യത്യാസം എടുത്തുപറയേണ്ടത് അത്യാവശ്യമായി മാർക്സിനു തോന്നി. സമൂഹത്തിന്റെ വളർച്ച ഉയർത്തിവിട്ട സാമൂഹ്യപ്രശ്നങ്ങൾക്ക് പരിഹാരം കാണാൻ ഉട്ടോപ്യന്മാർ കാര്യമായി ശ്രദ്ധിച്ചിരുന്നില്ല.

ജനങ്ങളുടെ പ്രായോഗികാനുഭവങ്ങളെ ഉൾക്കൊള്ളാൻ കഴിയാത്ത സിദ്ധാന്തങ്ങൾകൊണ്ട് ഒരു പ്രയോജനവും ഇല്ലെന്ന് മാർക്സ് വിശ്വസിച്ചു. അവയെ തൊലിപ്പുറമെ കൈകാര്യം ചെയ്താൽപോരാ. ലെറൗക്സിന്റെയും കൊൺസിദറാങ്ങിന്റെയും പ്രൂധോണിന്റെയും ആശയങ്ങൾ നിഷ്കർഷയോടെ പഠിച്ചിട്ടുവേണം അവയെക്കുറിച്ച് എന്തെങ്കിലും എഴുതാൻ എന്നദ്ദേഹം അഭിപ്രായപ്പെട്ടു. ഉട്ടോപ്യൻ കമ്യൂണിസത്തെക്കുറിച്ച് മാർക്സ് വിശദമായ പഠനം നടത്തിയത് ഏതാനും വർഷങ്ങൾക്കു ശേഷമായിരുന്നു.

ഓരോ വിഷയത്തെയും പത്രത്തിന്റെ പ്രത്യേകതകളും വായനക്കാരുടെ ആവശ്യവും കണക്കിലെടുത്തുകൊണ്ട് വേണം പരാമർശിക്കാൻ എന്ന് മാർക്സ് നിർദ്ദേശിച്ചു. ഉദാഹരണത്തിന്, "മതത്തെ രാഷ്ട്രീയസ്ഥിതിയെക്കുറിച്ചുള്ള വിമർശനത്തിന്റെ ചട്ടക്കൂട്ടിനുള്ളിൽ വെച്ചാണ് പരാമർശിക്കേണ്ടത്. മതത്തിന്റെ ചട്ടക്കൂട്ടിനുള്ളിൽവെച്ച് രാഷ്ട്രീയകാര്യങ്ങളെ വിമർശിക്കുകയല്ല വേണ്ടത്."

മാർക്സിന്റെ ഈ സമീപനത്തെയും പത്രനയത്തെയും യാഥാസ്ഥിതികമെന്ന് യഥാർത്ഥ വിപ്ലവസമരത്തെക്കുറിച്ച് അറിവില്ലാത്തവനും വിപ്ലവ വാചാലതയിൽ ആകൃഷ്ടനുമായ ഒരു യുവഹെഗേലിയൻ വിമർശിച്ചു. മാർക്സ് അതിനു വഴങ്ങിയില്ല. തന്റെ നയത്തിൽ ഉറച്ചുനിന്നു. അന്നത്തെ നിലയിൽ ഒരു ജനാധിപത്യവാദി ചെയ്യേണ്ടത് അതാണെന്ന്

റൂഗെക്കുള്ള കത്തിൽ വ്യക്തമാക്കുകയും ചെയ്തു. യുവഹെഗേലിയന്മാരിൽ ബ്രൂണോ ബാവറുടെ ഗ്രൂപ്പുമായി മാർക്സ് അകലുന്നതിന്റെ സൂചനകളായിരുന്നു ഇവ. ശരിക്കും വേർപെട്ടത് പിന്നീടാണ്; ബൂർഷ്വാ ഉല്പതിഷ്ണുത്വത്തിൽനിന്ന് വൈരുദ്ധ്യാത്മക ഭൗതികവാദത്തിലേക്ക് നീങ്ങിയതോടെയാണ്.

പത്രസ്വാതന്ത്ര്യത്തെക്കുറിച്ച് നിയമസഭയിൽ നടന്ന ചർച്ചയെക്കുറിച്ചുള്ള മാർക്സിന്റെ നിശിതമായ അപഗ്രഥനം സുപ്രധാനമായ സൈദ്ധാന്തിക പ്രശ്നങ്ങൾ ഉയർത്തി. ജനങ്ങൾക്ക് ചരിത്രത്തിലുള്ള പങ്ക്, സാമൂഹ്യവികസനത്തിൽ പത്രങ്ങൾക്കുള്ള പങ്ക്, ആദർശവും യാഥാർത്ഥ്യവും തമ്മിലുള്ള ബന്ധം, സാമൂഹ്യവികസനത്തിന്റെ പ്രേരകശക്തികൾ, ആശയപരമായ സങ്കല്പനങ്ങളിൽ വർഗ്ഗസ്ഥിതി ചെലുത്തുന്ന സ്വാധീനം എന്നിങ്ങനെ പലതും മാർക്സ് വിശകലനം ചെയ്തു.

രാജപക്ഷത്തുനിന്ന് ഒരാൾ പത്രങ്ങളാണ് വിപ്ലവങ്ങൾ സൃഷ്ടിച്ചത് എന്നു കുറ്റപ്പെടുത്തിയപ്പോൾ മാർക്സ് തിരിച്ചുചോദിച്ചു: "ഏതു പത്രം? പിന്തിരിപ്പനോ മുൻതിരിപ്പനോ?" ബഹുജനങ്ങളുടെ ബോധത്തിലുള്ള വളർച്ചയാണ് വിപ്ലവങ്ങളെ വളർത്തുന്നത് എന്നു പറഞ്ഞുകൊണ്ട് പരിഹാസത്തോടെ ചൂണ്ടിക്കാട്ടി: "ചാൾസ് ഒന്നാമൻ തൂക്കുമരത്തിലേറിയത് താഴെനിന്നുള്ള ദൈവികമായ ആവേശംകൊണ്ടായിരുന്നു."

1842 നവംബറിൽ നിയമസഭയിൽ ഒരു ബിൽ ചർച്ചയ്ക്കു വന്നു. തറയിൽ വീണുകിടക്കുന്ന വിറക് കൃഷിക്കാർ എടുത്തുകൊണ്ടുപോകുന്നത് വനമുടമകളുടെ സ്വത്ത് മോഷ്ടിക്കലായി ചിത്രീകരിച്ച് അതിനു ശിക്ഷ കല്പിക്കുന്നതായിരുന്നു ബിൽ. വനമുടമകളുടെ 'നാട്ടുനടപ്പനുസരിച്ചുള്ള അവകാശത്തെക്കുറിച്ച് ബിൽ പറയുന്നുണ്ട്. മാർക്സ് കൃഷിക്കാർക്ക് നാട്ടുനടപ്പനുസരിച്ചുള്ള അവകാശം വേണമെന്ന് ആവശ്യപ്പെട്ടു. അത് ഒരു രാജ്യത്ത് മാത്രമല്ല, സകല രാജ്യങ്ങളിലും വേണം. ഏറ്റവും പാവപ്പെട്ടവരും സ്വത്തില്ലാത്തവരും ആയ ജനങ്ങളുടെ അവകാശമായിരിക്കണം നാട്ടുനടപ്പനുസരിച്ചുള്ള അവകാശം എന്ന് മാർക്സ് വാദിച്ചു. ഇതുമായി ബന്ധപ്പെട്ട് നിയമനിർമ്മാണത്തിന്റെ വസ്തുനിഷ്ഠമായ അടിസ്ഥാനം, സമൂഹത്തിന്റെ പൊതുവിലുള്ള വളർച്ച, ദാരിദ്ര്യവും സ്വത്തും തമ്മിലുള്ള വൈരുദ്ധ്യം, സ്വകാര്യസ്വത്തിനോടും സ്വകാര്യ താല്പര്യങ്ങളോടും ഉള്ള ഭരണകൂടത്തിന്റെ നിലപാട്, നാടുവാഴിത്തത്തിന്റെ പ്രകൃതം മുതലായവ മാർക്സ് വിശകലനം ചെയ്യുന്നു.

മൊസെൽ എന്ന സ്ഥലത്തെ മുന്തിരികൃഷിക്കാരുടെ ദയനീയാവസ്ഥയെക്കുറിച്ച് *റൈനിഷത്സൈതൂങ്ങിന്റെ* ഒരു ലേഖകൻ എഴുതിയ വാർത്ത സെൻസറെ ക്രുദ്ധനാക്കി. അവരുടെ കഷ്ടപ്പാടുകൾക്കും കെടുതികൾക്കും അവർതന്നെ ഉത്തരവാദികൾ എന്ന നിലപാടാണ് സെൻസർ കൈക്കൊണ്ടത്. അതിനെ എതിർത്തുകൊണ്ട് പ്രഷ്യയിലെ നിലവിലുള്ള സാമൂഹ്യവ്യവസ്ഥയാണ് അവരുടെ സ്ഥിതിക്കുത്തരവാദി എന്ന് മാർക്സ് തിരിച്ചടിച്ചു. സാമൂഹ്യബന്ധങ്ങളുടെ യഥാർത്ഥസ്വഭാവം വിലയിരുത്താൻ മാർക്സിന് ഈ പ്രശ്നം അവസരം നല്കി.

ഈ രണ്ടു പ്രശ്നങ്ങളുമാണ് സമൂഹജീവിതത്തിന്റെ സാമ്പത്തി കാടിത്തറയെക്കുറിച്ച് പഠിക്കുന്നതിന് മാർക്സിനെ പ്രേരിപ്പിച്ചത്. ആ പഠനമാണ് മാർക്സിനെ ചരിത്രത്തെക്കുറിച്ചുള്ള ഭൗതികവാദപരമായ കാഴ്ചപ്പാടിലേക്കും ശാസ്ത്രീയ സോഷ്യലിസത്തിലേക്കും കൊണ്ടെത്തിച്ചത്.

റൈനിഷ്ത് സൈതൂങ്ങിന്റെ പത്രാധിപർ ആയിരിക്കെ മാർക്സ് പത്രസ്വാതന്ത്ര്യത്തിനുവേണ്ടി നടത്തിയ പോരാട്ടം അദ്ദേഹത്തിന്റെ ആശയപരമായ വളർച്ചയുടെ ഒരു ഘട്ടത്തെ കുറിക്കുന്നു. "പത്രസ്വാതന്ത്ര്യത്തെയും എസ്റ്റേറ്റുകളുടെ അസംബ്ലിയിലെ നടപടികൾ പ്രസിദ്ധീകരിന്നുന്നതിനെയുംകുറിച്ചുള്ള വാദപ്രതിവാദങ്ങൾ" എന്ന തലക്കെട്ടിൽ *റൈനിഷ്ത് സൈതൂങ്ങിൽ* പ്രസിദ്ധീകരിച്ച ഒരു നീണ്ട ലേഖനം പ്രഷ്യൻ സെൻസർഷിപ്പിനെക്കുറിച്ച് മുമ്പ് എഴുതിയ ലേഖനത്തിൽനിന്ന് ബഹുദൂരം മുന്നോട്ട് പോകുന്നു (പുരോഹിതർ, ആഭിജാതർ, സാധാരണക്കാർ എന്നീ മൂന്നു വിഭാഗങ്ങളുടെ പ്രതിനിധികൾ അടങ്ങുന്നതായിരുന്നു അന്നത്തെ അസംബ്ലി. ഈ ഓരോ വിഭാഗത്തെയും എസ്റ്റേറ്റ് എന്നാണ് വിളിച്ചിരുന്നത്).

സ്വാതന്ത്ര്യം അതിന്റെ യാഥാർത്ഥ്യത്തിനെതിരായി പോരാടുമ്പോൾ പോലും അത് അതിന്റെ എതിരാളികൾ നടപ്പാക്കത്തക്കവിധം മാത്രം മനുഷ്യന്റെ സത്തയാണ് - മനുഷ്യസ്വഭാവത്തിന്റെ ഒരു ആഭരണമായി അതിനെ തള്ളിഫളെയുന്ന അവർ അതിനെ ഏറ്റവും അമൂല്യമായ ആഭരണമെന്ന നിലയ്ക്ക് സ്വന്തമാക്കാൻ ആഗ്രഹിക്കുകയും ചെയ്യുന്നു.

> ഒരു മനുഷ്യനും സ്വാതന്ത്ര്യത്തെ എതിർക്കുന്നില്ല. അങ്ങേയറ്റം അയാൾ ചെയ്യുന്നത് അന്യരുടെ സ്വാതന്ത്ര്യത്തെ എതിർക്കുകയാണ്. അതിനാൽ എല്ലായ്പ്പോഴും എല്ലാ തരത്തിലുള്ള സ്വാതന്ത്ര്യവും നിലനിന്നിട്ടുണ്ട്; ഒരിക്കൽ പ്രത്യേകാവകാശമായിട്ട്; മറ്റൊരിക്കൽ സാർവ്വത്രികമായ ഒരു അവകാശമായിട്ടും (മാർക്സ് - എംഗൽസ് സമാഹൃത കൃതികൾ, വാല്യം 1, പേജ് 155).

"എല്ലാ ആത്മീയ അസ്തിത്വത്തിന്റെയും ഗുണപരമായ സത്തയാണ് സ്വാതന്ത്ര്യം" എന്നും "സ്വാതന്ത്ര്യത്തിന്റെ സാക്ഷാൽക്കാരമായത് മാത്രമേ മാനുഷികമായി ഗുണകരമായിരിക്കൂ" എന്നും മാർക്സ് പറയുന്നു. കാരണം, യുക്തിബോധമുള്ള ജീവി പോയിട്ട് മൃഗംപോലും ജനിക്കുന്നത് ചങ്ങലയോടുകൂടിയല്ലല്ലോ.

> സ്വാതന്ത്ര്യത്തിൽ അടങ്ങിയിരിക്കുന്നത് എന്റെ ജീവിതം എന്ത് ആണെന്നു മാത്രമല്ല, ഞാൻ എങ്ങനെ ജീവിക്കുന്നു എന്നുകൂടിയുണ്ട്; സ്വതന്ത്രമായത് ഞാൻ ചെയ്യുന്നു. എന്നുമാത്രമല്ല, അത് ഞാൻ സ്വതന്ത്രമായി ചെയ്യുന്നു എന്നു കൂടിയുണ്ട്. (പേജ് 166-7)

പത്രങ്ങൾ, വിശേഷിച്ച് സ്വതന്ത്രമായ ബഹുജനപത്രങ്ങൾ, മനുഷ്യസഹജമായ ബൗദ്ധിക സ്വാതന്ത്ര്യത്തിന്റെയും ആത്മബോധത്തി

ന്റെയും പ്രകാശനമാണ് എന്ന് മാർക്സ് പറയുന്നു. അതാണ് എല്ലാ സ്വാതന്ത്ര്യത്തിന്റെയും അടിത്തറ.

> പത്രസ്വാതന്ത്ര്യം നിലനില്ക്കണമോ എന്നത് ഒരു പ്രശ്നമേയല്ല. അതെന്നും നിലനില്ക്കുന്നു. പത്രസ്വാതന്ത്ര്യം ചില വ്യക്തികളുടെ പ്രത്യേകാവകാശമാണോ, അതോ മനുഷ്യമനസ്സിന്റെ പ്രത്യേകാവകാശമാണോ എന്നതാണ് പ്രശ്നം. ഒരു ഭാഗത്തിന്റെ ശരി മറ്റൊരു ഭാഗത്തിന്റെ തെറ്റാകണമെന്നുണ്ടോ എന്നതാണ് പ്രശ്നം. മനസ്സിന്റെ സ്വാതന്ത്ര്യത്തിനു മനസ്സിനെതിരായ സ്വാതന്ത്ര്യത്തെക്കാൾ അവകാശമുണ്ടോ എന്നതാണ് പ്രശ്നം (സ കൃ. *വാല്യം*, 1, പേജ് 155).

സ്വാതന്ത്ര്യമില്ലെങ്കിൽ മനുഷ്യൻ മൃതപ്രായനാണ്. അതുകൊണ്ട് പത്രസ്വാതന്ത്ര്യത്തിന്റെ അഭാവം ഇന്നത്തെ സാഹചര്യത്തിൽ മനുഷ്യന് മാരകമായ ആപത്താണ്.

സ്വാതന്ത്ര്യവും സ്വേച്ഛാപരതയും രണ്ടാണെന്ന് മാർക്സ് ചൂണ്ടിക്കാണിക്കുന്നു. ഒഴിവാക്കാനാവുന്ന പ്രവർത്തനമാണ് സ്വാതന്ത്ര്യം എന്ന അതിലാഘവത്തോടെയുള്ള വീക്ഷണത്തെ അദ്ദേഹം തള്ളിക്കളയുന്നു. സ്വാതന്ത്ര്യം വളയമില്ലാത്ത ചാട്ടമല്ല. നിയമാനുസൃതമായ പ്രവർത്തനമാണ്. അതിനെതിരാണ് സ്വേച്ഛാപരത. സ്വാതന്ത്ര്യം സാക്ഷാൽക്കരിക്കപ്പെട്ട അവശ്യകതയാണ്. സ്വേച്ഛാപരത അവശ്യകതയുടെ നിഷേധമാണ്. യഥാർത്ഥ സ്വാതന്ത്ര്യത്തെ പരിമിതപ്പെടുത്തുന്നത് സ്വേച്ഛാപരതയാണ്. ഏതെങ്കിലും ഒരു സ്വാതന്ത്ര്യത്തിന് ചുമത്തപ്പെടുന്ന പരിമിതി എല്ലാ സ്വാതന്ത്ര്യങ്ങൾക്കുമുള്ള ഭീഷണിയാണ്.

മാർക്സിന്റെ കാലമായപ്പോഴേക്കും വ്യക്തികളുടെ ആത്മസത്തയ്ക്ക് വിടർന്നു വികസിക്കാനുള്ള പൊതുവേദിയായി പത്രങ്ങൾ മാറിക്കഴിഞ്ഞിരുന്നു. അതുകൊണ്ടാണ് അത് സ്വതന്ത്രമായിരിക്കണമെന്ന് പറയുന്നത്.

> സ്വതന്ത്ര പത്രങ്ങളുടെ സത്ത സ്വാതന്ത്ര്യത്തിന്റെ വിശേഷഗുണമുള്ളതും യുക്തിയുക്തവും ധാർമ്മികവുമായ സത്തയാണ്. സെൻസർഷിപ്പിന് വിധേയമായ പത്രം സ്വാതന്ത്ര്യത്തിന്റെ സ്വഭാവഗുണമില്ലാത്ത ഭീഷണസത്വമാണ്; അത് പരിഷ്കൃതമായ ഭീഷണസത്വമാണ്; വാസനതൈലമിട്ട ഗർഭഛിദ്രമാണ്.
>
> എന്താണ് സെൻസർഷിപ്പിന്റെ സ്വഭാവം? സെൻസർഷിപ്പ് നിയമം സ്വാതന്ത്ര്യത്തിനെതിരായ പൊലീസിന്റെ മുൻകരുതൽ നടപടിയാണ്; എന്നാൽ പത്രനിയമം മർദ്ദകനിയമമാണെന്ന് പറയുന്നത് ശരിയല്ല. സ്വാതന്ത്ര്യത്തിന്റെ ചട്ടത്തെ അത് അതിന്റെ സ്വന്തം അപവാദങ്ങൾക്കുള്ള അളവുകോലാക്കി മാറ്റുന്നു. സെൻസർഷിപ്പ് നടപടി നിയമമല്ല. പത്രനിയമം ഒരു നടപടിയല്ല.

> പത്രനിയമത്തിൽ സ്വാതന്ത്ര്യം ശിക്ഷിക്കുന്നു. സെൻസർഷിപ്പ് നിയമത്തിൽ സ്വാതന്ത്ര്യം ശിക്ഷിക്കപ്പെടുന്നു. സെൻസർഷിപ്പ് നിയമം സ്വാതന്ത്ര്യത്തിനെതിരായ സംശയത്തിന്റെ നിയമമാണ്. പത്രനിയമം സ്വാതന്ത്ര്യം സ്വയം നല്കുന്ന വിശ്വാസവോട്ടാണ്. പത്രനിയമം സ്വാതന്ത്ര്യത്തെ ദുരുപയോഗം ചെയ്യുന്നതിനെ ശിക്ഷിക്കുന്നു. സെൻസർഷിപ്പ് നിയമം സ്വാതന്ത്ര്യത്തെ ഒരു ദുരുപയോഗമെന്ന നിലയ്ക്ക് ശിക്ഷിക്കുന്നു.

പത്രങ്ങൾക്ക് അവയിൽ അർപ്പിതമായ കടമ നിറവേറ്റണമെങ്കിൽ സെൻസർഷിപ്പ് നിയമത്തിന്റെ കെട്ടുപാടുകൾ ഉണ്ടായിക്കൂടാ. അവയ്ക്ക് അവയുടേതായ നിയമങ്ങൾ ഉണ്ട്. അവയെ ഇല്ലായ്മ ചെയ്ത് പുറത്തുനിന്ന് നിയമങ്ങൾ അടിച്ചേല്പിക്കുന്നതിന്റെ ഫലമായി ബഹുജനങ്ങളുടെ ഇംഗിതത്തിനും അഭിലാഷത്തിനും ഒത്ത് പ്രവർത്തിക്കാൻ പത്രങ്ങൾക്ക് കഴിയാതാവുന്നു. അതോടെ പത്രങ്ങൾ പത്രങ്ങളല്ലാതാവുന്നു.

പത്രങ്ങൾക്കു കൈകാര്യം ചെയ്യാവുന്ന വിഷയങ്ങൾക്കു പരിമിതി കൽപ്പിക്കുകയാണ് സെൻസർഷിപ്പ് നിയമം ചെയ്യുന്നത്. എന്നാൽ, പത്രങ്ങളുടെ ചക്രവാളം വികസിച്ചുകൊണ്ടിരുന്നാൽ മാത്രമേ അവയ്ക്കു സംസ്കാരത്തിന്റെയും ബുദ്ധിപരമായ വിദ്യാഭ്യാസത്തിന്റെയും മാധ്യമമാകാൻ കഴിയൂ എന്ന് മാർക്സ് ചൂണ്ടിക്കാണിക്കുന്നു. പത്രസ്വാതന്ത്ര്യം ഒരു മനുഷ്യനെയോ രാജ്യത്തെയോ കുറ്റമറ്റതാക്കണം എന്ന വാദത്തെ അദ്ദേഹം ഖണ്ഡിക്കുന്നു. അത്രത്തോളം സമഗ്രമാണ് പത്രസ്വാതന്ത്ര്യമെങ്കിൽ പിന്നെ രാഷ്ട്രംതന്നെ അനാവശ്യമായിത്തീരുമല്ലോ എന്ന് അദ്ദേഹം ചോദിക്കുന്നു.

സ്വതന്ത്രമായ പത്രങ്ങൾ ഒരു ജനതയുടെ ആത്മാവിന്റെ ജാഗ്രത്തായ കണ്ണാണ് എന്ന് മാർക്സ് പറയുന്നു. ജനങ്ങൾക്ക് തങ്ങളിലുള്ള വിശ്വാസത്തിന്റെ മൂർത്തീകരണമാണ് അവ. അത് ജനങ്ങളുടെ തുറന്നുള്ള കുമ്പസാരമാണ് . അത് ജനങ്ങൾക്കു സ്വയം കാണാവുന്ന ആത്മീയക്കണ്ണാടിയാണ്. സ്വാതന്ത്ര്യത്തിന്റെ ഒന്നാമത്തെ വ്യവസ്ഥയാണ് ആത്മപരിശോധന. അതു തുച്ഛമായ വിലയ്ക്ക് ഏതു കുടിലിലും വിതരണം ചെയ്യാവുന്ന ഭരണകൂടത്തിന്റെ ചൈതന്യമാണ്.

മാർക്സിന്റെ ഈ വിശകലനത്തിൽ ആശയവാദം തെളിഞ്ഞുകാണാം. ആശയവാദത്തെ അദ്ദേഹം ഇക്കാലത്ത് വെടിഞ്ഞിരുന്നില്ല. എന്നാൽ, വസ്തുതകൾ അദ്ദേഹത്തെക്കൊണ്ട് പലപ്പോഴും ആശയവാദത്തിന്റെ വേലിപൊളിപ്പിച്ചു. ഭൗതികവാദത്തിന്റെ കാഴ്ചപ്പാടോടെ അല്ലെങ്കിലും മേൽപ്പറഞ്ഞ വിശകലനത്തിനിടയ്ക്കുതന്നെ നിയമത്തിന്റെ ആശയവാദപരമായ സത്തയും നിയമനിർമ്മാണവും ഭരണകൂടാധികാരവും അവയുടെ പ്രായോഗികമായ അസ്തിത്വവും തമ്മിലുള്ള വൈരുദ്ധ്യം മാർക്സ് ഊന്നിപ്പറയുന്നുണ്ട്. എന്നാൽ, ഈ വൈരുദ്ധ്യത്തിന്റെ മൂലമെന്ത് എന്നും മറ്റുമുള്ള ചോദ്യങ്ങൾക്ക് അദ്ദേഹത്തിനു തൃപ്തികരമായ

മറുപടി ഇല്ല. ആ ചോദ്യങ്ങൾ ഉന്നയിക്കുന്നു എന്നതാണ് അദ്ദേഹത്തെ മറ്റു യുവഹെഗേലിയന്മാരിൽനിന്ന് അകറ്റാൻ തുടങ്ങിയത്.

പത്രസ്വാതന്ത്ര്യക്കുറിച്ച് വാദപ്രതിവാദങ്ങളിൽ മാർക്സ് മറ്റൊരു വസ്തുതയും കണ്ടെത്തി. രാജാവിന്റെയും ഭൂപ്രഭുക്കന്മാരുടെയും മുതലാളിമാരുടെയും പ്രതിനിധികൾ പത്രസ്വാതന്ത്ര്യത്തിനെതിരായി നിയമസഭയിൽ വാദിക്കുകയുണ്ടായി. അതിനാൽ വ്യക്തികളല്ല, സമൂഹത്തിന്റെ പ്രതിനിധികളാണ് ഈ വിവാദം ഉയർത്തിയത്. ഇതിന്റെ ആന്തരിക സ്വഭാവം പ്രതിഫലിപ്പിക്കാൻ പത്രങ്ങൾക്കല്ലാതെ മറ്റാർക്കാണ് കഴിയുക എന്ന് മാർക്സ് ചോദിക്കുന്നു. സ്വാർത്ഥതാല്പര്യമാണ് നയിക്കുന്നത് എന്നതിനാൽ ഭരണപക്ഷപ്രതിനിധികൾ സ്വാതന്ത്ര്യത്തെ പൊതുവെ എതിർക്കുന്നില്ല. ജനങ്ങളുടെ സ്വാതന്ത്ര്യത്തെ മാത്രമേ എതിർക്കുന്നുള്ളൂ. കർഷക പ്രതിനിധി മാത്രമാണ് എല്ലാവരുടെയും താല്പര്യങ്ങൾക്കായി നിലകൊണ്ടത്.

നിയമസഭയിലെ പ്രതിനിധികൾ സ്വകാര്യ ഭൗതിക താല്പര്യങ്ങളെയല്ല, സമൂഹത്തിന്റെയാകെ താല്പര്യങ്ങളെയാണ് പ്രതിനിധാനം ചെയ്യേണ്ടത്. അവിടെയാണ് പത്രസ്വാതന്ത്ര്യത്തിന്റെ പ്രാധാന്യം കുടികൊള്ളുന്നത്. കാരണം, "പത്രങ്ങൾ ഭൗതികസമരത്തെ ആശയസമരമാക്കി മാറ്റുന്നു. രക്തമാംസങ്ങളുടെ സമരത്തെ മനസ്സുകളുടെ സമരമാക്കി മാറ്റുന്നു. ആവശ്യത്തിന്റെയും ആഗ്രഹത്തിന്റെയും അനുഭവസിദ്ധവാദത്തിന്റെയും സമരത്തെ സിദ്ധാന്തത്തിന്റെയും യുക്തിയുടെയും രൂപത്തിന്റെയും സമരമാക്കി മാറ്റുന്നു."(സ. കൃ. വാ 1 പേജ് 292)

ഇതിലുള്ളത് ആശയവാദമാണ്. എങ്കിലും മാർക്സ് വസ്തുതകൾ മനസ്സിലാക്കിയിരിക്കുന്നു എന്നും ഹെഗലിനെപ്പോലെ രാജാവു ചെയ്യുന്നതെല്ലാം ശരി എന്ന നിലപാടിനുപകരം ജനങ്ങൾ പറയുന്നതാണ് സ്വീകരിക്കേണ്ടത് എന്നും ഉള്ള നിലപാടിലേക്ക് മാറി എന്നും കാണാം.

മാർക്സ് പല പരിമിതികൾക്കും ഉള്ളിൽനിന്നുകൊണ്ട് പത്രസെൻസർഷിപ്പിനെ വിശകലനം ചെയ്ത് കൈക്കൊള്ളുന്ന നിലപാട് ഇന്നും എത്ര ശരിയാണെന്ന് (മൂന്നു പതിറ്റാണ്ട് മുമ്പ് വന്ന) ബിഹാറിലെ പത്രമാരണനിയമം തെളിയിക്കുന്നു. ജനങ്ങളുടെയാകെ സ്വാതന്ത്ര്യത്തെ ഉയർത്തിപ്പിടിക്കാനല്ല ഭരണാധികാരികൾക്കു തിടുക്കം. അവരിൽ ഒരു വിഭാഗത്തിന്റെ സ്വാതന്ത്ര്യം മറ്റുള്ളവരുടെ സ്വാതന്ത്ര്യത്തെ ഹനിച്ചുകൊണ്ട് സംരക്ഷിക്കാനാണ്. അത് പത്രസ്വാതന്ത്ര്യത്തിന് മാത്രമല്ല, സർവ്വസ്വാതന്ത്ര്യങ്ങൾക്കും ഭീഷണിയാണെന്ന മാർക്സിന്റെ നിഗമനം എത്ര ശരി!

ഹെഗലിന്റെ ആശയവാദത്തെ മാർക്സ് അംഗീകരിച്ചിരുന്നു എങ്കിലും അതിനെ അടിസ്ഥാനമാക്കിയുള്ള ഹെഗലിന്റെ എല്ലാ നിലപാടുകളോടും മാർക്സ് യോജിച്ചിരുന്നില്ല. ഭരണകൂടത്തിന്റെ കാര്യത്തിൽ തന്നെ ഈ മാറ്റം *റൈനിഷ്ത് സൈതൂങ്ങി*ലെ ലേഖനത്തിലും മറ്റും പ്രകടമായി. "ഭൂമിയിൽ നിലനില്ക്കുന്ന ഒരു ദൈവീകാശയമാണ് ഭര

ണകൂടം" എന്നാണ് ഹെഗൽ പറഞ്ഞത്. എന്നാൽ മാർക്സ് അതിനോട് വിയോജിച്ചു. "ഭരണകൂടത്തിന്റെ നിഗൂഢവും പൗരോഹിത്യപരവുമായ സ്വഭാവം മാറ്റി എല്ലാവർക്കും സ്വീകരിക്കാവുന്നതും എല്ലാവരുടേതുമാക്കി വ്യക്തമായി മതേതരസ്വഭാവമുള്ളതാക്കുക, ഭരണകൂടത്തെ അതിലെ പൗരന്മാരുടെ രക്തമാംസങ്ങളുടെ ഭാഗമാക്കി മാറ്റുക" എന്നതായിരുന്നു മാർക്സിന്റെ ലക്ഷ്യം. ഭരണകൂടത്തെക്കുറിച്ചുള്ള മാർക്സിന്റെ ആശയം 17 ഉം 18 ഉം നൂറ്റാണ്ടുകളിലെ പ്രബോധന ചിന്തകരുടേതായിരുന്നു. എന്നാൽ മാർക്സ് അവരിൽ നിന്നും റൂസ്സോയെപ്പോലെ ഒരടി മുന്നോട്ടു പോയി. ഭരണകൂടം പൊതുഗുണത്തിനായുള്ള മനുഷ്യസൃഷ്ടിയായിരുന്നാൽ മാത്രം പോരാ, ഭരണകൂടത്തിന്റെ കാതൽ ജനകീയാധികാരമായിരിക്കണം. എങ്കിൽ ജനാധിപത്യ വിരുദ്ധമാർഗ്ഗങ്ങൾ ഉപയോഗിച്ച് അതിനെ നിയന്ത്രിക്കാനാവില്ല.

മാർക്സ് ഹെഗലിൽനിന്ന് ഭരണകൂടം സംബന്ധിച്ച ഒരാശയം കടമെടുക്കുന്നുണ്ട്. യുക്തി, സ്വാതന്ത്ര്യം, ധാർമ്മികത എന്നിവയുടെ മൂർത്തീകരണം ആണ് ഭരണകൂടം എന്നാണത്. അതിനെ അക്കാലത്തെ ദർശനത്തിന്റെ ഉജ്ജ്വല നേട്ടമായി മാർക്സ് കാണുന്നു. "ഒരു യഥാർത്ഥ ഭരണകൂടത്തിൽ ഭൂസ്വത്തുമില്ല, വ്യവസായവുമില്ല, ഭൗതികവസ്തുക്കളുമില്ല" എന്നു ദാർശനികമായി പറയുന്നതോടൊപ്പം മാർക്സ് അതിന് വിപ്ലവ ജനാധിപത്യപരമായ ഉള്ളടക്കംകൂടി നല്കുന്നു. അവിടെയാണ് ഹെഗലിൽനിന്ന് മാർക്സ് അകലുന്നത്.

> ഏതെങ്കിലും ഒറ്റക്കാര്യത്തിൽ പോലും സ്വന്തം രീതിവിട്ട് സ്വകാര്യസ്വത്തിന്റെ രീതിയിൽ പ്രവർത്തിക്കാൻ മുതിർന്നാൽ, അതിന്റെ അടിയന്തര പ്രത്യാഘാതം സ്വകാര്യസ്വത്തിന്റെ സങ്കുചിത വലയത്തിനുള്ളിൽ അതിന് ഒതുങ്ങിനില്ക്കേണ്ടിവരും എന്നതാണ്." (സ. കൃ. വാ 1, പേജ് 241)

ഭരണകൂടം വർഗ്ഗാധിപത്യത്തിന്റെ ഉപകരണമാണ് എന്ന അടിസ്ഥാന നിഗമനത്തിലേക്ക് മാർക്സ് അന്ന് എത്തിയിരുന്നില്ല. അതിന് രണ്ടുമൂന്നുകൊല്ലം പിന്നെയും എടുത്തു. ഭരണകൂടത്തെ സാമ്പത്തികമായി വിശകലനം ചെയ്തശേഷമാണ് ആ നിഗമനത്തിൽ എത്തിയത്. ഇവിടെ അതിന്റെ കുറവ് തെളിഞ്ഞു കാണാം.

സ്വകാര്യ താല്പര്യങ്ങൾ മേധാവിത്വം വഹിക്കുന്ന ഭരണകൂടത്തെ മാർക്സ് ഫ്യൂഡൽഭരണകൂടം എന്ന് വിളിക്കുന്നു. നാടുവാഴിത്തം എന്ന സങ്കല്പനത്തെ ഏറ്റവും വിശാലമായ അർത്ഥത്തിൽ ഉപയോഗിച്ചുകൊണ്ടാണ് അത്. ബൂർഷ്വാസമൂഹത്തിൽ നാടുവാഴിത്ത ഭരണകൂടത്തിൻകീഴിലുള്ള തരത്തിൽ വിഭജനങ്ങളില്ല. എങ്കിലും സ്വകാര്യതാല്പര്യങ്ങളിൽനിന്ന് അതും മുക്തമല്ല. കാരണം അത് നാടുവാഴിത്തത്തെ പൂർണ്ണമായി തുടച്ചുനീക്കുന്നില്ല.

> നാടുവാഴിത്തം ഏറ്റവും വിശാലമായ അർത്ഥത്തിൽ ആത്മീയ ജന്തുരാജ്യമാണ്; ചേരിതിരിക്കപ്പെട്ട മാനവരാശിയുടെ ലോകം. സ്വന്തം വേർതിരിവുകൾ സൃഷ്ടിക്കുന്ന മാനവലോകത്തിൽനിന്ന് ഭിന്നമാണത്.

മാർക്സ് മറ്റൊരു വ്യത്യാസവും ചൂണ്ടിക്കാട്ടുന്നു:

> സാധാരണ ജന്തുലോകത്തിൽ പണിയെടുക്കുന്ന തേനീച്ചകൾ ആണീച്ചകളെ കൊല്ലുന്നു. ആത്മീയ ജന്തുലോകത്തിൽ ആണീച്ചകൾ പണിയെടുക്കുന്ന ഈച്ചകളെ കൊല്ലുന്നു. അതും അദ്ധ്വാനത്തിലൂടെ.

ബൂർഷ്വാസമൂഹം നാടുവാഴിത്തത്തെ ഇല്ലായ്മ ചെയ്തിട്ടില്ല. അതിനെ പുതിയൊരു രൂപത്തിൽ പുനരുദ്ധരിക്കുകയാണ് ഉണ്ടായത് എന്ന മാർക്സിന്റെ നിരീക്ഷണം വളരെ അർത്ഥവത്താണ്. ഓരോ വ്യവസ്ഥയിലും ആധിപത്യം വഹിക്കുന്നവർ അതിനുമുമ്പുള്ള വ്യവസ്ഥയെ തങ്ങൾക്ക് പ്രയോജനപ്രദമായ രീതിയിൽ നിലനിർത്തുന്നു എന്നാണിവിടെ സൂചന. അത് കഴിഞ്ഞകാലചരിത്രം അപഗ്രഥിക്കുന്നതിന് സഹായകമായ ഒരു കരുവാണ്.

ബൂർഷ്വാസമൂഹത്തിന്റെ പരിമിതിയിലേക്ക് മാർക്സ് വിരൽ ചൂണ്ടുന്നുണ്ടെങ്കിലും സ്വകാര്യസ്ഥാപനത്തിന് പ്രത്യേകാവകാശങ്ങൾ നല്കുന്നതിനെ മാത്രമേ അദ്ദേഹം എതിർക്കുന്നുള്ളു: സ്വകാര്യസ്വത്തുതന്നെ ഇല്ലായ്മ ചെയ്യണമെന്ന് പറയുന്നില്ല.

ഇത്തരത്തിൽ ഓരോ മേഖലകളെ മാർക്സ് സൂക്ഷ്മമായ വിശകലനത്തിന് വിധേയമാക്കുന്നു. ദാർശനികമായിട്ടാണ് മുഖ്യമായി അത് ചെയ്യുന്നത്; സാമ്പത്തികാംശം തീരെ പരിഗണിക്കുന്നില്ല എന്നതിന്റെ പരിമിതി ഉണ്ടെങ്കിലും മാർക്സ് തന്റെ സഹപ്രവർത്തകരെക്കാൾ ഒക്കെ മുമ്പിലാണ്. വിപ്ലവജനാധിപത്യപരമായ നിലപാട് കൈക്കൊള്ളുന്ന കാര്യത്തിൽ ഫൊയർബാഹിനെപ്പോലും അദ്ദേഹം കടത്തിവെട്ടി. ഭരണകൂടം, നിയമം എന്നീ കാര്യങ്ങളിലെല്ലാം ഇതായിരുന്നു സ്ഥിതി. എന്നാൽ ഫൊയർബാഹ് ഒരു ഭൗതികവാദിയായി കഴിഞ്ഞിരുന്നു. മാർക്സ് ആയിക്കഴിഞ്ഞിരുന്നില്ല. മേൽപ്പറഞ്ഞ കാര്യങ്ങളിലെല്ലാം ആശയവാദത്തിന്റെ തൊണ്ട് പൊളിച്ചു പുറത്തുകടക്കാൻ വെമ്പുന്ന ഒരു ദാർശനികനെയും ജനങ്ങളോട് ബദ്ധപ്രതിജ്ഞനായ ഒരു രാഷ്ട്രീയപ്രവർത്തകനെയും കാണാം. സത്യത്തിനുവേണ്ടിയുള്ള അക്ഷീണമായ അന്വേഷണം മാർക്സിനെ ആശയവാദത്തിൽനിന്ന് വൈരുദ്ധ്യാത്മക ഭൗതികവാദത്തിലേക്കും വിപ്ലവ ജനാധിപത്യത്തിൽനിന്ന് കമ്യൂണിസത്തിലേക്കും എത്തിച്ചു.

4

ഹെഗലിന്റെ ദർശനമെന്ന ഓട്ടപ്പാത്രം

റൈ*നിഷ്ത് സൈതൂങ്ങ്* പത്രാധിപരായിരിക്കെ കൈകാര്യം ചെയ്യേണ്ടിവന്ന പല വിഷയങ്ങളും വിശകലനം ചെയ്യവേ മാർക്സിനു നേരിടേണ്ടിവന്ന പല ചോദ്യങ്ങൾക്കും ഹെഗലിന്റെ ദർശനമോ യുവ ഹെഗേലിയൻ കാഴ്ചപ്പാടോ തൃപ്തികരമായ ഉത്തരമൊന്നും നല്കിയില്ല. ഭരണകൂടം സ്വഭാവേന യുക്തിയുക്തമാണെങ്കിൽ അത് പ്രയോഗത്തിൽ യുക്തിക്കെതിരാകുന്നത് എന്തുകൊണ്ടാണ്? സ്വതവെ സോദ്ദേശ്യമായി നിലകൊള്ളുന്ന മാനവസമൂഹത്തിലെ അംഗങ്ങളെ ഭിന്നിപ്പിക്കുന്നതും തമ്മിലടിപ്പിക്കുന്നതും എന്താണ്? സമൂഹം സ്വത്തുള്ളവരും ഇല്ലാത്തവരുമായും പ്രകാരങ്ങളും (estate) വർഗ്ഗങ്ങളുമായും വിഭജിക്കപ്പെടാൻ കാരണമെന്താണ്? സ്വകാര്യസ്വത്തും ജനാധിപത്യ സമൂഹഘടനയും ഒത്തുപോകുമോ?—എന്നെല്ലാമുള്ള ചോദ്യങ്ങൾ മാർക്സിനെ വലച്ചിരുന്നു.

ഇവയ്ക്ക് ഉത്തരം കാണാനുള്ള ശ്രമം മാർക്സിനെ ചിലപ്പോൾ ഹെഗലിന്റെയും യുവഹെഗലിയന്മാരുടെയും ചിന്താധാരക്കപ്പുറം കൊണ്ടുപോയി. ഭരണകൂടം മതത്തെ അതിന്റെ മുഖ്യ ആധാരമാക്കി എന്നും മതം അതിന്റെ പ്രകൃതിയെ വികലമാക്കി എന്നും ഉള്ള യുവഹെഗലിയന്മാരുടെ നിലപാടിനോട് മാർക്സ് യോജിച്ചില്ല. വികലമായ സമൂഹയാഥാർത്ഥ്യത്തിന് കാരണമല്ല, അതിന്റെ ഫലമാണ് മതം എന്നായിരുന്നു മാർക്സിന്റെ അക്കാലത്തെ നിഗമനം. മാർക്സ് ഹെഗലിന്റെ (യുവഹെഗേലിയന്മാരുടെയും) കാഴ്ചപ്പാടാകെ ഉപേക്ഷിക്കുകയായിരുന്നില്ല; അവയെ സൂക്ഷ്മ പരിശോധനയ്ക്ക് വിധേയമാക്കാൻ തുടങ്ങുകയായിരുന്നു.

റൈനിഷ്ത് സൈതൂങ്ങ് വിട്ടശേഷമാണ് ഈ ചിന്താഗതി മാർക്സിൽ പ്രബലമായത്. അതിനുശേഷം 1844 ൽ *ജർമ്മൻ-ഫ്രഞ്ച് ഇയബുക്കിൽ*

എഴുതിത്തുടങ്ങുന്നതുവരെ താൻ 'പഠനമുറി'യിലായിരുന്നു എന്നാണ് മാർക്സ് തന്നെ പറഞ്ഞിട്ടുള്ളത്. അക്കാലത്ത് (1843-44 ൽ) അദ്ദേഹം ഹെഗലിന്റെ *നിയമത്തിന്റെ ദർശനം* നിഷ്കൃഷ്ടമായ പഠനത്തിന് വിധേയമാക്കി. അതിനെക്കുറിച്ച് താൻ ഒരു ലേഖനം എഴുതുന്നതായി 1842 ൽ തന്നെ റൂഗെയ്ക്കും മറ്റും എഴുതിയിരുന്നു. എങ്കിലും 1844 ലാണ് അത് പൂർത്തിയാക്കി പ്രസിദ്ധീകരണത്തിനയച്ചത്. "ഹെഗലിന്റെ നിയമദർശനത്തിന്റെ വിമർശനത്തിലേക്കുള്ള സംഭാവന: ഒരു ഉപക്രമം" എന്നായിരുന്നു അതിന്റെ തലക്കെട്ട്. ഭരണകൂടത്തെയും നിയമത്തെയും കുറിച്ചുള്ള ജർമ്മൻ ദർശനത്തെപ്പറ്റി താനൊരു പഠനം നടത്തുന്നത് പിന്നാലെ പ്രസിദ്ധീകരിക്കുമെന്ന് മാർക്സ് പറഞ്ഞെങ്കിലും അത് പൂർത്തീകരിക്കപ്പെട്ടില്ല.

എന്തുകൊണ്ടാണ് അത് ചെയ്യാൻ കഴിയാതിരുന്നത് എന്ന് *1844 ലെ സാമ്പത്തികവും ദാർശനികവുമായ കൈയ്യെഴുത്തുപ്രതി*യുടെ മുഖവുരയിൽ മാർക്സ് വിവരിച്ചിട്ടുണ്ട്, ഹെഗലിന്റെ *നിയമദർശന*ത്തിന്റെ വിമർശന രാഷ്ട്രീയം, ധർമ്മശാസ്ത്രം മുതലായ വിഷയങ്ങളിലേക്ക് പടർന്നുകയറി എന്നും അതിനാൽ അവയെല്ലാംകൂടി ഒറ്റ കൃതിയിൽ തളച്ചിടാനാവില്ലെന്നും സ്വതന്ത്രമായ പ്രബന്ധങ്ങൾ അവ ഓരോന്നിനെയും കുറിച്ചെഴുതി അവസാനം അവയെ തമ്മിൽ ബന്ധിപ്പിക്കാമെന്നുമാണ് അതിൽ പറഞ്ഞിരിക്കുന്നത്. അത് നടന്നില്ല: 1844 ലെ *കൈയ്യെഴുത്തുപ്രതി* മാർക്സിന്റെ ജീവിതകാലത്ത് പ്രസിദ്ധീകരിക്കപ്പെട്ടിട്ടില്ല. 1932 ലാണ് അതിന്റെ ജർമ്മൻമൂലം പ്രസിദ്ധീകരിക്കപ്പെട്ടത്. ഹെഗലിന്റെ *നിയമദർശനത്തെക്കുറിച്ചുള്ള വിമർശനം* 1927 ലും.

ആശയവാദത്തിന്റെ പിടിയിൽനിന്ന് സ്വയം മോചിപ്പിക്കുന്നതിനു മുമ്പുതന്നെ മാർക്സ് ഹെഗലിന്റെ - പ്രത്യേകിച്ച് ഭരണകൂടം, വൈരുദ്ധ്യം മുതലായവയെ സംബന്ധിച്ചുള്ള പല ആശയങ്ങളോടും വിയോജിച്ചതായി ഇതിൽ കാണാം. ഭൗതികവാദിയാകുന്നതിനു മുമ്പുതന്നെ മാർക്സ് ഹെഗലിന്റെ പല ആശയങ്ങളുടെയും അയുക്തികത സംശയാതീതമായി സ്ഥാപിക്കാൻ തുടങ്ങി എന്നതാണ് ഈ കൃതിയുടെ സവിശേഷത. ഗവേഷണപ്രബന്ധത്തിൽ ദൃശ്യമായ അസാധാരണമായ വിശകലനപാടവം ഈ കൃതിയിലും തെളിഞ്ഞുകാണാം.

ഈ കൃതിയും 1844 ൽ പ്രസിദ്ധീകരിക്കപ്പെട്ട ഇതുസംബന്ധമായ ലേഖനവും തമ്മിൽ പ്രധാന വ്യത്യാസമുണ്ട്; ചരിത്രത്തെക്കുറിച്ചുള്ള ഭൗതിക വീക്ഷണത്തിന്റെയും ശാസ്ത്രീയ കമ്യൂണിസത്തിന്റെയും പ്രാഥമികമായ ആശയങ്ങൾ ആ ലേഖനത്തിലുണ്ട്. അവയെക്കുറിച്ച് പ്രത്യേകമായി തന്നെ പരാമർശിക്കേണ്ടിയിരിക്കുന്നതിനാൽ ഇവിടെ അപ്രകാശിതകൃതിയെക്കുറിച്ച് മാത്രമെ പറയുന്നുള്ളൂ.

*മാർക്സ് - എംഗൽസ് സമാഹൃതകൃതി*കളുടെ മൂന്നാം വാല്യത്തിൽ കൊടുത്തിട്ടുള്ള ഈ "വിമർശനത്തിലേക്കുള്ള സംഭാവന" 123 പേജ് ഉണ്ട്. ഹെഗലിന്റെ *നിയമദർശന*ത്തിലെ 261-ാം ഖണ്ഡിക ഉദ്ധരിച്ചുകൊ

ണ്ടാണ് അത് ആരംഭിക്കുന്നത്. ഭരണകൂടത്തെ ബാധിക്കുന്നതാണ് ആ ഖണ്ഡിക. അതിനെക്കുറിച്ചുള്ള മാർക്സിന്റെ വിശകലനം ഒന്നരപേജിലേറെ ഉണ്ട്. ചിലേടത്ത് ഹെഗലിൽ നിന്നുള്ള ഉദ്ധരണിയെ മാർക്സ് "ഗദ്യത്തിലേക്ക് പരിഭാഷപ്പെടുത്തുന്നു." എന്നിട്ടതിന്റെ സവിശേഷത എടുത്തുപറയുന്നു. പിന്നീടാണ് അതിനെക്കുറിച്ച് വിമർശനം. 'യുക്തിപരമായി വ്യാഖ്യാനിച്ചാൽ' ഹെഗൽ പറഞ്ഞതിന്റെ അർത്ഥമെന്താണെന്ന് വിശദമാക്കുന്നു, ചിലേടങ്ങളിൽ.

ഹെഗൽ ആരംഭിക്കുന്നത് കേവലമായ ആശയത്തിൽനിന്നാണ്. അത് മാനവരാശിയിൽനിന്ന് സ്വതന്ത്രമാണെന്ന് പ്രസ്താവിക്കുന്നു. അതിൽനിന്ന് ഭരണകൂടത്തിന്റെ സവിശേഷതകൾ നിഗമിച്ചെടുക്കുന്നു. ഭരണകൂടത്തെക്കുറിച്ചുള്ള ആശയം സമൂഹത്തിൽ നിലവിലിരിക്കുന്ന വ്യത്യാസങ്ങളിൽ നിന്ന് ഉരുത്തിരിച്ചെടുക്കേണ്ടതാണ്. എന്നാൽ ഹെഗൽ ഭരണകൂടം സംബന്ധിച്ച ആശയത്തെ സ്വയംപര്യാപ്തമായ ഒരു വിഷയമാക്കി മാറ്റി. അതായത്, ഹെഗൽ "നിബന്ധനയെ നിബന്ധിക്കപ്പെട്ടതും നിർണ്ണയിക്കപ്പെടേണ്ടതിനെ നിർണ്ണയിക്കപ്പെട്ടതും ഉല്പാദന ഘടകത്തെ അതിന്റെ ഉല്പന്നത്തിന്റെ ഉല്പന്നവുമാക്കി സങ്കല്പിച്ചിരിക്കുന്നു" എന്ന് മാർക്സ് പറയുന്നു.

ഹെഗൽ അനുഭവവേദ്യമായ വസ്തുതകളിൽനിന്ന് യുക്തിപരമായ നിഗമനങ്ങളിലേക്ക് എത്താനല്ല ശ്രമിച്ചത്. അതുകൊണ്ട് അദ്ദേഹത്തിന്റെ നിയമദർശനം അദ്ദേഹം ആവിഷ്കരിച്ച "തർക്കശാസ്ത്ര"ത്തിന്റെ അനുബന്ധമായി ചുരുങ്ങി. ഹെഗലിനാകെയുള്ള താല്പര്യം "ശുദ്ധലളിതമായ 'ആശയ'ത്തെ 'യുക്തി'പരമായ ആശയത്തിൽ നിന്ന് വീണ്ടും കണ്ടുപിടിക്കുന്നതിൽ" ആണെന്ന് മാർക്സ് പറയുന്നു. ഫലമോ? മൂർത്തമായ രാഷ്ട്രീയ നിർവ്വചനങ്ങൾ അമൂർത്ത ചിന്തകളായി അവതരിപ്പിക്കപ്പെടുന്നു. ഹെഗലിന്റെ ഈ സമീപനത്തെ വിലയിരുത്തിക്കൊണ്ടാണ് ഫൊയർബാഹ് ശുദ്ധവും മറയില്ലാത്തതുമായ സത്യത്തിൽ എത്തിച്ചേരാൻ ഊഹാത്മക ദർശനത്തെ 'തിരിച്ചിടണം' എന്ന് പറഞ്ഞത്

ഹെഗലിന്റെ ദർശനത്തെ 'തലതിരിച്ചിടണം', 'അകംപുറമാക്കിഇടണം,' 'തിരിച്ചിടണം' എന്നൊക്കെയുള്ള അർത്ഥത്തിൽ (invert) ചെയ്യണം എന്ന് ആദ്യം പറഞ്ഞത് ഫൊയർബാഹ് ആണ്.

ഫൊയർബാഹ് പറഞ്ഞതുപോലെ ഊഹാത്മകദർശനത്തെ തിരിച്ചിട്ടാൽ മാത്രം സത്യത്തിലെത്താൻ കഴിയില്ല. അത് സംഗതിയെ അതിലളിതവല്ക്കരിക്കലാവും. ഫൊയർബാഹ് ഹെഗലിന്റെ ആശയവാദത്തെ മതബോധമായി കുറച്ചുകണ്ടു. മാർക്സ് അതിനെ ദാർശനികമായ ബോധത്തിന്റെ, പ്രത്യേകിച്ച് ഹെഗലിന്റെ നിയമദർശനത്തിന്റെ ഭൗതികാടിസ്ഥാനത്തിൽ പരിശോധിച്ചു. അതിൽ ഹെഗൽ കൈക്കൊണ്ട മാപ്പുസാക്ഷിയുടേതായ നിലപാട് മാർക്സ് കണ്ടു. കുലീനർക്കും ഉദ്യോഗസ്ഥ ദുഷ്പ്രഭുക്കൾക്കും പ്രായത്തിന്റെ അടിസ്ഥാനത്തിലുള്ള അവകാശത്തിനും ഭരണകൂടത്തിൽ സ്ഥാനവുമുണ്ടായിരിക്കേണ്ടതിന്റെ ആവശ്യകത ഹെഗൽ

തറപ്പിച്ചുപറയുന്നതിൽ മാർക്സ് കാണുന്നത് ഏറ്റവും പരുക്കനായ ഭൗതികവാദമാണ്. ഹെഗലിന്റെ നിയമദർശനത്തിന്റെ വിമർശനസ്വഭാവമില്ലായ്മയുടെ തെളിവുകളാണ് ഇവയെല്ലാം: "മദ്ധ്യകാലപ്രകാര വ്യവസ്ഥയെ ഹെഗൽ ആഗ്രഹിച്ചത്; നിയമസഭയുടെ ആധുനിക അർത്ഥത്തിലായിരുന്നു. ആധുനിക നിയമസഭയെ അദ്ദേഹം ആഗ്രഹിച്ചത് മദ്ധ്യകാലപ്രകാരവ്യവസ്ഥയുടെ രൂപത്തിലും" എന്ന് മാർക്സ് ചൂണ്ടിക്കാട്ടി.

"ഹെഗൽ പ്രകൃതിയോട് കാണിച്ച അവജ്ഞക്ക് അത് പ്രതികാരം ചെയ്യുന്നു. ദ്രവ്യത്തിന് മനുഷ്യേച്ഛയ്ക്ക് അതീതമായി ഒരു അസ്തിത്വമില്ലെങ്കിൽ, മനുഷ്യേച്ഛ തനതായിട്ട് ദ്രവ്യത്തിനുപരി യാതൊന്നും നിലനിർത്തുന്നില്ല" എന്ന് 'സംഭാവന'യിൽ വിധിയെഴുതിയപ്പോൾ മാർക്സ് ഭൗതിക വീക്ഷണത്തിലേക്കുള്ള തന്റെ വളർച്ച സ്പഷ്ടമാക്കി. ആ മാറ്റം പൂർണ്ണമായി എന്നല്ല. എന്നാൽ *റൈനിഷ്ത് സൈതൂങ്ങിൽ* കാണാത്ത പുരോഗതി ഇതിൽകാണാം. യഥാർത്ഥഭരണകൂടത്തെ ഹെഗൽ 'കേവലമായ ആശയ'ത്തിൽനിന്ന് നിഗമിച്ചെടുക്കുമ്പോൾ മാർക്സ്, "കുടുംബവും സിവിൽ സമൂഹവും ആണ് ഭരണകൂടത്തിന്റെ അടിത്തറ; അവയാണ് ശരിക്കും സജീവമായ ഘടകങ്ങൾ. എന്നാൽ ഊഹാത്മകദർശനത്തിൽ സംഗതികൾ തിരിച്ചിട്ടിരിക്കുകയാണ്," (സ കൃ വാ 3, പേജ് 8) എന്ന് 'സംഭാവന'യിൽ ചൂണ്ടിക്കാട്ടി. 1844 ൽ *സാമ്പത്തികവും ദാർശനികവുമായ കൈയെഴുത്തുപ്രതി* എഴുതിയപ്പോഴേക്ക് മാർക്സ് ഇതിൽനിന്ന് പുരോഗമിച്ച് സമൂഹത്തിലെ അംഗങ്ങൾ തമ്മിലുള്ള സാമ്പത്തിക ബന്ധങ്ങളാണ് അടിസ്ഥാനപരം എന്ന നിഗമനത്തിലെത്തുന്നു.

ഭരണകൂടത്തെ ഒരു വ്യക്തിയായിട്ടേ--രാജാവായിട്ടേ—മനസ്സിലാക്കാൻ കഴിയൂ എന്നായിരുന്നു ഹെഗലിന്റെ നിലപാട്. ഭരണകൂടത്തെ കുറിച്ചുള്ള ഈ സങ്കല്പത്തിൽനിന്ന് പൈതൃകമായ രാജവാഴ്ച എന്ന ആശയം സിദ്ധിക്കുന്നു. ഭരണകൂടത്തിന്റെ പരമാധികാരത്തെ രാജാവിന്റെ വ്യക്തിത്വത്തിൽ വിലയിപ്പിക്കുന്ന ഹെഗലിന്റെ ആശയത്തെ മാർക്സ് തള്ളിക്കളഞ്ഞു. "രാജാവിന്റെ പരമാധികാരമോ ജനങ്ങളുടെ പരമാധികാരമോ—അതാണ് ചോദ്യം" (സ. കൃ വാ 3, പേജ്, 28) എന്ന പ്രശ്നത്തിന്റെ മർമ്മം തൊട്ടുകാണിക്കുകയും ചെയ്തു. രാജാവിന് പരമാധികാരമുള്ളിടത്ത് ജനങ്ങൾക്ക് പരമാധികാരമുണ്ടാവില്ല. ജനങ്ങൾക്ക് പരമാധികാരമില്ലാത്ത ഭരണകൂടം ശരിക്കൊരു ഭരണകൂടമേയല്ല. അത് അമൂർത്തമായിരിക്കും. ഇതായിരുന്നു മാർക്സിന്റെ നിലപാട്.

ഇതു പറയുമ്പോഴും മാർക്സ് ആശയവാദത്തിന്റെ സ്വാധീനത്തിൽനിന്ന് മുക്തനായിരുന്നില്ല. ജനാധിപത്യത്തെ സമൂഹത്തിന്റെ ഒരു പ്രത്യേകവർഗ്ഗഘടനയായി അദ്ദേഹം ചിത്രീകരിക്കാതിരുന്നത് അതുകൊണ്ടാണ്. യഥാർത്ഥ ജനാധിപത്യത്തെ രാഷ്ട്രീയ ഭരണകൂടത്തിന്റെ നിഷേധമായിട്ടാണ് അദ്ദേഹം കണ്ടത്. എന്നാൽ യാതൊരുവിധ അടിച്ചമർത്തലും അസാദ്ധ്യമായ ഭരണകൂട രൂപമാണ് റിപ്പബ്ലിക് എന്ന ബൂർഷ്വാ ഉല്പതിഷ്ണുക്കളുടെ തെറ്റിദ്ധാരണ മാർക്സിനുണ്ടായിരുന്നില്ല. റിപ്പ

ബ്ലിക്കും രാജവാഴ്ചയെപ്പോലെ അമൂർത്തമായ ഭരണകൂടത്തിനുള്ളിലാണ് എന്ന് അദ്ദേഹം ചൂണ്ടിക്കാട്ടി. രാജവാഴ്ച മനുഷ്യന്റെ അന്യവല്ക്കരണത്തിന്റെ തികഞ്ഞ പ്രകടരൂപമാണെങ്കിൽ റിപ്പബ്ലിക് അതിന്റെ സ്വന്തം മേഖലയിൽ ഈ അന്യവല്ക്കരണത്തിന്റെ നിഷേധമാണ്. മാത്രമല്ല, ഭരണകൂടത്തിന്റെ അന്യവല്കൃത രൂപത്തിൽ അതിന്റെ യഥാർത്ഥ അടിത്തറയായ ജനങ്ങളല്ല, അവരെ ചൂഷണം ചെയ്യുന്ന ഒരു ന്യൂനപക്ഷമാണ് മേധാവിത്വം വഹിക്കുന്ന ശക്തി എന്ന വൈരുദ്ധ്യം അദ്ദേഹം കാണുകയും ചെയ്തു.

ഹെഗൽ ഭരണകൂടത്തിൽ അന്യവല്ക്കരണമൊന്നും കണ്ടില്ല. ഭരണകൂടത്തിനു പുറത്തുള്ള കുടുംബത്തിലും സമൂഹത്തിലുമാണ് അദ്ദേഹം അന്യവല്ക്കരണം ദർശിച്ചത്. എന്നാൽ, കുടുംബത്തിലും സിവിൽ സമൂഹത്തിലും സഹജമായുള്ള വൈരുദ്ധ്യങ്ങളുടെ ഫലമായി അവയുടെ സ്വയം അന്യവല്ക്കരണത്തിന്റെ സൃഷ്ടിയായിട്ടാണ് ഭരണകൂടത്തെ മാർക്സ് പരിഗണിച്ചത്.

ഫ്യൂഡൽസമൂഹത്തിൽ അസ്വതന്ത്രനായ കുടിയാനായിരുന്നു അന്യവല്ക്കരണത്തിന്റെ കാരണം. മുതലാളിത്ത വ്യവസ്ഥയിൽ കുടിയാന്മാരില്ല. എന്നാൽ ഭരണകൂടത്തെ ഉദ്യോഗസ്ഥപ്രഭുത്വവല്ക്കരിച്ചതുമൂലം അന്യവല്ക്കരണം ഇല്ലായ്മ ചെയ്യപ്പെടുന്നതിനു പകരം പുതിയ രൂപങ്ങൾ കൈക്കൊണ്ടിരിക്കുന്നു.

ഹെഗൽ ഉദ്യോഗസ്ഥപ്രഭുത്വത്തിൽ അധിഷ്ഠിതമായ ഭരണകൂടരൂപത്തെ വിലമതിച്ചു. മാർക്സ് ഉദ്യോഗസ്ഥപ്രഭുത്വം ഭരണകൂടത്തെ വികലമാക്കുന്നതായി കണ്ടു. വ്യത്യസ്ത സ്വകാര്യതാല്പര്യങ്ങളുള്ള വിവിധ കോർപ്പറേഷനുകളായുള്ള സമൂഹത്തിന്റെ വിഭജനം ഭരണകൂടത്തിന്റെ സ്വഭാവം നിശ്ചയിച്ചു.

> സമൂഹത്തിൽ കോർപ്പറേഷനുകളെ സൃഷ്ടിക്കുന്ന അതേ ആത്മാവുതന്നെ ഭരണകൂടത്തിലെ ഉദ്യോഗസ്ഥപ്രഭുത്വത്തെയും സൃഷ്ടിക്കുന്നു. അതിനാൽ കോർപ്പറേഷന്റെ ആത്മാവിനു നേരെയുള്ള ആക്രമണം ഉദ്യോഗസ്ഥപ്രഭുത്വത്തിന്റെ ആത്മാവിനു നേരെയുള്ള ആക്രമണമാണ്. മുമ്പ് സ്വന്തം അസ്തിത്വത്തിന് വഴിയൊരുക്കാൻ കോർപ്പറേഷനുകളുടെ അസ്തിത്വത്തെ ആക്രമിച്ച ഉദ്യോഗസ്ഥപ്രഭുത്വം സ്വന്തം ആത്മാവായി മാറിക്കഴിഞ്ഞ കോർപ്പറേഷനുകളുടെ ആത്മാവിനെ നിലനിർത്താനായി അവയെ നിലനിർത്താൻ ശ്രമിക്കുന്നു. (സ. കൃ. വാ 3, പേജ് 45)

എന്ന നിരീക്ഷണത്തിൽനിന്ന് മാർക്സ് മുതലാളിത്തസമൂഹത്തിലെ അടിയൊഴുക്കുകൾ ആഴത്തിൽ മനസ്സിലാക്കിയിരുന്നതായി കാണാം.

ഭരണകൂടാധികാരം സ്വകാര്യസ്വത്തിന്റെ മേൽ മേധാവിത്വം സ്ഥാപിച്ചു എന്നും അതിനെ സ്വന്തം ലക്ഷ്യങ്ങൾക്ക്, അതായത് സമൂഹത്തിന്റെയാകെ താല്പര്യങ്ങൾക്ക്, കീഴ്പ്പെടുത്തി എന്നും ഹെഗൽ കരുതി.

എന്നാൽ ഹെഗൽ കാരണത്തെ കാര്യമായും കാര്യത്തെ കാരണമായും തലകീഴായി കാണുകയാണ് ചെയ്തത് എന്ന് മാർക്സ് ചൂണ്ടിക്കാട്ടി.

> സ്വകാര്യസ്വത്തിന്മേലുള്ള രാഷ്ട്രീയ ഭരണകൂടത്തിന്റെ അധികാരം എന്താണ്? സ്വകാര്യസ്വത്തിന്റേതന്നെ അധികാരം അതിന്റെ സത്തയ്ക്കു അസ്തിത്വം നല്കുന്നു. ഈ സത്തയിൽ നിന്ന് വ്യ ത്യസ്തമായി രാഷ്ട്രീയഭരണകൂടത്തിലുള്ളതെന്താണ്? ഭരണ കൂടം തീരുമാനിക്കുന്നു എന്ന വ്യാമോഹം-അത് തീരുമാനിക്കപ്പെ ട്ടുക്കൊണ്ടിരിക്കുമ്പോൾ. (സ. കൃ. വാ 3, പേജ്, 100)

ഭരണകൂടമാണ് പ്രാഥമികം, അത് സിവിൽ സമൂഹത്തെയും കുടും ബത്തെയും വളർത്തുന്നു എന്നായിരുന്നു ഹെഗലിന്റെ അഭിപ്രായം. “കുടുംബവും സിവിൽസമൂഹവുംകൂടി ഭരണകൂടമായിത്തീരുന്നു. അവ യാണ് ചാലകശക്തി” (സ. കൃ. വാ 3, പേജ് 8-9) എന്ന് മാർക്സ് തിരുത്തി. വ്യക്തികളുടെ കൂട്ടം കുടുംബാംഗങ്ങളെന്ന നിലയ്ക്കും സിവിൽ സമൂ ഹത്തിലെ അംഗങ്ങളെന്ന നിലയ്ക്കും നിലനില്ക്കുന്നതിൽ നിന്നാണ് ഭരണകൂടം ഉരുത്തിരിഞ്ഞുവന്നത് എന്നായിരുന്നു അദ്ദേഹത്തിന്റെ നിഗ മനം. സമൂഹജീവിതത്തെക്കുറിച്ച് മാർക്സിൽ അങ്കുരിക്കാൻ തുടങ്ങിയ ഭൗതികവീക്ഷണത്തിന്റെ തിരനോട്ടങ്ങളാണ് ഇവ.

ജൈവ ഘടനയെക്കുറിച്ച് ഹെഗൽ ആവിഷ്കരിച്ച ആശയവും മാർക്സിന്റെ വിമർശനത്തിന് ഇരയായി.

> ജൈവ ഘടനയെക്കുറിച്ചുള്ള പൊതുവായ ആശയത്തിൽനിന്ന് ഭര ണകൂടത്തിന്റെ ജൈവ ഘടനയെക്കുറിച്ചുള്ള പ്രത്യേക ആശയ ത്തിലേക്കു കടക്കാനുള്ള പാലം ഹെഗൽ പണിതിട്ടില്ല. പണിയാ നൊട്ട് സാദ്ധ്യവുമല്ല. (സ. കൃ. വാ 3, പേജ് 14)

എന്ന് മാർക്സ് ചൂണ്ടിക്കാട്ടി.

ഭരണകൂടമോ പ്രകാരങ്ങളോ (എസ്റ്റേറ്റുകളോ) അല്ല ഉള്ളവരും ഇല്ലാ ത്തവരും തമ്മിലുള്ള വൈരുദ്ധ്യം സൃഷ്ടിക്കുന്നത്. അതുകൊണ്ട് അവക്ക് അത് ഇല്ലാതാക്കാനുമാവില്ല. പ്രാതിനിധ്യവ്യവസ്ഥയുടെ പ്രാധാന്യം സിവിൽസമൂഹത്തിലെ വൈരുദ്ധ്യം ഇല്ലായ്മ ചെയ്യുന്നു എന്നല്ല, അതിനെ പുറത്തുകൊണ്ടുവന്ന് മൂർച്ഛിപ്പിക്കുന്നു എന്നതാണ്. അങ്ങനെ അത് പരിഹരിക്കാനുള്ള അടിത്തറ സൃഷ്ടിക്കുന്നു.

> പ്രാതിനിധ്യഭരണഘടന ഭരണകൂടത്തിന്റെ ആധുനികസ്ഥിതിയുടെ തുറന്ന, വളച്ചുകെട്ടില്ലാത്ത, പൊരുത്തക്കേടില്ലാത്ത പ്രകാശനമെന്ന നിലയിൽ വലിയ പുരോഗതിയാണ്. അത് മറച്ചുവയ്ക്കപ്പെടാത്ത വൈരുദ്ധ്യമാണ്. (സ. കൃ. വാ 3, പേജ്, 75).

എന്ന് മാർക്സ് പറഞ്ഞു.

പ്രാതിനിധ്യവ്യവസ്ഥയുടെ ബൂർഷ്വാജനാധിപത്യരൂപങ്ങളെ ആദർശവൽക്കരിക്കുന്നതിനെതിരായ താക്കീതാണിത്. അതിനു സമൂഹത്തിലെ അസമത്വത്തെ ഇല്ലായ്മ ചെയ്യാനാവില്ല.

മാർക്സ് ഹെഗലിന്റെ ആശയവാദപരമായ തൊണ്ട് പൊളിച്ചുകടന്ന് എങ്ങനെ ഭരണകൂടത്തിന്റെ ഭൗതികവാദപരമായ കാഴ്ചപ്പാടിലേക്ക് നീങ്ങുന്നു എന്ന് ഇത് കാണിക്കുന്നു.

ഹെഗലിന്റെ നിയമദർശനത്തെക്കുറിച്ച്, അതിൽ ഭരണകൂടത്തെക്കുറിച്ച്, ഉള്ള വിശകലനം മാർക്സിനെ ഹെഗലിന്റെ വൈരുദ്ധ്യവാദത്തിനുള്ള വൈകല്യത്തിലേക്ക് നയിക്കുന്നു. ഹെഗൽ പിന്തിരിപ്പൻ ജർമ്മൻ ഭരണകൂടത്തോടും രാജവാഴ്ചയോടും വിധേയത്വം കാണിച്ചത് വ്യക്തിഗതമായ ധാരണകൾ വച്ചല്ല, അദ്ദേഹത്തിന്റെ വിശകലനരീതിയിലെ തകരാറു കൊണ്ടാണെന്നു ഗവേഷണ പ്രബന്ധം തയ്യാറാക്കവെതന്നെ മാർക്സ് മനസ്സിലാക്കിയിരുന്നു.

ഹെഗലിനുപറ്റിയ ഒരു തെറ്റ് വിപരീതങ്ങളുടെ ആപേക്ഷികതയെ കേവലമായി കരുതി വൈരുദ്ധ്യത്തിന്റെ മൂർച്ച കുറച്ചുകണ്ടതായിരുന്നു.

> ഹെഗലിനു പറ്റിയ പ്രധാന തെറ്റ് ബാഹ്യരൂപത്തിലുള്ള വൈരുധ്യത്തെ സത്തയിൽ, ആശയത്തിൽ, ഉള്ള ഐക്യമായി കണക്കാക്കിയതാണ്. വാസ്തവത്തിൽ, അതിന്റെ സത്ത കുറെക്കൂടി ഗംഭീരമാണ്. ഒരു അവശ്യവൈരുദ്ധ്യം (സ. കൃ. വാ 3, പേജ് 91)

എന്ന് മാർക്സ് 'സംഭാവന'യിൽ ചൂണ്ടിക്കാട്ടി.

വൈരുദ്ധ്യങ്ങൾ ഏവയെന്ന് പറഞ്ഞാൽ മാത്രം പോരാ, അവയുടെ ഉറവിടങ്ങൾ ചൂണ്ടിക്കാട്ടേണ്ടതുണ്ട്. അവയുടെ സത്ത മനസ്സിലാക്കുകയും അവയുടെ വളർച്ച - വിപരീതങ്ങളുടെ സമരം - പഠിക്കുകയും ചെയ്യേണ്ടതുണ്ട്. ഹെഗലിന്റെ വിപരീതങ്ങൾ തമ്മിൽ സമരമില്ല. അവ പലപ്പോഴും രാജിയാകുന്നു. രാജിയാക്കാൻ മൂന്നാമൻ രംഗപ്രവേശം ചെയ്യുന്നുപോലുമുണ്ട്.

ഹെഗലിന്റെ ആശയവാദത്തെയോ വൈരുദ്ധ്യവാദത്തെയോ മാർക്സ് വെറുതെ തിരിച്ചിടുകയല്ല ചെയ്തത്. അവയെ സൂക്ഷ്മമായ പഠനത്തിനു വിധേയമാക്കി അവയിലെ അയുക്തികത മനസ്സിലാക്കി വേണ്ട തിരുത്തലുകൾ വരുത്തി. തൽഫലമായി ഹെഗലിന്റെ വൈരുദ്ധ്യവാദം മാർക്സിന്റെ തിരുത്തലുകൾക്ക് വിധേയമായതോടെ ആകെ മാറി; അവയുടെ ലക്ഷ്യങ്ങളും മാർഗ്ഗവും എല്ലാം.

വിപരീതങ്ങൾ തമ്മിലുള്ള ഐക്യവും സമരവും എന്ന വൈരുദ്ധ്യാത്മക ഭൗതികവാദത്തിലെ അടിസ്ഥാന തത്വത്തിലല്ല ഹെഗൽ നിലകൊണ്ടത്. അദ്ദേഹം വിപരീതങ്ങളുടെ അനുരഞ്ജന സിദ്ധാന്തം തന്നെ ആവിഷ്കരിച്ചു. അതനുസരിച്ച് മൂന്നാമതൊന്നിൽ വിപരീതങ്ങൾ രാജിയാകും. ഇതിനെ ഹെഗൽ പ്രായോഗികജീവിതത്തിൽ പ്രയോഗിച്ചു. ജർമ്മനിയിലെ പ്രകാര (എസ്റ്റേറ്റ്) പ്രാതിനിധ്യം സാർവ്വത്രികമായ ഭരണകൂട

താല്പര്യങ്ങളെയും സ്വകാര്യതാല്പര്യങ്ങളെയും തമ്മിൽ രാജിയാക്കുകയും നിഷ്പക്ഷവല്ക്കരിക്കുകയും ചെയ്യുമെന്ന് അദ്ദേഹം വിഭാവനം ചെയ്തു. വാസ്തവത്തിൽ പ്രകാരപ്രാതിനിധ്യം ഈ വിപരീതങ്ങളെ രാജിയാക്കിയില്ല; അത് അവയുടെ വളർച്ചയെ സഹായിക്കുകയാണ് ചെയ്തത്.

മാർക്സ് ഇത് സംബന്ധിച്ച് ചെന്നെത്തിയ നിഗമനം എടുത്തുപറയത്തക്ക പ്രാധാന്യമുള്ളതാണ്:

> യഥാർത്ഥ അംഗങ്ങൾ തമ്മിൽ അനുരഞ്ജനം സാദ്ധ്യമല്ല—അവ ശരിക്കും അഗ്രങ്ങളായതുകൊണ്ട്, അവ തമ്മിൽ അനുരഞ്ജനത്തിന്റെ ആവശ്യവുമില്ല - അവ സത്തയിൽ എതിരായതുകൊണ്ട്, അവയ്ക്ക് പൊതുവായൊന്നുമില്ല. അവ പരസ്പരം ആശ്രയിക്കുന്നില്ല. അവ പരസ്പരം പൂരകങ്ങളുമല്ല. ഒന്നിനുള്ളിൽ മറ്റേതിനുവേണ്ടിയുള്ള കാത്തിരിപ്പോ ആഗ്രഹമോ പ്രതീക്ഷയോ ഇല്ല. (സ. കൃ. വാ 3, പേജ് 88)

ഇനി വേറൊരുതരം വിപരീതങ്ങളുണ്ട്. ഉത്തര-ദക്ഷിണ ധ്രുവങ്ങൾ പോലെ, സ്ത്രീ-പുരുഷലിംഗങ്ങൾ പോലെ, അവ ഒരേ സത്തയുടെ വിപരീത വശങ്ങളാണ്. ഇവയുടെ അനുരഞ്ജനത്തിനും മൂന്നാമന്റെ ആവശ്യമില്ല. അവയുടെ പരസ്പര പ്രവർത്തനവും പരസ്പര ആശ്രിതത്വവും അവയുടെ അനുരഞ്ജനത്തിനു വഴിയൊരുക്കുന്നു.

അഗ്രങ്ങൾ തമ്മിൽ സന്ധിക്കാൻ ഇടയുണ്ട് എന്ന വിശ്വാസത്തിൽനിന്ന് ഹെഗൽ യഥാർഥ വിപരീതങ്ങളെ തമ്മിൽ സാമ്യപ്പെടുത്തുന്നതിലേക്ക് - അമൂർത്ത ആത്മീയത, അമൂർത്ത ഭൗതികവാദമാണ് എന്ന് പറയുന്നിടത്തോളം-ചെന്നെത്തി. ഇങ്ങനെ ചെയ്യുന്നതിനെ മാർക്സ് എതിർത്തു. വിപരീതങ്ങൾ തുല്യങ്ങളല്ലെന്നും അവയിലൊന്ന് സത്യവും മറ്റേത് അസത്യവും ആയിട്ടല്ല കിടപ്പ് എന്നും മാർക്സ് ചൂണ്ടിക്കാട്ടി. ഒരു അഗ്രം മറ്റേതിനുമേൽ മേൽക്കൈ നേടുന്നു. ഒരു പ്രതിഭാസം മറ്റൊന്നിന്റെ വിപരീതമാണെന്ന് നിർണ്ണയിക്കുന്നത് അതിന്റെ സത്തയാണ്. അതിനാൽ തന്നെ ഈ വിപരീതഭാവം ഒരു പ്രത്യേകബന്ധത്തിന്റെ ചട്ടക്കൂട്ടിനുള്ളിൽ മാത്രമേ കാണപ്പെടുന്നുള്ളൂ. "ഒന്ന് ഒരു അഗ്രമാകണം എന്നത് അതിന്റെ സത്തയിലുള്ളപ്പോൾ മറ്റേതിന് യഥാർത്ഥ വാസ്തവികതയുടെ സവിശേഷത ഇല്ല." എന്ന് മാർക്സ് പറഞ്ഞു. ഇങ്ങനെയാണ് മതം ദർശനത്തിന്റെ യഥാർത്ഥവിപരീതം അല്ലാത്തത്. കാരണം ദർശനത്തിന്റെ മിഥ്യയായ വാസ്തവികതയിൽ മതം അടങ്ങിയിരിക്കുന്നു. സത്ത വാസ്തവത്തിൽ ദ്വന്ദ്വാത്മകമല്ല എന്നാണ് മാർക്സ് തറപ്പിച്ചു പറഞ്ഞത്.

ഹെഗലിന്റെ വിപരീതങ്ങളുടെ അനുരഞ്ജനത്തെ ഖണ്ഡിച്ചതിലൂടെ മാർക്സ് വൈരുദ്ധ്യാത്മക ഭൗതികവാദത്തിലേക്ക് മുന്നേറി. ആ നിലയ്ക്ക് 'സംഭാവന'യുടെ ഈ ഭാഗത്തിന് പ്രത്യേക പ്രാധാന്യമുണ്ട്.

നിയമത്തിന്റെ വിവിധചരിത്ര രൂപങ്ങളെ വിശകലനം ചെയ്ത് മാർക്സ് ചെന്നെത്തുന്ന നിഗമനം ഇതാണ്; അവയെല്ലാം പ്രത്യക്ഷമായോ പരോക്ഷമായോ സ്വകാര്യസ്വത്തിൽ അധിഷ്ഠിതമായിരുന്നു. റോമാനിയമം സ്വകാര്യസ്വത്തിന്റെ നിയമമായിരുന്നു. നാടുവാഴിത്ത നിയമവും അങ്ങനെതന്നെ. ഭരണഘടനാപരമായ വ്യവസ്ഥ സ്ഥാപിച്ചു എന്നതുകൊണ്ട് ഇതിലൊരു മാറ്റം വരില്ല. കാരണം ഭരണകൂടം സ്വകാര്യസ്വത്തിന്റെ ഭരണകൂടമായി തുടരും.

സ്വകാര്യസ്വത്തിന്റെ ഉറവിടത്തെക്കുറിച്ച് മാർക്സ് അന്ന് പഠനം നടത്തിയിരുന്നില്ല. ധനികരും ദരിദ്രരും തമ്മിലുള്ള സമരത്തിന്റെയും ഭരണകൂടവും സിവിൽ സമൂഹവും തമ്മിലുള്ള വിപരീതത്തിന്റെയും ഉറവിടം സ്വകാര്യസ്വത്താണെന്ന് അദ്ദേഹം മനസ്സിലാക്കിയിരുന്നു. സ്വകാര്യസ്വത്തും ഉല്പാദനോപകരണങ്ങളും തമ്മിലുള്ള ബന്ധം, ഉല്പാദനബന്ധങ്ങൾ എന്ന സങ്കല്പം, സമൂഹത്തിന്റെ അടിത്തറ സാമ്പത്തികമാണെന്ന ധാരണ—ഇതൊന്നും അന്ന് മാർക്സിന് ഉണ്ടായിരുന്നില്ല.സ്വകാര്യസ്വത്തവകാശം ഇല്ലായ്മ ചെയ്യുക എന്ന സോഷ്യലിസ്റ്റ് ആശയവും നാടുവാഴിത്തത്തിലെ പ്രത്യേകാവകാശങ്ങൾ ഇല്ലാതാക്കുക എന്ന ജനാധിപത്യ ആശയവും തമ്മിലുള്ള വ്യത്യാസം മാർക്സ് അന്ന് മനസ്സിലാക്കിയിരുന്നില്ല.

ഹെഗലോ യുവഹെഗേലിയന്മാരോ സാമ്പത്തിക വശം സ്പർശിച്ചിരുന്നതേയില്ല. *റൈനിഷ്ത് സൈതൂങ്ങി*ന്റെ പത്രാധിപർ ആകുന്നതുവരെ മാർക്സിനും ആ ഭാഗത്തേക്ക് കണ്ണോടിക്കേണ്ടിവന്നില്ല. എന്നാൽ, സമൂഹതലത്തിൽ ഉയർന്നുവരുന്ന പ്രശ്നങ്ങളുടെ അടിയിലേക്ക് കടന്നുചെല്ലാൻ ദർശനം മാത്രംപോരാ എന്ന് മാർക്സിന് അനുഭവത്തിൽനിന്ന് ബോദ്ധ്യമായി. ഫ്രാൻസിന്റെ ചരിത്രം, പ്രത്യേകിച്ച് ഫ്രഞ്ച് വിപ്ലവകാലഘട്ടത്തിന്റെയും അവിടെ നാടുവാഴിത്തത്തിൽനിന്ന് മുതലാളിത്തത്തിലേക്കുണ്ടായ വിപ്ലവകരമായ പരിവർത്തനത്തിന്റെയും ചരിത്രം, മാർക്സ് പഠിച്ചു. അതോടൊപ്പം ജർമ്മനി, ഇംഗ്ലണ്ട്, അമേരിക്കൻ ഐക്യനാടുകൾ എന്നിവയുടെ ചരിത്രത്തിലേക്കും അദ്ദേഹം കണ്ണോടിച്ചു. ഭരണകൂടത്തിന്റെ സിദ്ധാന്തം, ചരിത്രം എന്നിവയായിരുന്നു ഈ പഠനത്തിന്റെ കേന്ദ്രബിന്ദു. ജെന്നിയെ വിവാഹംചെയ്ത, ക്രൊയ്സ്നാഹിൽ മധുവിധു ആഘോഷിച്ച കാലത്തായിരുന്നു ഈ പഠനം. 'മഹാസൗധത്തിന്റെ മകുട'മായി ഹെഗൽ വിശേഷിപ്പിച്ച ഭരണകൂടമല്ല, ഹെഗൽ ഒട്ടും പ്രാധാന്യം കല്പിക്കാതിരുന്ന 'സിവിൽ സമൂഹം' ആണ് വാസ്തവത്തിൽ മാനവരാശിയുടെ ചരിത്രപരമായ വളർച്ചയുടെ താക്കോൽ എന്ന് മാർക്സ് മനസ്സിലാക്കിയത് ഈ പഠനത്തിലൂടെയാണ്.

വൈരുദ്ധ്യാത്മിക ഭൗതികവാദത്തിലേക്ക് എത്തുന്നതിന് വേണ്ട കോപ്പുകൾ മാർക്സ് അതോടെ ശേഖരിച്ചുകഴിഞ്ഞിരുന്നു.

റൈനിഷ്ത് സൈതൂങ് നിരോധിക്കപ്പെട്ട ശേഷം ജർമ്മനിയിൽ സ്വതന്ത്രമായ പ്രവർത്തനം അസാദ്ധ്യമാണെന്ന് കണ്ട മാർക്സ് പാരീ

സിൽ നിന്ന് ഒരു വിപ്ലവപത്രം ആരംഭിക്കാൻ തീരുമാനിച്ചു. മാർക്സിന്റെ അച്ഛന്റെ ഒരു സുഹൃത്തുവഴി മാർക്സിനെ പ്രഷ്യൻ സിവിൽ സർവ്വീസിൽ ചേർക്കാൻ രാജവാഴ്ച ശ്രമിച്ചപ്പോൾ "ഞാൻ പ്രഷ്യവിട്ട് പാരീസിലേക്ക് പോന്നു" എന്ന് മാർക്സ് പിന്നീട് അനുസ്മരിക്കുകയുണ്ടായി.

റുഗെയാണ് സാമ്പത്തിക ചുമതല വഹിക്കാമെന്ന് ഏറ്റത്. *ജർമ്മൻ - ഫ്രഞ്ച് ഇയർബുക്ക് (ദോയ്ത്ഷ് ഫ്രാൻത്സൂസെ യാർ ബൂഹർ)* എന്നായിരുന്നു 1844 ഫെബ്രുവരി അവസാനം പാരീസിൽനിന്ന് പുറത്തിറങ്ങിയ ഈ പത്രത്തിന്റെ പേര്. ഇതിൽ ഫ്രഞ്ചുകാരും ജർമ്മൻകാരുമായ വിപ്ലവകാരികളെയും ജനാധിപത്യവാദികളെയും സോഷ്യലിസ്റ്റുകാരെയും കൊണ്ട് എഴുതിപ്പിക്കാൻ മാർക്സ് ശ്രമിച്ചു. മാർക്സിന് പരാജയം പറ്റിയത് ഫൊയർബാഹിന്റെ കാര്യത്തിൽ മാത്രമായിരുന്നു. വിപ്ലവപ്രവർത്തനത്തിൽ പങ്കെടുക്കാതെ നിഷ്പക്ഷത പാലിക്കുക മാത്രമാണ് ഫൊയർബാഹ് ചെയ്തത്.

ഇത് സംബന്ധിച്ച് ഫൊയർബാഹിനെഴുതിയ കത്തിൽ മാർക്സ് ദർശനത്തിലെ പക്ഷപാതിത്വത്തെക്കുറിച്ച് പറയുന്നുണ്ട്. ദാർശനികതത്ത്വങ്ങൾ പ്രയോഗിക്കുന്നതിലുള്ള സ്ഥിരതയാണ് മാർക്സിന്റെ വീക്ഷണത്തിൽ പക്ഷപാതിത്വം; വിരുദ്ധദാർശനിക സിദ്ധാന്തങ്ങളെ സമന്വയിക്കാനുള്ള ശ്രമങ്ങളുമായി വിട്ടുവീഴ്ച ചെയ്യാൻ സമ്മതിക്കാതിരിക്കലും ആണത്. സമന്വയവാദി സങ്കുചിതത്ത്വമെന്നും ഏകപക്ഷീയമെന്നും കരുതുന്നത് വാസ്തവത്തിൽ ദാർശനികചിന്തയിലെ നിർഭയതയും തത്ത്വങ്ങളിൽ വിട്ടുവീഴ്ച ചെയ്യാതിരിക്കലുമാണ്. ഇതാണ് മാർക്സിന്റെ മഹനീയമായ പാരമ്പര്യം. അതിന്റെ നാമ്പുകൾ ഫൊയർബാഹിനെഴുതിയ മാർക്സിന്റെ കത്തിൽ കാണാം.

യാർ ബൂഹർ (ഇയർബുക്ക്) 1844 ഫെബ്രുവരിയിൽ ഇരട്ടപ്പതിപ്പായി പുറത്തിറങ്ങി. അപ്പോഴേക്കും മാർക്സ് സമകാലികരിൽ ഏറ്റവും മുന്നിട്ടുനില്ക്കുന്ന ചിന്തകനായി പൊതുവെ അംഗീകരിക്കപ്പെട്ടിരുന്നു. മറ്റുള്ളവർ കാണുന്നതിലും അപ്പുറം കാണാൻ അദ്ദേഹത്തിനുണ്ടായിരുന്ന കഴിവിന്റെ തെളിവായിരുന്നു യൂറോപ്പിൽ വിപ്ലവം ആസന്നമാണെന്ന അദ്ദേഹത്തിന്റെ നിഗമനം. ജർമ്മനി വിപ്ലവത്തിന്റെ വക്കത്താണെന്ന് മാർക്സ് റൂഗെയ്ക്ക് എഴുതിയപ്പോൾ അദ്ദേഹത്തിനത് വിശ്വാസമായില്ല. ചരിത്രത്തിൽ എവിടെയോ വഴിതെറ്റിപ്പോയ, സ്വേച്ഛാധിപത്യത്തെ ആട്ടിൻപറ്റങ്ങളെപ്പോലെയും ദേശാഭിമാനത്തോടെയും അനുസരിക്കുന്ന, ജർമ്മൻകാർക്ക് അതിന് കഴിയില്ല എന്നാണ് റൂഗെ അയച്ച മറുപടി. "നമ്മുടെ ജനതയ്ക്ക് ഭാവിയില്ല" എന്ന് അദ്ദേഹം എഴുതി.

റൂഗെ പ്രകടിപ്പിച്ച അതേ അഭിപ്രായം ഇന്നത്തെ ഇന്ത്യയെകുറിച്ച് പ്രകടിപ്പിക്കുന്നവർ ധാരാളമാണ്. ആ നിലയ്ക്ക് മാർക്സ് റുഗെയ്ക്ക് എഴുതിയ മറുപടി ഇവിടെ വളരെ പ്രസക്തമാണ്.

"താങ്കളുടെ കത്ത് നല്ലൊരു വിലാപകാവ്യമാണ്; പക്ഷേ, അതിൽ രാഷ്ട്രീയം ഒട്ടും തന്നെയില്ല" എന്നു പറഞ്ഞുകൊണ്ടാണ് മാർക്സ്

കത്ത് ആരംഭിച്ചത്.

സംസ്കാരശൂന്യരുടെ രാജ്യമാണ് ജർമ്മനി എന്ന് മാർക്സ് പറഞ്ഞു. മനുഷ്യരാണെങ്കിൽ അവർ ചിന്തിക്കുന്നവരും സ്വതന്ത്രരും ആയിരിക്കും.

സംസ്കാരശൂന്യർക്ക് ഈവക അഭിലാഷങ്ങളൊന്നുമില്ല. അവരുടെ മനസ്സിൽ ആദ്യം മനുഷ്യരുടെ ആത്മവിശ്വാസമായ സ്വാതന്ത്ര്യം തട്ടിയുണർത്തേണ്ടതുണ്ട്. ഗ്രീക്ക് ജനാധിപത്യത്തോടൊപ്പം (ക്രിസ്തുമതത്തിന്റെ ആവിർഭാവത്തോടെ) ലോകത്തിൽനിന്ന് അപ്രത്യക്ഷമായതാണ് സ്വാതന്ത്ര്യബോധം. ഈ ബോധമില്ലാത്തവർക്ക് തങ്ങളുടെ യജമാനന്മാരോട് അനുസരണയും ഭക്തിയും സേവയും കാണിക്കാനല്ലാതെ മറ്റൊന്നും അറിയില്ല.

മാർക്സ് ജർമ്മനിയിലെ സ്ഥിതി പരിശോധിക്കുന്നു. രാജവാഴ്ച സംസ്കാരശൂന്യരിലാണ് നിലനില്ക്കുക. രാജാവ് സംസ്കാരശൂന്യരുടെ രാജാവാണ്. അദ്ദേഹത്തിന് സ്വയമോ തന്റെ പ്രജകളെയോ സ്വതന്ത്രമാക്കാൻ കഴിയില്ല.

> പഴയ വ്യവസ്ഥയ്ക്കു ഈ തകർച്ച നികത്താൻ കഴിയുന്നില്ല. കാരണം, അതിനു നികത്താനോ സൃഷ്ടിക്കാനോ കഴിയില്ല. നിലനില്ക്കാനും ഉപഭോഗം ചെയ്യാനും മാത്രമേ കഴിയൂ. എന്നാൽ ചിന്തിക്കുന്നവരും ദുരിതം അനുഭവിക്കുന്നവരുമായ മനുഷ്യരുടെയും മർദ്ദിതരായ ചിന്തിക്കുന്ന മനുഷ്യരുടെയും അസ്തിത്വം, നിർജ്ജീവമായും ചിന്തിക്കാതെയും ഉപഭോഗം നടത്തുന്ന മൃഗലോകത്തിന്റെ സംസ്കാരശൂന്യതയ്ക്ക് അവസാനം അരുചികരവും ദഹിക്കാത്തതും ആയിത്തീരാനേ കഴിയൂ.
>
> പഴയ ലോകത്തെ ഇന്നത്തെ പൂർണ്ണപ്രകാശത്തിൽ തുറന്നുകാട്ടുകയും പുതിയ ലോകത്തെ സൃഷ്ടിപരമായി രൂപപ്പെടുത്തുകയും വേണം. ചിന്തിക്കുന്നവർക്ക് സ്ഥിതിഗതികൾ വിലയിരുത്താനും ദുരിതമനുഭവിക്കുന്ന മാനവരാശിക്ക് അതിന്റെ ശക്തികളെ അണിനിരത്താനും സംഭവഗതി കൂടുതൽ സമയം അനുവദിക്കുന്നപക്ഷം ഇന്നത്തെ കാലഘട്ടത്തിന്റെ ഗർഭത്തിലുള്ള വസ്തു ലോകത്ത് പ്രവേശിക്കുമ്പോൾ കൂടുതൽ പൂർണ്ണമായിരിക്കും. (സ. കൃ. വാ 3, പേജ് 141)

മാർക്സിന്റെ ഈ വിശകലനത്തിൽ ആശയവാദത്തിന്റെ അവശിഷ്ടങ്ങൾ ഉണ്ടെങ്കിലും ഒരു കാര്യത്തിൽ അദ്ദേഹം യുവഹെഗേലിയന്മാരെക്കാളും മുന്നിലെത്തിയിരുന്നു. വിപ്ലവം ആസന്നമാണെന്ന് പ്രവചിക്കുന്നതിലല്ല; വിപ്ലവകാരികളുടെ അതുമായി ബന്ധപ്പെട്ട കടമകളിൽ ഒന്ന് നിലവിലുള്ള ഭരണകൂടത്തെ വിമർശിക്കലാണ് എന്ന് ചൂണ്ടിക്കാണിക്കുന്നതിൽ.

1843 സെപ്തംബറിൽ റൂഗേക്ക് എഴുതിയ കത്തിലും മാർക്സ് ഇതേ

വിഷയമാണ് പരാമർശിക്കുന്നത്; പല സിദ്ധാന്തവാദികളും ചരിത്രാനുഭവത്തെ അവഗണിച്ചുകൊണ്ട് എല്ലാ സാമൂഹ്യപ്രശ്നങ്ങൾക്കും യുക്തിപരമായ പരിഹാരവും സാർവ്വത്രികമായ ഒറ്റമൂലികളും നിർദ്ദേശിക്കുന്നുണ്ട്. അത്തരം പ്രമാണവാദമല്ല തന്റേത് എന്നും ഉടനടി ചെയ്യേണ്ടത് നിലവിലുള്ള എല്ലാറ്റിനെയും നിർദ്ദയമായ വിമർശനത്തിന് വിധേയമാക്കുകയാണ് എന്നും മാർക്സ് പറയുന്നു. പരിണതഫലത്തെയും അധികാരികളുമായി ഏറ്റുമുട്ടുന്നതിനെയും കുറിച്ച് ഭയപ്പെടാതെ വേണം ഇത്.

സമകാലിക കമ്യൂണിസ്റ്റ് പ്രബോധനങ്ങളിലെ പ്രമാണവാദത്തെയും ഉട്ടോപ്യൻ വാദത്തെയും മാർക്സ് എതിർത്തു. സ്വകാര്യസ്വത്ത് ഇല്ലാതാക്കലും കമ്യൂണിസവും ഒന്നല്ല എന്ന് അദ്ദേഹം പറഞ്ഞു. ഉല്പാദിപ്പിക്കപ്പെട്ടു കഴിഞ്ഞതും ഉല്പാദിപ്പിച്ചുകൊണ്ടിരിക്കുന്നതുമായ ഭൗതിക വസ്തുക്കളുടെ പുനർവിതരണം ആയിട്ടാണ് സമൂഹത്തിന്റെ സാമൂഹ്യമായ പുനഃസംഘടനയെ ഉട്ട്യോപ്യൻ സോഷ്യലിസ്റ്റുകാരും കമ്യൂണിസ്റ്റുകാരും കണക്കാക്കിയത്. ഉല്പാദനശക്തികൾ, സംസ്കാരം, ശാസ്ത്രം എന്നിവയെ തങ്ങൾ പ്രഖ്യാപിച്ച ലക്ഷ്യങ്ങൾ കൈവരിക്കാൻ വളർത്തേണ്ടതിന്റെ ആവശ്യകത അവർ കണ്ടില്ല. മാത്രമല്ല, സ്വകാര്യസ്വത്ത് 'ന്യായമായി' പുനർവിതരണം ചെയ്യണം എന്നേ അവർ പറഞ്ഞുള്ളൂ. അത് ഇല്ലായ്മചെയ്യണം എന്നു പറഞ്ഞില്ല. മനുഷ്യന്റെ ചരിത്രപരമായി വളർന്നുവരുന്ന ആവശ്യങ്ങൾ നിറവേറ്റാൻ ഉല്പാദനം വർദ്ധിപ്പിക്കുന്നതിനു സ്വകാര്യസ്വത്ത് ഇല്ലായ്മ ചെയ്യേണ്ടതുണ്ട് എന്നവർ കണ്ടില്ല.

രാഷ്ട്രീയത്തെ കുറിച്ചുള്ള വിമർശനത്തോടും അധ്വാനിക്കുന്ന ജനങ്ങൾ നടത്തുന്ന സമരത്തോടും ബന്ധപ്പെടുത്തി വേണം വിമർശനം എന്ന മാർക്സിന്റെ നിർദേശം, ബാവറുടെയും മറ്റും "വിമർശനാത്മക വിമർശന"ത്തിന് തീർത്തും എതിരാണ്. രണ്ട് കാര്യങ്ങൾ സുപ്രധാനമായി മാർക്സ് കരുതി: ബഹുജനസമരാനുഭവത്തെ പഠിക്കൽ, സിദ്ധാന്തത്തെ വിപ്ലവകരമായ പ്രയോഗവുമായി കൂട്ടിയിണക്കൽ. മാർക്സ് വസ്തുനിഷ്ഠ പ്രക്രിയകളെയും അവയുടെ പ്രേരകശക്തികളെയും വിലയിരുത്തിക്കൊണ്ട് കടമകൾ ആവിഷ്ക്കരിച്ചതിനെ അടിസ്ഥാനമാക്കി വിപ്ലവസിദ്ധാന്തത്തിന്റെ പങ്കിനെക്കുറിച്ചുള്ള ഭൗതികവാദ നിലപാടിന്റെ മർമ്മം ലെനിൻ ചൂണ്ടിക്കാട്ടി. അതിന്റെ ഒന്നാമത്തെ കടമ ഇതാണ്:

> ഈ സമരത്തെ ഉല്പാദനബന്ധങ്ങളുടെ നിശ്ചിതവ്യവസ്ഥയുടെ ഉല്പന്നമായി വസ്തുനിഷ്ഠമായി അവതരിപ്പിക്കാൻ കഴിയുക, ഈ സമരത്തിന്റെ ആവശ്യകത അതിന്റെ ഉള്ളടക്കത്തിലും ഗതിയിലും വികാസത്തിലും മനസ്സിലാക്കാൻ കഴിയുക.

ഇതിനുശേഷം മാർക്സ് എഴുതിയ ലേഖനങ്ങളാണ് "ജൂതപ്രശ്ന"വും "ഹെഗലിന്റെ നിയമദർശനത്തിന്റെ നിരൂപണത്തിലേക്കുള്ള സംഭാവന-ഉപക്രമ"വും. ഇവയാകുമ്പോഴേക്ക് മാർക്സ് ഒരടികൂടി മുന്നോട്ടുവയ്ക്കുന്നു. മതത്തെക്കുറിച്ച് ഹെഗലും ഫൊയർബാഹും യുവ

ഹെഗേലിയന്മാരും പറഞ്ഞുവെച്ചതിനു അപ്പുറം പോവുകയും അതിനെ വൈരുദ്ധ്യാത്മക ഭൗതികവാദപരമായി വിലയിരുത്തുകയും ചെയ്യുന്നു. മതത്തെ കുറിച്ചുള്ള മാർക്സിന്റെ ആ വിലയിരുത്തൽ അത്യുജ്ജ്വലവും അത്യഗാധവുമാണ്.

അതിലേക്കു കടക്കുംമുമ്പ് എംഗൽസിനെകുറിച്ച് ഒരു വാക്ക്. എംഗൽസ് ബർലിനിൽ കുറച്ചുകാലം താമസിച്ച് അച്ഛന്റെ നിയോഗവും സ്വന്തം പഠനവും നടത്തിയശേഷം ഇംഗ്ലണ്ടിലെ മാഞ്ചസ്റ്ററിലേക്ക് അച്ഛൻ പങ്കാളിയായ ഒരു സ്ഥാപനത്തിൽ പ്രവർത്തിക്കുന്നതിനായി പോയി. അവിടെനിന്ന് *റൈനിഷ്ത് സൈതൂങ്ങി*ലേക്കും *ഇയർബുക്കി*ലേക്കും ലേഖനങ്ങൾ അയച്ചുകൊണ്ടിരുന്നു.

ഇംഗ്ലണ്ടിലെ വാസം, എംഗൽസിനു മാർക്സിനെക്കാൾ മുമ്പെ മുതലാളിത്തത്തെ കുറിച്ച് പഠിക്കാൻ അവസരം നല്കി.

1843 ൽ തന്നെ "അർത്ഥശാസ്ത്ര നിരൂപണത്തിന്റെ ചട്ടക്കൂട്", "ഇംഗ്ലണ്ടിലെ സ്ഥിതി: പഴയതും പുതിയതും", "വൻകരയിലെ സാമൂഹ്യപരിഷ്കാരത്തിന്റെ പുരോഗതി" മുതലായ ലേഖനങ്ങൾ എഴുതിക്കഴിഞ്ഞിരുന്നു. വിപ്ലവത്തിന്റെ സാമ്പത്തികവശങ്ങളെ കുറിച്ച് ആദ്യം പഠിച്ചത് എംഗൽസാണ്. ഇംഗ്ലണ്ടിലെ താമസം, മുതലാളിത്തത്തെക്കുറിച്ച് കൂടുതൽ അവഗാഹത്തോടെ പഠിക്കാൻ അവസരം നല്കി. സാങ്കല്പിക സോഷ്യലിസ്റ്റുകാർക്കെതിരായി ആശയസമരം നടത്തിക്കൊണ്ടാണ് എംഗൽസ് മുതലാളിത്തത്തെക്കുറിച്ച് ആശയ വ്യക്തത സ്വയം ഉണ്ടാക്കിയത്.

എംഗൽസും മാർക്സും തമ്മിൽ 1842 ൽ കണ്ടുമുട്ടിയെങ്കിലും അതൊരു സൗഹൃദമായി രൂപാന്തരപ്പെട്ടില്ല. പിന്നീടാണ് അതിനുള്ള അവസരം ലഭിച്ചത്; അപ്പോഴേക്ക് ഇരുവരും തങ്ങളുടെ മൗലികാശയങ്ങൾക്കു രൂപം നല്കിക്കഴിഞ്ഞിരുന്നു.

5

മതത്തോടുള്ള വൈരുദ്ധ്യാത്മക സമീപനം

ജർമ്മൻ - ഫ്രഞ്ച് ഇയർ ബുക്കിന്റെ പൊതുനയം നിർണ്ണയിച്ച രണ്ട് ലേഖനങ്ങളായിരുന്നു മാർക്സ് എഴുതിയ "ജൂതപ്രശ്നത്തെപ്പറ്റി", "ഹെഗലിന്റെ" നിയമദർശനത്തെക്കുറിച്ചുള്ള വിമർശനത്തിലേക്കൊരു സംഭാവന - ഉപക്രമം" എന്നിവ.

മതം, ബൂർഷ്വാ ജനാധിപത്യം എന്നിവയെക്കുറിച്ചുള്ള വൈരുദ്ധ്യാത്മക ഭൗതികവാദപരമായ കാഴ്ചപ്പാട് മാർക്സ് ഇവയിൽ-പ്രത്യേകിച്ച് രണ്ടാമത്തേതിൽ-ആവിഷ്കരിച്ചു. യുവഹെഗേലിയന്മാരുടെയും ഫൊയർബാഹിന്റെയും സർവ്വോപരി ഹെഗലിന്റെയും നിലപാടുകളുടെ പരിമിതി ഇവയിൽ മാർക്സ് ചൂണ്ടിക്കാട്ടി. അവരുടെ വിശകലനങ്ങളും നിഗമനങ്ങളും അശാസ്ത്രീയമാണെന്ന് മാർക്സ് തെളിയിച്ചു. അവയ്ക്കുപകരം യുക്തിയുക്തമായത് വൈരുദ്ധ്യാത്മക ഭൗതികവാദത്തിന്റെ അടിസ്ഥാനത്തിലുള്ള വിശകലനവും നിഗമനവുമാണെന്ന് സ്ഥാപിച്ചു.

19-ാം നൂറ്റാണ്ടിൽ യൂറോപ്പിലെ മിക്ക രാജ്യങ്ങളിലും ജൂതർക്കെതിരായ വിവേചനം ഉണ്ടായിരുന്നു. വിശേഷിച്ച് ക്രിസ്ത്യൻഭരണകൂടമുള്ള ജർമ്മനിയിൽ. അവരുടെ വിമോചനത്തിനുള്ള മാർഗ്ഗം നിർദ്ദേശിച്ചുകൊണ്ട് യുവഹെഗേലിയന്മാരുടെ നേതാവായിരുന്ന ബ്രൂണോ ബാവർ 1843 ൽ എഴുതിയ ഒരു ലേഖനത്തെ വിമർശിച്ചുകൊണ്ട് മാർക്സ് എഴുതിയ ലേഖനമാണ് "ജൂതപ്രശ്നത്തെപ്പറ്റി." മോചിപ്പിക്കപ്പെടേണ്ട ജൂതന്റെ സ്വഭാവമെന്ത്, ജൂതരെ മോചിപ്പിക്കേണ്ട ക്രിസ്ത്യൻ ഭരണകൂടത്തിന്റെ സ്വഭാവമെന്ത് എന്നീ ചോദ്യങ്ങൾ ബാവർ ഉന്നയിച്ചിരുന്നു. ഇവയ്ക്ക് ഉത്തരമായി അദ്ദേഹം ജൂതമതത്തെ വിമർശിച്ചു. ജൂതമതവും ക്രിസ്തുമതവും തമ്മിലുള്ള മതപരമായ ശത്രുത വിശകലനം ചെയ്ത് ക്രിസ്ത്യൻ ഭരണകൂടത്തിന്റെ സത്ത വിശദീകരിക്കുകയും ചെയ്തു.

> മറ്റുള്ളവരെ മോചിപ്പിക്കാൻ നമുക്ക് കഴിയുന്നതിനുമുമ്പ് നാം സ്വയം മോചിപ്പിക്കണം. ജൂതരും ക്രിസ്ത്യാനികളും തമ്മിലുള്ള ശത്രുതയുടെ ഏറ്റവും കർക്കശമായ വശം മതപരമായ ശത്രുത യാണ്. എങ്ങനെയാണ് ഈ ശത്രുത പരിഹരിക്കുന്നത്? അതിനെ അസാദ്ധ്യമാക്കിക്കൊണ്ട്. മതപരമായ ശത്രുതയെ അസാദ്ധ്യമാ ക്കുന്നതെങ്ങനെ? മതത്തെ ഇല്ലായ്മചെയ്തുകൊണ്ട്. തങ്ങളുടെ മതങ്ങൾ മാനവമനസ്സിന്റെ വികാസത്തിലെ വ്യത്യസ്തദശകൾ, ചരിത്രം ഉപേക്ഷിച്ച വ്യത്യസ്ത പാമ്പിൻപടങ്ങൾ (മനുഷ്യൻ ആണ് അവ ഉരിഞ്ഞുകളഞ്ഞ പാമ്പ്) എന്നതിൽ കവിഞ്ഞൊന്നും അല്ലെന്നും ജൂതരും ക്രിസ്ത്യാനികളും മനസ്സിലാക്കുന്നതോടെ അവർ തമ്മിലുള്ള ബന്ധം മതപരമല്ലാതായിത്തീരുകയും വിമർശ നപരവും ശാസ്ത്രീയവും മാനുഷികവുമായ ബന്ധമാവുകയും ചെയ്യുന്നു. അതോടെ ശാസ്ത്രം അവരുടെ ഐക്യം രൂപപ്പെടു ത്തുന്നു. (അതേകൃതി, പേജ്, 147-8)

മാർക്സ് ബാവറിന്റെ വാദഗതി ഇങ്ങനെ സംഗ്രഹിക്കുന്നു: ഇതിനു ബാവർ നിർദ്ദേശിക്കുന്ന പരിഹാരമെന്താണ്? ഒരുവശത്ത് ജൂതർ ജൂത മതം ഉപേക്ഷിക്കണം, പൗരമോചനത്തിനായി മാനവരാശി പൊതുവിൽ മതം ഉപേക്ഷിക്കണം എന്ന് ആവശ്യപ്പെടുന്നു. മറുവശത്ത് മതത്തെ രാഷ്ട്രീയമായി ഇല്ലായ്മ ചെയ്യുന്നത് മതത്തെ അപ്പാടെ ഇല്ലായ്മചെയ്യ ലായി അദ്ദേഹം കണക്കാക്കുന്നു. മതത്തിന്റെ അസ്തിത്വം അംഗീകരി ക്കുന്ന ഭരണകൂടം യഥാർത്ഥത്തിൽ ഭരണകൂടമേ അല്ലെന്നാണ് അദ്ദേ ഹത്തിന്റെ പക്ഷം.

ആര് ആരെ മോചിപ്പിക്കണം എന്നല്ലാതെ ഏതു തരത്തിലുള്ള മോച നമാണ് വേണ്ടത് എന്ന ചോദ്യം ബാവർ ഉന്നയിക്കാത്തത് ഈ വിശക ലനത്തിന്റെ കുറവായി മാർക്സ് ചൂണ്ടിക്കാണിക്കുന്നു. “താൻ ഉന്നയിച്ച പ്രശ്നത്തിന്റെ ഭാഗമല്ലാത്ത ചോദ്യങ്ങൾ ഉന്നയിക്കുകയും ഉന്നയിച്ച ചോദ്യത്തിന് ഉത്തരം നല്കാതെ പ്രശ്നം പരിഹരിക്കുകയുമാണ് അദ്ദേഹം ചെയ്യുന്നത്.” “ക്രിസ്ത്യൻ ഭരണകൂടമാണ് യഥാർത്ഥ ഭരണ കൂടമെന്ന് സങ്കല്പിക്കുകയും ജൂതമതത്തെ വിധേയമാക്കിയ വിമർശന ത്തിന് അതിനെ വിധേയമാക്കാതിരിക്കുകയും ചെയ്തതാണ് അദ്ദേഹം ചെയ്ത തെറ്റ്” എന്ന ബാവറിന്റെ വിമർശനം ഉദ്ധരിച്ചുകൊണ്ട് മാർക്സ് പറയുന്നു:

> ‘ക്രിസ്ത്യൻ ഭരണകൂടത്തെ മാത്രമാണ്’ ‘ഭരണകൂടത്തെ’ അല്ല വിമർശനവിധേയമാക്കിയത് എന്നതിൽ അദ്ദേഹത്തിന്റെ തെറ്റ് നാം കാണുന്നു. രാഷ്ട്രീയമോചനത്തിനു മാനവമോചനവുമായുള്ള ബന്ധം അദ്ദേഹം പരിശോധിക്കുന്നതേയില്ല.’ (*അതേകൃതി*, പേജ്, 140-50)

ജൂതപ്രശ്നം തന്നെ ജർമ്മനിയിലും ഫ്രാൻസിലും അമേരിക്കൻ ഐക്യനാടുകളിലും വ്യത്യസ്ത രൂപങ്ങളിലായിരുന്നു എന്ന് മാർക്സ് ചൂണ്ടിക്കാട്ടി. കാരണം, ഭരണകൂടത്തിന്റെ രൂപം ഈ രാഷ്ട്രങ്ങളിൽ വ്യത്യസ്തങ്ങളായിരുന്നു. ജർമ്മനിയിൽ ക്രിസ്ത്യൻ ഭരണകൂടം. ഫ്രാൻസിൽ ഭരണഘടനാപരമായ ഭരണകൂടം ഭൂരിപക്ഷത്തിന്റെ മതം എന്ന രൂപത്തിൽ ഭരണകൂടമതത്തിന്റെ ലാഞ്ഛന അവിടെയുണ്ടായിരുന്നു. അതിനാൽ ജൂതമതവും ഭരണകൂടവും തമ്മിലുള്ള ബന്ധം മതപരമായ ശത്രുതയുടെ നേരിയ രൂപം കൈക്കൊണ്ടു. അമേരിക്കൻ ഐക്യനാടുകളിൽ മറ്റൊരു രൂപം. അമേരിക്കയെ മുൻനിർത്തി മാർക്സ് "പൂർണ്ണമായ രാഷ്ട്രീയമോചനവും മതവും തമ്മിലുള്ള ബന്ധമെന്ത്" എന്ന ദാർശനികപ്രശ്നത്തിനു തികച്ചും ഭൗതികമായ ഒരു ഉത്തരം നല്കുന്നു.

> പൂർണ്ണമായ രാഷ്ട്രീയമോചനമുള്ള രാജ്യത്തിലും മതം നിലനില്ക്കുക മാത്രമല്ല, നൂതനവും ഊർജ്ജസ്വലവുമായ ഓജസ്സ് കാണിക്കുകയും ചെയ്യുന്നത് മതത്തിന്റെ അസ്തിത്വം ഭരണകൂടത്തിന്റെ പൂർണ്ണതയ്ക്കു വിരുദ്ധമല്ല എന്നതിന് തെളിവാണ്. മതത്തിന്റെ അസ്തിത്വം ഒരു കുറവിന്റെ അസ്തിത്വമാകയാൽ ഈ കുറവിന്റെ ഉറവിടത്തെ ഭരണകൂടത്തിന്റെ സ്വഭാവത്തിലാണ് കണ്ടെത്താൻ കഴിയുക. നാം മതത്തെ മതേതരമായ സങ്കുചിതത്വത്തിന്റെ കാരണം ആയല്ല, പ്രകടനം ആയാണ് കണക്കാക്കുന്നത്. അതുകൊണ്ട് പൗരന്മാരുടെ മതപരമായ പരിമിതികളെ ലൗകികമായ (സെക്കുലർ) പരിമിതികളായി നാം വിശദീകരിക്കുന്നു. തങ്ങളുടെ ലൗകികപരിമിതികളിൽനിന്നു അവർ മോചിതരാകാൻ അവർ മതപരമായ സങ്കുചിതത്വത്തെ തരണം ചെയ്യണമെന്ന് നാം വാദിക്കുന്നില്ല. തങ്ങളുടെ ലൗകിക പരിമിതികളിൽനിന്ന് അവർ മോചിതരായാൽ അവർ മതപരമായ സങ്കുചിതത്വത്തെ അതിജീവിക്കും എന്നാണ് നാം തറപ്പിച്ചു പറയുന്നത്. ലൗകിക പ്രശ്നങ്ങളെ ദൈവശാസ്ത്ര പ്രശ്നങ്ങളാക്കി നാം മാറ്റുന്നില്ല. മറിച്ച്, ദൈവശാസ്ത്രപ്രശ്നങ്ങളെ ലൗകികപ്രശ്നങ്ങളാക്കി മാറ്റുന്നതേയുള്ളൂ. ചരിത്രം വേണ്ടത്ര കാലം അന്ധവിശ്വാസത്തിൽ ലയിച്ചിട്ടുണ്ട്. നാം ഇപ്പോൾ *അന്ധവിശ്വാസത്തെ ചരിത്രത്തിൽ ലയിപ്പിക്കുകയാണ്. അതിനാൽ രാഷ്ട്രീയമോചനത്തിന് മതത്തോടുള്ള ബന്ധം എന്ന പ്രശ്നം നമ്മെ സംബന്ധിച്ചിടത്തോളം രാഷ്ട്രീയമോചനത്തിന് മാനവമോചനവുമായുള്ള ബന്ധം എന്ന പ്രശ്നമായിരുന്നു.* (അതേ കൃതി, പേജ്, 151)

ബാവറിന്റെ വിശകലനത്തിൽ യുവഹെഗേലിയന്മാരുടെ ഉല്പതിഷ്ണുത്വപരമായ ആശയവാദവും ദ്വന്ദ്വാത്മകതയും കാണാം. ഒരുവശത്ത് ക്രിസ്തുമതത്തെ അർദ്ധനാടുവാഴിത്ത ജർമ്മൻ ഭരണകൂടത്തിന്റെ

ഔദ്യോഗിക ആശയസംഹിത എന്ന നിലയിൽ വിമർശിക്കുമ്പോൾ, അത് നിലവിലുള്ള ഭരണകൂടത്തിന്റെ അടിത്തറ പിടിച്ചുകുലുക്കി. അതേസമയം, നാടുവാഴിത്തത്തോടുള്ള പോരാട്ടത്തെ അതിന്റെ മതപരമായ ആവരണത്തോടുള്ള എതിർപ്പിലേക്ക് ചുരുക്കുക വഴി യുവഹെഗേലിയന്മാർ ജർമ്മൻ സമൂഹത്തിന്റെ രാഷ്ട്രീയ, അതിലേറെ സാമ്പത്തിക, ഘടനക്കെതിരായ പോരാട്ടത്തിൽ ഏർപ്പെടാതിരിക്കുകയാണ് ചെയ്തത്.

ബാവറും മാർക്സും തമ്മിലുള്ള ആശയസമരത്തിന് ഇന്നും പ്രസക്തിയുണ്ട്. ബാവറിനെപ്പോലെ മതത്തിനെതിരായി മാത്രം പോരാട്ടത്തിന് ഇറങ്ങുന്നവർ ഇന്നുമുണ്ട് - വെറും യുക്തിവാദികൾ. അവർ ജാതിക്കും മതത്തിനും എതിരായി വിട്ടുവീഴ്ചയില്ലാതെ പോരാടുന്നതായി അവകാശപ്പെടുന്നു. അങ്ങനെ ചെയ്യുന്നില്ലെന്ന് കമ്യൂണിസ്റ്റുകാരടക്കമുള്ള പുരോഗമനവാദികളെ കുറ്റപ്പെടുത്തുന്നു. അതേസമയം മതത്തിന്റെ പൊന്തപ്പടർപ്പുകൾക്കെതിരായി മാത്രമാണ് അവർ പോരാട്ടം നടത്തുന്നത്. മതത്തിന് വളക്കൂറുള്ള മണ്ണൊരുക്കുന്ന സാമ്പത്തികഘടനയെ അവർ എതിർക്കുന്നതേയില്ല.

ഫൊയർബാഹ് ആകട്ടെ, നാനാതരത്തിലുള്ള മാനുഷികബന്ധങ്ങളിൽനിന്നാണ് മതത്തിന്റെ ഉത്ഭവം എന്ന് ശരിയായി വിലയിരുത്തുന്നു. എന്നാൽ ഈ ബന്ധങ്ങളെ നരവംശശാസ്ത്രപരമായാണ് അദ്ദേഹം വിലയിരുത്തുന്നത്. അതായത് ചരിത്രപരമായി സ്പഷ്ടവും പരിവർത്തനവിധേയവുമായ ബന്ധങ്ങൾ ആയിട്ടല്ല, 'സ്വാഭാവികം' ആയിട്ടാണ്. ഭരണവർഗ്ഗങ്ങൾ ബഹുജനങ്ങളെ അടിച്ചമർത്തുന്നതിന് ഉപയോഗിക്കുന്ന ഉപകരണമാണ് മതം എന്ന് ഫൊയർബാഹ് മനസ്സിലാക്കിയിരുന്നു. എന്നാൽ, ഈ അടിച്ചമർത്തലാണ് മതബോധനത്തിന്റെ അടിസ്ഥാനം നന്ന് അദ്ദേഹം മനസ്സിലാക്കിയില്ല.

ഇവരിൽനിന്ന് വ്യത്യസ്തമായി മാർക്സ് മതത്തിന്റെ രൂപത്തിലുള്ള സാമൂഹ്യബോധത്തിന് ഭൗതികമായ ഒരു വിശദീകരണം നല്കി. മാത്രമല്ല, ശത്രുതാപരമായ സാമൂഹ്യബന്ധങ്ങളെ വിമർശിക്കുകയും ചെയ്തു. മതത്തെ ഭരണകൂടത്തിൽനിന്ന് വേർപെടുത്തിയതുകൊണ്ട് മാത്രം ഈ ബന്ധങ്ങളെ ഇല്ലായ്മ ചെയ്യാനാവില്ല. രാഷ്ട്രീയമോചനം കൊണ്ടും ആവില്ല. മാർക്സ് മാനവമോചനം എന്നുവിളിക്കുന്ന, തികച്ചും നൂതനമായ, സാമൂഹ്യപരിവർത്തനം അതിനാവശ്യമാണ്.

മതത്തെക്കുറിച്ചുള്ള ഭൗതികവീക്ഷണം മാർക്സ് കുറെക്കൂടി വികസിപ്പിച്ചു. രണ്ടാമത്തെ ലേഖനമായ 'ഉപക്രമ'ത്തിൽ,

> മതപരമായ അസ്വാസ്ഥ്യം അതേസമയം യഥാർത്ഥ അസ്വാസ്ഥ്യത്തിന്റെ പ്രകാശനമാണ്, യഥാർത്ഥ അസ്വാസ്ഥ്യത്തിന് എതിരായ പ്രതിഷേധവും ആണ്. മതം അടിച്ചമർത്തപ്പെട്ട ജീവിയുടെ നെടുവീർപ്പാണ്, ഹൃദയശൂന്യമായ ലോകത്തിന്റെ ഹൃദയമാണ്-ചൈതന്യമില്ലാത്ത സ്ഥിതിഗതികളിലെ ചൈതന്യമാണെന്നതുപോലെ, അത് ജനങ്ങൾക്ക് കറുപ്പെന്നപോലെയാണ്.

> മതത്തെ ജനങ്ങളുടെ മിഥ്യാസുഖമെന്ന നിലയ്ക്ക് ഇല്ലായ്മ ചെയ്യാനുള്ള മാർഗ്ഗം അവരുടെ യഥാർത്ഥസുഖം ആവശ്യപ്പെടലാണ്. ഇപ്പോഴത്തെ സ്ഥിതിവിശേഷത്തെ കുറിച്ചുള്ള വ്യാമോഹം കൈവെടിയുക എന്ന ആവശ്യം വ്യാമോഹങ്ങൾ ആവശ്യമായ സ്ഥിതിവിശേഷത്തെ കൈവെടിയുക എന്ന ആവശ്യമാണ്. അതിനാൽ മതത്തെക്കുറിച്ചുള്ള വിമർശനം ഭ്രൂണരൂപത്തിൽ കണ്ണീർ ത്തടാകത്തെക്കുറിച്ചുള്ള വിമർശനമാണ്. അതിന്റെ പരിവേഷമാണ് മതം. (*അതേകൃതി,* പേജ് 175-6)

മതത്തെക്കുറിച്ചുള്ള വിമർശനം മറ്റെല്ലാതരത്തിലുമുള്ള വിമർശനത്തിനുമുള്ള മുഖവുരയാണ്. മതത്തെ തുറന്നുകാട്ടുന്നത് മനുഷ്യനെ വരിഞ്ഞുകെട്ടിയിരിക്കുന്ന യഥാർഥ ചങ്ങലയെ മറച്ചുവയ്ക്കുന്ന മായിക പുഷ്പങ്ങളെയെല്ലാം പറിച്ചുനീക്കുന്നു. ജനങ്ങൾ അവരുടെ ചങ്ങലകൾ അറുത്തുനീക്കുകയാണ് വേണ്ടത്. അതിന് മതത്തെക്കുറിച്ചുള്ള വിമർശനം രാഷ്ട്രീയത്തെക്കുറിച്ചുള്ള വിമർശനമായി തീരണം. പ്രായോഗികമായി ഇല്ലായ്മ ചെയ്യേണ്ടതിനെ താത്ത്വികമായി ഇല്ലായ്മ ചെയ്യുന്നതിലേക്ക് ഒതുങ്ങിനിന്നാൽ അതൊരു വിപ്ലവപ്രവർത്തനമായിത്തീരില്ല. പ്രായോഗിക പ്രവർത്തനം അനുപേക്ഷണീയമാണ്. ഇവ രാഷ്ട്രീയമായും ദാർശനികമായും പ്രധാനപ്പെട്ടവയാണ്. ആശയ-ഭൗതികവാദങ്ങൾ തമ്മിലെ പ്രശ്നത്തിനുള്ള വൈരുദ്ധ്യാത്മകഭൗതികവാദ പരിഹാരം അത് നിർദ്ദേശിക്കുന്നു.

മതം മനുഷ്യനെയല്ല സൃഷ്ടിക്കുന്നത്, മനുഷ്യൻ മതത്തെയാണ് എന്ന ഫൊയർബാഹിന്റെ സങ്കല്പനത്തെ മാർക്സ് വികസിപ്പിച്ചതും ഈ ലേഖനത്തിലാണ്. ഫൊയർബാഹ് അമൂർത്തമനുഷ്യനെക്കുറിച്ചാണ് സങ്കല്പിച്ചത്. മാർക്സ് ചരിത്രപരമായ ഭൗതികവാദത്തിന്റെ വെളിച്ചത്തിൽ അതിനെ തിരുത്തുന്നു.

> മനുഷ്യൻ എന്നാൽ മനുഷ്യലോകമാണ്, ഭരണകൂടമാണ്, സമൂഹമാണ്. ഈ ഭരണകൂടം, ഈ സമൂഹം മതത്തെ സൃഷ്ടിക്കുന്നു. അത് തലകീഴായ ലോകബോധമാണ്. കാരണം, അവ തലകീഴായ ലോകമാണ്.... അത് മനുഷ്യസത്തയുടെ വിചിത്രമായ സാക്ഷാല്ക്കാരമാണ്. എന്തെന്നാൽ മനുഷ്യസത്ത യഥാർഥമല്ല. (അതേകൃതി, പേജ് 135)

അതായത്, ഭരണകൂടത്തെയും മതത്തെയും വേർതിരിച്ചുകൊണ്ട് ജൂതനെയോ ക്രിസ്ത്യാനിയെയോ മോചിപ്പിക്കാനാവില്ല. എന്തെന്നാൽ, അവർ അനുഭവിക്കുന്ന അടിച്ചമർത്തൽ മതത്തിൽനിന്ന് ഉത്ഭവിക്കുന്നതല്ല. സാമൂഹ്യസ്ഥിതിയിൽനിന്നും ചരിത്രത്തിന്റെ വളർച്ചയിൽനിന്നും ഉളവാകുന്നതാണ്.

മതത്തെയും ഭരണകൂടത്തെയും വേർതിരിക്കേണ്ടത് ബൂർഷ്വാ ജനാ

ധിപത്യ പരിവർത്തനത്തിന്റെ ആവശ്യമാണ്. അതാണ് യുവഹെഗേലിയന്മാർ ഉയർത്തിപ്പിടിച്ചത്. അതിന്റെ പൊള്ളത്തരം മാർക്സ് ഈ ലേഖനങ്ങളിൽ ചൂണ്ടിക്കാണിക്കുന്നു. "അതിനാൽ മനുഷ്യൻ മതത്തിൽനിന്ന് മോചിക്കപ്പെട്ടില്ല. അവനു മതപരമായ സ്വാതന്ത്ര്യം ലഭിച്ചതേയുള്ളൂ. അവന് സ്വത്തിൽനിന്ന് മോചനം ലഭിച്ചില്ല. സ്വത്ത് സ്വന്തമാക്കാനുള്ള സ്വാതന്ത്ര്യം നേടിയതേയുള്ളൂ. (അതേ കൃതി, പേജ് 167)

മാർക്സ് ഇതിലൂടെ ബൂർഷ്വാ ജനാധിപത്യത്തിന്റെ പരിമിതി സ്പഷ്ടമായി എടുത്തുകാട്ടി. അതുകൊണ്ട് മനുഷ്യന് യഥാർഥ സ്വാതന്ത്ര്യവും മോചനവും ലഭിക്കുന്നില്ലെന്നും അതിന് മറ്റൊരുതരത്തിലുള്ള മോചനം ആവശ്യമാണെന്നും ചൂണ്ടിക്കാണിച്ചു. 'ജൂതപ്രശ്നത്തെപ്പറ്റി'യുള്ള ലേഖനത്തിൽ ബൂർഷ്വാവിപ്ലവവും സോഷ്യലിസ്റ്റ് വിപ്ലവവും തമ്മിലുള്ള വ്യത്യാസം എടുത്തുകാട്ടി. 'ഉപക്രമ'ത്തിൽ ആരാണ് മനുഷ്യന്റെ മോചനത്തിനുള്ള ഈ വിപ്ലവത്തിന് നേതൃത്വം നല്കേണ്ടത് എന്ന് വ്യക്തമാക്കി.

മതവും സമൂഹവും, മതവും ഭരണകൂടവും; തമ്മിലുള്ള ബന്ധത്തെ ഇത്ര അഗാധമായും വിശാലമായും പരിശോധിക്കുകയും എടുത്തുകാണിക്കുകയും ചെയ്ത മറ്റൊരു ദാർശനികനില്ല.. ഹെഗലും ഫൊയർബാഹും നടത്തിയ നിരീക്ഷണങ്ങൾ മാർക്സിന് സഹായകമായിരുന്നു. എന്നാൽ, അവരുടെ തുടർച്ച മാത്രമല്ല മാർക്സ്. കാരണം, അവരുടെ സമീപനത്തിലെ മൗലികന്യൂനത മാർക്സ് പരിഹരിച്ചു. ആശയവാദമായിരുന്നു ഹെഗലിന്റെ സമീപനത്തിലെ ദൗർബല്യം. ഫൊയർബാഹിന്റേതിൽ വൈരുദ്ധ്യാത്മകതയുടെ അഭാവവും. അവ രണ്ടിനെയും വൈരുദ്ധ്യാത്മക ഭൗതികവാദ വീക്ഷണം വളർത്തിയെടുത്തുകൊണ്ട് മാർക്സ് പരിഹരിച്ചു.

അന്യവല്ക്കരണത്തിന്, പഴയ ജർമ്മൻ ദർശനത്തിൽ വളരെ പ്രധാനപ്പെട്ട സ്ഥാനമുണ്ട്. പ്രസിദ്ധ ദാർശനികനായ കാന്ത് ശുദ്ധമായ ധാർമ്മികബോധത്തിൽ അത് അന്തർലീനമാണെന്ന് പറഞ്ഞു. ഹെഗലിന്റെ വീക്ഷണത്തിൽ ആദർശപരമായത് ലോകയുക്തിയുടെ അഗാധതകളിൽ ആദിമുതൽക്കേ ഉണ്ട്. ഇത് സ്വയം പ്രകാശിതമാകുന്നത് പ്രകൃതിയുടെയും സമൂഹത്തിന്റെയും ഒന്നിനുപുറകെ ഒന്നായി വരുന്ന അന്യവല്കൃതരൂപങ്ങളിലാണ്. അതിനാൽ ചരിത്രത്തിന്റെ ഏറ്റവും പ്രധാനപ്പെട്ട ഉള്ളടക്കം അന്യവല്ക്കരണത്തെ കീഴ്പ്പെടുത്തലാണ് . അതായത്, കേവലമായതും അതിന്റെ അന്യവല്കൃത അസ്തിത്വവും തമ്മിലുള്ള വൈപരീത്യമാണ്.

ഫൊയർബാഹ് ആകട്ടെ, അന്യവല്ക്കരണം എന്ന ആശയത്തെ മതത്തിലെ മാനവികമായ ഉള്ളടക്കം വെളിവാക്കാനാണ് പ്രയോഗിച്ചത്. മനുഷ്യസത്തയുടെ അന്യവല്ക്കരണമാണ് മതം എന്ന് അദ്ദേഹം പ്രഖ്യാപിച്ചു. മനുഷ്യസത്തയെ അവന് അന്യമായ, അവനുമേൽ ആധിപത്യം വഹിക്കുന്ന, എന്തോ ആക്കി മാറ്റലാണ് അത്. മനുഷ്യന്റെ ഈ അന്യ

വല്ക്കരണത്തെ കീഴ്പ്പെടുത്തലാണ് ഏറ്റവും പ്രധാനപ്പെട്ട സാമൂഹ്യ കടമകളിൽ ഒന്ന് എന്ന് അദ്ദേഹം വിശ്വസിച്ചു.

മാർക്സ് അന്യവല്ക്കരണത്തെ കണ്ടത് വ്യത്യസ്തമായിട്ടാണ്. സാമൂഹ്യ-രാഷ്ട്രീയ ജീവിതത്തിൽ ഉണ്ടാകുന്ന അന്യവല്ക്കരണത്തിന്റെ പ്രതിഫലനമാണ് മതം എന്ന് അദ്ദേഹം കരുതി.

> മനുഷ്യന്റെ സ്വയം വേർപെടുത്തലിന്റെ പുണ്യരൂപം മറനീക്കി കാണിക്കപ്പെട്ടു കഴിഞ്ഞാൽ ചരിത്രത്തിന്റെ സേവനത്തിനായി നിലകൊള്ളുന്ന ദർശനത്തിന്റെ അടിയന്തര കടമ, ആ പുണ്യരൂപങ്ങളിൽ സ്വയം വേർപെടുത്തലിനെ മറനീക്കി കാണിക്കലാണ്. അങ്ങനെ സ്വർഗ്ഗത്തെകുറിച്ചുള്ള വിമർശനം ഭൂമിയെക്കുറിച്ചുള്ള വിമർശനമായിത്തീരുന്നു. മതത്തെക്കുറിച്ചുള്ള വിമർശനം നിയമത്തെക്കുറിച്ചുള്ള വിമർശനവും ദൈവശാസ്ത്രത്തെക്കുറിച്ചുള്ള വിമർശനം രാഷ്ട്രീയത്തെക്കുറിച്ചുള്ള വിമർശനവും ആയിത്തീരുന്നു. (അതേ കൃതി, പേജ്, 176)

യുവഹെഗേലിയന്മാർ അന്യവല്ക്കരണത്തെ മതത്തിലേക്കും നാടുവാഴിത്തവ്യവസ്ഥയിൽ വ്യക്തിക്കുണ്ടായിരുന്ന അകൽച്ചയിലേക്കും വെട്ടിച്ചുരുക്കി. അവർ ഏറെ എതിർത്ത ക്രിസ്ത്യൻ ഭരണകൂടത്തിന്, അഥവാ രാജവാഴ്ചയുടെ ഭരണകൂടത്തിന്, ഉള്ള അടിസ്ഥാനമെന്ത്? ഇത് ബാവറും കൂട്ടരും പരിശോധിച്ചില്ല. മാർക്സ് പരിശോധിച്ചു. അടിസ്ഥാനം ചൂണ്ടിക്കാണിക്കുകയും ചെയ്തു. ക്രിസ്ത്യൻ ഭരണകൂടത്തിൽ വേർപെടുത്തലിനാണ് പരിഗണന, മനുഷ്യന് അല്ല. അതിൽ എണ്ണപ്പെടുന്ന ഏകമനുഷ്യനായ രാജാവ് മറ്റ് മനുഷ്യരിൽനിന്ന് തീർത്തും വ്യത്യസ്തനായ അസ്തിത്വമാണ്. മാത്രമല്ല, നേരിട്ട് സ്വർഗ്ഗവുമായി, ദൈവവുമായി, ബന്ധപ്പെട്ട, മതപരമായ അസ്തിത്വമാണ്. (അതേ കൃതി, പേജ്, 158)

അന്യവല്ക്കരണത്തിന്റെ വേര് മതത്തിലല്ല, ഭരണകൂടത്തിലുമല്ല. അതിന്റെ അടിത്തറയിലാണ്.

> വില്പനയാണ് അന്യവല്ക്കരണത്തിന്റെ പ്രായോഗിക വശം. മതത്തിന്റെ പിടിയിൽ ആയിരിക്കുന്നിടത്തോളം, മനുഷ്യന് തന്റെ സ്വഭാവത്തിന്റെ മർമ്മത്തെ അന്യമോ വിചിത്രമായ ആയ എന്തോ ആക്കി മാറ്റുന്നതിലൂടെ മാത്രമേ വസ്തുനിഷ്ഠമാക്കാൻ കഴിയൂ. അതുപോലെ അഹന്തയുടെ കല്പനക്കു വഴങ്ങി അവനു പ്രായോഗികമായി കർമ്മനിരതനാകാൻ കഴിയും.
>
> എന്നാൽ പ്രയോഗത്തിൽ, വസ്തുക്കൾ ഉല്പാദിപ്പിക്കാൻ കഴിയുക, തന്റെ ഉല്പന്നങ്ങളെയും പ്രവർത്തനത്തെയും ഒരു അസ്തിത്വത്തിന്റെ മേധാവിത്വത്തിന് കീഴിലാക്കിക്കൊണ്ടും ഒരു അന്യ അസ്തിത്വമായ പണത്തിന്റെ പ്രാഭവം അവയുടെ മേൽ ചെലുത്തിക്കൊണ്ടും ആണ്.

മനുഷ്യന്റെ സ്വയം അന്യവല്ക്കരണത്തിന്റെ രൂപവും ഭാവവും യുവ ഹെഗേലിയന്മാർ വരെ പറഞ്ഞതിൽനിന്നു തികച്ചും വ്യത്യസ്തങ്ങളാണ് എന്ന് മാർക്സ് സൂചിപ്പിച്ചു. അദ്ധ്വാനത്തിന്റെ ഉല്പന്നം ചരക്ക് എന്ന നിലയിൽ അന്യവല്ക്കരിക്കപ്പെടുന്നതാണ് ഇതിനെല്ലാം അടിസ്ഥാനം എന്ന് മാർക്സ് ഒരു വർഷത്തിനുശേഷം *സാമ്പത്തികവും രാഷ്ട്രീയവുമായ കൈയെഴുത്തിപ്രതി*യിൽ സ്പഷ്ടമാക്കി. അത് സൈദ്ധാന്തികമായി തെളിയിച്ചത് *മൂലധന*ത്തിലും.

ബൂർഷ്വാജനാധിപത്യത്തിന്റെ ഏറ്റവും ഉദാത്തമായ കാഴ്ചപ്പാട് ആവിഷ്കരിച്ചത്, ഫ്രഞ്ച് വിപ്ലവമാണ്. അത് "മനുഷ്യന്റെയും പൗരന്റെയും അവകാശങ്ങളെ കുറിച്ചുള്ള പ്രഖ്യാപനം" നടത്തി. അതായത് മനുഷ്യനെയും പൗരനെയും രണ്ടായാണ് ബൂർഷ്വാജനാധിപത്യം കണ്ടത് എന്നർത്ഥം. മനുഷ്യൻ സംസ്കൃത സമൂഹത്തിലെ അംഗം; പൗരൻ രാഷ്ട്രീയ ഭരണകൂടത്തിലെയും. സംസ്കൃതസമൂഹവും രാഷ്ട്രീയ ഭരണകൂടവും പല കാര്യങ്ങളിലും ഭിന്നമാണെന്ന് ബൂർഷ്വാജനാധിപത്യം വിധിച്ചു. ഭരണകൂടത്തെ മതത്തിൽനിന്നു മോചിപ്പിച്ചത് ഇതിന്റെ ഭാഗമായാണ്. മനുഷ്യനു മതവിശ്വാസമാകാം, പൗരന് അതുണ്ടായിക്കൂടാ.

ഫ്രഞ്ച് വിപ്ലവവും അമേരിക്കൻ സ്വാതന്ത്ര്യപ്രസ്ഥാനവും വിളംബരം ചെയ്ത മനുഷ്യാവകാശങ്ങൾ മനുഷ്യന് ഒറ്റയ്ക്ക് അനുഭവിക്കാവുന്നവയല്ല. കൂട്ടായി ജീവിക്കുമ്പോഴേ അവയ്ക്കു പ്രസക്തിയുള്ളൂ. മറ്റൊരാൾക്കു ദോഷം ചെയ്യാത്തതെന്തും ചെയ്യാനുള്ള അവകാശമാണ് സ്വാതന്ത്ര്യം എന്ന് അവ പ്രഖ്യാപിച്ചു. ഇതിന്റെ ആന്തരാർത്ഥമെന്താണ്? മനുഷ്യർ തമ്മിലുള്ള സഹകരണത്തെ ആസ്പദമാക്കിയതല്ല സ്വാതന്ത്ര്യം; പിന്നെയോ, മനുഷ്യനെ മനുഷ്യനിൽനിന്ന് അകറ്റുന്നതാണ് അത്. അതായത്, ബൂർഷ്വാ സമൂഹത്തിലെ സ്വാതന്ത്ര്യം അകലാനുള്ളതാണ്. മനുഷ്യനെ സ്വന്തം പുറന്തോടിനകത്ത് ഞെരുക്കിയിരുത്തുന്നതാണ്.

സ്വത്തവകാശം, ബൂർഷ്വാജനാധിപത്യം ജനങ്ങൾക്കു പ്രദാനം ചെയ്ത പാവനമായ അവകാശമാണ്. "തന്റെ സാധനങ്ങളെയും വരുമാനത്തെയും, തന്റെ അദ്ധ്വാനത്തിന്റെയും വ്യവസായത്തിന്റെയും ഫലങ്ങളെ, തന്റെ ഇച്ഛക്കൊത്ത് അനുഭവിക്കുകയോ കൊടുക്കുകയോ ചെയ്യാൻ ഓരോ പൗരനും ഉള്ള അവകാശം" ആയാണ് ഫ്രഞ്ച് വിപ്ലവം സ്വത്തവകാശത്തെ നിർവ്വചിച്ചത്. അതായതൊരാൾ അനുഭവിക്കുന്നത് മറ്റു മനുഷ്യനെ ഒട്ടും പരിഗണിക്കാതെയാണ്, സമൂഹത്തിൽനിന്ന് സ്വതന്ത്രനായാണ്, ബൂർഷ്വാസമൂഹത്തിന്റെ അടിത്തറ സ്വത്തവകാശമാണ്. മറ്റ് മനുഷ്യർ തനിക്ക് പ്രതിബന്ധമാണ് എന്ന ബോധം ഓരോരുത്തരിലും ഇത് സൃഷ്ടിക്കുന്നു.

ചുരുക്കത്തിൽ, ബൂർഷ്വാജനാധിപത്യം, മതത്തിൽനിന്ന് ഭരണകൂടത്തെ വേർപെടുത്തിയതൊഴിച്ചാൽ, ബാക്കി ചെയ്തതെല്ലാം മനുഷ്യനെ അടുപ്പിക്കാനല്ല, അകറ്റാനാണ് ഉപകരിച്ചത്. മനുഷ്യന്റെ അന്യവല്ക്ക

രണം സോഷ്യലിസ്റ്റ് വ്യവസ്ഥയിൽ ഇല്ലായ്മ ചെയ്യുന്നതെങ്ങനെ എന്ന് മാർക്സ് പിന്നീട് വിവരിച്ചിട്ടുണ്ട്.

"ജൂതപ്രശ്നത്തെ പറ്റി" എന്ന ലേഖനത്തിൽ രാഷ്ട്രീയമോചനം കൊണ്ട് എല്ലാമായില്ല, മാനവമോചനം വേണം എന്നുമാത്രമേ യുവഹെഗേലിയന്മാരുടെ വാദത്തിലെ പരിമിതികൾ ചൂണ്ടിക്കാണിക്കുമ്പോൾ പറഞ്ഞുള്ളൂ. അത് എന്ത്, എങ്ങനെ എന്ന് വിവരിച്ചത് *ഹെഗലിന്റെ നിയമദർശനത്തിന്റെ വിമർശനത്തിലേക്കുള്ള സംഭാവന, ഉപക്രമത്തിലായി*രുന്നു.

ആ ലേഖനത്തിൽ യുവഹെഗേലിയന്മാരുടെ മറ്റൊരു ചിന്താവൈകല്യം മാർക്സ് ചൂണ്ടിക്കാണിച്ചു. അവർ "ഇന്നത്തെ സമരത്തിൽ ജർമ്മൻലോകത്തിനെതിരായ ദർശനത്തിന്റെ നിർണ്ണായകസമരം മാത്രമേ കണ്ടുള്ളൂ." എന്നാൽ, "ഇതേവരെ നിലനിന്നുപോന്ന ദർശനത്തിന്റെ നിഷേധം" ആവശ്യമാണെന്ന് അവർ മനസ്സിലാക്കിയില്ല.

യുവഹെഗേലിയൻ ആശയവാദം ജർമ്മൻ ചരിത്രത്തിൽ യാദൃച്ഛികപ്രതിഭാസമല്ല. പുരോഗതി പ്രാപിച്ച മറ്റ് രാജ്യങ്ങളോടൊപ്പം ജർമ്മനി കിടപിടിച്ചത് സൈദ്ധാന്തിക കാര്യങ്ങളിൽ മാത്രമാണ്. സാമ്പത്തികമായും രാഷ്ട്രീയമായും അത് ദീർഘകാലം പിന്നോക്കം നിന്നു. "രാഷ്ട്രീയത്തിൽ മറ്റു രാജ്യങ്ങൾ പ്രവർത്തിച്ചത്, ജർമ്മൻകാർ ചിന്തിക്കുകമാത്രം ചെയ്തു. ജർമ്മനി ആയിരുന്നു അവരുടെ സൈദ്ധാന്തികബോധം." ജർമ്മനിയുടെ പാരമ്പര്യം അതായിരുന്നു. "ജർമ്മനിയുടെ വിപ്ലവകരമായ ഭൂതകാലം സൈദ്ധാന്തികമാണ്. അത് നവോത്ഥാനമാണ്. അന്ന് വിപ്ലവം ആരംഭിച്ചത് സന്ന്യാസിയുടെ തലച്ചോറിലായിരുന്നു, ഇപ്പോൾ ഇതാരംഭിക്കുന്നത് ദാർശനികന്റെ തലച്ചോറിലാണ്." (അതേകൃതി, പേജ് 182)

ഈ സന്ദർഭത്തിൽ മാർക്സ് സിദ്ധാന്തവും പ്രയോഗവും തമ്മിൽ താരതമ്യപ്പെടുത്തി:

> വിമർശനം, എന്ന ആയുധത്തിനു ആയുധങ്ങൾ കൊണ്ടുള്ള വിമർശനത്തിനുപകരം നില്ക്കാനാവില്ല, തീർച്ച, ഭൗതികശക്തിയെ ഭൗതികശക്തികൊണ്ടുതന്നെ കീഴ്പ്പെടുത്തണം. എന്നാൽ, സിദ്ധാന്തം ബഹുജനങ്ങളെ സ്വാധീനിച്ചുകഴിയുന്നതോടെ, ഒരു ഭൗതികശക്തിയായിത്തീരുന്നു. സിദ്ധാന്തം മനുഷ്യനെ പ്രയോഗത്തിൽ ബോധ്യപ്പെടുത്തുന്നതോടെ അതിന് ബഹുജനങ്ങളെ സ്വാധീനിക്കാൻ കഴിയുന്നു. ഉല്പതിഷ്ണു ആകുന്നതോടെ മനുഷ്യനെ പ്രയോഗത്തിൽ ബോദ്ധ്യപ്പെടുത്തുന്നു. ഉല്പതിഷ്ണുവാകുക എന്നുവെച്ചാൽ കാര്യത്തിന്റെ മർമ്മം ഗ്രഹിക്കലാണ്, മനുഷ്യനു മനുഷ്യൻ തന്നെയാണ് മർമ്മം. (അതേ കൃതി, പേജ് 182)

ചരിത്രപരമായ ഭൗതികവാദത്തിന്റെ മർമ്മങ്ങളിൽ ഒന്നാണ് മാർക്സ് ഇവിടെ അനാവരണം ചെയ്തത്. ഭൗതികശക്തിക്ക് വിപ്ലവപ്രവർത്തന

ത്തിലുള്ള പ്രാധാന്യം സ്ഥാപിക്കുന്നതോടൊപ്പം, വിപ്ലവ സിദ്ധാന്തത്തിന്റെ അനുപേക്ഷണീയത ഊന്നിപ്പറയുന്നു. അതേവരെയുള്ള ചിന്തകരും സാമൂഹ്യപരിഷ്കർത്താക്കളും ഇവയിലൊന്നിനെ മാത്രമേ ഉയർത്തിപ്പിടിച്ചിരുന്നുള്ളൂ. സാമൂഹ്യപ്രവർത്തനവും സാമൂഹ്യബോധവും തമ്മിലുള്ള വൈരുദ്ധ്യാത്മക ഐക്യം കാണാൻ മാർക്സിനുമാത്രമേ കഴിഞ്ഞുള്ളൂ. അതാണ് മാർക്സിസ്റ്റ് ദർശനത്തിന്റെ അന്യാദൃശമായ നേട്ടവും.

സിദ്ധാന്തം ജനങ്ങളുടെ മർമ്മപ്രധാനമായ ആവശ്യങ്ങൾ പ്രകടിപ്പിക്കുമ്പോഴാണ്, അത് ജനങ്ങളെ സ്വാധീനിക്കുക. ഈ ആവശ്യങ്ങൾ ഭൗതിക ആവശ്യങ്ങളാണ്. സാമൂഹ്യോല്പാദനത്തിന്റെ പുരോഗതിയുമായി ബന്ധപ്പെട്ടവയാണ് ഇവ. ഉദാഹരണമായി സമകാലിക ലോകത്തിലെ പ്രധാന രാഷ്ട്രീയപ്രശ്നങ്ങൾ, വ്യവസായവുമായി ബന്ധപ്പെട്ടവയാണെന്ന് മാർക്സ് എടുത്തുകാട്ടി.

ജർമ്മനിയിൽ മറ്റൊരു പ്രത്യേകത ഉണ്ടായിരുന്നു. ജർമ്മൻ ചിന്ത പലതും ആവശ്യപ്പെട്ടു. എന്നാൽ ജർമ്മൻ യാഥാർത്ഥ്യം മറ്റൊരുവഴിക്ക് പോയി. "ചിന്ത സാക്ഷാൽക്കാരത്തിന് ശ്രമിച്ചതുകൊണ്ടായില്ല. യാഥാർത്ഥ്യം സ്വയം ചിന്തയിലെത്താനും ശ്രമിക്കേണ്ടതുണ്ട്." രണ്ടും രണ്ടുവഴിക്കായാൽ വിപ്ലവം രൂപപ്പെടില്ല. ഭൗതികാവശ്യങ്ങൾ വളർന്നുവരുമ്പോഴാണ് മാനവമോചനത്തിന്റെ ആവശ്യകത ബോദ്ധ്യപ്പെടുക. ഏതു വർഗ്ഗമാണോ ഈ ആവശ്യങ്ങൾ പ്രകടിപ്പിക്കുന്നത്, അതുമായി ബന്ധപ്പെട്ടാണ് മോചനം സാക്ഷാൽക്കരിക്കപ്പെടുക. 1840 കളുടെ ആദ്യത്തിൽ ജർമ്മനിയിൽ ഒരു വർഗ്ഗത്തിനും, സാർവ്വത്രികമായ മോചനത്തിന്റെ ആവശ്യം ഉണ്ടായിരുന്നില്ല. "അടിയന്തര പരിതഃസ്ഥിതി, ഭൗതികമായ ആവശ്യകത, സ്വന്തം ചങ്ങലകൾ" ഇവ നിർബ്ബന്ധിക്കുന്നതുവരെ ഒരു വർഗ്ഗത്തിനും അത് മനസ്സിലാകുകയില്ല.

ജർമ്മൻ മോചനത്തിനുള്ള സാദ്ധ്യതയെവിടെ എന്ന ചോദ്യം സ്വയം ഉന്നയിച്ചുകൊണ്ട് മാർക്സ് ഇങ്ങനെ ഉത്തരം നല്കി:

> *ഉല്പതിഷ്ണു ചങ്ങലകളുള്ള* ഒരു വർഗ്ഗത്തെ രൂപീകരിക്കുന്നതിലാണ് മാനവമോചനത്തിനുള്ള സാദ്ധ്യത കുടികൊള്ളുന്നത്. സിവിൽ സമൂഹത്തിലെ വർഗ്ഗമല്ലാത്ത സിവിൽ സമൂഹത്തിലെ ഒരു വർഗ്ഗമാണത്. എല്ലാ പ്രകാരങ്ങളെയും (എസ്റ്റേറ്റ്) പിരിച്ചുവിടുന്ന പ്രകാരം ആണത്. (അതേ കൃതി, പേജ് 186)

അത്തരമൊരു വർഗ്ഗമാകാം തൊഴിലാളിവർഗ്ഗം. തകർന്നുവരുന്ന നാടുവാഴിത്ത സമൂഹത്തിന്റെ സൃഷ്ടിയായ തൊഴിലാളിവർഗ്ഗം വ്യവസായ വികസനത്തിന്റെയും ഉല്പന്നമാണ്. അതിന്റെ മറ്റ് താല്പര്യങ്ങൾ സാമൂഹ്യപുരോഗതിയുടെ താല്പര്യങ്ങളുമായി ഇഴുകിച്ചേരുന്നു. സ്വയം മോചിപ്പിക്കാനുള്ള സമരത്തിൽ അത് അടിച്ചമർത്തപ്പെട്ട മറ്റെല്ലാ വിഭാഗങ്ങളുടെയും താല്പര്യങ്ങളെ പ്രതിനിധാനം ചെയ്യുന്നു.

മാർക്സ് തുടർന്നു:

> സാർവ്വത്രികമായ ദുരിതാനുഭവം ഉള്ളതുകൊണ്ട്, സാർവ്വത്രിക സ്വഭാവമുള്ള ഒരു മേഖലയാണത്, അതിനെതിരായി ഏതെങ്കിലും പ്രത്യേക അനീതി അല്ല, പൊതുവെയുള്ള അനീതിയാണ് ചെയ്യപ്പെട്ടിട്ടുള്ളത് എന്നതിനാൽ അത് ഒരു പ്രത്യേക അവകാശവും ഉന്നയിക്കുന്നില്ല. അതിന് ചരിത്രപരമായ പദവി അവകാശപ്പെടാനില്ല. മാനുഷികപദവി മാത്രമേ അവകാശപ്പെടാനാവൂ. ജർമ്മൻ ഭരണകൂടത്തിന്റെ പരിണത ഫലങ്ങളോട് ഏകപക്ഷീയമായ വൈപരീത്യം അതിനില്ല; അതിന്റെ അടിത്തറയോട് സർവ്വസ്പർവശിയായ വൈപരീത്യം മാത്രമേയുള്ളൂ. അവസാനമായി, സമൂഹത്തിന്റെ മറ്റെല്ലാ മേഖലകളിൽനിന്നും സ്വയം മോചിപ്പിക്കാതെ, അതിനാൽ സമൂഹത്തിലെ മറ്റെല്ലാ മേഖലകളെയും മോചിപ്പിക്കാതെ, സ്വയം മോചിപ്പിക്കാൻ കഴിയാത്ത മേഖലയാണത്. ഒറ്റവാക്കിൽപറഞ്ഞാൽ, അത് മനുഷ്യൻ പൂർണ്ണമായി നഷ്ടപ്പെടലാണ്; അതിനാൽ മനുഷ്യനെ പൂർണ്ണമായി വീണ്ടെടുക്കുന്നതിലൂടെ മാത്രമേ അതിന് സ്വയം വിജയം വരിക്കാൻ കഴിയൂ. സമൂഹത്തെ ഏതെങ്കിലും ഒരു പ്രത്യേക പ്രകാരമായി ഇങ്ങനെ പിരിച്ചുവിടലാണ് തൊഴിലാളിവർഗ്ഗം.
>
> ഇതേവരെ നിലനിന്ന ലോകക്രമത്തെ പിരിച്ചുവിടുമെന്ന് പ്രഖ്യാപിക്കുന്നതിലൂടെ തൊഴിലാളിവർഗ്ഗം ചെയ്യുന്നത് സ്വന്തം അസ്തിത്വത്തിന്റെ രഹസ്യം വെളിപ്പെടുത്തുക മാത്രമാണ്. കാരണം, അതാണ് വാസ്തവത്തിൽ ആ ലോകക്രമത്തിന്റെ പിരിച്ചുവിടൽ. സ്വകാര്യസ്വത്ത് നിഷേധിക്കണം എന്ന് ആവശ്യപ്പെടുന്നതിലൂടെ സമൂഹം തൊഴിലാളിവർഗ്ഗത്തിന്റെ തത്ത്വമാക്കിയതെന്തോ, അതിനെ സമൂഹത്തിന്റെ തത്ത്വമാക്കി ഉയർത്തുക മാത്രമാണ് തൊഴിലാളിവർഗ്ഗം ചെയ്യുന്നത്. തൊഴിലാളിവർഗ്ഗത്തിന്റെ സഹകരണം ഇല്ലാതെതന്നെ അതിന്റെ തത്ത്വത്തെ സമൂഹത്തിന്റെ നിഷേധാത്മകഫലമായി ഇതിനകംതന്നെ അതിൽ അടക്കം ചെയ്തു കഴിഞ്ഞതാണ്. (അതേ കൃതി, പേജ് 187)

അങ്ങനെ, മാർക്സ് വിഭാവനംചെയ്ത മാനവമോചനം മുമ്പുണ്ടായ മോചനങ്ങളിൽനിന്നും വിപ്ലവങ്ങളിൽനിന്നും തീർത്തും വ്യത്യസ്തമാണ്. തൊഴിലാളിവർഗ്ഗത്തിനു വിപ്ലവം നടത്തുകയെന്ന ചരിത്രപരമായ കടമ നല്കുന്നതോടെ, ദർശനത്തിന്റെ പങ്കിലും മാറ്റം വരുന്നു.

> ദർശനം തൊഴിലാളിവർഗ്ഗത്തിൽ അതിന്റെ ഭൗതികമായ ആയുധങ്ങൾ കണ്ടെത്തുന്നതോടെ, തൊഴിലാളിവർഗ്ഗം ദർശനത്തിൽ അതിന്റെ ആത്മീയമായ ആയുധങ്ങൾ കണ്ടെത്തുന്നു. (അതേ കൃതി, പേജ്, 187)

ജർമ്മനിയിലെ ബൂർഷ്വാ വർഗ്ഗത്തിന് വിപ്ലവം നടത്താനുള്ള കഴിവ് ഭൗതികമായും ആത്മീയമായും നഷ്ടപ്പെട്ടിരിക്കുന്നു. അതിനു ജനങ്ങളെ വിപ്ലവത്തിലേക്ക് നയിക്കാനാവില്ല.

> ജർമ്മനിയിൽ എല്ലാത്തരം അടിമത്തങ്ങളും തകർക്കാതെ ഒരു അടിമത്തവും തകർക്കാനാവില്ല. സർവ്വസ്സ്പർശിയായ ഒരു വിപ്ലവം നടത്താതെ ജർമ്മനിക്കു ആകെ ഒരു വിപ്ലവം നടത്താനാവില്ല. ജർമ്മൻകാരനെ മോചിപ്പിക്കാൻ മാനവരാശിയെയാകെ മോചിപ്പിക്കലാണ്. മോചനത്തിന്റെ തല ദർശനമാണ്, അതിന്റെ ഹൃദയം തൊഴിലാളിവർഗ്ഗവും. തൊഴിലാളിവർഗ്ഗത്തെ ഇല്ലായ്മ ചെയ്യാതെ ദർശനത്തെ ഒരു യാഥാർത്ഥ്യമാക്കിമാറ്റാൻ ആവില്ല. ദർശനത്തെ യാഥാർത്ഥ്യമാക്കാതെ തൊഴിലാളിവർഗ്ഗത്തെ ഇല്ലായ്മചെയ്യാനും ആവില്ല. (അതേ കൃതി, അതേ പേജ്)

സോഷ്യലിസ്റ്റ് വിപ്ലവത്തെക്കുറിച്ചുള്ള മാർക്സിന്റെ അവസാന വീക്ഷണമല്ല ഇത്. അത് പിന്നീട് അദ്ദേഹം നടത്തിയ സാമ്പത്തിക ഗവേഷണങ്ങൾക്കു ശേഷമാണ് രൂപംകൊണ്ടത്. പക്ഷേ, പടർപ്പ് തല്ലിനിന്ന അന്നത്തെ ബൂർഷ്വാജനാധിപത്യചിന്താഗതിയുടെ ദൗർബല്യം ചൂണ്ടിക്കാട്ടി തൊഴിലാളിവർഗ്ഗമാണ് പുതിയ യുഗത്തിന്റെ സ്രഷ്ടാവ് എന്ന് മാർക്സ് ഈ ലേഖനത്തിലൂടെ വ്യക്തമാക്കി. മാർക്സിയൻ ദർശനത്തിലെയും രാഷ്ട്രീയത്തിലെയും ഒരു വഴിത്തിരിവായിരുന്നു ഈ ലേഖനം.

6

അർത്ഥശാസ്ത്രരംഗത്ത് എംഗൽസിന്റെ സംഭാവന

റൈ*നിഷ്ത് സൈതൂങ്* പത്രാധിപർ ആയിരിക്കെയാണ് മാർക്സ് സാമ്പത്തികബന്ധങ്ങളിൽ താല്പര്യം കാണിക്കാൻ തുടങ്ങിയത് എന്ന് ഇതിനുമുമ്പ് സൂചിപ്പിച്ചിട്ടുണ്ട്. ആ താല്പര്യം മാർക്സ്, പാരീസിൽ പോയി സോഷ്യലിസ്റ്റു കൃതികൾ വായിക്കാൻ തുടങ്ങിയതോടെ വർദ്ധിച്ചു. *ഇയർബുക്കി*ലെ അദ്ദേഹത്തിന്റെ ലേഖനങ്ങൾ അർത്ഥശാസ്ത്രത്തിലുള്ള മാർക്സിന്റെ വർദ്ധിച്ച താല്പര്യം സൂചിപ്പിക്കുന്നു. *ഇയർബുക്കിൽ* എംഗൽസ് എഴുതിയ "അർത്ഥശാസ്ത്ര വിമർശനത്തിന്റെ നഖചിത്രം" എന്ന ലേഖനം മാർക്സിൽ വലിയ സ്വാധീനം ചെലുത്തി.

എംഗൽസ് അച്ഛന്റെ ബിസിനസുമായി ബന്ധപ്പെട്ട് ഇംഗ്ലണ്ടിൽ പോയ കാര്യം ഇതിനുമുമ്പെ പറഞ്ഞിട്ടുണ്ട്. അന്ന് മുതലാളിത്തം ഏറ്റവും അധികം വികസിച്ച യൂറോപ്യൻരാജ്യമായിരുന്നു ഇംഗ്ലണ്ട്. അതിനാൽ ജർമ്മനിയിലോ ഫ്രാൻസിലോ ഇരുന്നാൽ കഴിയാത്ത സൂക്ഷ്മനിരീക്ഷണം മുതലാളിത്തത്തെ സംബന്ധിച്ച്-പ്രത്യേകിച്ച് അതിന്റെ അർത്ഥശാസ്ത്രവശത്തെ കുറിച്ച്-നടത്താൻ എംഗൽസിനു കഴിഞ്ഞു. ഇതിന്റെ ആദ്യഫലമാണ് മുൻപറഞ്ഞ ലേഖനം. മാർക്സ് ഈ ലേഖനത്തെ ഏറെ പ്രശംസിച്ചിട്ടുണ്ട്. സോഷ്യലിസ്റ്റ് നിലപാടിൽനിന്ന് മുതലാളിത്ത വ്യവസ്ഥയുടെ മുഖ്യ പ്രതിഭാസങ്ങളെക്കുറിച്ച് നടത്തിയ ആദ്യ വിശകലനമാണത് എന്നു പറയാം. സ്വകാര്യസ്വത്തിന്റെ വാഴ്ചയുടെ അനിവാര്യഫലങ്ങളായി അവയെ കാണാൻ അക്കാലത്ത് മറ്റാർക്കും കഴിഞ്ഞിരുന്നില്ല. അതാണ് എംഗൽസിന്റെ മഹനീയതയും ആ ലേഖനത്തിന്റെ പ്രാധാന്യവും.

ആദംസ്മിത്തും റിക്കാർഡൊയും അവരുടെ സുപ്രധാന ബൂർഷ്വാ സാമ്പത്തിക സിദ്ധാന്തങ്ങൾ പ്രചരിപ്പിച്ചു കഴിഞ്ഞിരുന്നു. അവയുടെ

അടിസ്ഥാനത്തിൽ ഇംഗ്ലണ്ടിൽ അർത്ഥശാസ്ത്രം "സമ്പന്നവല്ക്കരണ ത്തിന്റെ ശാസ്ത്രം" ആയി വളർന്നിരുന്നു. ഇവരുടെ സംഭാവനകളുടെ മർമ്മം ഗ്രഹിക്കുവാൻ കഴിഞ്ഞതുകൊണ്ട് എംഗൽസ് മുതലാളിത്ത ത്തിന്റെ പെറ്റിബൂർഷ്വാ വിമർശകരുടെ പടുതിയിൽ വീണില്ല. പെറ്റി ബൂർഷ്വാസ്വത്ത് ഉറച്ചതും സജീവവും ആണെന്ന അവരുടെ ധാരണ തീർത്തും തെറ്റാണെന്ന് അദ്ദേഹം ചൂണ്ടിക്കാട്ടി. വലിയ മത്സ്യം ചെറിയ മീനുകളെ വിഴുങ്ങുന്നു എന്നതാണ് മൂലധനത്തിന്റെയും ഭൂസ്വത്തി ന്റെയും രംഗത്തെ അനുഭവം. അത് സ്വത്ത് കേന്ദ്രീകരിക്കുന്നതിന് ഇട വരുത്തുന്നതായും എംഗൽസ് കണ്ടു. മറ്റെല്ലാ രംഗത്തിനുമെന്നപോലെ സ്വകാര്യസ്വത്തിന്റെ രംഗത്തിനും ബാധകമായ നിയമമാണ് ഇത്.

എംഗൽസ് ലേഖനം ആരംഭിക്കുന്നത്, മുതലാളിത്ത ഉല്പാദന ത്തിന്റെ വസ്തുനിഷ്ഠമായ നിയമങ്ങൾ മനസ്സിലാക്കിക്കൊണ്ടാണ്. ആദം സ്മിത്തിന്റെ *രാഷ്ട്രങ്ങളുടെ സമ്പത്ത്* എന്ന ഗ്രന്ഥത്തെ അടിസ്ഥാനമാ ക്കിയ സ്വതന്ത്രവ്യാപാര വ്യവസ്ഥയാണ് ആധുനിക സമ്പത്ത് വ്യവസ്ഥ. അതിനുമുമ്പ് ഒരു ഘട്ടത്തിൽ രാഷ്ട്രങ്ങൾ തമ്മിൽ തമ്മിൽ വ്യാപാര ത്തിന് മുതിരാതിരുന്ന, സ്വർണ്ണവും വെള്ളിയും കുന്നുകൂട്ടലാണ് സമ്പത്ത് ആർജ്ജിക്കൽ എന്നു ധരിച്ചിരുന്ന, കാലത്തുനിന്നും മൂലധനം പെട്ടിയിൽ പൂട്ടിവയ്ക്കുകയല്ല, കൈമാറിക്കൊണ്ടിരിക്കുകയാണ് വേണ്ട തെന്ന ധാരണയിലേക്കു വളർച്ച പ്രാപിച്ച കാലത്തായിരുന്നു ആദം സ്മിത്ത് രംഗപ്രവേശം ചെയ്തത്. സ്വകാര്യസ്വത്തിനെ ഒരു പടികൂടി വളർത്തി അദ്ദേഹം സ്വതന്ത്ര വ്യാപാര വ്യവസ്ഥ ഏർപ്പെടുത്താനുള്ള സൈദ്ധാന്തിക അടിത്തറ പാകി. സ്വകാര്യസ്വത്തിനെ സ്വതന്ത്ര വ്യാപാര വ്യവസ്ഥയിലേക്ക് വളർത്തിയത് ചെറിയ കാര്യമല്ല.

സ്വകാര്യസ്വത്തുടമാ നിയമങ്ങൾ വിശദീകരിച്ചതായിരുന്നു സ്മിത്തി ന്റെയും കൂട്ടരുടെയും ഗുണപരമായ സംഭാവന. അതേസമയം മുൻവ്യ വസ്ഥയെ ശരിയായി വിലയിരുത്താനുള്ള കഴിവ് അവരുടെ സിദ്ധാന്ത ത്തിനില്ലായിരുന്നു. അതിനു കാരണം അവർ സ്വകാര്യസ്വത്തുടമാ നിയ മങ്ങളുടെ സാധുതയെ ചോദ്യം ചെയ്യാതെ അംഗീകരിച്ചതാണ്.

മാൽത്തൂസിന്റെ സിദ്ധാന്തത്തെ എംഗൽസ് ഈ ലേഖനത്തിൽ വില യിരുത്തി. വിപ്ലവത്തിന്റെ നൂറ്റാണ്ടായിരുന്നല്ലോ 18-ാം നൂറ്റാണ്ട്. അത് മറ്റ് രംഗങ്ങളിൽ സാമ്പത്തികരംഗത്തും മാറ്റം വരുത്തി. മറ്റ് രംഗങ്ങളി ലെന്നപോലെ ഉണ്ടായ മാറ്റം സ്ഥിരമായിരുന്നില്ല. വാസ്തവത്തിൽ വൈരു ദ്ധ്യങ്ങൾക്ക് പരിഹാരം ഉണ്ടാക്കുകയല്ല, അവയെ മൂർച്ഛിപ്പിക്കുകയാണ് 18-ാം നൂറ്റാണ്ടിലെ വിപ്ലവങ്ങൾ ചെയ്തത്. സാമ്പത്തികശാസ്ത്രം മനു ഷ്യസ്നേഹത്തിന്റെ പേരിൽ ഉല്പാദകരോട് കാണിച്ചിരുന്ന അനുഭാവം ഉപഭോക്താക്കളോടാക്കി മാറ്റി. ഈ മനുഷ്യസ്നേഹനാട്യത്തിനെതിരായി അതിനകത്തുനിന്നുതന്നെ ഉയർന്നുവന്ന കർക്കശരൂപമായിരുന്നു മാൽത്തൂസിന്റെ ജനസംഖ്യാസിദ്ധാന്തം. "ഉണ്ടായതിൽവെച്ച് ഏറ്റവും പരുക്കനും കിരാതവുമായ സിദ്ധാന്തം, മനുഷ്യസ്നേഹത്തെ കുറിച്ചും

ലോകപൗരത്വത്തെക്കുറിച്ചും ഉള്ള മനോഹരമായ പദാവലികളെ തകർത്തുകളഞ്ഞ നിരാശാവാദം, ഈ ധാരണകളാണ് ഫാക്ടറി വ്യവസ്ഥയെയും ആധുനിക അടിമത്തത്തെയും നട്ടുവളർത്തിയത്."

ദാരിദ്ര്യവും വിശപ്പും പ്രകൃതിവിഭവങ്ങളുടെ കുറവുകൊണ്ടാണെന്ന് മാൽത്തൂസ് സിദ്ധാന്തം വിധിയെഴുതി. എന്നാൽ, ദാരിദ്ര്യം 18-ാം നൂറ്റാണ്ടിലല്ല, അതിന് ആയിരമോ രണ്ടായിരമോ കൊല്ലം മുമ്പുപോലും ഉണ്ടായിരുന്നു. അന്നും പ്രകൃതിവിഭവങ്ങൾ മനുഷ്യസമൂഹത്തിന്റെ ആവശ്യത്തിന് തികഞ്ഞിരുന്നില്ല എന്ന് പറയാൻ കഴിയുമോ? മാൽത്തൂസിന്റെ സിദ്ധാന്തത്തിന്റെ അശാസ്ത്രീയത കുടികൊള്ളുന്നത് ഇതിലാണ്.

> മാൽത്തൂസ് ഇക്കാര്യം ഇത്രമാത്രം ഏകപക്ഷീയമായി പരിഗണിച്ചിരുന്നില്ലെങ്കിൽ, ജനസംഖ്യയിലോ അദ്ധ്വാനശക്തിയിലോ ഉള്ള മിച്ചം, മിച്ചസ്വത്തും മിച്ച മൂലധനവും മിച്ച ഭൂസ്വത്തും ആയി ഒഴിവാക്കാനാവാത്തവിധം കെട്ടുപിണഞ്ഞുകിടക്കുന്നു എന്ന വസ്തുത കാണാതിരിക്കുമായിരുന്നില്ല (അതേ കൃതി, പേജ് 438).

എന്ന് എംഗൽസ് ചൂണ്ടിക്കാട്ടുന്നു. ഇടയ്ക്കിടെ വളർച്ച, പ്രതിസന്ധി, അധികോല്പാദനം, സ്തംഭനം ഇവയിലൂടെ കടന്നുപൊയ്ക്കൊണ്ടിരുന്ന മുതലാളിത്ത ഉല്പാദനത്തിൻകീഴിൽ തൊഴിലില്ലായ്മ സ്വാഭാവികമാണ്. ഇടയ്ക്ക് വമ്പിച്ച പുരോഗതിയും തുടർന്ന് സാർവ്വത്രിക കുഴപ്പവും ഉണ്ടാക്കുന്ന പ്രതിഭാസം പ്രകൃതിവിഭവങ്ങളുടെ കുറവുകൊണ്ടല്ല. നിരന്തരമായ വളർച്ചയും അദ്ധ്വാനിക്കുന്ന ജനവിഭാഗങ്ങളുടെ ആവശ്യങ്ങൾ നിറവേറ്റലും സാദ്ധ്യമല്ലാതാക്കുന്നത് സ്വകാര്യസ്വത്താണ്. അത് തൊഴിലാളികളെയും ഒരു ചാരക്കാക്കി മാറ്റിയിരിക്കുന്നു. ആവശ്യത്തിന് അനുസരിച്ചാണ് അവരും ഉല്പാദിപ്പിക്കപ്പെടുന്നത്.

> സ്വകാര്യസ്വത്ത്, മത്സരം, വിരുദ്ധതാല്പര്യങ്ങൾ എന്നിവ ഇല്ലായ്മ ചെയ്യുന്നതിലൂടെ മാനവരാശിയുടെ ഈ നിവൃത്തികേട് ഇല്ലായ്മ ചെയ്യണമെന്ന ആവശ്യത്തിലേക്ക് നാം ചെന്നെത്തുന്നു. (അതേ കൃതി, പേജ് 440)
>
> എന്ന് എംഗൽസ് പറയുന്നു.
>
> മുതലാളിത്തത്തിന്റെ ഒരു പ്രധാന സവിശേഷതയാണ് മത്സരം. ജീവജാലങ്ങളിലാകെ മത്സരമുണ്ട്. മത്സരത്തിലൂടെയാണ് വൈവിദ്ധ്യമാർന്ന ജീവികൾ ഓരോരോ ഘട്ടത്തിൽ വളർന്നുവന്നിട്ടുള്ളത്. എന്നാൽ മുതലാളിത്തം സാമൂഹ്യഉല്പാദനത്തിൽ തന്നെ മത്സരം ഏർപ്പെടുത്തി. അത് മനുഷ്യരുടെ ഇച്ഛയ്ക്കും ബോധത്തിനും വഴങ്ങിയല്ല, അവയിൽനിന്ന് സ്വതന്ത്രമായാണ് നിലകൊള്ളുന്നത്. അത് പ്രകൃതിനിയമമാണ്. മനസ്സിന്റെ നിയമമല്ല. അത് വിപ്ലവം സൃഷ്ടിക്കുന്ന നിയമമാണ്.

ഇടയ്ക്കുണ്ടാകുന്ന അമിതോല്പാദനത്തിന്റെ പ്രതിസന്ധികൾ അവയിൽ പങ്കാളികളാകുന്നവരുടെ ബോധമില്ലായ്മയെ ആശ്രയിച്ചുള്ള പ്രകൃതിനിയമമാണ്.

> മത്സരം നമ്മുടെ ജീവിതത്തിലെ എല്ലാ ബന്ധങ്ങളിലേക്കും തുളച്ചുകയറിയിരിക്കുന്നു; മനുഷ്യരിപ്പോൾ ചെന്നുപെട്ടതായിക്കാണുന്ന പരാധീനത പൂർത്തിയാക്കുകയും ചെയ്തിരിക്കുന്നു. വാർദ്ധക്യം ബാധിച്ചതും ജീർണ്ണിച്ചുവരുന്നതുമായ നമ്മുടെ സാമൂഹ്യക്രമത്തെ അല്ലെങ്കിൽ അക്രമത്തെ, ഇടയ്ക്കിടെ പിടിച്ചു കുലുക്കി ഉണർത്തിവിടുന്ന മഹത്തായ നാഡീകേന്ദ്രമാണ് മത്സരം. എന്നാൽ, ഓരോ തവണ കുലുക്കുമ്പോഴും ഈ ക്രമത്തിന്റെ ക്ഷയിച്ചുവരുന്ന ശക്തിയെ അത് അല്പം ചോർത്തിക്കളയുന്നു. (അതേ കൃതി, പേജ് 442)

എംഗൽസ് മത്സരത്തെക്കുറിച്ച് നടത്തുന്ന വിശകലനത്തിന് മൗലികത്വമുണ്ട്. മുതലാളിത്ത സമൂഹത്തിൽ സകല ചലനത്തിനും കാരണം മത്സരമാണ് എന്ന് അദ്ദേഹം ചൂണ്ടിക്കാട്ടുന്നു. രണ്ട് ഭൂവുടമകൾ തമ്മിൽ, രണ്ട് മുതലുടമകൾ തമ്മിൽ, രണ്ട് തൊഴിലാളികൾ തമ്മിൽ—എല്ലാം മത്സരമാണ്. ഇതിനെല്ലാം നിദാനം സ്വകാര്യസ്വത്തിന്റെ ഉത്ഭവമാണ്.

മുതലാളിത്തമത്സരം സ്വാഭാവികമായി കുത്തകയിലേക്ക് നയിക്കുന്നു. വാണിജ്യവാദികൾ (മെർക്കന്റിനിസ്റ്റുകൾ) കുത്തകയ്ക്കും ലിബറൽ സാമ്പത്തിക ശാസ്ത്രജ്ഞർക്കും മത്സരത്തിനും വേണ്ടി നിലകൊണ്ടു. എന്നാൽ മൗലികമായി ഇരുകൂട്ടരുടെയും നിലപാടുകൾ തമ്മിൽ അന്തരമില്ലെന്ന് എംഗൽസ് വ്യക്തമാക്കി. മത്സരത്തിന് അടിസ്ഥാനം സ്വാർത്ഥ താല്പര്യമാണ്. സ്വാർത്ഥ താല്പര്യം കുത്തകയിലേക്ക് എത്തുന്നു. അങ്ങനെ മത്സരം സ്വാഭാവികമായി കുത്തകയിലേക്ക് നയിക്കുന്നു.

> ഓരോ വ്യക്തിക്കും കുത്തകയ്ക്കായി ദാഹിക്കാതെ തരമില്ല. എന്നാൽ സമഷ്ടിയെ സംബന്ധിച്ചിടത്തോളം കുത്തകമൂലം നഷ്ടമാണ്. അതിനാൽ സമഷ്ടിക്ക് കുത്തകയെ എതിർക്കാതിരിക്കാനാവില്ല—ഇതാണ് മത്സരത്തിലെ വൈരുദ്ധ്യം

എന്ന് എംഗൽസ് ചൂണ്ടിക്കാട്ടുന്നു. അവിടംകൊണ്ട് നിർത്തുന്നില്ല എന്നതിലാണ് അദ്ദേഹത്തിന്റെ മൗലികത്വം.

> ഉപഭോക്താക്കൾക്ക് എത്രമാത്രം ആവശ്യമുണ്ടെന്ന് ഉല്പാദകർ അറിയുകയും അതനുസരിച്ച് അവർ ഉല്പാദനം നടത്തുകയും അത് ഉപഭോക്താക്കൾക്കിടയിൽ പങ്കുവയ്ക്കുകയും ചെയ്തിരുന്നുവെങ്കിൽ, മത്സരംകൊണ്ടുള്ള ഏറ്റക്കുറച്ചിലുകളും പ്രതിസന്ധി സൃഷ്ടിക്കാനുള്ള അതിന്റെ പ്രവണതയും അസാദ്ധ്യമാകും.

> കമ്യൂണിസ്റ്റ് സമൂഹത്തിൽ മത്സരം ഉപഭോഗവും ഉല്പാദനവും തമ്മിലായിരിക്കും.
>
> സമൂഹത്തിന് അതിന്റെ വരുതിയിലുള്ള കഴിവ് ഉപയോഗിച്ച് എത്ര മാത്രം ഉല്പാദിപ്പിക്കാൻ കഴിയുമെന്ന് അത് കണക്കാക്കേണ്ടതുണ്ട്. ഈ ഉല്പാദനക്കഴിവിനെ ഉപഭോക്താക്കളുമായി തട്ടിച്ചുനോക്കി ഉല്പാദനം എത്രമാത്രം കൂട്ടുകയോ കുറയ്ക്കുകയോ ചെയ്യണമെന്ന് അത് നിശ്ചയിക്കേണ്ടതാണ്. സുഖഭോഗം എത്രത്തോളമാവാം, അല്ലെങ്കിൽ എത്രമാത്രം വെട്ടിക്കുറയ്ക്കണം എന്നും നിശ്ചയിക്കേണ്ടതുണ്ട്.

1840 കളിലെ സോഷ്യലിസ്റ്റുകാരിൽനിന്നും ഫ്യൂറിയെയിൽനിന്നും എംഗൽസ് ആശയം കടംകൊണ്ടിട്ടുണ്ട്. എന്നാൽ അവരെ അനുകരിക്കുക മാത്രമല്ല അദ്ദേഹം ചെയ്തിട്ടുള്ളത്.

ആദംസ്മിത്തും റിക്കാർഡൊയും കൂടി വളർത്തിയ അർത്ഥശാസ്ത്രത്തിലെ കേന്ദ്രസങ്കല്പനം മൂല്യമാണ്. അവർ ഇതിനുനല്കിയ നിർവ്വചനത്തെ എംഗൽസ് തള്ളിക്കളഞ്ഞു. കമ്യൂണിസ്റ്റ് സമൂഹത്തിൽ മൂല്യം, പാട്ടം മുതലായ അർത്ഥശാസ്ത്രത്തിലെ ഏറ്റവും പ്രധാനപ്പെട്ട സങ്കല്പനങ്ങൾ എങ്ങനെ പ്രവർത്തിക്കുമെന്ന് കാണിക്കാൻ അദ്ദേഹം ഈ ലേഖനത്തിൽ ശ്രമിച്ചിട്ടുണ്ട്. പിന്നീട് മാർക്സും ഇതുതന്നെ കൂടുതൽ വിപുലമായി ചെയ്തു. അങ്ങനെയാണ് മാർക്സിസ്റ്റ് അർത്ഥശാസ്ത്രം വളർന്നത്. ഇവിടെ എംഗൽസ് അതിന്റെ ആദ്യത്തെ കല്ല് എടുത്തുവയ്ക്കുകയാണ്.

മൂല്യവും വിലയും തമ്മിലുള്ള വ്യത്യാസം എടുത്തുകാട്ടി, സ്മിത്തും റിക്കാർഡൊയും യഥാർത്ഥ മൂല്യമല്ല അമൂർത്തമൂല്യമാണ് വിശകലനം ചെയ്തതെന്ന് എംഗൽസ് പറഞ്ഞു. യഥാർത്ഥമൂല്യം കണക്കാക്കാൻ അതിനായി ഉപയോഗിച്ച അധ്വാനം മാത്രം എടുത്താൽ പോര, അതിന്റെ പ്രയോജനം കൂടി എടുക്കണം. ഇതല്ല സ്മിത്തിനും റിക്കാർഡോയ്ക്കും വേണ്ടിയിരുന്നത്, ചരക്ക് കൈമാറ്റത്തെ അലംഘ്യമാക്കുകയും അധ്വാനവും മൂലധനവും തമ്മിലുള്ള ബന്ധം നീതിനിഷ്ഠമാണെന്ന് ചിത്രീകരിക്കുകയും ആയിരുന്നു.

മൂല്യത്തെ മാർക്സിസ്റ്റ് കാഴ്ചപ്പാടിൽനിന്ന് ആദ്യമായി വിശകലനം ചെയ്തത് എംഗൽസായിരുന്നു. ബൂർഷ്വാപദാവലി ഉപയോഗിച്ചാണെങ്കിലും അദ്ദേഹം ഇങ്ങനെ വിശദീകരിച്ചു:

> ഉല്പാദനച്ചെലവുകൾക്ക് പ്രയോജനത്തോടുള്ള ബന്ധമാണ് മൂല്യം. ഒരു വസ്തു ഉല്പാദിപ്പിക്കേണ്ട ആവശ്യംതന്നെയുണ്ടോ, അതായത് പ്രയോജനം ഉല്പാദനച്ചെലവുകളെ സന്തുലനം ചെയ്യുന്നുണ്ടോ എന്ന തീരുമാനമാണ് മൂല്യത്തിന്റെ ആദ്യത്തെ പ്രയോഗം. അതിനു ശേഷമേ കൈമാറ്റത്തിലേക്ക് മൂല്യം പ്രയോഗിക്കുന്നതിനെക്കുറിച്ച് സംസാരിക്കാനാവൂ. (അതേ കൃതി, പേജ് 426)

മുതലാളിത്ത പരിതഃസ്ഥിതികളിൽ ഒരു വസ്തുവിന്റെ പ്രയോജനം നിർണ്ണയിക്കുന്നത്, വ്യാപാര കൈമാറ്റത്തിലൂടെയാണ്.

> സ്വകാര്യസ്വത്തിനെ കീഴ്പ്പെടുത്തിക്കഴിഞ്ഞാൽ ഇന്നുള്ളതുപോലുള്ള കൈമാറ്റത്തിന്റെ പ്രശ്നമേയില്ല. മൂല്യസങ്കല്പനത്തിന്റെ പ്രയോഗം പിന്നെ മുഖ്യമായി ഉല്പാദനത്തെക്കുറിച്ചുള്ള തീരുമാനത്തിൽ കേന്ദ്രീകരിച്ചിരിക്കും. അതാണ് അതിന്റെ ഉചിത മേഖലയും.

മൂല്യത്തെക്കുറിച്ചുള്ള മാർക്സിസ്റ്റ് ധാരണയെ വിപുലപ്പെടുത്തുകയും സാധൂകരിക്കുകയും ചെയ്തത് മാർക്സാണ്. അദ്ദേഹം തന്നെ എംഗൽസിന്റെ ഈ ആശയത്തിന്റെ പ്രാധാന്യം ഊന്നിപ്പറഞ്ഞിട്ടുണ്ട്.

ഈ ലേഖനത്തിൽ എംഗൽസ് ശാസ്ത്രത്തെക്കുറിച്ച് നടത്തുന്ന പരാമർശവും ശ്രദ്ധേയമാണ്. ശാസ്ത്രത്തെ ഉല്പാദനത്തിന്റെ മാനസികഘടകമായി അദ്ദേഹം വിശേഷിപ്പിക്കുന്നു. ബൂർഷ്വാസമൂഹത്തിൽ "തൊഴിലാളികൾക്കെതിരായി മുതലാളിയും ഭൂപ്രഭുവും നടത്തുന്ന സമരത്തിൽ" അവർക്കു "ശാസ്ത്രത്തിന്റെ സഹായംകൂടി ലഭിക്കുന്നു." മുതലാളിമാർ യന്ത്രങ്ങളെ എങ്ങനെയാണ് ഉപയോഗിക്കാൻ തുടങ്ങിയത് എന്ന് എംഗൽസ് വിശദീകരിച്ചു. സാമ്പത്തികശാസ്ത്രജ്ഞൻ ശാസ്ത്രത്തിൽ ഒരു താല്പര്യവും കാണിച്ചില്ല. അതിന്റെ പ്രാധാന്യം മനസ്സിലാക്കാൻ അയാൾക്കു കഴിഞ്ഞില്ല. എന്നാൽ, യുക്തിയുക്തമായി ചിന്തിച്ചാൽ ഉല്പാദനച്ചെലവുകൾ കണക്കാക്കുമ്പോൾ ശാസ്ത്രത്തെയും പരിഗണിക്കേണ്ടതുണ്ട്.

> ശാസ്ത്രത്തെ വളർത്തുന്നതുകൊണ്ട് ഭൗതികമായ പ്രതിഫലം കിട്ടുന്നു. ജെയിംസ്‌വാട്ടിന്റെ ആവി എൻജിൻ അതിന്റെ ആദ്യത്തെ 50 കൊല്ലത്തെ നിലനില്പുകൊണ്ട്, ലോകം ഇതേവരെ ശാസ്ത്രത്തെ വളർത്തുന്നതിന് ആകെ ചെലവഴിച്ചിട്ടുള്ള തുകയേക്കാളേറെ, ലോകത്തിനു നേടിക്കൊടുത്തിട്ടുണ്ട്.

ശാസ്ത്രം നേരിട്ട് ഒരു ഉല്പാദനശക്തിയായി മാറ്റപ്പെടുന്നു എന്നായിരുന്നു എംഗൽസിന്റെ കേന്ദ്ര ആശയം. ഇക്കാര്യം പിന്നീട് മാർക്സ് *മൂലധന*ത്തിൽ പരിശോധിക്കുകയും മുതലാളിത്തത്തിൻകീഴിൽ മുതലാളിയും ബൂർഷ്വാ സാമ്പത്തികശാസ്ത്രജ്ഞനും ഇക്കാര്യത്തിൽ പ്രത്യേക താല്പര്യം പ്രകടിപ്പിച്ചിട്ടുണ്ടെന്ന് ചൂണ്ടിക്കാട്ടുകയും ചെയ്തു. ശാസ്ത്രത്തിന്റെ സംഭാവനകളെ മുതലാളിത്തം അതിന്റെ മുന്നേറ്റത്തിനായി പരമാവധി ഉപയോഗപ്പെടുത്തുകയും ചെയ്തു. എന്നാൽ, യുക്തിപരമായ ക്രമത്തിൽ, അതായത് കമ്യൂണിസ്റ്റ് സമൂഹത്തിൽ മാത്രമേ ശാസ്ത്രത്തിനു ശരിക്കും വികസിക്കാൻ കഴിയൂ എന്ന എംഗൽസിന്റെ നിരീക്ഷണം തീർത്തും ശരിയാണ്.

മാൽത്തൂസിന്റെ ജനസംഖ്യാസിദ്ധാന്തത്തിന്റെ അന്തസ്സാരശൂന്യത ഇതൾവിടർത്തി കാണിക്കവെ, എംഗൽസ് ശാസ്ത്രത്തിന്റെ വികാസ നിയമം ആവിഷ്കരിച്ചു; ശാസ്ത്രത്തിന്റെ പുരോഗതി ജനസംഖ്യയുടെ വളർച്ച പോലെ തന്നെ അനന്തവും അത്രതന്നെ വേഗത്തിലുമാണ്, "ശാസ്ത്രം ജനസംഖ്യയുടെ അത്രതന്നെ വേഗത്തിൽ വളരുന്നു. ജനസംഖ്യ മുൻതലമുറയുടെ വലുപ്പത്തിന് ആനുപാതികമായി വളരുന്നു; ശാസ്ത്രം മുൻതലമുറ പൈതൃകമായി നല്കിയ വിജ്ഞാനത്തിന് ആനുപാതികമായി പുരോഗമിക്കുന്നു. അതിനാൽ ഏറ്റവും സാധാരണമായ പരിതഃസ്ഥിതികളിൽ പോലും അത് ജ്യാമിതീയ ശ്രേണിയായാണ് (അതായത് 1,2,4,8,16 എന്നതുപോലുള്ള ക്രമത്തിൽ) വർദ്ധിക്കുക.

ശാസ്ത്രത്തിന്റെ അപരിമിതമായ വികാസവും പ്രകൃതിശക്തികളെ കൂടുതൽ കൂടുതൽ കീഴടക്കാൻ മനുഷ്യന് കഴിയുന്നത് മൂലമുള്ള "അളക്കാനാവാത്ത ഈ ഉല്പാദനശക്തിയെ ബോധപൂർവ്വവും എല്ലാവരുടെയും താല്പര്യാർത്ഥവും, കൈകാര്യം ചെയ്യുന്നപക്ഷം മാനവരാശി ചെയ്യേണ്ട അദ്ധ്വാനത്തെ അതിവേഗം ഏറ്റവും ചുരുക്കാവുന്നതാണ്" എന്ന നിഗമനത്തിൽ എംഗൽസ് എത്തി. "മനുഷ്യന്റെ വരുതിയിലുള്ള ഉല്പാദനശക്തി അളവറ്റതാണ്. മൂലധനവും അധ്വാനവും ശാസ്ത്രവും പ്രയോഗിച്ച് മണ്ണിന്റെ ഉല്പാദനക്ഷമത അനന്തമായി വർദ്ധിപ്പിക്കാവുന്നതാണ്."

ഏതാണ്ട് ഒന്നര നൂറ്റാണ്ടുമുമ്പ് എംഗൽസ് ചെന്നെത്തിയ ഈ നിഗമനങ്ങൾ നൂറുശതമാനവും ശരിയാണെന്ന് പിന്നീടുള്ള അനുഭവം തെളിയിക്കുന്നു. ശാസ്ത്രത്തിന് ശരിക്കും വളരാൻ കഴിയുക, അത് ജനങ്ങളുടെയാകെ താല്പര്യങ്ങൾ കാത്തുരക്ഷിക്കുക മുതലാളിത്തത്തിന് കീഴിലല്ല എന്നും തെളിഞ്ഞുകഴിഞ്ഞു.

സാമ്പത്തികവ്യവസ്ഥയെയും ശാസ്ത്രത്തെയും കുറിച്ചുള്ള മാർക്സിസ്റ്റ് കാഴ്ചപ്പാട് ആദ്യം ആവിഷ്കരിക്കാൻ തുടങ്ങിയത് എംഗൽസാണ്. അതിന്റെ ആരംഭംകുറിച്ചു എന്നതാണ് *അർത്ഥശാസ്ത്രവിമർശനത്തിന്റെ നഖചിത്രത്തിന്റെ* പ്രാധാന്യം.

മാർക്സിന്റെ ആശയപരമായ വളർച്ചയിൽ *1844 ലെ സാമ്പത്തികവും ദാർശനികവുമായ കൈയെഴുത്തിപ്രതി* വളരെ പ്രധാനപ്പെട്ടതാണ്. *കമ്യൂണിസ്റ്റ് മാനിഫെസ്റ്റോയിലെ* മൗലികസിദ്ധാന്തം മാർക്സിന്റേതാണെന്ന് ഇംഗ്ലീഷ് പതിപ്പിന് 1888 ൽ എഴുതിയ എംഗൽസിന്റെ മുഖവുരയിൽ പറഞ്ഞിട്ടുണ്ട്. ആ സിദ്ധാന്തത്തിന്റെ ആദ്യഭാഗമായ

> ചരിത്രത്തിന്റെ ഓരോ കാലഘട്ടത്തിലും അന്നന്ന് നിലവിലുള്ള സാമ്പത്തികോല്പാദന-വിനിമയങ്ങളുടെ രീതിയും അതിൽനിന്ന് അനിവാര്യമായി ഉടലെടുക്കുന്ന സാമൂഹ്യഘടനയുമാണ് അതത് കാലഘട്ടത്തിലെ രാഷ്ട്രീയ-സാംസ്കാരിക ചരിത്രത്തിന്റെ അടിത്തറയായിത്തീരുന്നത്. ഈ അടിത്തറ കണ്ടറിഞ്ഞാൽ മാത്രമേ അന്നത്തെ ചരിത്രത്തിന്റെ അർത്ഥം മനസ്സിലാകൂ

എന്ന ഭാഗം ഈ കൃതിയിലാണ് ആദ്യമായി വിശദമാക്കപ്പെട്ടിട്ടുള്ളത്. എംഗൽസ് പറയുന്നു:

> 1845 നുമുമ്പുള്ള ഏതാനും കൊല്ലങ്ങളായി ഞങ്ങൾ ഇരുവരും ഈ പ്രമേയത്തിലേക്ക് എത്താൻ തുടങ്ങിയിട്ടുണ്ടായിരുന്നു. ഞാൻ സ്വന്തമായി, സ്വതന്ത്രമായി അതിലേക്ക് എത്ര കണ്ട് പുരോഗമിച്ചിട്ടുണ്ടായിരുന്നു എന്നത് ഞാനെഴുതിയിട്ടുള്ള *ഇംഗ്ലണ്ടിലെ തൊഴിലാളിവർഗ്ഗത്തിന്റെ സ്ഥിതി* എന്ന പുസ്തകത്തിൽനിന്ന് സ്പഷ്ടമാകും. എന്നാൽ, 1845 ലെ വസന്തത്തിൽ ബ്രസൽസിൽവെച്ച് മാർക്സിനെ ഞാൻ വീണ്ടും കണ്ടപ്പോഴേക്കും അദ്ദേഹം അത് നിർവ്വചിച്ച് കഴിഞ്ഞിരുന്നു. എന്നുമാത്രമല്ല, ഞാൻ മുകളിൽ പ്രസ്താവിച്ച രീതിയിൽ, മിക്കവാറും അത്രതന്നെ വ്യക്തമായ വിധത്തിൽ, അത് എന്റെ മുമ്പിൽ വയ്ക്കുകയും ചെയ്തു.

1844 ൽ എഴുതപ്പെട്ട കൈയെഴുത്തുപ്രതി മാർക്സിന്റെയോ എംഗൽസിന്റെയോ ജീവിതകാലത്ത് പ്രസിദ്ധപ്പെടുത്തുകയുണ്ടായില്ല. 1932 ലാണ് മോസ്കോയിലെ മാർക്സിസം-ലെനിസം ഇൻസ്റ്റിറ്റ്യൂട്ട് അത് ആദ്യം പ്രസിദ്ധീകരിച്ചത്. ഇക്കാര്യം ഇതിനുമുമ്പ് സൂചിപ്പിച്ചിട്ടുണ്ട്.

ഹെഗലിന്റെ ദർശനത്തിന്റെ സ്വാധീനത്തിൽനിന്ന് ഫൊയർബാഹിന്റെ ദർശനത്തിന്റെ സ്വാധീനത്തിലേക്കും അവിടെനിന്ന് തനതായ വൈരുദ്ധ്യാത്മകഭൗതികവാദത്തിലേക്കും ചരിത്രത്തെക്കുറിച്ചുള്ള ഭൗതിക കാഴ്ചപ്പാടിലേക്കും ഉള്ള മാർക്സിന്റെ വളർച്ചയിലെ ഒരു വഴിത്തിരിവാണ് *കൈയെഴുത്തുപ്രതി*. പുതിയ നാമ്പുകൾ അതിലുണ്ട്, പഴയതിന്റെ അവശിഷ്ടങ്ങളും. ഇവ അതിൽ കൂടിക്കുഴഞ്ഞു കിടക്കുന്നു. യുവമാർക്സ് മാർക്സിസത്തിന് എതിരായിരുന്നു എന്ന് വാദിക്കാൻ ഈ കൃതിയിലെ ചില ഭാഗങ്ങളെ "ന്യൂ ലെഫ്ടു" കാരടക്കം പല കൂട്ടക്കാരും ധാരാളം ഉദ്ധരിച്ചിട്ടുണ്ട്. മാർക്സിസം കാലഹരണപ്പെട്ടിരിക്കുന്നു എന്ന് പിന്നീട് കുറേക്കാലമായി വിളിച്ചുകൂവി നടക്കുന്ന ബൂർഷ്വാസി അവരുടെ വാദങ്ങൾക്കു വലിയ പ്രചാരം നല്കിവരുന്നു. അതിനുവേണ്ടി ഇക്കൂട്ടരെ മാർക്സിസ്റ്റുകാരായി അവതരിപ്പിക്കുകയും ചെയ്തു.

നമുക്കാദ്യം മാർക്സ് *കൈയെഴുത്തുപ്രതി*യിൽ ആവിഷ്കരിച്ച പ്രധാന ആശയങ്ങൾ നോക്കാം. *ഇയർ ബുക്കിൽ* താൻ പറഞ്ഞുവച്ചിരുന്നതിന്റെ തുടർച്ചയാണ് ഇതിലെ ഉള്ളടക്കം എന്ന് മുഖവുരയിൽ മാർക്സ് പറഞ്ഞിട്ടുണ്ട്. ഫ്രാൻസിലും ഇംഗ്ലണ്ടിലും ജർമ്മനിയിലും ഉള്ള സോഷ്യലിസ്റ്റുകാരുടെ സാമ്പത്തിക കൃതികളും ഫൊയർബാഹിന്റെയും മറ്റും ദാർശനിക കൃതികളും ഇതിൽ പരാമർശിച്ചിട്ടുണ്ട്. ബ്രൂണോ ബാവറുടെയും മറ്റു യുവഹെഗേലിയന്മാരുടെയും *വിമർശനാത്മക വിമർശന*ത്തെ ഈ കൃതിയിലും മാർക്സ് എതിർത്തിട്ടുണ്ട്. ഹെഗലിന്റെ ദർശനത്തിലെ വൈകല്യങ്ങൾ അക്കമിട്ടു പറഞ്ഞിട്ടുണ്ട്. ആ നിലയ്ക്ക് ഈ കൃതി മികച്ചൊരു ദാർശനിക കൃതി കൂടിയാണ്. മാർക്സ് അതിൽ മാനു

ഷികബന്ധങ്ങളെ പരാമർശിക്കുന്നിടത്ത് ഒരു പരിധിയോളം ഫൊയർബാഹിന്റെ നരവംശശാസ്ത്രതത്വത്തോട് യോജിച്ചാണ് നില്പ്. ഉല്പാദനത്തിനു മൗലികപ്രാധാന്യം നല്കിക്കൊണ്ടുള്ള ഭൗതികവാദപരമായ തന്റെ കാഴ്ചപ്പാടും അതോടൊപ്പം അദ്ദേഹം വരച്ചുകാണിച്ചിട്ടുണ്ട്. രണ്ടും തമ്മിലുള്ള വ്യത്യാസം വായനക്കാർക്ക് അനുഭവപ്പെടുകയും ചെയ്യുന്നു. ഉദാഹരണത്തിന്, മനുഷ്യനും പ്രകൃതിയും തമ്മിലുള്ള ഐക്യത്തെ കുറിച്ചുള്ള ഫൊയർബാഹിന്റെ പൂർവ്വപക്ഷം (തീസിസ്) മാർക്സ് അംഗീകരിച്ചിട്ടുണ്ട്. എന്നിട്ട് സാമൂഹ്യോല്പാദനമാണ് അതിന്റെ നിയതമായ മാനുഷികരൂപം എന്നു വാദിക്കുന്നു. ഫൊയർബാഹിന്റെ വീക്ഷണത്തിൽ സാമൂഹ്യഉല്പാദനം ദാർശനികമായ വിശകലനത്തിനു അതീതമായിരുന്നു, മാർക്സിന്റെ സമീപനം ദാർശനികപ്രശ്നങ്ങൾക്കു പുതിയൊരു പരിഹാരം നിർദേശിച്ചു. അതായത്, ഫൊയർബാഹിന്റെ ചക്രവാളങ്ങൾക്കു അപ്പുറത്തേക്കു മാർക്സ് കടന്നുചെന്നു.

*കൈയെഴുത്തുപ്രതി*യിൽ അദ്ധ്വാനത്തിന്റെ കൂലികൾ, മൂലധനത്തിന്റെ ലാഭം, ഭൂമിയുടെ പാട്ടം മുതലായ ഉപതലക്കെട്ടുകളുണ്ട്. അവയിൽ ആദ്യത്തെ ചിലവ മാർക്സ് തന്നെ ഇട്ടതാണത്രെ. അവസാനമുള്ളവ അത് പ്രസിദ്ധീകരണത്തിനു തയ്യാറാക്കിയവരും.

ആദ്യഭാഗമായ "അദ്ധ്വാനത്തിന്റെ കൂലികൾ" തുടങ്ങുന്നത് "മുതലാളിയും തൊഴിലാളിയും തമ്മിലുള്ള ശത്രുതാപരമായ സമരത്തിലൂടെയാണ് കൂലികൾ നിർണ്ണയിക്കപ്പെടുന്നത്" എന്ന വാചകത്തോടെയാണ്. തൊഴിലാളിയുടെ കൂലിയും മുതലാളിയുടെ ലാഭവും തമ്മിലുള്ള ബന്ധത്തിലാണ് ഈ ശത്രുത കാണാൻ കഴിയുക. ഒന്നു കൂടുന്നതിനനുസരിച്ച് മറ്റത് കുറയുമെന്ന് റിക്കാർഡോ പറഞ്ഞിരുന്നു. എന്നാൽ അതിൽ അടങ്ങിയ സാമ്പത്തികബന്ധങ്ങൾ വിശകലനം ചെയ്ത് വർഗ്ഗസമര സിദ്ധാന്തം ആവിഷ്കരിച്ചത് മാർക്സായിരുന്നു.

തൊഴിലാളിയും മുതലാളിയും തമ്മിലുള്ള പരസ്പരലയത്തെ ബൂർഷ്വാ അർത്ഥശാസ്ത്രം ഉദ്ഘോഷിക്കുന്നു. എന്നാൽ "അതിനു തൊഴിലാളിയെ പണിയെടുക്കുന്ന മൃഗമായി - ശാരീരിക ആവശ്യങ്ങളിലേക്ക് തീർത്തും ഒതുങ്ങിയിട്ടുള്ള ഒരു ജന്തുവായി - മാത്രമേ അറിയൂ" എന്ന് മാർക്സ് ചൂണ്ടിക്കാണിച്ചു. "തൊഴിലാളിയും ഒരു ചരക്കായിത്തീർന്നിരിക്കുന്നു. തന്നെ വാങ്ങാൻ ഒരാളെ കണ്ടെത്തിയാൽ അയാൾ ഭാഗ്യവാനാണ്." ആവശ്യമുള്ളതിനേക്കാൾ കൂടുതൽ തൊഴിലാളികളുണ്ടായാൽ, അവരിൽ ഒരു വിഭാഗം പട്ടിണിയിലാകുന്നു, പട്ടിണിമരണത്തെത്തന്നെ നേരിടേണ്ടിവരുന്നു. തൊഴിലാളിയുടെ സ്ഥിതി ഒരു യന്ത്രത്തിന്റേതിലേക്ക് ചുരുക്കപ്പെട്ടിരിക്കുന്നു. അതിനാൽ യന്ത്രം അവനുമായി തൊഴിൽരംഗത്ത് മത്സരിക്കുന്നു.

മുതലാളിത്ത വ്യവസ്ഥയിലെ തൊഴിൽവിഭജനം തൊഴിലാളിക്ക് എന്നും പ്രതികൂലമാണ്. മാർക്സ് ചൂണ്ടിക്കാണിച്ചു: "തന്റെ ഉപജീവനത്തിനുവേണ്ടി മാത്രമല്ല തൊഴിലാളിക്ക് സമരംചെയ്യേണ്ടിവരുന്നത്. തൊഴിൽ കിട്ടാൻതന്നെ സമരം വേണം."

സമൂഹത്തെ സാമാന്യമായി മൂന്ന് സ്ഥിതിയിലാണ് കാണാൻ കഴിയുക എന്ന് ആദംസ്മിത്ത് പറഞ്ഞിട്ടുണ്ട്. ഇതിലോരോന്നിലും തൊഴിലാളിയുടെ സ്ഥിതി എന്താണെന്ന് പരിശോധിക്കുന്നു. 1) സമൂഹത്തിന്റെ സമ്പത്ത് ക്ഷയിച്ചാൽ ഏറ്റവും കൂടുതൽ വിഷമിക്കുക തൊഴിലാളികളാണ്. സമൂഹം സമ്പന്നമാകുമ്പോൾ സ്വത്തുടമകൾക്ക് നേടാവുന്നത്ര നേടാൻ തൊഴിലാളിവർഗ്ഗത്തിന് കഴിയില്ല. അതുപോലെ കഷ്ടകാലത്ത് തൊഴിലാളിവർഗ്ഗത്തെപ്പോലെ അത്രയും കടുത്ത അനുഭവം മറ്റാർക്കും ഉണ്ടാകുന്നില്ല.

2) സമ്പത്ത് വർദ്ധിച്ചുവരുന്ന ഒരു സമൂഹമെടുക്കാം. ഇതാണ് തൊഴിലാളിക്ക് അനുകൂലമായ ഏക സ്ഥിതിവിശേഷം. ഇവിടെ മുതലാളിമാർ തമ്മിലുള്ള മത്സരം തുടങ്ങുന്നു. തൊഴിലാളികളെ ആവശ്യമുള്ളത്ര കിട്ടാനില്ല. എന്നാൽ, കൂലികൂട്ടുന്നതോടെ അധികജോലി ചെയ്യാൻ അവർ നിർബ്ബന്ധിതരാകുന്നു. കൂടുതൽ നേടാനുള്ള കൊതി അവർക്കുള്ള ഒഴിവുസമയം നഷ്ടപ്പെടുത്താനും അടിമകളെപ്പോലെ ജോലിചെയ്യാനും എല്ലാ സ്വാതന്ത്ര്യവും നഷ്ടപ്പെടുത്താനും അവരെ പ്രേരിപ്പിക്കുന്നു. ഫലമോ, അവരുടെ ആയുസ്സ് ചുരുങ്ങുന്നു.

എപ്പോഴാണ് ഒരു സമൂഹത്തിൽ സമ്പത്ത് വർദ്ധിക്കുക? ഒരു രാജ്യത്തിന്റെ മൂലധനവും വരുമാനവും വർദ്ധിക്കുമ്പോൾ. മൂലധനം എന്നാൽ സഞ്ചിത (കുന്നുകൂടിയ) അദ്ധ്വാനമാണ്. അതിനാൽ മൂലധനം വർദ്ധിക്കുന്നതുമൂലം തൊഴിലാളികളുടെ ഉല്പന്നങ്ങൾ കൂടുതൽ കൂടുതലായി അവനിൽനിന്ന് എടുത്തുമാറ്റപ്പെടുന്നു. തൽഫലമായി അവന്റെ അദ്ധ്വാനത്തിന്റെ കൂടുതൽ കൂടുതൽ ഭാഗം മറ്റൊരുവന്റെ സ്വത്തായി അവനെ നേരിടുന്നു. അവന്റെ ജീവനോപാധിയും പ്രവർത്തനവും മുതലാളിയുടെ കൈയിൽ കൂടുതൽ കൂടുതൽ ഒതുക്കപ്പെടുന്നു.

മൂലധനസഞ്ചയം തൊഴിൽവിഭജനത്തെ വർദ്ധിപ്പിക്കുന്നു. അത് തൊഴിലാളികളുടെ എണ്ണം വർദ്ധിപ്പിക്കുന്നു. നേരെമറിച്ച്, തൊഴിലാളികളുടെ എണ്ണം തൊഴിൽവിഭജനത്തെയും തൊഴിൽവിഭജനം മൂലധനസഞ്ചയത്തെയും വർദ്ധിപ്പിക്കുന്നു. ഇവ രണ്ടുംമൂലം തൊഴിലാളികൾ കൂടുതൽ കൂടുതലായി തൊഴിലിനെ ആശ്രയിക്കേണ്ട സ്ഥിതിയിലാകുന്നു —ഏതാണ്ട് യന്ത്രത്തെപ്പോലെ ജോലിചെയ്യേണ്ട സ്ഥിതി. തൽഫലമായി തൊഴിലാളി ഒരു വയറും അമൂർത്തമായ പ്രവർത്തനവുമായിത്തീരുന്നു. അതിനാൽ കമ്പോളവിലയിലുള്ള മാറ്റത്തിനും മൂലധനം ഉപയോഗിക്കപ്പെടുന്ന രീതിക്കും (അതായത് മുതലാളിമാരുടെ ഇഷ്ടാനിഷ്ടങ്ങൾക്ക്) അടിമയായിത്തീരുന്നു. തൊഴിലിനെ ആശ്രയിച്ച് ജിവിക്കുന്നവരുടെ എണ്ണം വർദ്ധിക്കുന്നതുമൂലം അവർക്കിടയിലുള്ള മത്സരം രൂക്ഷമാകുന്നു, അവരുടെ വില ഇടിയുന്നു. തൊഴിലാളിയുടെ ഈ സ്ഥിതി അതിന്റെ മൂർദ്ധന്യത്തിലെത്തുന്നത് ഫാക്ടറി സമ്പ്രദായത്തിലാണ്.

സദാ സമ്പന്നമായിക്കൊണ്ടിരിക്കുന്ന ഒരു സമൂഹത്തിൽ ഏറ്റവും സമ്പന്നരായവർക്ക് മാത്രമേ പണത്തിന്മേലുള്ള പലിശകൊണ്ട് ജീവി

ക്കാനാവൂ. മറ്റുള്ളവർ ഉള്ള മൂലധനംകൊണ്ട് വ്യവസായമോ കച്ചവടമോ നടത്താൻ നിർബ്ബന്ധിതരാകുന്നു. തൽഫലമായി മുതലാളിമാർ തമ്മിലുള്ള മത്സരം വർദ്ധിക്കുന്നു. മൂലധന കേന്ദ്രീകരണം ഉണ്ടാകുന്നു. വലിയ മുതലാളിമാർ ചെറിയവരെ വിഴുങ്ങുന്നു. ചെറിയവർ പാപ്പരായി തൊഴിലാളിവർഗ്ഗത്തിലേക്ക് അടിയുന്നു. ഇത് തൊഴിലാളികൾ തമ്മിലുള്ള മത്സരം വർദ്ധിക്കാനും അവരുടെ കൂലി കുറയാനും ഒരുപിടി മുതലാളിമാരെ അവർ കൂടുതൽ ആശ്രയിക്കാനും ഇടയാക്കുന്നു. ഇത് മുതലാളിമാരും തൊഴിലാളികളും തമ്മിലുള്ള മത്സരം മുതലാളിമാർക്ക് കൂടുതൽ അനുകൂലമാക്കിത്തീർക്കുന്നു. തൽഫലമായി തൊഴിലാളികളിൽ ഒരു വിഭാഗം തെണ്ടികളോ പട്ടിണിക്കാരോ ആയി മാറുന്നു.

ഇങ്ങനെ സമൂഹത്തിന്റെ ഏത് അവസ്ഥയിലും തൊഴിലാളികളുടെ സ്ഥിതി കഷ്ടതരമാകുന്നു. അവരുടെ ജോലിഭാരവും അടിമത്തവും ദാരിദ്ര്യവും പട്ടിണിയും വർദ്ധിക്കുന്നു. കൂലി വർദ്ധിച്ചാലും തൊഴിൽവിഭജനം നടത്തിയാലും, തൊഴിലാളികളുടെ എണ്ണം വർദ്ധിച്ചാലും എല്ലാം അവസാനം സ്ഥിതി ഒന്നുതന്നെ.

ഭൂരിപക്ഷം പേരും ദുരിതം അനുഭവിക്കുന്ന ഒരു സമൂഹം സന്തുഷ്ടമാവില്ല എന്ന് ആദംസ്മിത്ത് തുറന്നുപറഞ്ഞിട്ടുണ്ട്. ഏറ്റവും സമ്പന്നമായ സമൂഹം ഭൂരിപക്ഷത്തിന്റെ ദുരിതത്തിലേക്കാണ് നയിക്കുക എന്ന് മുകളിൽ കണ്ടു. സ്വകാര്യസ്വത്തിനെ അടിസ്ഥാനമാക്കിയുള്ള മുതലാളിത്ത സമ്പദ്വ്യവസ്ഥ ഈ സമ്പന്നതയിലേക്കാണ് നയിക്കുക. അതിനാൽ ഈ സാമ്പത്തികവ്യവസ്ഥയുടെ ലക്ഷ്യം സമൂഹത്തിന്റെ അസന്തുഷ്ടിയാണ്.

മുതലാളിത്തത്തിൽ തൊഴിലാളിവർഗ്ഗം ആപേക്ഷികമായി ദരിദ്രവല്ക്കരിക്കപ്പെടുകയാണ്. ഈ പ്രക്രിയയെക്കുറിച്ച് മാർക്സ് അന്വേചിന്തിച്ചിരുന്നു അക്കാലത്ത് ജർമ്മനിയിൽ ഒരു ഗ്രന്ഥകാരനായിരുന്ന ഷൂൾത്സിന്റെ പുസ്തകത്തിൽനിന്ന് *കൈയെഴുത്തുപ്രതി*യിൽ മാർക്സ് ഉദ്ധരിച്ചിട്ടുണ്ട്:

> സമൂഹത്തിലെ ഓരോ വർഗ്ഗത്തിന്റെയും ശരാശരി വരുമാനം വർദ്ധിച്ചിട്ടുണ്ട് എന്നത് കള്ളമാണെന്നതുപോലെതന്നെ ശരിയായിരുന്നാലും, വരുമാനത്തിലുള്ള വ്യത്യാസവും ആപേക്ഷിക വരുമാനവും എന്തായിരുന്നാലും വർദ്ധിക്കുമായിരുന്നു. അതിനാൽ സമ്പത്തുള്ളവരും ദരിദ്രരും തമ്മിലുള്ള വൈപരീത്യം കൂടുതൽ രൂക്ഷമാകുമായിരുന്നു. മൊത്തം ഉല്പാദനം വർദ്ധിക്കുന്നതുകൊണ്ടുതന്നെ—അത് വർദ്ധിക്കുന്ന തോതിൽത്തന്നെ—ആവശ്യങ്ങളും ആഗ്രഹങ്ങളും അവകാശങ്ങളും വർദ്ധിക്കുന്നു. കേവലദാരിദ്ര്യം കുറയുമ്പോൾത്തന്നെ ആപേക്ഷികദാരിദ്ര്യം വർദ്ധിക്കാവുന്നതാണ്.

ബൂർഷ്വാസാമ്പത്തിക ശാസ്ത്രജ്ഞന്മാർ പറയുന്ന വസ്തുതകളെ ആശ്രയിച്ചുകൊണ്ട് മാർക്സ് തൊഴിലാളികളുടെ യഥാർത്ഥ സ്ഥിതി

വിവരിക്കുന്നു. പ്രശ്നത്തിന്റെ മർമ്മം അദ്ദേഹം മനസ്സിലാക്കാൻ തുടങ്ങിയതിന്റെ തെളിവുകളാണിവ.

മാർക്സ് സ്വകാര്യസ്വത്തിന്റെ ഉത്ഭവത്തെ *കൈയെഴുത്തുപ്രതി*യിൽ വിശദീകരിക്കുന്നത് 'പരിഷ്കൃതസമൂഹ'ത്തിലെ നിർണ്ണായകഘടകം എന്ന നിലയ്ക്കാണ്. അതാണ് മുതലാളിത്തത്തിന്റെ സാമ്പത്തിക അടിത്തറ. ഇതിൽനിന്നാണ് മനുഷ്യസമൂഹത്തിന്റെ വളർച്ചയിൽ ഭൗതിക ഉല്പാദനത്തിന് നിർണ്ണായകമായ പങ്കു ലഭിച്ചത്.

ബൂർഷ്വാസമൂഹത്തിൽ അദ്ധ്വാനത്തിനുള്ള നിർദ്ദിഷ്ടസ്വഭാവത്തിന്റെ (അന്യവല്ക്കൃത അദ്ധ്വാനത്തിന്റെ) പ്രത്യക്ഷത്തിലുള്ള ഫലമാണ് സ്വകാര്യസ്വത്ത് എന്ന് മാർക്സ് ആദ്യമായി കാണിച്ചു. രണ്ടാമതായി സാമൂഹ്യബന്ധങ്ങൾ, രാഷ്ട്രീയ ഉപരിഘടന, സാമൂഹ്യബോധത്തിന്റെ രൂപങ്ങൾ എന്നിവയെ നിർണ്ണയിക്കുന്നത് ഭൗതികഉൽപ്പാദനമാണ് എന്ന് കാണിച്ചു. "മതം, കുടുംബം, ഭരണകൂടം, നിയമം, ധർമ്മനിഷ്ഠ, ശാസ്ത്രം, കല മുതലായവ ഉല്പാദനത്തിന്റെ പ്രത്യേകരീതികളാണ്. അവ പൊതുനിയമത്തിന് വിധേയമാണ്." സാമൂഹ്യവളർച്ചയുടെ നിർണ്ണായകഘടകമായി 'പരിഷ്കൃത സമൂഹ'ത്തെയാണ് ഹെഗലും മറ്റും ചിത്രീകരിച്ചിരുന്നത്. ആ സ്ഥാനം ഭൗതികഉല്പാദനത്തിനു നല്കിയതുവഴി 'പരിഷ്കൃതസമൂഹ'ത്തിന്റെതന്നെ ചരിത്രപരമായ വികാസത്തിന്റെ ഉറവിടമെന്ത് എന്ന് മനസ്സിലാക്കാനുള്ള പശ്ചാത്തലം മാർക്സ് ഒരുക്കി. അവയാണ് ഭൗതികബന്ധങ്ങൾ. സാമൂഹ്യഉല്പാദനത്തിന്റെ പ്രക്രിയയിൽ ഇവ രൂപംകൊള്ളുന്നു.

ഭൗതികഉല്പാദനത്തിന്റെ നിർണ്ണായകമായ പങ്കാണാൻ കഴിഞ്ഞതുകൊണ്ടാണ് മാർക്സിന് ബൂർഷ്വാസമൂഹത്തിൽ തൊഴിലാളിവർഗ്ഗത്തിന്റെ സ്ഥാനം കണ്ടുപിടിക്കുന്നതിൽ വലിയ വിജയം ഉണ്ടായത്. ഹെഗലിന്റെ *നിയമദർശന വിമർശനത്തിലേക്കുള്ള സംഭാവന, ഉപക്രമ*ത്തിൽ ഇതിന്റെ നിഴലാട്ടമുണ്ട്, *കൈയെഴുത്തുപ്രതി*യിലാണ് അത് കുറേക്കൂടി വ്യക്തമായി കാണാൻ കഴിയുക. ഭൗതികഉല്പാദനമാണ് പ്രാഥമികമെന്ന് അദ്ദേഹം ഇതിൽ എടുത്തുപറഞ്ഞു. മുതലാളിത്ത ഉല്പാദനത്തിന്റെ വളർച്ചയാണ് തൊഴിലാളവർഗ്ഗത്തിന്റെ സ്ഥാനം നിശ്ചയിക്കുന്നത് എന്ന നിഗമനത്തിൽ അദ്ദേഹം എത്തി. അതാകട്ടെ, "ഇക്കാലത്തെ തന്നെ അദ്ധ്വാനത്തിന്റെ സത്ത"യിൽനിന്ന് ഉരുത്തിരിഞ്ഞതാണ്. *കൈയെഴുത്തുപ്രതി* എഴുതിയകാലത്തെ മാർക്സിന്റെ സുപ്രധാന ഗവേഷണഫലമാണ് കൂലിഅധ്വാനത്തിന്റെ സത്ത എന്ത് എന്ന് നിഷ്കൃഷ്ടമായി നിർണ്ണയിച്ചത്.

സഞ്ചിത അദ്ധ്വാനമാണ് മൂലധനം എന്ന ആദംസ്മിത്തിന്റെ നിർവ്വചനംകൊണ്ട് മാർക്സ് തൃപ്തിപ്പെട്ടില്ല. സ്വകാര്യസ്വത്താണ് മുഖ്യം, അതില്ലാതെ മൂലധനമില്ല. സ്മിത്ത് സ്വകാര്യസ്വത്തിനെ പരിഗണിച്ചിരുന്നില്ല. അതുകൊണ്ട് മാർക്സ് *കൈയെഴുത്തുപ്രതി*യിൽ മൂലധനത്തെക്കുറിച്ചുള്ള അപഗ്രഥനം ആരംഭിക്കുന്നത് "മറ്റ് മനുഷ്യരുടെ അദ്ധ്വാനത്തിന്റെ

ഉല്പന്നങ്ങളിൽ മൂലധനത്തിന്റെ, അതായത് സ്വകാര്യസ്വത്തിന്റെ, അടിത്തറ എന്ത്" എന്നു ചോദിച്ചുകൊണ്ടാണ്. എന്നിട്ട് അതിന് ഉത്തരം നല്കുന്നു.

> അദ്ധ്വാനത്തിന്റെയും അതിന്റെ ഉല്പന്നങ്ങളുടെയും മേൽ ഭരിക്കുന്ന ശക്തിയാണ് മൂലധനം. മുതലാളിക്ക് ഈ ശക്തിയുള്ളത് സ്വന്തം വ്യക്തിഗുണങ്ങളോ മാനുഷികഗുണങ്ങളോ ഉള്ളതുകൊണ്ടല്ല. മൂലധനത്തിന്റെ ഉടമ ആയതുകൊണ്ടാണ്. അയാളുടെ അധികാരം മൂലധനത്തിന്റെ വാങ്ങൽശേഷിയാണ്; ഒന്നിനും അതിനെ തടുക്കാനാവില്ല. (അതേകൃതി, പേജ് 247)

സ്വകാര്യസ്വത്തിന്റെ വളർച്ചയിലെ ഏറ്റവും ഉയർന്ന ഘട്ടത്തിലാണ് മൂലധനത്തിന് അദ്ധ്വാനത്തിന്റെമേൽ ആധിപത്യം ഉണ്ടാകുന്നത്. സമൂഹം സ്വത്തുള്ളവരും ഇല്ലാത്തവരുമായി വേർതിരിക്കപ്പെടുന്നത് ഈ ഘട്ടത്തിലാണ്.

സ്വകാര്യസ്വത്തുമായി ബന്ധപ്പെട്ടതാണ് സാമൂഹ്യപ്രശ്നങ്ങളെല്ലാം എന്നായിരുന്നു മാർക്സിന്റെ നിഗമനം. സ്വകാര്യസ്വത്തുപ്രശ്നമാണ് ഏറ്റവും പ്രധാനപ്പെട്ടതും മൗലികവും.

> സ്വകാര്യസ്വത്ത് എന്ന വസ്തുതയിൽനിന്നാണ് അർത്ഥശാസ്ത്രത്തിന്റെ ആരംഭം. സ്വകാര്യസ്വത്ത് എന്താണെന്ന് അത് വിശദീകരിക്കുന്നില്ല. പൊതുവായ അമൂർത്തസൂത്രങ്ങളിലൂടെ സ്വകാര്യസ്വത്ത് യഥാർത്ഥത്തിൽ കടന്നുപോകുന്ന ഭൗതികപ്രക്രിയയെ അത് വിവരിക്കുന്നു. ഈ സൂത്രങ്ങളെ അത് നിയമങ്ങൾ ആയി പരിഗണിക്കുന്നു. ഈ നിയമങ്ങളെ അർത്ഥശാസ്ത്രം മനസ്സിലാക്കുന്നില്ല. അതായത്, സ്വകാര്യസ്വത്തിന്റെ തനത് സ്വഭാവങ്ങളിൽനിന്ന് അവ എങ്ങനെ രൂപംകൊള്ളുന്നു എന്ന് അത് വെളിവാക്കുന്നില്ല. അദ്ധ്വാനവും മൂലധനവും ആയും മൂലധനവും ഭൂസ്വത്തും ആയും ഉള്ള വേർതിരിവിനുള്ളു കാരണങ്ങളിലേക്ക് അർത്ഥശാസ്ത്രം വെളിച്ചം വീശുന്നില്ല. (അതേ കൃതി, പേജ് 270-71).

ബൂർഷ്വാ അർത്ഥശാസ്ത്രത്തിന്റെ രീതിയുടെ സവിശേഷതകൾ മാർക്സ് എടുത്തുകാട്ടുന്നു:

> കൂലിക്ക് ലാഭവുമായുള്ള ബന്ധത്തെ അത് നിർവ്വചിക്കുമ്പോൾ ആത്യന്തികലക്ഷ്യമായി അത് എടുക്കുന്നത് മുതലാളിമാരുടെ താല്പര്യമാണ്. അതായത്, അത് എന്താണോ വിശദമാക്കേണ്ടത്, അതിനെ ചോദ്യംചെയ്യാതെ അംഗീകരിക്കുന്നു. അതുപോലെ എല്ലായിടത്തും മത്സരം വരുന്നു. അതിനെ ബാഹ്യസാഹചര്യങ്ങൾവെച്ച് വിശദീകരിക്കുന്നു. ബാഹ്യവും പ്രത്യക്ഷത്തിൽ യാദൃച്ഛികമെന്ന് തോന്നുന്നതുമായ സാഹചര്യങ്ങൾ എത്രമാത്രം വളർച്ച

യുടെ അവശ്യപ്രകാശനമാണെന്നതിനെക്കുറിച്ച് അർത്ഥശാസ്ത്രം നമ്മെ ഒന്നും പഠിപ്പിക്കുന്നില്ല. കൈമാറ്റംപോലും അതിനു ഒരു യാദൃച്ഛികവസ്തുതയായി തോന്നുന്നു എന്ന് നാം കണ്ടുകഴിഞ്ഞു. അർത്ഥശാസ്ത്രം ചലിപ്പിക്കുന്ന ചക്രങ്ങൾ കൊതിയും കൊതിയന്മാർക്കിടയിലുള്ള യുദ്ധവും-മത്സരവും മാത്രമാണ്. (അതേ കൃതി, അതേ പേജ്)

ബൂർഷ്വാഅർത്ഥശാസ്ത്രജ്ഞന്മാരുടെ ആശയവാദത്തിന്റെയും പ്രായോഗികതാവാദത്തിന്റെയും സ്ഥാനത്ത് ഭൗതികവാദികൾ അർത്ഥശാസ്ത്രരംഗത്ത് എന്തുചെയ്യണമെന്ന് മാർക്സ് നിർദേശിച്ചിട്ടുണ്ട്:

സ്വകാര്യസ്വത്ത്, അതിമോഹം, അദ്ധ്വാനവും മൂലധനവും ഭൂസ്വത്തും വേർതിരിക്കൽ, കൈമാറ്റവും മത്സരവും തമ്മിലുള്ള ബന്ധം, മൂല്യവും മനുഷ്യരുടെ മൂല്യശോഷണവും തമ്മിലുള്ള ബന്ധം, കുത്തകയും മത്സരവും തമ്മിലുള്ള ബന്ധം മുതലായവ തമ്മിലുള്ള ആന്തരികബന്ധം നാം മനസ്സിലാക്കേണ്ടതുണ്ട്. പണവ്യവസ്ഥയുമായി ബന്ധപ്പെട്ട വേർപ്പെടുത്തൽ മുഴുവൻ നാം ഗ്രഹിക്കേണ്ടതുണ്ട്. (അതേ കൃതി, അതേ പേജ്).

മതവിശ്വാസികൾ ആദിപാപത്തെ മനുഷ്യപതനത്തിന്റെ അടിസ്ഥാനത്തിൽ വിശദീകരിക്കുന്നു. ചരിത്രത്തിന്റെ സാധൂകരണമില്ലാത്ത ഒന്നിനെ ചരിത്രവസ്തുവായി അംഗീകരിക്കുകയാണ് അവർ ചെയ്യുന്നത്. ഇതുതന്നെയാണ് ബൂർഷ്വാഅർത്ഥശാസ്ത്രജ്ഞന്മാർ തെളിയിക്കേണ്ടതിനെ തെളിയിക്കപ്പെട്ടതായി കണക്കാക്കുന്നതുവഴി ചെയ്യുന്നതും. മറിച്ച് മാർക്സ് യഥാർത്ഥമായ ഒരു സാമ്പത്തികവസ്തുതയിൽനിന്ന് ആരംഭിച്ചു. ബൂർഷ്വാഅർത്ഥശാസ്ത്രത്തിന്റെയും മാർക്സിസ്റ്റ് അർത്ഥശാസ്ത്രത്തിന്റെയും വഴികൾ തിരിഞ്ഞുപോകുന്നത് ഇവിടെനിന്നാണ്.

സ്വകാര്യസ്വത്തിനെ അപഗ്രഥിക്കാൻ അതിനെ സൃഷ്ടിക്കുന്ന അദ്ധ്വാനരൂപങ്ങളെ അപഗ്രഥിക്കണം. ബൂർഷ്വാഅർത്ഥശാസ്ത്രജ്ഞന്റെ വീക്ഷണത്തിൽ അദ്ധ്വാനത്തിന്റെ ഏതു രൂപവും ചരക്കും മൂലധനവും സ്വകാര്യസ്വത്തും സൃഷ്ടിക്കുന്നു. മാർക്സ് ഈ വീക്ഷണത്തെ ഖണ്ഡിച്ചു. ഈ വീക്ഷണം ബൂർഷ്വാ സമൂഹത്തിന്റെ സാമ്പത്തികാടിത്തറയെ അരക്കിട്ടുറപ്പിക്കുകയാണ് ചെയ്യുന്നത്. സ്വകാര്യസ്വത്തിനെയും അതിൽനിന്ന് ഉത്ഭവിക്കുന്ന സകലതിനെയും പൊതുവിലുള്ള അദ്ധ്വാനമല്ല, അന്യവല്ക്കരിക്കപ്പെട്ട അദ്ധ്വാനം ആണ്, സൃഷ്ടിക്കുന്നത്.

ഇതെങ്ങനെ സംഭവിച്ചുവെന്ന് മാർക്സ് വിവരിച്ചു. കൂടുതൽ ഉല്പാദിപ്പിക്കുംതോറും തൊഴിലാളി കൂടുതൽ ദരിദ്രനായിത്തീരുന്നു. കൂടുതൽ ചരക്ക് ഉൽപ്പാദിപ്പിക്കുംതോറും അദ്ധ്വാനത്തിന്റെ മൂല്യം കുറഞ്ഞുവരുന്നു. കാരണം, അദ്ധ്വാനം മറ്റ് ചരക്കുകളോടൊപ്പം, അതേ തോതിൽ സ്വയം ഉല്പാദിപ്പിക്കുന്നുണ്ട്.

> തൽഫലമായി അദ്ധ്വാനത്തിന്റെ ഉല്പന്നം അതിനെ അന്യവസ്തുവായി ഉല്പാദകനിൽനിന്ന് സ്വതന്ത്രമായ ഒരു ശക്തിയായി നേരിടുന്നു. അദ്ധ്വാനത്തിന്റെ ഉല്പന്നം ഒരു വസ്തുവിൽ ഉൾക്കൊള്ളിക്കപ്പെട്ട അദ്ധ്വാനമാണ്. അത് ഭൗതികമാണ്. അതാണ് അദ്ധ്വാനത്തിന്റെ വസ്തുവല്ക്കരണം. അദ്ധ്വാനത്തിന്റെ സാക്ഷാൽക്കാരമാണ് വസ്തുവല്ക്കരണം. സാമ്പത്തികമായി, അദ്ധ്വാനത്തിന്റെ ഈ സാക്ഷാൽക്കാരം തൊഴിലാളികൾക്ക് അനുഭവപ്പെടുന്നത് സാക്ഷാൽക്കാരരാഹിത്യം ആയിട്ടാണ്. വസ്തുവല്ക്കരണം അനുഭവപ്പെടുന്നത് വസ്തുവിന്റെ നഷ്ടവും അതിനോടുള്ള അടിമത്തവും ആയിട്ടാണ്; കൈവശപ്പെടുത്തൽ വേർപെടുത്തലോ അന്യവല്ക്കരണമോ ആയിട്ടാണ് അനുഭവപ്പെടുന്നത്. (അതേ കൃതി, പേജ് 272).

സാക്ഷാല്ക്കാരം പട്ടിണിമരണത്തോളം തൊഴിലാളിക്ക് അനുഭവപ്പെടുന്നു. വസ്തുവല്ക്കരണം ജീവിക്കാനുള്ള വസ്തുക്കൾ മാത്രമല്ല, പണിയായുധങ്ങൾ പോലും നഷ്ടപ്പെടുന്നിടത്തോളം അനുഭവപ്പെടുന്നു. കൈവശപ്പെടുത്തലിന്റെ രൂക്ഷതമൂലം കൂടുതൽ ഉല്പാദിപ്പിക്കുംതോറും തൊഴിലാളിക്ക് സ്വന്തമാക്കാവുന്നത് കുറഞ്ഞുവരുന്നു; അയാൾ കൂടുതൽ കൂടുതൽ തന്റെ ഉല്പന്നമായ മൂലധനത്തിന്റെ പിടിയിൽ അമരുന്നു.

തൊഴിലാളി തന്റെ അദ്ധ്വാനത്തിന്റെ ഉല്പന്നത്തോട് അന്യവസ്തുവിനോട് എന്നപോലെ ബന്ധപ്പെട്ടിരിക്കുന്നു എന്നു പറയുന്നതിന് അർത്ഥം ഇതൊക്കെയാണ്.

> തൊഴിലാളി സ്വയം കൂടുതൽ ചെലവഴിക്കുംതോറും തനിക്കു മുകളിലും തനിക്കെതിരായും അയാൾ സൃഷ്ടിക്കുന്ന വസ്തുക്കളുടെ അന്യലോകം കൂടുതൽ ശക്തമായിത്തീരുന്നു; അയാളുടെ ആന്തരികലോകം ചുരുങ്ങുന്നതോടെ അയാൾക്ക് സ്വന്തമായുള്ളത് കുറഞ്ഞുവരുന്നു.

മതത്തിന്റെ കാര്യത്തിലും ഇത് ശരിയാണ്. മനുഷ്യൻ ദൈവത്തിൽ കൂടുതൽ അർപ്പിക്കുംതോറും അവന് സ്വയം നിലനിർത്താൻ കഴിയുന്നത് ചുരുങ്ങുന്നു. തൊഴിലാളി തന്റെ ജീവിതം വസ്തുവിൽ അർപ്പിക്കുന്നു; എന്നാൽ ഇപ്പോൾ അവന്റെ ജീവിതം അവന്റെ വരുതിയിലല്ല, വസ്തുവിന് കീഴ്പ്പെട്ടിരിക്കുന്നു. തൊഴിലാളിക്ക് അവന്റെ ഉല്പന്നത്തോടുള്ള അന്യവല്ക്കരണത്തിന്റെ അർഥം അവന്റെ അധ്വാനം ഒരു വസ്തു, ബാഹ്യമായ അസ്തിത്വം, ആയിത്തീരുന്നു എന്ന് മാത്രമല്ല അത് അവന് പുറത്ത്, സ്വതന്ത്രമായി, അവനിൽനിന്നെന്തോ അന്യമായി സ്ഥിതിചെയ്യുന്നുവെന്നും അത് സ്വന്തം നിലയിൽ അവനെ നേരിടുന്ന ഒരു ശക്തിയായി തീരുന്നു എന്നും ആണ്.

പ്രകൃതിയും തൊഴിലാളിയും തമ്മിലുള്ള ബന്ധം മാർക്സ് പരി

ശോധിക്കുന്നു. പ്രകൃതിയില്ലാതെ ഒരു ഉല്പാദനവും സാദ്ധ്യമല്ല. തൊഴിലാളി അധ്വാനം പ്രയോഗിക്കുന്നത് അതിന്മേലാണ്. അതിൽനിന്ന്, അതു പയോഗിച്ചാണ് തൊഴിലാളി ഉല്പാദിപ്പിക്കുന്നത്. രണ്ടുതരത്തിലാണ് തൊഴിലാളി പ്രകൃതിയെ ആശ്രയിക്കുന്നത്. തന്റെ അദ്ധ്വാനം പ്രയോഗിക്കുന്നതിന് പ്രകൃതിവസ്തുക്കൾവേണം. അവന്റെ ജീവൻ നിലനിർത്തുന്നതിനുവേണ്ട സാധനങ്ങളും പ്രകൃതിതന്നെ നല്കണം. രണ്ടുകാര്യത്തിലും തൊഴിലാളി അവന്റെ വസ്തുവിന്റെ ഭൃത്യനായിത്തീരുന്നു: തൊഴിലാളി എന്ന നിലയ്ക്കും ഭൗതികവസ്തു എന്ന നിലയ്ക്കും നിലനില്ക്കുന്നതിൽ. ഇതിന്റെ അടിമത്തത്തിന്റെ ആഴം ഇതാണ്–തൊഴിലാളി എന്ന നിലയ്ക്ക് ഒരു ഭൗതികവസ്തുവായി നിലനില്ക്കാൻ കഴിയും; ഭൗതികവസ്തു എന്ന നിലയ്ക്കേ തൊഴിലാളി ആകാനും കഴിയൂ.

> ബൂർഷ്വാ അർത്ഥശാസ്ത്രം തൊഴിലാളിയും ഉല്പാദനവും തമ്മിൽ നേരിട്ടുള്ള ബന്ധം പരിഗണിക്കാതെ അദ്ധ്വാനത്തിന്റെ സ്വഭാവത്തിൽ തന്നെ അന്തർലീനമായ വേർപെടുത്തലിനെ മറച്ചുവെക്കുന്നു. പണക്കാരന് അദ്ധ്വാനം അത്ഭുതകരമായ സാധനങ്ങൾ സൃഷ്ടിക്കുന്നുണ്ട് എന്നത് നേരാണ്. എന്നാൽ തൊഴിലാളിക്ക് അത് സൃഷ്ടിക്കുന്നത് ദുരിതമാണ്. അത് കൊട്ടാരങ്ങൾ സൃഷ്ടിക്കുന്നു, തൊഴിലാളിക്ക് കൂരകളും. അത് സൗന്ദര്യം സൃഷ്ടിക്കുന്നു, തൊഴിലാളിക്ക് വൈരൂപ്യവും. അത് അദ്ധ്വാനത്തെ യന്ത്രങ്ങൾകൊണ്ട് പകരംവെക്കുന്നു. എന്നാൽ അത് തൊഴിലാളികളിൽ ഒരു വിഭാഗത്തെ കിരാതമായ രൂപത്തിലുള്ള തൊഴിലിലേക്ക് തള്ളിവിടുന്നു. മറ്റേ വിഭാഗത്തെ അത് യന്ത്രമാക്കിത്തീർക്കുന്നു. അത് ബുദ്ധിശക്തി സൃഷ്ടിക്കുന്നു. തൊഴിലാളിക്ക് വങ്കത്തവും മറയത്തരവും.
>
> അദ്ധ്വാനവും അതിന്റെ ഉല്പന്നങ്ങളും തമ്മിൽ നേരിട്ടുള്ള ബന്ധം തൊഴിലാളിയും അവന്റെ ഉല്പാദനങ്ങളുമായുള്ള ബന്ധമാണ്. (അതേ കൃതി, പേജ് 273-74).

തൊഴിലാളിയുടെ അന്യവല്ക്കരണം അവന്റെ ഉല്പാദനത്തിന്റെ ഫലങ്ങളുമായുള്ള ബന്ധത്തിൽ മാത്രമല്ല, ഉല്പാദനപ്രവർത്തനത്തിൽ ത്തന്നെ ഉണ്ടെന്ന് മാർക്സ് പറയുന്നു. കാരണം, ഉല്പന്നം ഉല്പാദന പ്രവർത്തനത്തിന്റെ സംഗ്രഹിതരൂപമാണ്. ഉല്പാദനഫലം അന്യവല്ക്കരണമാണെങ്കിൽ ഉല്പാദനം തന്നെ സജീവമായ അന്യവല്ക്കരണം ആകണം–"പ്രവർത്തനത്തിന്റെ അന്യവല്ക്കരണം, അന്യവല്ക്കരണത്തിന്റെ പ്രവർത്തനം."

അദ്ധ്വാനത്തിന്റെ അന്യവല്ക്കരണം എന്നാൽ എന്ത് എന്ന ചോദ്യം മാർക്സ് സ്വയം ചോദിച്ച് ഉത്തരം പറയുന്നു:

> അധ്വാനം തൊഴിലാളിക്ക് ബാഹ്യമാണ്. അതായത്, അദ്ധ്വാനം

> അവന്റെ ആന്തരികപ്രകൃതിയുടെ ഭാഗമല്ല. അതിൽ അയാൾ സ്വയം സ്ഥിരീകരിക്കുകയല്ല, നിഷേധിക്കുകയാണ്; അതിൽ തൃപ്തിയടയുകയല്ല, അസന്തുഷ്ടനാവുകയാണ്; തന്റെ കായികവും മാനസികവുമായ ഊർജ്ജത്തെ സ്വതന്ത്രമായി വളർത്തുകയല്ല, തന്റെ ദേഹത്തെയും മനസ്സിനെയും നശിപ്പിക്കുകയാണ്. അതിനാൽ തൊഴിലാളി തന്റെ പ്രവൃത്തിക്ക് പുറത്താണ് സ്വയം പ്രതിഷ്ഠിക്കുന്നത്; പ്രവൃത്തിയെ തനിക്കു പുറത്തും. ജോലി ചെയ്യാത്തപ്പോഴാണ് അയാൾക്ക് സ്വാസ്ഥ്യം ഉള്ളത്; ജോലി ചെയ്യുമ്പോൾ അതുണ്ടാകുന്നില്ല. അയാളുടെ അദ്ധ്വാനം സ്വമേധയാ ഉള്ളതല്ല. ബലപ്രയോഗം മൂലമുള്ളതാണ്. അത് നിർബ്ബന്ധിതാദ്ധ്വാനം ആണ്. അത് ഒരു ആവശ്യം നിറവേറ്റിയ തൃപ്തി നല്കുന്നില്ല. അതിൽനിന്ന് അന്യമായ ആവശ്യങ്ങൾ നിറവേറ്റാനുള്ള മാർഗ്ഗം ആണ് അത്. അതിന്റെ അന്യസ്വഭാവം വെളിപ്പെടുത്തുന്നത്, കായികമോ മറ്റു തരത്തിലുള്ളതോ ആയ നിർബ്ബന്ധം ഇല്ലെങ്കിൽ അദ്ധ്വാനത്തെ തൊഴിലാളി പകർച്ചവ്യാധിയെപ്പോലെ അകറ്റിനിർത്തുന്നു എന്ന വസ്തുതയിലാണ്. മനുഷ്യൻ സ്വയം അന്യവല്ക്കരിക്കുന്ന ബാഹ്യമായ അദ്ധ്വാനം ആത്മത്യാഗത്തിന്റേതായ അദ്ധ്വാനമാണ്. തൊഴിലാളിക്ക് അനുഭവപ്പെടുന്ന അധ്വാനത്തിന്റെ ബാഹ്യസ്വഭാവം, അത് അവന്റേതല്ല, മറ്റാരുടെയോ ആണ്, അത് അവന്റെ ഭാഗമല്ല, അവൻ അതിന്റെ ഭാഗമാണ്, എന്നതിലാണ് പ്രത്യക്ഷപ്പെടുന്നത്. മതത്തിൽ മനുഷ്യചിന്തയുടെ, മനുഷ്യമസ്തിഷ്കത്തിന്റെ, മനുഷ്യഹൃദയത്തിന്റെ, സ്വമേധയായുള്ള പ്രവർത്തനം വ്യക്തിയിൽ പ്രവർത്തിക്കുന്നത് അവനിൽനിന്ന് സ്വതന്ത്രമായിട്ടാണ്--അതായത് അന്യമായ, ദൈവികമോ പൈശാചികമോ ആയ, പ്രവർത്തനമായിട്ടാണ്. അതുപോലെ തന്നെ തൊഴിലാളികളുടെ പ്രവർത്തനവും അവരുടെ സ്വമേധയായുള്ള പ്രവർത്തനമല്ല. അത് മറ്റൊരാളുടേതാണ്. അത് അവരുടെ ആത്മാവ് നഷ്ടപ്പെടുത്തലാണ്.
>
> തീർച്ചയായും തിന്നലും കുടിക്കലും പുനരുല്പാദനവും മറ്റും തികച്ചും മാനുഷികമായ ധർമ്മങ്ങളാണ്. എന്നാൽ അമൂർത്തമായി എടുത്താൽ, മറ്റെല്ലാ മാനുഷികപ്രവർത്തനത്തിന്റെയും മേഖലയിൽനിന്ന് അടർത്തി എടുക്കുകയും ഏകവും ആത്യന്തികവുമായ ലക്ഷ്യങ്ങളാക്കി മാറ്റുകയും ചെയ്താൽ, അവ മൃഗധർമ്മങ്ങളാണ്. (അതേകൃതി, പേജ് 274-75).

മനുഷ്യൻ പ്രകൃതിയുടെ ഭാഗമാണ്. പ്രകൃതിയെ ആശ്രയിച്ചാണ് മനുഷ്യജീവിതം. തന്റെ ആവശ്യങ്ങളെയും സാദ്ധ്യതകളെയും സജീവ പ്രവർത്തനത്തെയും മനുഷ്യൻ സാക്ഷാല്ക്കരിക്കുന്നത് പ്രകൃതിയിലാണ്, പ്രകൃതിയിൽക്കൂടിയാണ്. പ്രകൃതിയുടെ ഉല്പന്നങ്ങളെ ആശ്ര

യിച്ചാണ് മനുഷ്യന്റെ ഭൗതികജീവിതം. പ്രകൃതിയെ ആശ്രയിച്ചാണ് മനുഷ്യൻ ജീവിക്കുന്നത് എന്നതുകൊണ്ട് മാർക്സ് അർത്ഥമാക്കുന്നത്, പ്രകൃതിയാണ് മനുഷ്യന്റെ ദേഹമെന്നാണ്. മരിക്കാതിരിക്കണമെങ്കിൽ അതുമായി അവർ തുടർച്ചയായി പരസ്പര കൈമാറ്റത്തിലായിരിക്കണം. "മനുഷ്യന്റെ സാർവ്വത്രികത പ്രയോഗത്തിൽ കൃത്യമായി പ്രത്യക്ഷപ്പെടുന്നത് പ്രകൃതിയെ ആകെ അവന്റെ അജൈവ ശരീരമാക്കുന്ന സാർവ്വത്രികതയിലാണ്--പ്രകൃതി ഒന്ന്) ജീവിതത്തിനുള്ള അവന്റെ പ്രത്യക്ഷോപാധിയും രണ്ട്) അവന്റെ ജീവിതപ്രവർത്തനത്തിനുള്ള അസംസ്കൃത പദാർത്ഥവും ഉദ്ദേശ്യവും ഉപകരണവും ആണ് എന്നിടത്തോളം." (അതേ കൃതി, പേജ് 275) മൃഗത്തിന്റെ പ്രവർത്തനത്തെ അപേക്ഷിച്ച് മനുഷ്യന്റെ പ്രവർത്തനം എത്രമാത്രം വൈവിദ്ധ്യമാർന്നതാണോ, അത്രത്തോളം പ്രകൃതിയുമായുള്ള അവന്റെ ബന്ധവും വൈവിദ്ധ്യമാർന്നതായിരിക്കും.

മനുഷ്യന്റെ ഭൗതികമായ നിലനില്പിനുള്ള ഉപകരണമായിമാത്രം പ്രകൃതിയെ കാണുക, മനുഷ്യനും പ്രകൃതിയും തമ്മിലുള്ള മറ്റെല്ലാ ബന്ധങ്ങളും അടിച്ചമർത്തുക--അതോടെ പ്രകൃതി അന്യവല്ക്കരിക്കപ്പെടുന്നു. മനുഷ്യൻ എന്ന ജന്തുജാതിയുടെ ജീവിതവും അന്യവല്ക്കരിക്കപ്പെടുന്നു. അന്യവല്ക്കരിക്കപ്പെട്ട അദ്ധ്വാനം മനുഷ്യന് പുറത്തുള്ള പ്രകൃതിയെയും അവന്റെ സ്വന്തം പ്രകൃതിയെയും--അതായത് അവന്റെ ദേഹവും ആത്മീയജീവിതവും--മനുഷ്യനിൽനിന്ന് അകറ്റുന്നതായി മാർക്സ് പറയുന്നു.

അന്യവല്ക്കരിക്കപ്പെട്ട അദ്ധ്വാനം എങ്ങനെ സ്വകാര്യസ്വത്ത് സൃഷ്ടിക്കുന്നു എന്നു വിവരിക്കുംമുമ്പ് മുതലാളിത്തത്തിലുള്ള അദ്ധ്വാനത്തിന്റെ അന്യവല്ക്കരണം മാർക്സിന്റെ സാമ്പത്തികസിദ്ധാന്തത്തിന്റെ, ശാസ്ത്രീയ കമ്യൂണിസ്റ്റ് സിദ്ധാന്തത്തിന് മാർക്സ് നല്കുന്ന സാധൂകരണത്തിന്റെ, അവിഭാജ്യഘടകമാണെന്ന് ഓർക്കേണ്ടതുണ്ട്. പിന്നീട് സാമ്പത്തികബന്ധങ്ങളെക്കുറിച്ചുള്ള വിശദമായ പഠനം നടത്തിയപ്പോഴും *കൈയെഴുത്തുപ്രതി*യിൽ മുതലാളിത്തചൂഷണത്തെയും ബൂർഷ്വാസമൂഹത്തിലെ തൊഴിലാളിവർഗ്ഗത്തിന്റെ സ്ഥിതിയെയും കുറിച്ച് പറഞ്ഞുവെച്ച കാര്യങ്ങളെ മാർക്സ് നിഷേധിച്ചില്ല, വികസിപ്പിച്ചതേയുള്ളൂ.

വികസിത മുതലാളിത്തരാജ്യങ്ങളിലെ ഇന്നത്തെ സ്ഥിതിയെ, അവിടങ്ങളിലെ ജനങ്ങൾക്കിടയിൽ പൊതുവെ ഭാവിയിൽ അവിശ്വാസവും നിരാശയും അന്യവല്ക്കരണവും പടർന്നുപിടിച്ചിരിക്കുന്നതിനെ, വിശദീകരിക്കാൻ സാമൂഹ്യശാസ്ത്രജ്ഞന്മാർ *കൈയെഴുത്തുപ്രതി*യുടെ സഹായം കൂടുതൽ കൂടുതൽ തേടിവരുന്നു. ഉയർന്ന ജീവിതനിലവാരത്തോടൊപ്പം ചൂഷണവും അവിടങ്ങളിൽ രൂക്ഷമായിരിക്കുന്നു. ഒരു കൂട്ടർ ആത്മീയത്തിലേക്ക്--ഹിന്ദു, ബുദ്ധമതങ്ങളിലേക്കുവരെ--ശ്രദ്ധ തിരിക്കുന്നു. ഹരേകൃഷ്ണപ്രസ്ഥാനത്തിന്റെയും രജനീഷിനെപ്പോലുള്ള എയർകണ്ടിഷൻഡ് സന്ന്യാസികളുടെയും പിന്നീട് വന്ന ആൾദൈവങ്ങളു

ടെയും മറ്റും ഉറവിടം, ഭൗതികജീവിതനിലവാരത്തിന്റെ ഉയർച്ചയും, വികസിത മുതലാളിത്തനാടുകളിലെ മനുഷ്യന്റെ ആന്തരികമായ ശൂന്യതയുമാണ്.

എന്നാൽ ഇത്തരം പ്രസ്ഥാനങ്ങളിൽ അവിടത്തുകാർക്കുള്ള താല്പര്യം അതിവേഗം മാഞ്ഞുപോകുന്നു. കാരണം, അവർക്ക് അനുഭവപ്പെടുന്ന ശൂന്യത മാറ്റാൻ ഇവ പ്രയോജനപ്പെടുന്നില്ല. സത്യാന്വേഷികൾ നാലുപാടും തിരയുന്നു. അവരിൽ കൂടുതൽ കൂടുതൽ പേർ മാർക്സിന്റെ *കൈയെഴുത്തുപ്രതി*യിൽ അന്യവല്കൃത അദ്ധ്വാനത്തെക്കുറിച്ച് വിവരിച്ചിട്ടുള്ള ഭാഗത്തേക്ക് പ്രത്യേകിച്ചു ബൂർഷ്വാസമൂഹത്തെക്കുറിച്ച് അതിൽ നടത്തിയിട്ടുള്ള വിശകലനത്തിലേക്ക് പൊതുവിലും, ശ്രദ്ധതിരിക്കുന്നു. 2008-ലെ ആഗോളസാമ്പത്തിക പ്രതിസന്ധിയെത്തുടർന്ന് ആ താല്പര്യം ഏറെ ശക്തിപ്പെട്ടതായി കാണുന്നു.

വികസിത മുതലാളിത്ത രാജ്യങ്ങളിൽ മാർക്സിസത്തിന്റെ പ്രസക്തി കുറഞ്ഞുവരുന്നു എന്ന പ്രചാരണം ശുദ്ധഭോഷ്കാണെന്ന് സാരം. അവിടങ്ങളിലെ മനുഷ്യരുടെ അവസാനത്തെ പിടിവള്ളിയായി മാറിവരികയാണ് അത്.

> "അദ്ധ്വാനഫലം എനിക്ക് അന്യമാണെങ്കിൽ, എന്നെ അത് ഒരു അന്യശക്തിയെ എന്നപോലെ നേരിടുന്നുണ്ടെങ്കിൽ, അത് ആർക്ക് അധീനപ്പെട്ടിരിക്കുന്നു?"
>
> "എന്റെ പ്രവർത്തനംതന്നെ എന്റെ വരുതിയിലല്ലെങ്കിൽ, അത് അന്യായമായ, നിർബ്ബന്ധിതമായ പ്രവർത്തനമാണെങ്കിൽ, അത് ആർക്ക് അധീനപ്പെട്ടിരിക്കുന്നു?"
>
> "ഞാനല്ലാതൊരു അസ്തിത്വത്തിന്" അതേതാണ്?
>
> "ദൈവങ്ങളാണോ? ഏറ്റവും പ്രാചീനകാലത്ത് മുഖ്യ ഉല്പാദനം ദൈവങ്ങൾക്കു വേണ്ടിയായിരുന്നു. അത് ദൈവങ്ങളുടെ വകയായിരുന്നു (ഉദാ: ഈജിപ്തിലെയും ഇന്ത്യയിലെയും മെക്സിക്കോവിലെയും ദേവാലയങ്ങൾ). എന്നാൽ, ദൈവങ്ങൾ ആയിരുന്നില്ല അദ്ധ്വാനത്തിന്റെ അധിപന്മാർ. പ്രകൃതിയും ആയിരുന്നില്ല. എന്തൊരു വൈപരീത്യം! മനുഷ്യൻ സ്വന്തം അദ്ധ്വാനംകൊണ്ട് പ്രകൃതിയെ കൂടുതൽ കീഴടക്കുന്തോറും വ്യവസായത്തിലെ അത്ഭുതങ്ങൾ ദൈവങ്ങളുടെ അത്ഭുതങ്ങളെ കൂടുതൽ അനാവശ്യമാക്കുന്തോറും, മനുഷ്യന് ഉല്പാദനത്തിന്റെ ആനന്ദവും ഉല്പന്നത്തെ അനുഭവിക്കലും ഈ ശക്തികളെ പ്രീണിപ്പിക്കാനായി കൂടുതൽ കൂടുതൽ, കൈയൊഴിയേണ്ടിവന്നു.
>
> അദ്ധ്വാനവും അദ്ധ്വാനഫലവും ആർക്കാണ് അധീനപ്പെട്ടിരിക്കുന്നത്, ആർക്കുവേണ്ടിയാണോ അദ്ധ്വാനംചെയ്യപ്പെടുന്നത്, ആരുടെ ഗുണത്തിനാണോ അദ്ധ്വാനഫലം നല്കപ്പെടുന്നത്, ആ അന്യശക്തി മനുഷ്യനല്ലാതെ മറ്റാരുമാകാൻ വയ്യ.

"അദ്ധ്വാനഫലം തൊഴിലാളിയുടെ വശമല്ലെങ്കിൽ, അത് അയാളെ അന്യശക്തിയായി നേരിടുന്നെങ്കിൽ, അത് തൊഴിലാളിയല്ലാത്ത മറ്റൊരു വ്യക്തിക്ക് അധീനപ്പെടുന്നതുകൊണ്ടാണ്. തൊഴിലാളിയുടെ പ്രവർത്തനം അയാൾക്കുതന്നെ ഒരു പീഡനമാണെങ്കിൽ, മറ്റൊരാൾക്ക് അത് സംതൃപ്തിയും സന്തോഷവും പ്രദാനം ചെയ്യണം. അത് പ്രകൃതിയും ദൈവവുമല്ല; മനുഷ്യന്റെ മേലുള്ള ഈ അന്യശക്തിയാകാൻ മനുഷ്യനു മാത്രമേ കഴിയൂ." (അതേകൃതി, പേജ് 278).

അദ്ധ്വാനവും അദ്ധ്വാനഫലവും ആയുള്ള മനുഷ്യന്റെ ബന്ധത്തെക്കുറിച്ച് പറഞ്ഞതെല്ലാം മനുഷ്യനും മനുഷ്യനും തമ്മിലും മറ്റൊരു മനുഷ്യന്റെ അദ്ധ്വാനവും അതിന്റെ ഫലവും തമ്മിലുമുള്ള ബന്ധത്തിനും ബാധകമാണ്. മനുഷ്യനുമായുള്ള മറ്റേതൊരു ബന്ധവുമെന്നപോലെ മനുഷ്യന്റെ അന്യവല്ക്കരണവും മറ്റു മനുഷ്യരുമായുള്ള ബന്ധങ്ങളിലാണ് സാക്ഷാൽക്കരിക്കപ്പെടുന്നത്. അന്യവല്ക്കരണവും സ്വയം അന്യവൽക്കരണവും സാമൂഹ്യബന്ധങ്ങളാണെന്ന് ഇതിൽനിന്ന് സിദ്ധിക്കുന്നു. ഉല്പാദനവുമായി ബന്ധപ്പെടുത്തി പറയുമ്പോൾ, അവ ഉല്പാദനബന്ധങ്ങളുമാണ്. ഈ ഘട്ടത്തിൽ മാർക്സ് മനുഷ്യനും ഉല്പാദനോപകരണങ്ങളുമായുള്ള ബന്ധം കണ്ടെത്തിയിരുന്നില്ല. എന്നാൽ, ഉല്പാദനബന്ധങ്ങളിലെ വൈരുദ്ധ്യം ചൂണ്ടിക്കാണിക്കുന്നതിന്റെ ഏതാണ്ട് അടുത്തെത്തിയിരുന്നു.

മുതലാളിത്ത സ്വകാര്യസ്വത്ത് അദ്ധ്വാനത്തിന്റെ അന്യവല്ക്കൃതസ്വഭാവത്തിന്റെ പ്രത്യക്ഷത്തിലുള്ള പ്രത്യാഘാതമാണെന്ന് കാണിക്കാനാണ് മാർക്സ് ശ്രമിച്ചത്. തൊഴിലാളി

> തന്റെ സ്വന്തം ഉല്പാദനത്തെ, തന്റെ യാഥാർത്ഥ്യത്തിന്റെ നഷ്ടമായും തന്റെ ശിക്ഷയായും സൃഷ്ടിക്കുന്നതുപോലെയും തന്റെ സ്വന്തം ഉല്പന്നത്തെ ഒരു നഷ്ടമായും തനിക്കധീനമല്ലാത്ത ഉല്പന്നമായും സൃഷ്ടിക്കുന്നതുപോലെയും, ഉല്പാദിപ്പിക്കാത്ത മനുഷ്യന്റെ ഉല്പാദനത്തിന്മേലും ഉല്പന്നത്തിന്മേലുമുള്ള ആധിപത്യത്തെ സൃഷ്ടിക്കുന്നു. (അതേകൃതി, പേജ് 279).

ഉല്പാദനവും ഉല്പന്നവും ആയുള്ള ബന്ധത്തെ മാർക്സ് രണ്ടായി പരിഗണിക്കുന്നു—തൊഴിലാളിയുടെയും തൊഴിൽ ചെയ്യാത്തവന്റെയും വീക്ഷണകോണുകളിൽനിന്ന്.

> തൊഴിലാളിയുടെ വീക്ഷണത്തിൽനിന്ന് സ്വകാര്യസ്വത്ത് അന്യവൽകൃത അദ്ധ്വാനത്തിന്റെ ഉല്പന്നമാണ്, ഫലമാണ്, ഒഴിവാക്കാനാവാത്ത പ്രത്യാഘാതമാണ്; തൊഴിലാളിക്ക് പ്രകൃതിയുമായും തന്നോടുതന്നെയും ഉള്ള ബാഹ്യബന്ധത്തിന്റെ ഉല്പന്ന

> മാണ്. (അതേകൃതി, അതേ പേജ്). അന്യവല്ക്കൃത അധ്വാനമാണ് സ്വകാര്യസ്വത്തിനുള്ള പ്രത്യക്ഷകാരണമെന്നും തുടർന്ന് മാർക്സ് പറഞ്ഞു.

ഇവിടെ ഒരു കാര്യം എടുത്തുപറയേണ്ടതുണ്ട്. മാർക്സിന്റെ ചില പരാമർശങ്ങളെ ആസ്പദിച്ച് സ്വകാര്യസ്വത്താണ് അന്യവല്ക്കൃത അധ്വാനത്തെ സൃഷ്ടിച്ചത് എന്നു പറയുന്ന ചിലരുണ്ട്. മുതലാളിത്ത സമൂഹത്തിൽ സ്വകാര്യസ്വത്താണ് അന്യവല്ക്കൃത അദ്ധ്വാനത്തിന്റെ വിപുലമായ പുനരുല്പാദനത്തിന് അടിസ്ഥാനം. ഇതിനൊരു മറുവശമുണ്ട്: സ്വകാര്യസ്വത്ത്, അന്യവല്ക്കൃത അദ്ധ്വാനത്തിന്റെ ഉല്പന്നമാണ്. ബൂർഷ്വാ സാമ്പത്തിക ശാസ്ത്രജ്ഞന്മാർ സ്വകാര്യസ്വത്ത് അധ്വാനത്തിന്റെ ഉല്പന്നമാണെന്ന് മാത്രമേ പറഞ്ഞിരുന്നുള്ളൂ. ഏതാണ് ആദ്യമുണ്ടായത്; സ്വകാര്യസ്വത്തോ, അന്യവല്ക്കൃത അദ്ധ്വാനമോ എന്ന ചോദ്യമുണ്ട്. മാർക്സ് അതിൽ കുരുങ്ങിക്കിടക്കാനല്ല ശ്രമിച്ചത്. മറിച്ച്, സ്വകാര്യസ്വത്തിന്റെ ചരിത്രപരമായ ഉറവിടം കണ്ടുപിടിക്കാനാണ്. ഇക്കാര്യം വിശദമായി *കൈയെഴുത്തുപ്രതി*യിൽ വിശകലനം ചെയ്യാൻ മാർക്സിനു കഴിഞ്ഞിരുന്നില്ല. അത് പിന്നീട് *മൂലധന*ത്തിലും മറ്റുമാണ് ചെയ്തത്.

എന്നാൽ ഇത്രയും പറഞ്ഞുവെച്ചു:

> സ്വകാര്യസ്വത്തിന്റെ ചലനഫലമായാണ് അന്യവല്കൃത അധ്വാനം എന്ന സങ്കല്പനം നമുക്ക് അർത്ഥശാസ്ത്രത്തിൽ ലഭിച്ചത്. എന്നാൽ, ഈ സങ്കല്പനത്തിന്റെ വിശകലനം കാണിക്കുന്നത് ഇതാണ്: സ്വകാര്യസ്വത്ത് അന്യവല്ക്കൃത അദ്ധ്വാനത്തിന്റെ കാരണമായി തോന്നാമെങ്കിലും, അത് അതിന്റെ പ്രത്യാഘാതമാണ്. ദൈവങ്ങൾ ആദ്യം മനുഷ്യന്റെ ബുദ്ധിപരമായ ആശയക്കുഴപ്പത്തിന്റെ കാരണമായിരുന്നില്ല, ഫലമായിരുന്നു എന്നതുപോലെ. പിന്നീട് ഈ ബന്ധം പരസ്പരമായിത്തീർന്നു. (അതേകൃതി, പേജ് 279–80)

സ്വകാര്യസ്വത്തിന്റെ വളർച്ചയുടെ ഉച്ചകോടിയിൽ മാത്രമാണ് ഈ രഹസ്യം വീണ്ടും പ്രത്യക്ഷപ്പെടുന്നത്. ഒരുവശത്ത് അത് അന്യവൽകൃത അദ്ധ്വാനത്തിന്റെ ഉല്പന്നമാണ്. അതേസമയം ഇതിനെ ഉപാധിയാക്കിക്കൊണ്ടാണ് അദ്ധ്വാനം സ്വയം അന്യവൽകരിക്കുന്നത്.

അന്യവൽകൃത അദ്ധ്വാനത്തിന്റെ ആദ്യരൂപവും—അതാണ് സ്വകാര്യസ്വത്തിനെ സൃഷ്ടിച്ചത്—അതിന്റെ പിന്നീടുള്ള ചരിത്രപരമായ രൂപവും തമ്മിലുള്ള വ്യത്യാസം മനസ്സിലാക്കേണ്ടതുണ്ട്. രണ്ടാമത്തേത് നിലനില്ക്കുന്നതും വളരുന്നതും സ്വകാര്യസ്വത്തിനോടൊപ്പമാണ്, അതിന്റെ അടിത്തറയിലാണ്. അതു പറഞ്ഞാൽമാത്രമേ, സാമൂഹ്യവികാസത്തിന്റെ ഒരു നിർണ്ണായക ഘട്ടത്തിൽ സ്വകാര്യസ്വത്തിനെ ഇല്ലായ്മ ചെയ്യുന്നത് അന്യ

വല്കൃത അദ്ധ്വാനത്തെ ഇല്ലായ്മചെയ്യലായി മാറുന്നത് എങ്ങനെയെന്ന് മനസ്സിലാക്കാൻ കഴിയൂ.

സ്വകാര്യസ്വത്ത് ശാശ്വതമൂല്യമുള്ളതാണെന്നാണ് പൊതുധാരണ. പല സ്വകാര്യസ്വത്തും സ്ഥാവരമായതുകൊണ്ടാണ് ഈ ധാരണ ഉണ്ടാകുന്നത്. എന്നാൽ, അത് ഒരു ഫലമാണ്. നിശ്ചിതമായ ചരിത്രസൃഷ്ടിയാണ്, എന്ന് മനസ്സിലാക്കിയാൽ സ്വകാര്യസ്വത്തിന്റെ താല്ക്കാലികസ്വഭാവം വ്യക്തമായി. സ്വകാര്യസ്വത്ത് ഇല്ലായ്മചെയ്യുന്നതിനുള്ള സുപ്രധാന വ്യവസ്ഥ തൊഴിലാളിവർഗ്ഗത്തിന്റെ സാമൂഹ്യവിപ്ലവമാണെന്ന് മാർക്സ് തെളിയിച്ചു. അന്യവൽകൃത അദ്ധ്വാനവും സ്വകാര്യസ്വത്തുമായുള്ള ബന്ധത്തിൽനിന്ന് ഇത്രയുംകൂടി വെളിവാകുന്നു: സ്വകാര്യസ്വത്തിൽ നിന്നും മറ്റു അടിമത്തത്തിൽനിന്നും ഉള്ള സമൂഹത്തിന്റെ മോചനം ഉരുത്തിരിയുന്നത് തൊഴിലാളികളുടെ മോചനം എന്ന രാഷ്ട്രീയരൂപത്തിലാണ്, അവരുടെ മോചനം മാത്രമാണ് പ്രശ്നം എന്ന നിലയ്ക്കല്ല. തൊഴിലാളികളുടെ മോചനത്തിൽ സാർവ്വത്രികമായ മാനവമോചനം അടങ്ങിയിരിക്കുന്നതുകൊണ്ടാണ്. എന്തെന്നാൽ, മാനവ അടിമത്തമാകെ തൊഴിലാളിയും ഉല്പാദനവും തമ്മിലുള്ള ബന്ധത്തിൽ അടങ്ങിയിരിക്കുന്നു. എല്ലാ അടിമത്തബന്ധങ്ങളും ഈ ബന്ധത്തിന്റെ വിഭിന്നരൂപങ്ങളോ പ്രത്യാഘാതങ്ങളോ ആണ്.

സാമ്പത്തികമായി പറഞ്ഞാൽ, തൊഴിലാളിവർഗ്ഗത്തിന്റെ മോചനം മറ്റെല്ലാറ്റിനും മീതെ, സ്വകാര്യസ്വത്തിന്റെ സ്ഥാനത്ത് സാമൂഹ്യസ്വത്ത് സ്ഥാപിക്കലാണ്. ഇതാണ് തികച്ചും മാനുഷികവും സാമൂഹ്യവുമെന്ന് മാർക്സ് പറഞ്ഞു. സ്വകാര്യസ്വത്ത് ഇല്ലായ്മ ചെയ്യുന്നതിന്റെ വസ്തുനിഷ്ഠമായ അവശ്യകത എന്തിൽനിന്ന് ഉയർന്നുവരുന്നതാണ്? അതിനു മുമ്പുവന്ന അദ്ധ്വാനത്തിന്റെ സ്വയം അന്യവല്ക്കരണത്തിന് കാരണമെന്ത്? ഈ ചോദ്യങ്ങൾക്ക് ഉത്തരം കണ്ടില്ലെങ്കിൽ മുതലാളിത്തത്തെ ഇല്ലായ്മചെയ്യുന്നത് നിയമാനുസാരിയായ ആവശ്യമാണെന്ന് തെളിയിക്കാനാവില്ല. മുതലാളിത്തം വികലമായ യാഥാർത്ഥ്യമാണെന്ന വസ്തുതയിൽനിന്ന് തൊഴിലാളിവർഗ്ഗവിപ്ലവം വസ്തുനിഷ്ഠമായി ആവശ്യമാണെന്ന് തെളിയുന്നില്ല.

> സ്വകാര്യസ്വത്തിന്റെ ഉത്ഭവത്തെക്കുറിച്ചുള്ള ചോദ്യത്തെ അന്യവല്കൃത അദ്ധ്വാനവും മാനവിക വികസനത്തിന്റെ പാതയുമായുള്ള ബന്ധത്തെക്കുറിച്ചുള്ള ചോദ്യമായി മാറ്റിക്കൊണ്ട് ഈ പ്രശ്നം പരിഹരിക്കുന്നതിൽ നാം ഏറെ മുന്നോട്ടുപോയിട്ടുണ്ട്. സ്വകാര്യസ്വത്തിനെക്കുറിച്ച് സംസാരിക്കുമ്പോൾ മനുഷ്യന് ബാഹ്യമായ എന്തോ കൈകാര്യംചെയ്യുകയാണെന്നാണ് തോന്നുക. അദ്ധ്വാനത്തെക്കുറിച്ച് പറയുമ്പോൾ മനുഷ്യനുമായിട്ടാണ് നാം നേരിട്ടിടപെടുന്നത്. പ്രശ്നത്തിന്റെ ഈ പുതിയ ആവിഷ്കരണം അതിന്റെ പരിഹാരവും ഉൾക്കൊള്ളുന്നു.

മാർക്സിസ്റ്റ് ആചാര്യന്മാർ തങ്ങളുടെ പിന്നീടുള്ള പഠനങ്ങളിലൂടെ സ്വകാര്യസ്വത്തിന്റെ ചരിത്രപരമായ ഉറവിടങ്ങൾ പ്രത്യേകിച്ച് വിശകലനം ചെയ്തിട്ടുണ്ട്. അതിൽനിന്ന് നമുക്ക് ചെന്നെത്താവുന്ന നിഗമനം ഇതാണ്:

എന്നെന്നുമുള്ള പ്രകൃതിശക്തികളുടെ മനുഷ്യരുടെ മേലുള്ള അധികാരം പ്രാകൃതമനുഷ്യന്റെ അടിമത്തത്തിന്റെ ഒരു സവിശേഷരൂപമായിരുന്നു. സ്വകാര്യസ്വത്തിനെ വളർത്തിക്കൊണ്ടുവന്നത് ഉല്പാദനശക്തികളുടെ താഴ്ന്ന നിലവാരമായിരുന്നു. പിന്നീടൊരു ഘട്ടത്തിൽ അത് അവയുടെ വികസനത്തെ ത്വരിതപ്പെടുത്തിയ ഒരു സവിശേഷരൂപമായി മാറി. മറ്റുള്ളവരുടെ അദ്ധ്വാനത്തിന്റെ ഫലത്തെ കൈയടക്കുന്ന പ്രക്രിയ സ്വകാര്യസ്വത്തുപയോഗിച്ച് നടപ്പാക്കിയത് സാമ്പത്തികേതരമായ സമ്മർദ്ദത്തിലൂടെയാണ്.

"മനുഷ്യാദ്ധ്വാനത്തിലൂടെ മനുഷ്യൻ സൃഷ്ടിച്ചതാണ് ലോക ചരിത്രം." തന്നിൽ ഒളിഞ്ഞുകിടക്കുന്ന ജന്തുജാതി ശക്തികളെ അദ്ധ്വാനപ്രവർത്തനവും ഉല്പാദനവും വഴി മനുഷ്യൻ പ്രദർശിപ്പിക്കുകയും വളർത്തുകയും ചെയ്യുന്നു. ഉല്പാദനശക്തികളുടെ ദീർഘവും പടിപടിയായുള്ളതുമായ വികസനവും പ്രകൃതിയുടെ മൗലികശക്തികളെ കീഴ്പ്പെടുത്തലും ആണ് അന്യവൽക്കൃത അദ്ധ്വാനത്തെ ഇല്ലാതാക്കാനുള്ള വസ്തുനിഷ്ഠ അവശ്യകത സൃഷ്ടിക്കുന്നത്. അന്യവല്കൃത അദ്ധ്വാനത്തിന്റെ അനിവാര്യ ചരിത്രരൂപങ്ങളാണ് സ്വകാര്യസ്വത്ത്, മൂലധനം മുതലായവ. അതിനാൽ സ്വകാര്യസ്വത്തിനു ചരിത്രപരമായ ഒരാവശ്യകതയുണ്ട് എന്ന് മാർക്സ് ചൂണ്ടിക്കാട്ടി.

മനുഷ്യന്റെ അന്യവല്കരണം അവസാനിപ്പിക്കണമെങ്കിൽ സ്വകാര്യസ്വത്തുടമയിൽനിന്ന് സാമൂഹ്യസ്വത്തുടമയിലേക്ക് മാറണം എന്നായിരുന്നു മാർക്സ് ചെന്നെത്തിയ നിഗമനം. ഇത് മാർക്സിന്റെ വിശകലനത്തിലെ ഒരംശം—ചരിത്രപരവും ദാർശനികവുമായ അംശം—മാത്രമേ ആകുന്നുള്ളൂ. അദ്ധ്വാനവും മൂലധനവും തമ്മിലുള്ള വൈരുദ്ധ്യത്തെക്കുറിച്ച് പറയുന്ന ഭാഗമാണ് സാമ്പത്തികാംശം.

മൂലധനവും അദ്ധ്വാനവും വിപരീതങ്ങളുടെ ഐക്യമാണ്. ഒന്ന് മറ്റൊന്നിനെ ഉല്പാദിപ്പിക്കുന്നു. മാർക്സ് അവ തമ്മിലുള്ള ബന്ധത്തെ ഇങ്ങനെ വിവരിക്കുന്നു:

> ജീവിക്കുന്ന മൂലധനമാകാനുള്ള നിർഭാഗ്യമാണ് തൊഴിലാളിയുടേത്. അതിനാൽ അയാൾ ദരിദ്ര മൂലധനവുമാണ്. ജോലിയില്ലാത്ത ഓരോ നിമിഷവും തൊഴിലാളിയുടെ താല്പര്യം കുറയുന്നു; ജീവിതമാർഗ്ഗം അടയുന്നു. ചോദനവും പ്രദാനവും അനുസരിച്ച് മൂലധനം എന്ന നിലയ്ക്കുള്ള തൊഴിലാളിയുടെ മൂല്യം വർദ്ധിക്കുന്നു. കായികമായും അയാളുടെ നിലനില്പ്, അയാളുടെ ജീവിതം മറ്റേതൊരു ചരക്കിന്റെയുമെന്നപോലെ ഒരു ചരക്കിന്റെ പ്രദാനമായാണ് വീക്ഷിക്കപ്പെട്ടിരുന്നത്. ഇപ്പോഴും അങ്ങനെതന്നെ. തൊഴിലാളി മൂലധനം ഉല്പാദിപ്പിക്കുന്നു; മൂലധനം തൊഴിലാളി

യെയും. അതിനാൽ അയാൾ സ്വയം ഉല്പാദിപ്പിക്കുന്നു. മനുഷ്യൻ ഒരു തൊഴിലാളി എന്ന നിലയ്ക്കും ചരക്ക് എന്ന നിലയ്ക്കും ഈ ചക്രത്തിന്റെയാകെ ഉല്പന്നമാണ്. (അതേ കൃതി, പേജ് 283).

*മൂലധന*ത്തിൽ വികസിപ്പിച്ചെടുത്ത ശാസ്ത്രീയധാരണയിലേക്ക് *കൈയെഴുത്തുപ്രതി* എഴുതിയ കാലത്ത് മാർക്സ് എത്തിച്ചേർന്നിരുന്നില്ല. എത്തിച്ചേർന്നിരുന്നു എന്ന് യുവ മാർക്സിന്റെ ആരാധകരായ ഇപ്പോഴത്തെ പുത്തൻ ഇടതുപക്ഷ എഴുത്തുകാരിലും ചിന്തകരിലും പെട്ട ചിലർ വാദിക്കുന്നുണ്ട്. ഒരു വെള്ളത്തുള്ളിയിൽ കാനനഭംഗിയാകെ എന്നപോലെ ഈ കൃതിയിൽ മാർക്സിസമാകെ തെളിഞ്ഞുകാണാം എന്നാണ് അവരുടെ അഭിപ്രായം.

അത് ശരിയല്ല എന്നതിന് ഏറെ തെളിവു വേണ്ട. മാർക്സിസത്തിൽ തൊഴിലാളി, അദ്ധ്വാനം, അദ്ധ്വാനശക്തി—ഇവയ്ക്കു ഭിന്നമായ അർത്ഥമാണ് ഉള്ളത്. എന്നാൽ, *കൈയെഴുത്തുപ്രതി*യിൽ മാർക്സ് അങ്ങനെയുള്ള വ്യത്യാസം കല്പിച്ചിരുന്നില്ല. ഇടയ്ക്ക് തൊഴിലാളിയെ മൂലധനമായും വേറെ സന്ദർഭത്തിൽ ചരക്കായും ചിത്രീകരിക്കുന്നു. അദ്ധ്വാനശക്തിയുടെ മൂല്യം എന്ന് നമ്മൾ പറയുന്ന സ്ഥാനത്ത്, തൊഴിലാളിയുടെ മൂല്യം എന്ന പദപ്രയോഗവും കാണാം. അദ്ധ്വാനശക്തി ഒരു പ്രത്യേകതരം ചരക്കാണ്, മൂലധനമല്ല. എങ്കിലും മൗലികാശയം ശരിയാണ്. മുതലാളിയെയും തൊഴിലാളിയെയും സ്വതന്ത്രമായി തങ്ങളുടെ ചരക്ക് കൈമാറുന്ന രണ്ടു ചരക്കുടമകളായാണ് ബൂർഷ്വാ സാമ്പത്തിക ശാസ്ത്രജ്ഞന്മാർ ചിത്രീകരിച്ചിരുന്നത്. അവർ തുല്യർ അല്ലെന്ന് മാർക്സ് ചൂണ്ടിക്കാട്ടി. മുതലാളി തൊഴിലാളിയുടെമേൽ ആധിപത്യം പുലർത്തുന്നു; സാമ്പത്തികമായി ഞെരുക്കി അയാളെ ചൂഷണം ചെയ്യുന്നു; തന്നെ അടിമയാക്കുന്ന ബന്ധം തുടർന്ന് നിലനിർത്താൻ തൊഴിലാളി നിർബ്ബന്ധിതനാകുന്നു; ഇത് മുതലാളി-തൊഴിലാളി ശത്രുത വർദ്ധിപ്പിക്കുന്നു, അവസാനം ഒരു പൊട്ടിത്തെറിയിലേക്ക് വഴിയൊരുക്കുന്നു. "ഈ വൈരുദ്ധ്യം അതിന്റെ സീമയിലേക്ക്, അവശ്യമായ സീമയിലേക്ക്, ഉച്ചകോടിയിലേക്ക്, നയിക്കപ്പെടുന്നു. സ്വകാര്യ സ്വത്തുടമാബന്ധത്തിന്റെ പതനമാണ് അത്."

സ്വകാര്യസ്വത്തുടമയിൽ അന്തർലീനമായ വൈരുദ്ധ്യത്തിന്റെ വളർച്ചയിലെ ഉച്ചകോടിയാണ് തൊഴിലാളിയും മുതലാളിയും തമ്മിലുള്ളത് എന്ന നിഗമനത്തിൽ മാർക്സ് എത്തി. ബൂർഷ്വാ സാമ്പത്തിക ശാസ്ത്രജ്ഞന്മാരും ഈ വൈരുദ്ധ്യത്തെക്കുറിച്ച് സൂചിപ്പിച്ചിരുന്നു. എന്നാൽ അതിലെ ഏറ്റവും മുഴച്ചുനില്ക്കുന്ന വസ്തുത--ഇവർ എതിർധ്രുവങ്ങളിലാണെന്ന്—അവർ കണ്ടില്ല. തൊഴിൽ ചെയ്യുന്നവനു സ്വകാര്യസ്വത്ത്—അതാണ് അവൻ ഉല്പാദിപ്പിക്കുന്നത്—നിഷേധിക്കപ്പെടുന്നു. അയാൾ ജോലി ചെയ്യേണ്ടിവരുന്നതുതന്നെ സ്വകാര്യസ്വത്ത് നിഷേധിക്കപ്പെടുന്നതുകൊണ്ടാണ്. സ്വകാര്യസ്വത്തുടമ ജോലി ചെയ്യാത്തതോ? അദ്ധ്വാനത്തിന്റെ ഉല്പന്നം ജോലി ചെയ്യാതെ കൈയടക്കാൻ

കഴിയുന്നതുകൊണ്ടും. ബൂർഷ്വാസാമ്പത്തികശാസ്ത്രം അദ്ധ്വാനമാണ് സ്വകാര്യസ്വത്തിലെ ദ്രവ്യം എന്നുപറയുന്നു. സ്വകാര്യസ്വത്തിനെ മനുഷ്യന്റെ ഒരു ഗുണമായി ചിത്രീകരിക്കുന്നു. എന്നിട്ട് സ്വകാര്യസ്വത്തില്ലാത്ത തൊഴിലാളികൾ ഉണ്ടാകുന്നത് സ്വാഭാവികമാണെന്ന് വിധിക്കുകയും ചെയ്യുന്നു. ഇവിടെ ബൂർഷ്വാസാമ്പത്തികശാസ്ത്രത്തിന്റെ വർഗ്ഗപരമായ പരിമിതി തെളിഞ്ഞുകാണാം. അത് തൊഴിലാളി-മുതലാളി വൈരുദ്ധ്യത്തെ കണ്ടത് യഥാർത്ഥ രൂപത്തിലല്ല, മായാരൂപത്തിലാണ്.

ഈ വൈരുദ്ധ്യം പരിഹരിക്കാൻ ആദ്യകാലത്തെ സമത്വവാദ കമ്യൂണിസ്റ്റുകാരും സാങ്കല്പിക സോഷ്യലിസ്റ്റുകാരും നിർദേശിച്ച മാർഗങ്ങൾ മാർക്സ് വിശദമായി പരിശോധിച്ചു. ആദ്യത്തെ കൂട്ടർ മറ്റെവരെക്കാൾ സ്വകാര്യസ്വത്തിന് എതിരായിരുന്നു. കമ്യൂണിസ്റ്റ് പരിവർത്തനത്തെ കുറിച്ച് പൂർണ്ണരൂപം അവർക്ക് ഇല്ലാതിരുന്നതിനാൽ, അവരുടെ പരിഹാര മാർഗ്ഗങ്ങൾ വളരെ പരുക്കനായിരുന്നു. സ്വകാര്യസ്വത്തിന്റെ നിഷേധത്തെ സാർവ്വത്രിക സ്വകാര്യസ്വത്ത് ആയിട്ടാണ് അവർ കണ്ടത്. സ്വകാര്യസ്വത്തായി എല്ലാവർക്കും സ്വന്തമാക്കാൻ കഴിയാത്തതിനെയെല്ലാം നശിപ്പിക്കണം എന്നായിരുന്നു സമത്വവാദ കമ്യൂണിസത്തിന്റെ നിലപാട്. അതിന്റെ ഒന്നാമത്തെ ഇര ജന്മവാസന ആയിരുന്നു. തൊഴിലാളി ഇല്ലാതാവില്ല. എല്ലാവരും തൊഴിലാളികളാകും. സ്വകാര്യസ്വത്തുടമാബന്ധം സമൂഹവും വസ്തുപ്രപഞ്ചവും തമ്മിലുള്ള ബന്ധമാണ്. മനുഷ്യരുടെ ആവശ്യങ്ങളെ അത് പരമാവധി ചുരുക്കുന്നു. ഒരുതരം ബ്രഹ്മചര്യമാണ് അത് സമൂഹത്തിന് വിധിക്കുന്നത്. വ്യക്തികൾ തമ്മിൽ വിവിധ കഴിവുകളുടെ കാര്യത്തിലുള്ള വ്യത്യാസത്തെ അത് നിഷേധിച്ചു.

മാർക്സ് *കൈയെഴുത്തുപ്രതി*യിൽ ഇങ്ങനെ പറഞ്ഞു:

> ഇത്തരത്തിലുള്ള കമ്യൂണിസം—അത് മനുഷ്യന്റെ വ്യക്തിത്വത്തെ എല്ലാ മണ്ഡലങ്ങളിലും നിഷേധിക്കുന്നതിനാൽ—സ്വകാര്യ സ്വത്തിന്റെ യുക്തിയുക്തമായ പ്രകാശനമാണ്, അതാണ് ഈ നിഷേധം. (അതേകൃതി, പേജ് 295)

അത് സംസ്കാരത്തിന്റെയും നാഗരികതയുടെയും ലോകത്തെയാകെ നിഷേധിക്കുന്നു. സ്വകാര്യസ്വത്തിന് അപ്പുറം എത്തിക്കഴിഞ്ഞിട്ടില്ലാത്തവനും അതേവരെ എത്താൻപോലും കഴിയാത്തവനും വളരെക്കുറച്ച് ആവശ്യങ്ങളുള്ളവനും ദരിദ്രനും അവശനുമായ മനുഷ്യന്റെ അസ്വാഭാവികമായ ലാളിത്യത്തിലേക്കുള്ള പിന്നോക്കംപോക്കിനെ പാടിപ്പുകഴ്ത്തുന്ന ഈ കാഴ്ചപ്പാടിനെ മാർക്സ് വിമർശിക്കുന്നു. അതിനാൽ "പ്രാകൃതകമ്യൂണിസം സ്വയം സൃഷ്ടിപരമായ സാമൂഹ്യവ്യവസ്ഥയായി സ്ഥാപിക്കാൻ ആഗ്രഹിക്കുന്ന സ്വകാര്യസ്വത്തിന്റെ നിന്ദ്യതയുടെ മൂർത്തിമദ്ഭാവമാണ്." ഈ കമ്യൂണിസം,

> സ്വകാര്യസ്വത്തിന്റെ സൃഷ്ടിപരമായ സത്ത (കമ്യൂണിസം)

ഇനിയും ഗ്രഹിച്ചിട്ടില്ല, ആവശ്യം സംബന്ധിച്ച് മനുഷ്യന്റെ പ്രകൃതവും അത് വളരെക്കുറച്ചേ മനസ്സിലാക്കിയിട്ടുള്ളൂ. അതിനാൽ അത് സ്വകാര്യസ്വത്തുടമയുടെ തടവിലാണ്. അതിന്റെ ബാധയ്ക്ക് വിധേയമാണ്. (അതേകൃതി, പേജ് 296).

മുതലാളിത്തത്തിൽ ഭൗതികവസ്തുക്കളുടെ എണ്ണവും അളവും വർദ്ധിക്കുന്തോറും മനുഷ്യനെ അധീനപ്പെടുത്തുന്ന അന്യശക്തികളുടെ മേഖല വ്യാപകമാകുന്നു. സോഷ്യലിസത്തിനുകീഴിൽ മാത്രമാണ് മനുഷ്യന്റെ ആവശ്യങ്ങളുടെ സഞ്ചയം ശരിക്കും മാനുഷികപ്രസക്തി കൈക്കൊള്ളുന്നത്.

സാമൂഹ്യോല്പാദനം എന്നുപറഞ്ഞാൽ നിശ്ചിതമായ ആവശ്യങ്ങൾ നിറവേറ്റുന്നതിനുള്ള വസ്തുക്കൾ നിർമ്മിക്കൽ മാത്രമല്ല. ആത്മീയവും സാംസ്കാരികവുമായ ഉല്പാദനവുമുണ്ട്. സ്വകാര്യസ്വത്ത് ഉല്പാദനത്തെ ഇല്ലായ്മചെയ്യുന്നതോടെ അത് ആത്മീയമായ അന്യവല്ക്കരണത്തിന്റെ ഉല്പാദനം അല്ലാതാവുന്നു. ആത്മീയമായ സമ്പർക്കത്തിന്റെയും ഐക്യത്തിന്റെയും ഉല്പാദനമായി തീരുന്നു.

മതം, കുടുംബം, ഭരണകൂടം, നിയമം, സദാചാരം, ശാസ്ത്രം, കല മുതലായവ പ്രത്യേക ഉല്പാദനരീതികൾ മാത്രമാണ്. അവ അതിന്റെ പൊതുനിയമത്തിൻകീഴിൽ വരുന്നു. മനുഷ്യജീവിതം കൈവശപ്പെടുത്തൽ എന്ന നിലയ്ക്ക് സ്വകാര്യസ്വത്ത് സൃഷ്ടിപരമായി അതിരുകടക്കുന്നത് എല്ലാ വേർപെടുത്തലുകളെയും അതിരുകടക്കലാണ്. അതായത്, മനുഷ്യൻ മതത്തിൽനിന്നും കുടുംബത്തിൽനിന്നും ഭരണകൂടത്തിൽനിന്നും മറ്റും മാനുഷികമായ, സാമൂഹ്യമായ അസ്തിത്വത്തിലേക്ക് തിരിച്ചുപോകലാണ്. (അതേകൃതി, പേജ് 297).

പ്രകൃതിവസ്തുക്കളെയും മനുഷ്യപ്രവർത്തനത്തെയും മനുഷ്യൻ പിടിച്ചടക്കുന്ന രൂപങ്ങളിൽ ഒന്നുമാത്രമാണ് സ്വകാര്യസ്വത്തും തന്റേതാക്കലും. തന്റേതാക്കുക എന്ന അവബോധത്തിന് ലഭിച്ചിട്ടുള്ള പരമപ്രാധാന്യവും തന്റേതാക്കാനുള്ള ത്വരയും മറ്റ് മാനുഷികാവബോധങ്ങളുടെ അന്യവല്ക്കരണത്തിനു തെളിവാണ്:

ഒരു വസ്തു നമ്മുടേതാകണമെങ്കിൽ അത് നമ്മുടെ കൈവശത്തിലുണ്ടാവണം എന്നിടത്തോളം സ്വകാര്യസ്വത്ത് നമ്മെ വഷളന്മാരും ഏകപക്ഷീയരും ആക്കിയിരിക്കുന്നു. (അതേകൃതി, പേജ് 300)

മനുഷ്യൻ എന്നും സാമൂഹ്യജീവി ആയിരുന്നിട്ടുണ്ടെങ്കിലും, മുതലാളിത്തത്തിൽനിന്ന് സോഷ്യലിസത്തിലേക്കുള്ള പരിവർത്തനത്തിലൂടെ മാത്രമേ, ശരിക്കും മനുഷ്യജീവി ആവുകയുള്ളൂ. കാരണം, പുതിയ സമൂ

ഹത്തിൽ പണം, ചരക്ക്, സ്വകാര്യസ്വത്ത് എന്നീ രൂപങ്ങളിലുള്ള അന്യവല്ക്കരണം ഉണ്ടായിരിക്കുന്നതല്ല.

സ്വകാര്യസ്വത്തുസമൂഹം, മനുഷ്യന്റെ ഐന്ദ്രിയജീവിതത്തെയും പരിമിതപ്പെടുത്തുന്നു. അതായത്, മനുഷ്യനും പ്രകൃതിയും മറ്റു മനുഷ്യരുമായുള്ള ബന്ധങ്ങൾ വികലമാക്കുന്നു. വിശന്നുവലഞ്ഞ ഒരു മനുഷ്യന് ഭക്ഷണത്തോട് മാനുഷികമായ ഒരു സമീപനമല്ല ഉണ്ടാവുക എന്ന് മാർക്സ് പറയുന്നു. മൃഗത്തെപ്പോലെ ഭക്ഷണം വിഴുങ്ങുകയാണ് അയാൾ ചെയ്യുക. അതുപോലെ വിഷമങ്ങൾകൊണ്ട് വിങ്ങുന്ന മനസ്സുള്ള ഒരാൾ സൗന്ദര്യത്തോട് ഉദാസീനനായിരിക്കും. ഇത് പണിയെടുത്ത് തളർന്നവന്റെ കാര്യത്തിൽ മാത്രമല്ല, ലാഭക്കൊതി ഏകജീവിതലക്ഷ്യമാക്കിയ മുതലാളിമാർക്കും ബാധകമാണ്. അതിനാൽ, മനുഷ്യവികാരങ്ങളെ മാനവവല്ക്കരിക്കാനും സ്വകാര്യസ്വത്തുടമാസമ്പ്രദായം ഇല്ലാതാക്കേണ്ടതുണ്ട്. സമ്പത്ത്, സ്വത്ത് എന്നിവയുടെ സ്ഥാനം സോഷ്യലിസ്റ്റ് സമൂഹത്തിൽ സമ്പന്നനായ മനുഷ്യനും സമ്പന്നമായ മാനുഷികാവശ്യങ്ങളും അലങ്കരിക്കും.

മുതലാളിത്തസമൂഹത്തിൽ മനുഷ്യന്റെ സമ്പത്ത് മുഖ്യമായി ചരക്കുകളും മൂലധനവുമാണ്. സാമൂഹ്യ ഭരണകൂടം എന്ന് മാർക്സ് വിളിച്ച ഭാവിസമൂഹത്തിൽ അത് മനുഷ്യന്റെ കഴിവുകളുടെ സർവ്വതോമുഖമായ വികസനമായിരിക്കും. മുതലാളിത്തസമൂഹത്തിൽ ഭൗതികസമ്പത്തിന്റെ അളവ് ഭൗതികഅദ്ധ്വാനത്തിന്റെ പരിമാണമാണ്, 'സാമൂഹ്യ ഭരണകൂട'ത്തിൻകീഴിൽ അത് മനുഷ്യന്റെ കഴിവുകളും അറിവും ശാസ്ത്രവും എത്രമാത്രം വികസിപ്പിക്കുകയും പ്രയോഗിക്കുകയും ചെയ്തിട്ടുണ്ട് എന്നതാണ്.

പ്രകൃതിശാസ്ത്രങ്ങൾ വൻവിജയങ്ങൾ നേടിയിട്ടുണ്ടെന്നും വിദ്യാഭ്യാസത്തിൽ മാത്രമല്ല, ഉല്പാദനത്തിലും അതൊരു പ്രധാന ഘടകമായി തീർന്നിരിക്കുന്നു എന്നും മാർക്സ് ചൂണ്ടിക്കാട്ടി:

> വ്യവസായത്തിന്റെ മാധ്യമത്തിലൂടെ പ്രകൃതിശാസ്ത്രം കൂടുതൽ പ്രായോഗികമായി മനുഷ്യജീവിതത്തെ ആക്രമിക്കുകയും മാറ്റുകയും ചെയ്തിരിക്കുന്നു. അതിന്റെ ഉടനുള്ള പ്രത്യാഘാതം മനുഷ്യനെ കൂടുതൽ അമാനവല്ക്കരിക്കുകയാണെങ്കിലും അത് മാനവവിമോചനത്തിനുള്ള കളം ഒരുക്കുന്നു. (അതേകൃതി, പേജ് 303).

കൈയെഴുത്തുപ്രതി എഴുതിയ കാലത്ത് ഭാവിയിൽ കരുപ്പിടിപ്പിക്കേണ്ട സമൂഹത്തെക്കുറിച്ച് മാർക്സിനുള്ള ആശയം പൂർണ്ണരൂപം കൈവരിച്ചിരുന്നില്ല. സ്വകാര്യസ്വത്ത് മനുഷ്യനെ ബോധത്തിലും ജീവിതത്തിലും-- അതായത്, ആത്മനിഷ്ഠമായും വസ്തുനിഷ്ഠമായും --എങ്ങനെ വികലമാക്കുന്നുവെന്ന് മാർക്സ് മനസ്സിലാക്കിയിരുന്നു. ഫൊയർബാഹിന്റെ ആശയങ്ങളുടെ സ്വാധീനം അവശേഷിച്ചിരുന്നതിനാലും, സാമ്പത്തികബന്ധങ്ങളെക്കുറിച്ചുള്ള അറിവ് പൂർണ്ണമാകാതിരു

ന്നതിനാലും അദ്ദേഹം പറഞ്ഞുവെച്ചതിൽ ചില പരിമിതികളുണ്ടായിരുന്നു. അവയെ അതിജീവിക്കുന്നതോടൊപ്പം ഉട്ടോപ്യൻ സോഷ്യലിസത്തിന്റെയും സമത്വവാദ കമ്യൂണിസത്തിന്റെയും നൂലാമാലകളെ പൂർണ്ണമായി അരിഞ്ഞുതള്ളേണ്ടതുമുണ്ടായിരുന്നു.

> വിപ്ലവപ്രസ്ഥാനമാകെ അതിന്റെ അനുഭവപരവും സൈദ്ധാന്തികവുമായ അടിത്തറ സ്വകാര്യസ്വത്തിന്റെ—കൂടുതൽ കൃത്യമായി പറഞ്ഞാൽ, സമ്പദ്വ്യവസ്ഥയുടെ—ചലനത്തിൽ അവശ്യമായും കാണുന്നു. (അതേകൃതി, പേജ് 297).

*കൈയെഴുത്തുപ്രതി*യിലെ മറ്റൊരു പ്രധാന ഭാഗം മനസ്സിന്റെ പ്രതിഭാശാസ്ത്രം എന്ന ഹെഗലിന്റെ സിദ്ധാന്തത്തെയും നരവംശശാസ്ത്രപരമായ ഭൗതികവാദം എന്ന ഫൊയർബാഹിന്റെ സിദ്ധാന്തത്തെയും കുറിച്ചുള്ള സൂക്ഷ്മമായ പരിശോധനയാണ്. ഈ ഭാഗം പൂർണ്ണമായി വിട്ടിരിക്കയാണ്. എങ്കിലും 1844 ലെ മാർക്സിന്റെ ദാർശനികവീക്ഷണത്തെക്കുറിച്ച് ഇതിൽനിന്ന് ഉൾക്കാഴ്ച ലഭിക്കുന്നു. വൈരുധ്യാത്മക ഭൗതികവാദം പൂർണ്ണമായി മാർക്സ് അന്ന് ആവിഷ്കരിച്ചു കഴിഞ്ഞിരുന്നില്ല. ഹെഗലിനെ കണ്ണടച്ച് അംഗീകരിക്കുന്ന സ്ഥിതി മാറിയിരുന്നു. എന്നാൽ, ഫൊയർബാഹിന്റെ ഭൗതികവാദത്തിന്റെ പരിമിതി മനസ്സിലാക്കിക്കഴിഞ്ഞിരുന്നില്ല.

> ഫൊയർബാഹിന് മാത്രമാണ് ഹെഗലിന്റെ വൈരുദ്ധ്യാത്മകവാദത്തോട് ഗൗരവപൂർവ്വവും വിമർശനപരവുമായ നിലപാടുള്ളത്. ഈ മണ്ഡലത്തിൽ അദ്ദേഹം കലർപ്പറ്റ കണ്ടുപിടിത്തങ്ങൾ നടത്തിയിരിക്കുന്നു. പഴയ ദർശനത്തെ ശരിക്കും കീഴ്പ്പെടുത്തിയത് ഇദ്ദേഹമാണ്. (അതേകൃതി, പേജ് 328)

ഇത് എഴുതിയ മാർക്സ് തന്നെ, ഏതാനും വർഷങ്ങൾക്കകം ഫൊയർബാഹിന്റെ കുറവുകൾ കണ്ടെത്തി.

ഹെഗലിന്റെ വൈരുദ്ധ്യവാദം ശരിക്കു മനസ്സിലാക്കാൻ ഫൊയർബാഹിന് കഴിഞ്ഞില്ല. അതുകൊണ്ട് ഈ മണ്ഡലത്തിൽ ശരിക്കുള്ള കണ്ടുപിടിത്തം നടത്താനും കഴിയാതെപോയി. ഹെഗലിന്റേത് അടക്കമുള്ള പഴയ ദർശനത്തെ കീഴടക്കാൻ അദ്ദേഹം മോഹിച്ചെങ്കിലും നടന്നില്ല. മാർക്സ് എഴുതി: ഫൊയർബാഹിന്റെ ശരിയായ നേട്ടം ഇതാണ്:

> 1) ചിന്തയായി മാറ്റപ്പെട്ടതും അതുകൊണ്ട് വികസിപ്പിച്ചതും ആയ മതം അല്ലാതെ മറ്റൊന്നുമല്ല ദർശനം. അതായത്, മനുഷ്യന്റെ സത്തയുടെ വേറിട്ടുനില്പിന്റെ മറ്റൊരു രൂപവും അതിന്റെ അസ്തിത്വത്തിന്റെ മറ്റൊരു രീതിയുമാണ് അത്. അതിനാൽ അതേപോലെ തന്നെ അധിക്ഷേപാർഹവുമാണ്.

2) 'മനുഷ്യന് മനുഷ്യനോടുള്ള' സാമൂഹ്യബന്ധത്തെ സിദ്ധാന്തത്തിന്റെ അടിസ്ഥാനതത്വമാക്കിക്കൊണ്ട് യഥാർത്ഥ ഭൗതികവാദത്തിന്റെയും യഥാർത്ഥ ശാസ്ത്രത്തിന്റെയും സ്ഥാപനം.

3) കേവല വസ്തുപരതയാണെന്നും സ്വന്തം കാലിൽനില്ക്കുന്ന വസ്തുപരതയാണെന്നും സ്വയം വസ്തുപരമായി അടിസ്ഥാനപ്പെടുത്തിയതാണെന്നും അവകാശപ്പെടുന്ന നിഷേധത്തിന്റെ നിഷേധത്തോടുള്ള അദ്ദേഹത്തിന്റെ എതിർപ്പ് (അതേ കൃതി, അതേ പേജ്).

ഫൊയർബാഹ് ഇവിടെ ദർശനം എന്നു പറയുന്നത്, ആശയവാദ ദർശനത്തെയാണ്. മാർക്സും അക്കാലത്ത് അതുതന്നെയാണ് പ്രയോഗിച്ചിരുന്നത്. ദൈവശാസ്ത്രം ആണ് ഊഹാത്മകദർശനത്തിന്റെ രഹസ്യം എന്ന് ഫൊയർബാഹ് തെളിയിച്ചു. ആശയവാദപരമായ ഊഹത്തെയും ഭൗതികപരമായ ലോകവീക്ഷണത്തെയും അദ്ദേഹം തട്ടിച്ചുനോക്കി. 18-ാം നൂറ്റാണ്ടിലെ ഭൗതികവാദവുമായി താരതമ്യപ്പെടുത്തുമ്പോൾ, തീർച്ചയായും അതൊരു നേട്ടമാണ്. ഹെഗലിന്റെ വൈരുദ്ധ്യവാദത്തെക്കുറിച്ച് ഫൊയർബാഹ് നടത്തിയ വിമർശനമാണ് അതിന്റെ യുക്തിപരമായ അന്തഃസത്ത കണ്ടുപിടിക്കാൻ മാർക്സിനെയും എംഗൽസിനെയും സഹായിച്ചത്.

ഫൊയർബാഹ് ഒരു വൈരുദ്ധ്യവാദിയായിരുന്നില്ലെങ്കിലും വൈരുധ്യവാദം ഒട്ടും അദ്ദേഹത്തിനു അറിയാമായിരുന്നില്ല എന്നല്ല ഇതിനർത്ഥം. പ്രകൃതിപ്രതിഭാസങ്ങളും അവയിലെ മാറ്റവും തമ്മിലുള്ള ആന്തരിക ബന്ധങ്ങൾ മനസ്സിലാക്കാൻ അദ്ദേഹം ശ്രമിച്ചിരുന്നു.

പ്രകൃതിക്ക് ആദിയോ അന്തമോ ഇല്ല. അതിനുള്ളിൽ എല്ലാം പരസ്പര പ്രതിപ്രവർത്തനത്തിലാണ്, എല്ലാം ആപേക്ഷികമാണ്. എല്ലാം ഒരേ സമയം കാരണവും കാര്യവുമാണ്, അതിലുള്ള ഓരോന്നും സമഗ്രവും പ്രാകൃതികവുമാണ്.

എന്നാൽ ഈ ആശയത്തെ പുഷ്ടിപ്പെടുത്താൻ അദ്ദേഹം ശ്രമിച്ചിരുന്നില്ല. പ്രകൃതിയുടെ വളർച്ചയെക്കുറിച്ച് അദ്ദേഹം ബോധവാനായിരുന്നുവെങ്കിലും വളർച്ചയുടെ വൈരുദ്ധ്യാത്മകസങ്കല്പനത്തിൽ ഫൊയർബാഹ് വലിയ താല്പര്യമൊന്നും കാണിച്ചിരുന്നില്ല. നിഷേധത്തിന്റെ നിഷേധത്തിലേക്ക് അദ്ദേഹം എത്തിയില്ലെങ്കിലും നിഷേധത്തിന്റെ പ്രാധാന്യം മനസ്സിലാക്കിയിരുന്നു. നിഷേധത്തെ ചരിത്രപരമായ അനുസ്യൂതത്വവുമായി അദ്ദേഹം തട്ടിച്ചിരുന്നില്ല. മാർക്സ് ഫൊയർബാഹിനെ വൈരുദ്ധ്യവാദി എന്നു വിളിച്ചപ്പോൾ അദ്ദേഹത്തിന്റെ ഇക്കാര്യത്തിലുള്ള പരിമിതിയെക്കുറിച്ച് മുഴുവൻ ബോധവാനായിരുന്നില്ല. ഹെഗലിന്റെ അന്യവല്ക്കരണ സങ്കല്പനത്തെക്കുറിച്ചുള്ള ഫൊയർബാഹിന്റെ വിമർശനം, ഈ സങ്കല്പനത്തിന്റെ ഭൗതികവാദപരമായ വ്യാഖ്യാനം, മതത്തിന്റെ

വിചിത്രമായ ബിംബങ്ങളിലെ യഥാർത്ഥവും തുടിക്കുന്നതുമായ ഉള്ളടക്കം കണ്ടുപിടിക്കൽ, മനുഷ്യനും പ്രകൃതിയും തമ്മിലും മനുഷ്യർ തമ്മിൽ തമ്മിലുമുള്ള ഐക്യത്തെക്കുറിച്ചുള്ള ആശയങ്ങൾ—ഇതൊക്കെയായിരുന്നു മാർക്സ് അന്ന് പരാമർശിച്ച വൈരുദ്ധ്യവാദത്തിലെ വിഷയങ്ങൾ. ഫൊയർബാഹിന്റെ ഈ പ്രശ്നങ്ങളോടുള്ള സമീപനത്തിൽത്തന്നെ വൈരുദ്ധ്യവാദത്തിന്റെ അംശങ്ങൾ ഉണ്ടായിരുന്നു.

> ദർശനത്തിന് അതിനോടുതന്നെയുള്ള വൈരുദ്ധ്യം മാത്രമായിട്ടാണ്, ദൈവശാസ്ത്രത്തെ നിഷേധിച്ചശേഷം ശരിവെക്കുന്നതും അതിനാൽ സ്വന്തം വിപരീതത്തെ ശരിവയ്ക്കുന്നതുമായ ദർശനമായിട്ടാണ്, ഫൊയർബാഹ് നിഷേധത്തിന്റെ നിഷേധത്തെ വിഭാവനം ചെയ്യുന്നത് (അതേകൃതി, പേജ് 329).

എന്ന് മാർക്സ് ചൂണ്ടിക്കാട്ടി. ഹെഗലിന് ഒരു വ്യവസ്ഥയെ ചിട്ടപ്പെടുത്തുന്നതിനുള്ള ഉപകരണമാണ് നിഷേധത്തിന്റെ നിഷേധം എന്ന് സൂചിപ്പിച്ചത് ഫൊയർബാഹിന്റെ ഒരു നേട്ടമായി മാർക്സ് കണക്കാക്കി. ആശയവാദത്തെ സാധൂകരിക്കുന്നതിനാണ് ഹെഗലിന്റെ വൈരുദ്ധ്യാത്മകത എന്നു പറയുന്നതിലപ്പുറം ഫൊയർബാഹ് പോയില്ല. നിഷേധത്തിന്റെ നിഷേധത്തെയും വിപരീതങ്ങളുടെ സമരത്തെയും ബോധത്തിന്റെയും ചിന്തയുടെയും ചില അംശമായി മാത്രമേ അദ്ദേഹം കണ്ടുള്ളൂ. എന്നാൽ പഴയ ദർശനത്തെയും വൈരുദ്ധ്യവാദത്തെയും തകർത്തുകൊണ്ട്, മനുഷ്യനെയും പ്രകൃതിയെയും തന്റെ ആരംഭബിന്ദുവാക്കിക്കൊണ്ട്, ഫൊയർബാഹ് അവയുടെ ഐക്യത്തെ വെളിവാക്കുന്ന കടമ ദർശനത്തെ ഏല്പിക്കുന്നു.

ഹെഗലിന്റെ വീക്ഷണത്തിൽ ആത്മാവും മനുഷ്യനും പ്രകൃതിയുമായി പൊരുത്തത്തിലല്ല. ചിന്തയുടെ, ആത്മബോധത്തിന്റെ, അമൂർത്താംശത്തിലാണ് അവ സംതൃപ്തിയടയുന്നത്, എന്നാൽ മനുഷ്യനും പ്രകൃതിയും പരസ്പരം അന്യമായ രണ്ട് വ്യത്യസ്തവസ്തുക്കളല്ലെന്നും അവ ഒരൊറ്റ പൂർണ്ണതയുടെ അംശങ്ങളാണ് എന്നും ഫൊയർബാഹും മാർക്സും വാദിച്ചു. "ചരിത്രം തന്നെ പ്രകൃതിചരിത്രത്തിന്റെ—പ്രകൃതി മനുഷ്യനായി വളരുന്നതിന്റെ—യഥാർത്ഥ ഭാഗമാണ്" (അതേകൃതി, പേജ് 303-4) എന്ന് മാർക്സ് ചൂണ്ടിക്കാണിച്ചിട്ടുണ്ട്.

പ്രകൃതിയും മനുഷ്യനും തമ്മിലുള്ള ബന്ധത്തെ മാർക്സ് വിശദമായി പരിശോധിക്കുന്നു. ഹെഗലിന്റെ വൈരുദ്ധ്യത്തിനു ഇക്കാര്യത്തിലുള്ള പരിമിതിയും ഫൊയർബാഹിന്റെ നരവംശശാസ്ത്രപരമായ വീക്ഷണത്തിനുള്ള മേന്മയും ചൂണ്ടിക്കാണിച്ചതോടൊപ്പം മാർക്സ് ഫൊയർബാഹിന്റെ വേലിക്കെട്ടിന് അപ്പുറത്തേക്കു ചിലപ്പോഴൊക്കെ നീങ്ങുന്നുണ്ട്. മാർക്സ് നരവംശശാസ്ത്രപരമായ വീക്ഷണം ഒരളവോളം ഉൾക്കൊണ്ടതിനെ ചൂണ്ടി ചിലർ മാർക്സിസം അയുക്തിപരമായ 'ജീവിത ദർശന'മാണ് എന്ന് ആരോപിച്ചിട്ടുണ്ട്, പ്രകൃതിയും ഇന്ദ്രിയഗോചരമായ

വസ്തുക്കളും ബോധത്തിൽനിന്നും ഇന്ദ്രിയങ്ങളിൽനിന്നും സ്വതന്ത്രമാണ് എന്ന് മാർക്സ് ആവർത്തിച്ചു പറഞ്ഞിട്ടുള്ളത് ഈ ആരോപണത്തിൽ കഴമ്പില്ലെന്ന് തെളിയിക്കുന്നു.

ഭൗതികവാദത്തിന്റെ അടിത്തറ ഊന്നിപ്പറഞ്ഞുകൊണ്ട് ആത്മനിഷ്ഠത്തിന്റെയും വസ്തുനിഷ്ഠത്തിന്റെയും, ചിന്തയുടെയും അസ്തിത്വത്തിന്റെയും, ഐക്യം അദ്ദേഹം എടുത്തുകാണിക്കുന്നു. ഇത് അടിസ്ഥാനരഹിതമായ സങ്കല്പമല്ല; പ്രകൃതിയിലും വസ്തുനിഷ്ഠതയിലും അസ്തിത്വത്തിലും അടിയുറച്ചതാണ്. പ്രകൃതിയുടെ ഉറവിടമേത്, മനുഷ്യൻ എങ്ങനെ സൃഷ്ടിക്കപ്പെട്ടു എന്ന ചോദ്യങ്ങൾ അസംബന്ധമാണ്. പ്രകൃതിയെയും മനുഷ്യനെയും ആരു സൃഷ്ടിച്ചു എന്ന ചോദ്യത്തിനു മാർക്സ് മറുപടി പറഞ്ഞു:

> നിങ്ങളുടെ ചോദ്യംതന്നെ അമൂർത്തതയുടെ സൃഷ്ടിയാണ്..... പ്രകൃതിയുടെയും മനുഷ്യന്റെയും സൃഷ്ടിയെക്കുറിച്ച് ചോദിക്കുമ്പോൾ, നിങ്ങൾ മനുഷ്യനിൽനിന്നും പ്രകൃതിയിൽനിന്നും അമൂർത്തവൽക്കരിക്കുകയാണ്. അവയ്ക്കു നിലനില്പില്ലെന്ന് നിങ്ങൾ ആദ്യം സങ്കല്പിക്കുന്നു. എന്നിട്ട് അവ നിലനില്ക്കുന്നതായി നിങ്ങൾക്കു ഞാൻ തെളിയിച്ചുതരണമെന്ന് എന്നോട് ആവശ്യപ്പെടുന്നു (അതേ കൃതി, പേജ് 305).

പ്രകൃതിയുടെയും മനുഷ്യന്റെയും സൃഷ്ടിയെ സംബന്ധിച്ച ആശയവാദപരമായ വീക്ഷണം സാധാരണബോധത്തിന്റെ ധാരണകളിൽ സൈദ്ധാന്തികമായി അടിയുറച്ചതാണെന്ന് മാർക്സ് കരുതി. ആ ധാരണമാത്രമെടുത്താൽ അത് ശരിയാണ്. എന്നാൽ, വ്യക്തിയിൽനിന്ന് വേർപെടുത്തി പ്രകൃതിയുടെ സാരവത്വത്തെ നിഷേധിച്ചുകൊണ്ട്, ഒരു സാർവ്വത്രികതത്വമായി അതിനെ ആവിഷ്കരിച്ചാൽ അതിനു നിലനില്പില്ലാതാകും.

> അതിനാൽ ബഹുജനബോധത്തിൽനിന്ന് സൃഷ്ടിയെന്ന ആശയത്തെ നീക്കംചെയ്യുക പ്രയാസമേറിയതാണ്. പ്രകൃതിയും മനുഷ്യനും സ്വന്തം അടിസ്ഥാനത്തിൽ നിലനില്ക്കുന്നു എന്ന വസ്തുത അതിനു ഗ്രഹിക്കാനാവില്ല. കാരണം, പ്രായോഗിക ജീവിതത്തിൽ അനുഭവവേദ്യമായ എല്ലാറ്റിനും അത് എതിരാണ് (അതേകൃതി, പേജ് 304).

മനുഷ്യനും പ്രകൃതിയും തമ്മിലുള്ള ഐക്യം മനുഷ്യനും മനുഷ്യനും തമ്മിലുള്ള സാമൂഹ്യ ഐക്യമായും രൂപം പ്രാപിക്കുന്നു. മനുഷ്യനും പ്രകൃതിയുമായുള്ള ബന്ധം മനുഷ്യനും മനുഷ്യനുമായുള്ള ബന്ധത്തിലും തിരിച്ചും ബാധിക്കുന്നു. അതാണ് മനുഷ്യന്റെ ഇന്ദ്രിയാവയവങ്ങളുടെ വളർച്ചയ്ക്കു നിദാനം. "മനുഷ്യേതരമായ കണ്ണിൽനിന്നു വ്യത്യസ്തമായ രീതിയിൽ മനുഷ്യന്റെ കണ്ണ് വസ്തുക്കളെ ആസ്വദി

ക്കുന്നു എന്നുള്ളത് സ്പഷ്ടമാണ്. അതുപോലെ മനുഷ്യന്റെ ചെവികളും മറ്റും" (അതേകൃതി, പേജ് 301). ജന്തുക്കൾക്ക് അസാദ്ധ്യമായ മനുഷ്യന്റെ ഈ ഐന്ദ്രിയജീവിതം സാമൂഹ്യവികാസത്തിന്റെ സൃഷ്ടിയാണ്. മനുഷ്യന്റെ തനതായ അസ്തിത്വത്തിന്റെ വസ്തുനിഷ്ഠമായി വിടർന്ന സമ്പന്നതയാണ് ആത്മനിഷ്ഠമായ മാനവസംവേദനീയതയെ സമ്പന്നമാക്കുന്നത്. സംഗീതം ആസ്വദിക്കാനുള്ള കഴിവ് ചെവിക്കും രൂപസൗന്ദര്യം തിരിച്ചറിയാനുള്ള കഴിവ് കണ്ണിനും (അതുപോലെയുള്ള കഴിവുകൾ മറ്റ് ഇന്ദ്രിയങ്ങൾക്കും) ഉണ്ടാക്കിക്കൊടുക്കുന്നത് ഇതാണ്. പഞ്ചേന്ദ്രിയങ്ങൾ മാത്രമല്ല, ഇച്ഛ, സ്നേഹം ആദിയായ വികാരങ്ങളും ചുരുക്കത്തിൽ മനുഷ്യവികാരമാകെ രൂപംകൊള്ളുന്നത് മാനവവല്ക്കരിക്കപ്പെട്ട പ്രകൃതിയിൽ നിന്നാണ്. പഞ്ചേന്ദ്രിയങ്ങളുടെ രൂപീകരണം ഇന്നേവരെയുള്ള ലോകചരിത്രത്തിന്റെയാകെ അദ്ധ്വാനഫലമാണ് എന്ന് മാർക്സ് ചൂണ്ടിക്കാണിച്ചിരിക്കുന്നു.

ഫൊയർബാഹ് ബാഹ്യലോകത്തെക്കുറിച്ചുള്ള മനുഷ്യന്റെ ഗ്രഹണശക്തിയുടെ പ്രത്യേകസ്വഭാവം എടുത്തുകാട്ടിയെങ്കിലും, ഹെഗലിന് ഇക്കാര്യത്തിലുള്ള കുറവ് ചൂണ്ടിക്കാണിച്ചെങ്കിലും, ഇത് എന്തുകൊണ്ട് എന്ന് വിശദീകരിക്കാനായില്ല. സാമൂഹ്യോല്പാദനമാണ് ഇതിന് ആസ്പദം എന്ന് മാർക്സ് ചൂണ്ടിക്കാട്ടി. ഫൊയർബാഹിന്റെ നരവംശശാസ്ത്രശൈലിയിലാണെങ്കിലും മാർക്സ് ഇക്കാര്യം വിശദമാക്കി.

> വ്യവസായം ആണ് പ്രകൃതിയുടെ, അതിനാൽ പ്രകൃതിശാസ്ത്രത്തിന്റെ, മനുഷ്യനുമായി യഥാർത്ഥത്തിലുള്ള ചരിത്രപരമായ ബന്ധം. അതിനാൽ വ്യവസായത്തെ മനുഷ്യന്റെ അവശ്യകഴിവുകളുടെ നിഗൂഢമായ വെളിപ്പെടുത്തലായി കണക്കാക്കുന്നപക്ഷം, പ്രകൃതിയുടെ മാനവികസത്തയെയും മനുഷ്യന്റെ പ്രാകൃതികസത്തയെയും കുറിച്ച് നമുക്ക് ധാരണ നേടാൻ കഴിയും. മാനവചരിത്രത്തിലൂടെ വളർന്നുവരുന്ന പ്രകൃതി-മനുഷ്യസമൂഹത്തിന്റെ ഉല്പത്തി-ആണ് മനുഷ്യന്റെ യഥാർത്ഥസ്വഭാവം. അതിനാൽ വ്യവസായത്തിലൂടെ വളർന്നുവരുന്ന പ്രകൃതി, വേർപെട്ടിട്ടുള്ള രൂപത്തിലാണെങ്കിൽപ്പോലും, യഥാർത്ഥ നരവംശശാസ്ത്രപരമായ പ്രകൃതിയാണ് (അതേകൃതി, പേജ് 303).

ഫൊയർബാഹിന്റെ പദാവലിയുടെ കാടും പടലും വെട്ടിനീക്കി പരിശോധിച്ചാൽ, മാർക്സിന്റെ ഈ വാക്കുകളിൽനിന്ന് മനുഷ്യൻ രൂപംപൂണ്ട പ്രാകൃതികപ്രക്രിയയെക്കുറിച്ച് ധാരണ ലഭിക്കുന്നു. ഭൗതികോല്പാദനം മനുഷ്യനും പ്രകൃതിയും തമ്മിലും മനുഷ്യനും മനുഷ്യനും തമ്മിലുമുള്ള ഐക്യത്തിന്റെ ചരിത്രപരമായ വളർച്ചയെ കുറിക്കുന്നു. മനുഷ്യന്റെ ആവശ്യങ്ങൾ—തിന്നുക, കുടിക്കുക, ഉടുക്കുക, പാർക്കുക മുതലായവ-നിറവേറ്റുന്നതിനുവേണ്ടി വളർന്നുവന്നതാണ് ഉല്പാദനപ്രക്രിയ എന്നുമാത്രം

പറഞ്ഞാലാവില്ല എന്ന് മാർക്സ് ചൂണ്ടിക്കാട്ടി. ആ വാദം മാർക്സിനു മുമ്പും ഉന്നയിക്കപ്പെട്ടിട്ടുണ്ട്.

ഉല്പാദനം എന്ന അടിത്തറയിലാണ് മനുഷ്യജീവിതത്തിന്റെ എല്ലാ വശങ്ങളും വളർന്നുവികസിക്കുന്നത്. എല്ലാ വസ്തുക്കളും മനുഷ്യന് തന്റെ വസ്തുവല്ക്കരണമാവുക, അതായത്, അയാളുടെ വ്യക്തിത്വത്തെ സ്ഥിരീകരിക്കുകയും സാക്ഷാല്ക്കരിക്കുകയും ചെയ്യുന്ന വസ്തുക്കളാവുക, ചുരുക്കത്തിൽ മനുഷ്യൻതന്നെ അവന്റെ വസ്തു ആകുക—മാർക്സ് ആ അവസ്ഥാവിശേഷത്തെ വിവരിക്കുന്നത് ഇങ്ങനെയാണ്. പ്രകൃതിയുമായി നേരിട്ട് ബന്ധപ്പെട്ടിരിക്കുന്ന മനുഷ്യന്റെ വികാരജീവിതം പോലും ഇതൾ വിടർത്തി കാണിക്കുന്നത് ഉല്പാദനത്തിന്റെ പുരോഗതിയിലൂടെയാണ്. ഉല്പാദനത്തിന് മനുഷ്യജീവിതത്തെ കരുപ്പിടിപ്പിക്കുന്നതിലുള്ള ഇത്രയും വ്യാപകമായ പങ്ക് മാർക്സിനുമുമ്പാരും ചൂണ്ടിക്കാണിച്ചിട്ടില്ല.

ഫൊയർബാഹിന്റെയും മാർക്സിന്റെയും ഭൗതികവാദങ്ങൾ തമ്മിലുള്ള വീക്ഷണവ്യത്യാസം ഉല്പാദനത്തെച്ചൊല്ലി മാത്രമല്ല, അന്യവല്ക്കരിക്കപ്പെട്ട അദ്ധ്വാനവും പ്രകൃതിയുടെ അന്യവൽക്കരണവുംകൂടി മനുഷ്യനും പ്രകൃതിയും തമ്മിലുള്ള ഐക്യത്തിലെ വൈരുദ്ധ്യം പുറത്തുകൊണ്ടുവരുന്നതായി മാർക്സ് വിവരിക്കുന്നു. ഫൊയർബാഹും പ്രകൃതിയുടെ അന്യവല്ക്കരണത്തെപ്പറ്റി പറയുന്നുണ്ട്. എന്നാൽ മതബോധത്തിന്റെ ഭാഗമായിട്ടേ അദ്ദേഹം അതിനെ കാണുന്നുള്ളൂ. മാർക്സിന്റെ വീക്ഷണത്തിൽ ബോധമല്ല, സാമൂഹ്യ-സാമ്പത്തിക ബന്ധങ്ങളാണ് മനുഷ്യനും പ്രകൃതിയും തമ്മിലുള്ള ബന്ധത്തെ രൂപപ്പെടുത്തുന്നത്. ഫ്യൂഡൽ സമൂഹവ്യവസ്ഥ പോയി മുതലാളിത്തവ്യവസ്ഥ വന്നപ്പോൾ പ്രകൃതിയോടു മനുഷ്യനുള്ള ബന്ധത്തിൽ വന്ന മാറ്റം—അതിന്റെ സൃഷ്ടികളാണ് അന്തരീക്ഷമലിനീകരണം, പരിസ്ഥിതി എന്നീ വിവാദപ്രശ്നങ്ങൾ—മാർക്സിന്റെ ഈ നിരീക്ഷണത്തെ സ്ഥിരീകരിക്കുന്നു.

മനുഷ്യനും പ്രകൃതിയും തമ്മിലുള്ള ഐക്യത്തിൽ ഊന്നുമ്പോഴും മാർക്സ് വ്യക്തിയെ നിഷേധിച്ചില്ല. വ്യക്തിക്ക് തനതായ അസ്തിത്വമുണ്ട്. വ്യക്തി കേവലചൈതന്യത്തിൽ അലിഞ്ഞുചേരുന്നതായാണ് ഹെഗൽ ചിത്രീകരിച്ചത്. മാർക്സ് അത് നിഷേധിച്ചു. വ്യക്തിയുടെ സ്വാതന്ത്ര്യം എല്ലാവരുടെയും സ്വാതന്ത്ര്യത്തിനുള്ള അവശ്യവ്യവസ്ഥയാണെന്ന് മാർക്സിസം പറയുന്നു. പ്രഭുക്കളും ബഹുജനങ്ങളും തമ്മിലുള്ള അത്തരം ജന്മസിദ്ധമായ ഒരു പ്രത്യേകതയായി പ്രഭുക്കൾ ചിത്രീകരിച്ചതിനെ ഫൊയർബാഹ് നിഷേധിച്ചിരുന്നു. എന്നാൽ സാമൂഹ്യഅസമത്വം ചരിത്രപരമായി അനിവാര്യവും സാമൂഹ്യവളർച്ചയുടെ നിയമങ്ങൾക്ക് അനുസൃതവുമാണെന്ന് അദ്ദേഹം കണ്ടില്ല. മാർക്സ് അവിടംകൊണ്ടും നിർത്തിയില്ല. അദ്ധ്വാനിക്കുന്ന ജനങ്ങൾക്ക് മനുഷ്യജീവിതത്തിന് അവകാശമുണ്ടെന്ന് അദ്ദേഹം സ്ഥാപിച്ചത് ഈ അടിത്തറയിന്മേലാണ്.

മനുഷ്യന്റെ നരവംശ ശാസ്ത്രപരമായ സ്വഭാവമായി മാർക്സ് ചിത്രീകരിച്ചത് ചരിത്രത്തെക്കുറിച്ചുള്ള ഭൗതിക കാഴ്ചപ്പാടിന് എതിരല്ല. അതിന്റെ അവശ്യ ഘടകങ്ങളിൽ ഒന്നാണ്. മനുഷ്യസത്തയെ ജീവിക്കുന്ന മനുഷ്യരിൽനിന്ന് വേർപെടുത്തിയല്ല അദ്ദേഹംകണ്ടത്. മനുഷ്യനെ പ്രകൃതിയിൽനിന്ന് അന്യവല്ക്കരിക്കപ്പെട്ട ഒരു ചൈതന്യമായി മാത്രം കാണുന്നത് ഹെഗേലിയനിസമാണ്, മാർക്സിസമല്ല. ഹെഗൽ അന്യവല്ക്കരണം എന്ന ആശയത്തെ നിലവിലുള്ള സ്ഥിതിയെ സൈദ്ധാന്തികമായി അവതരിപ്പിക്കാനാണ് ഉപയോഗിക്കുന്നത്. യഥാർത്ഥ ജീവിതത്തെ വിശകലനം ചെയ്യാനല്ല. ഇതാണ് മാർക്സിന്റെ മുഖ്യവിമർശനം.

7

മാർക്സ് ഹെഗലിനെ തലകുത്തി നിർത്തിയതെന്തിന്?

ഹെഗൽ അന്യവല്ക്കരണത്തെ കണ്ടത് മനസ്സിന്റെ, ചിന്തയുടെ, പ്രതിഭാസമെന്ന നിലയ്ക്കായിരുന്നു. അന്യവല്ക്കരണം ഹെഗലിന്റെ ചിന്താസരണിയുടെ മർമ്മമാണ്. അത് മാർക്സ് തന്നെ ചൂണ്ടിക്കാട്ടിയിട്ടുണ്ട്. ദർശനത്തെക്കുറിച്ച് ഹെഗൽ എഴുതിയ വിജ്ഞാനകോശമാകെ ദാർശനിക മനസ്സിന്റെ സത്തയുടെ പ്രകടനമാണ് എന്ന് മാർക്സ് പറഞ്ഞു. ദാർശനിക മനസ്സാകട്ടെ, സ്വന്തം അകൽച്ചയ്ക്കകത്തിരുന്നു ചിന്തിക്കുന്ന-സ്വയം അമൂർത്തമായി മനസ്സിലാക്കുന്ന-ലോകത്തിന്റെ വേർപെടുത്തപ്പെട്ട മനസ്സല്ലാതെ മറ്റൊന്നുമല്ല എന്നും മാർക്സ് പറഞ്ഞു.

'പ്രതിഭാസ ശാസ്ത്ര'ത്തിലാണ് ഹെഗൽ ഏറ്റവും പ്രകടമായി വഴിവിട്ടു പോയിരിക്കുന്നത് എന്ന് മാർക്സ് അഭിപ്രായപ്പെട്ടു. അദ്ദേഹത്തിന്റെ വീക്ഷണത്തിൽ ഹെഗലിന്റെ ദർശനത്തിന്റെ ആകെ ഉറവിടം ആ പുസ്തകമാണ്. അതിൽ സമ്പത്ത്, ഭരണകൂടാധികാരം, മറ്റ് സാമൂഹ്യസ്ഥാപനങ്ങൾ എന്നിവ മാനവികസത്തയുടെ അന്യവല്ക്കരണങ്ങളായിട്ടാണ് കണക്കാക്കപ്പെട്ടിരിക്കുന്നത്. മാനവികസത്തയെ ചിന്തയും ആത്മബോധവുമായി ചുരുക്കിയിരിക്കുന്നു. എന്നാൽ അന്യവല്ക്കരണം മാനസിക പ്രകിയയിൽ കൂടുതലൊന്നുമല്ലത്രെ. അതായത്, ചിന്തയിൽമാത്രം സംഭവിക്കുന്നത്. അതിനാൽ, ഹെഗലിന്റെ വീക്ഷണത്തിൽ "അന്യവല്ക്കരണ പ്രക്രിയയുടെ ചരിത്രം ആകെയും അന്യവല്ക്കരണത്തിന്റെ പിൻവലിയൽ പ്രക്രിയ ആകെയും അമൂർത്ത (അതായത് കേവല) ചിന്തയുടെ യുക്തിപരവും ഊഹാത്മകവുമായ ചിന്തയുടെ ഉല്പാദനത്തിന്റെ ചരിത്രമല്ലാതെ മറ്റൊന്നുമല്ല" (അതേകൃതി, പേജ് 331) എന്ന് മാർക്സ് പറഞ്ഞു. തല്ഫലമായി മാനവരാശിയുടെ ചരിത്രം ദർശനത്തിന്റെ ചരിത്രമായിത്തീരുന്നു. ജീവത്തും ചരിത്രപരവും ആയ ആ

സംഘട്ടനങ്ങൾ എല്ലാം വൈരുദ്ധ്യങ്ങളായി മാറുന്നു. കേവലചിന്തക്കുള്ളിലാണ് അവ ഉയർന്നുവരുന്നതും നിർദ്ധാരണം ചെയ്യപ്പെടുന്നതും. തൽഫലമായി നിഷേധത്തിന്റെ ഇന്ദ്രിയപ്രതിരൂപം മാത്രമാണ് നിഷേധിക്കപ്പെടേണ്ടത്: "മനുഷ്യൻ സ്വയം മനുഷ്യത്വരഹിതമായി വസ്തുവല്ക്കരിക്കുന്നു" എന്നത് വസ്തുതയല്ല എന്നും ഹെഗൽ പറഞ്ഞു: *ഇതെല്ലാം മുന്നിൽവെച്ചുകൊണ്ട് മാർക്സ് പറഞ്ഞു: 'പ്രതിഭാസശാസ്ത്രം' രൂപത്തിൽ തികച്ചും നിഷേധാത്മകവും അതിൽ വിമർശനം കുടികൊള്ളുന്നുണ്ടെങ്കിലും അതിൽ ശരിക്കുള്ള വിമർശനമുണ്ട്. ഭാവിയിലെ സംഭവവികാസങ്ങളെ അത് പലപ്പോഴും മുൻകൂട്ടിക്കാണുന്നുണ്ടെങ്കിലും 'പ്രതിഭാസശാസ്ത്ര'ത്തിൽ ഒരു അണുവായി, സാധ്യതയായി, രഹസ്യമായി വിമർശനപരമല്ലാത്ത പ്രത്യക്ഷവാദവും ഹെഗലിന്റെ പില്ക്കാലകൃതികളിൽ കാണപ്പെടുന്ന അതേപോലെ വിമർശനപരമല്ലാത്ത ആശയവാദവും നാമ്പെടുത്തിരിക്കുന്നത് കാണാം.*

അന്യവല്ക്കരണത്തിന്റെ മറ്റു രൂപങ്ങൾക്കിടയിൽ അദ്ധ്വാനപ്രവർത്തനത്തെ ഹെഗൽ എടുത്തുകാട്ടുന്നുണ്ട്. അദ്ധ്വാനത്തെ മനുഷ്യന്റെയും സമൂഹചരിത്രത്തിന്റെയും മുഖ്യവും നിർണ്ണായകവുമായ ഘടകമായി ശരിക്കും കണക്കാക്കുന്നു. എന്നാൽ, അദ്ധ്വാനത്തെ മുഖ്യമായി ആത്മീയപ്രവർത്തനമായും ആത്യന്തികമായി ചിന്തയുടെ പ്രവർത്തനമായും ആണ് അദ്ദേഹം കണ്ടത്. അതുകൊണ്ട് ഈ രംഗത്തുണ്ടാകുന്ന അന്യവല്ക്കരണം ആത്മബോധത്തിന്റെ സ്വയമുള്ള അന്യവല്ക്കരണമായി തീരുന്നു എന്ന് ഹെഗൽ പറഞ്ഞു.

'പ്രതിഭാസശാസ്ത്ര'ത്തിലെ ആശയവാദപരമായ സങ്കല്പങ്ങളെ മറ്റെല്ലാറ്റിലും ഉപരി മാർക്സ് വിമർശിച്ചു. ഇതാണ് അന്യവല്ക്കരണത്തെക്കുറിച്ചുള്ള ഊഹാത്മകമായ സങ്കല്പനത്തിലേക്കും അത് മനുഷ്യാതീതമാണ് എന്ന വാദത്തിലേക്കും നയിച്ചത്. ആശയവാദപരമായ വൈരുദ്ധ്യവാദം യഥാർത്ഥപ്രക്രിയയുടെ സാങ്കല്പികമായ വിവരണവും യഥാർത്ഥപ്രശ്നങ്ങളെ വളച്ചൊടിക്കലുമാണ്.

> ആത്മബോധത്തിന്റെ അകൽച്ചയെ (അറിവിന്റെയും ചിന്തയുടെയും മേഖലയിൽ പ്രതിഫലിക്കപ്പെടുന്ന) മനുഷ്യന്റെ യഥാർത്ഥമായ അകൽച്ചയുടെ പ്രകാശനമായല്ല കണക്കാക്കുന്നത്. മറിച്ച്, യഥാർത്ഥമായി തോന്നുന്ന, ശരിക്കുള്ള അകൽച്ച അതിന്റെ ഏറ്റവും ആന്തരികവും നിഗൂഢവുമായ സ്വഭാവമനുസരിച്ച് (ഇതിനെ വെളിച്ചത്തുകൊണ്ടുവരുന്നത് ദർശനം മാത്രമാണ്) യഥാർത്ഥ മനുഷ്യസത്തയുടെ, ആത്മബോധത്തിന്റെ, അകൽച്ചയുടെ മൂർത്തീകരണമല്ലാതെ മറ്റൊന്നുമല്ല (അതേകൃതി, പേജ് 334).

എന്നാൽ മാർക്സ് ആത്മബോധത്തിന്റെ അന്യവല്ക്കരണത്തെ അന്യവല്ക്കരണത്തിന്റെ പ്രതിഫലനമായാണ് കണ്ടത്. ഇത് സാമൂഹ്യജീവിതത്തിൽ, പ്രത്യേകിച്ച് ഭൗതികോല്പാദനത്തിൽ, ബോധത്തിൽ

നിന്ന് സ്വതന്ത്രമായിട്ടാണ് സംഭവിക്കുന്നത്. യഥാർത്ഥ മനുഷ്യനെ ബോധമോ ആത്മബോധമോ ആത്മാവോ ആയി കുറച്ചുകണ്ടുകൂട. മാർക്സിന്റെ അഭിപ്രായത്തിൽ, "ആത്മബോധം മനുഷ്യപ്രകൃതിയുടെ, മനുഷ്യന്റെ കണ്ണിന്റെയും മറ്റും, ഒരു ഗുണമാണ്; മനുഷ്യ പ്രകൃതി ആത്മ ബോധത്തിന്റെ ഗുണമല്ല." (അതേകൃതി, അതേ പേജ്)

ഹെഗൽ പറഞ്ഞത്, ആത്മാവിൽനിന്ന് സ്വതന്ത്രമായി പ്രകൃതിക്കും സമൂഹത്തിനും ഒരു യാഥാർത്ഥ്യമുണ്ടാവില്ല, അവ ആത്മാവിന്റെ ബാഹ്യപ്രകടനമാണ് എന്നാണ്. ആത്മബോധവും വസ്തുവും തമ്മിലുള്ള ബന്ധം വിജ്ഞാനമാണ്. അത് മാത്രമാണ് വസ്തുനിഷ്ഠമായ ബന്ധം എന്ന് ഹെഗൽ പറഞ്ഞു. വസ്തുനിഷ്ഠമായ യാഥാർത്ഥ്യത്തെ ആത്മബോധത്തിന്റെ വസ്തുവല്ക്കരണം ആയിട്ടാണ് അദ്ദേഹം കണ്ടത്. എന്നാൽ ആത്മബോധത്തിൽനിന്ന് സ്വതന്ത്രമായി വസ്തുനിഷ്ഠ മായൊരു ലോകം-ആത്മബോധത്തിന്റെ നിഷേധമല്ലാത്ത ഒരു ലോകം-ഉണ്ടായാലേ ആത്മബോധം സാദ്ധ്യമാവുകയുള്ളു. ഇതാണ് വസ്തുത. മനുഷ്യന്റെ വികാരങ്ങളും ആവശ്യങ്ങളും ത്വരയുംപോലെ ആത്മബോധവും സൂചിപ്പിക്കുന്നത്, അതിൽനിന്ന് സ്വതന്ത്രമായി വർത്തിക്കുന്ന വസ്തുക്കൾ ഉണ്ട് എന്നാണ്.

ഭൗതികവും വസ്തുനിഷ്ഠവുമായ ലോകത്തെക്കുറിച്ചുള്ള ആശയ വാദപരമായ വീക്ഷണത്തെ മാർക്സ് എതിർത്തു. ഹെഗലിന്റെ വൈരു ധ്യവാദത്തെ ഭൗതികവാദപരമായി അദ്ദേഹം പുനർനിർമ്മിച്ചു. കർത്താ വും വസ്തുവും തമ്മിലുള്ള ഐക്യം, ആത്മനിഷ്ഠത്തിന്റെ വസ്തു നിഷ്ഠമായുള്ള പരിവർത്തനം എന്നിവ സംബന്ധിച്ച ആശയം വികസി പ്പിച്ചു. വിപരീതങ്ങളുടെ ഈ പരസ്പരപ്രവർത്തനത്തിന്റെ വസ്തു നിഷ്ഠമായ അടിത്തറ മാർക്സ് കാണിച്ചുതന്നു. മനുഷ്യൻ വസ്തുനി ഷ്ഠമായ ലോകത്തിന്റെ ഭാഗമാണ്. അതിന്റെ വളർച്ചയുടെ ഒരു ഭാഗമാണ് മനുഷ്യപ്രവർത്തനം. മനുഷ്യൻ പ്രകൃതിയുടെ മൂലശക്തികളെ അധീ നപ്പെടുത്തുന്നു. അവയെ സ്വന്തം ശക്തികളാക്കിമാറ്റുന്നു. എങ്കിലും ആ ശക്തികൾ മനുഷ്യന്റെ ഇച്ഛയിൽനിന്നും സ്വതന്ത്രമാണ്. മനുഷ്യനും പ്രകൃതിയും തമ്മിലുള്ള ഐക്യം നിരന്തരം ഊട്ടിയുണ്ടാക്കപ്പെടുന്നു. മാനവരാശിയുടെ ചരിത്രത്തിലൂടെ അത് വളർന്നുവരുന്നു.

ഹെഗൽ ആശയവാദപരമായ ഊഹത്തിന്റെ വെളിച്ചത്തിലൂടെ മനസ്സിലാക്കാൻ ശ്രമിച്ചതും അതിനാൽ ആശയവാദത്തിലേക്ക് ഊർ ന്നുപോകുന്നതുമായ കാര്യങ്ങൾക്ക് മാർക്സ് വൈരുദ്ധ്യാത്മക ഭൗതിക വാദ സങ്കല്പനത്തിലൂടെ യുക്തിസഹമായ വിശദീകരണം തരുന്നു.

> വസ്തുനിഷ്ഠമായജീവി വസ്തുനിഷ്ഠമായി പ്രവർത്തിക്കുന്നു. വസ്തുക്കളാൽ സ്ഥാപിക്കപ്പെട്ടതാണ് എന്നതിനാൽ മാത്രം അതും വസ്തുക്കളെ സ്ഥാപിക്കുന്നു അല്ലെങ്കിൽ ഉല്പാദിപ്പി ക്കുന്നു. കാരണം, ആത്യന്തികമായി അതും പ്രകൃതിയാണ്. അതിനാൽ സ്ഥാപിക്കുക എന്ന ക്രിയയിൽ വസ്തുനിഷ്ഠമായ

> ജീവി 'ശുദ്ധമായ ക്രിയ' യുടെ അവസ്ഥയിൽ നിന്ന് വസ്തുവിനെ സൃഷ്ടിക്കുന്നതിലേയ്ക്ക് പതിക്കുന്നില്ല; മറിച്ച് അതിന്റെ വസ്തുനിഷ്ഠമായ ഉല്പന്നം അതിന്റെ വസ്തുനിഷ്ഠ പ്രവർത്തനത്തെ സ്ഥിരീകരിക്കുക മാത്രം ചെയ്യുന്നു: വസ്തുനിഷ്ഠമായ, പ്രാകൃതികമായ ജീവിയുടെ പ്രവർത്തനം എന്ന നിലയിൽ (അതേകൃതി പേജ് 336).

അന്യവല്ക്കരണം സംബന്ധിച്ച ഹെഗലിന്റെ ആശയവാദപരമായ തത്ത്വങ്ങളെ വിമർശിക്കുന്നതിൽ മാത്രം മാർക്സ് ഒതുങ്ങിനിന്നില്ല. അന്യവൽക്കരണം മാനസ്സികമാണെങ്കിൽ, അതിന്റെ നിഷേധവും മാനസികം തന്നെയായിരിക്കുമല്ലൊ. യഥാർത്ഥ അന്യവല്ക്കരണം ഒരു ഊനവുംകൂടാതെ ബാക്കിനില്ക്കുന്നു.

> ഹെഗൽ മനുഷ്യനെ ആത്മബോധത്തിന് തുല്യനാക്കിസ്ഥാപിച്ചിരിക്കുന്നതുകൊണ്ട് അകറ്റപ്പെട്ട വസ്തു-മനുഷ്യന്റെ അകറ്റപ്പെട്ട അവശ്യ യാഥാർത്ഥ്യം-ബോധമല്ലാതെ, അകൽച്ചയുടെ ചിന്ത അല്ലാതെ മറ്റൊന്നുമല്ല അതാകട്ടെ അകൽച്ചയുടെ അമൂർത്തവും അതിനാൽ ശൂന്യവും അയഥാർത്ഥവുമായ പ്രകാശനമായ നിഷേധമാണ്. അതിനാൽ അന്യവല്ക്കരണത്തിന്റെ ഉല്ലംഘനം, ശൂന്യമായ അമൂർത്തതയെ ശൂന്യമായി ഉല്ലംഘിക്കലല്ലാതെ മറ്റൊന്നുമല്ല. ഇതാണ് നിഷേധത്തിന്റെ നിഷേധം (അതേകൃതി, പേജ് 343).

ഹെഗലിന്റെ കാഴ്ചപ്പാടിൽ അന്യവല്ക്കരണം അതിന്റെ തന്നെ മറുവശമാണ്. അതുകൊണ്ട് ശരിക്കുള്ള അന്യവല്ക്കരണം യഥാർത്ഥത്തിൽ നീക്കംചെയ്യപ്പെടുന്നില്ല. അന്യവല്ക്കരിക്കപ്പെട്ട വസ്തുവിൽ കർത്താവ് തന്റെ രക്തമാംസങ്ങളെ തിരിച്ചറിയുന്നു. ഇത്തരത്തിൽ അന്യവല്ക്കരണത്തിന്റെ സ്വഭാവത്തെ തിരിച്ചറിയലാണ് അതിന്റെ ഉല്ലംഘനമായി അവതരിപ്പിക്കപ്പെട്ടത്.

ഹെഗൽ അന്യവല്ക്കരണത്തെ ഉല്ലംഘിക്കുന്ന രീതി അതിനെ സ്ഥാപിക്കലായി മാറി. സിവിൽസമൂഹത്തിന്റെ നിഷേധമായിട്ടാണ് ഹെഗൽ ഭരണകൂടത്തെ കണക്കാക്കിയത്. എന്നാൽ നിഷേധിക്കപ്പെട്ട ഈ സിവിൽ സമൂഹത്തെ ഭരണകൂടത്തിന്റെ ഒരു അവശ്യമേഖലയായി ഹെഗൽ കണക്കാക്കി. കേവലത്തിന്റെ അപര്യാപ്തപ്രകാശനമായ മതത്തെ ഉല്ലംഘിക്കുന്നത്, മതത്തെ അതിന്റെ തനിരൂപമായ മതദർശനമായി സ്ഥാപിക്കലായിത്തീരുന്നു. ഹെഗലിന്റെ കപട പ്രത്യക്ഷഭാവത്തിന്റെ, അല്ലെങ്കിൽ അദ്ദേഹത്തിന്റെ തീർത്തും ബാഹ്യമായ വിമർശനത്തിന്റെ വേര് ഇവിടെയാണ് എന്ന് മാർക്സ് പറഞ്ഞു. മതത്തെ, അല്ലെങ്കിൽ ദൈവശാസ്ത്രത്തെ, സ്ഥാപിക്കലും നിഷേധിക്കലും പുനഃസ്ഥാപിക്കലുമായി ഇതിനെ ഫൊയർബാഹ് വിശേഷിപ്പിച്ചു. കൂടുതൽ സാമാന്യമായി

പറഞ്ഞാൽ, നിയമത്തിലും രാഷ്ട്രീയത്തിലും മറ്റും അന്യവൽകൃത ജീവിതമാണ് താൻ നയിക്കുന്നത് എന്ന് മനസ്സിലാക്കികഴിഞ്ഞ മനുഷ്യൻ അന്യവല്ക്കരിക്കപ്പെട്ട ജീവിതത്തിലാണ് യഥാർത്ഥ മനുഷ്യജീവിതം നയിക്കുന്നത് എന്ന അസംബന്ധ പ്രലപനമാണ് ഹെഗലിന്റെ വിശകലനം എന്ന് മാർക്സ് ചൂണ്ടിക്കാണിച്ചു.

> വസ്തുവിനെ സംബന്ധിച്ച അറിവിനും അതിന്റെ അവശ്യഅസ്തിത്വത്തിനും വിരുദ്ധമായ സ്വയം സമർത്ഥിക്കൽ, തനിക്കുതന്നെ വിരുദ്ധമായി സ്വയം സമർത്ഥിക്കൽ ആണ് യഥാർത്ഥ ജ്ഞാനവും ജീവിതവും. (അതേകൃതി, പേജ് 339).

അറിവിലൂടെ യഥാർത്ഥത്തിലുള്ള വൈരുദ്ധ്യങ്ങളെ ഉല്ലംഘിക്കുക എന്ന ഹെഗലിന്റെ തത്ത്വം അടിസ്ഥാനരഹിതമാണെന്ന് മാർക്സ് കാണിച്ചു. അത് വൈരുദ്ധ്യങ്ങളെ നിർദ്ധാരണം ചെയ്യലല്ല, ദാർശനികമായ വ്യാഖ്യാനത്തിലൂടെ അവയുമായി അനുരഞ്ജനമുണ്ടാക്കലാണ്. അന്യവല്ക്കരണത്തെ നിരന്തരം യുക്തിയുക്തമായി അപഗ്രഥനം ചെയ്താൽ ചെന്നെത്തുന്ന നിഗമനങ്ങൾ മറ്റു ചിലതാണ്.

> മതത്തെ അന്യവല്കൃത മനുഷ്യന്റെ ആത്മബോധമായി ഞാൻ മനസ്സിലാക്കുന്നെങ്കിൽ, അതിൽ മതമായി ഞാൻ കാണുന്നത് എന്റെ ആത്മബോധത്തെയല്ല, അതിൽ സാധൂകരിക്കപ്പെട്ട എന്റെ അന്യവല്കൃത ആത്മബോധത്തെയാണ്. അതിനാൽ, അതിൽ തന്നെ, അതിന്റെ സ്വഭാവത്തിൽ തന്നെ, അടങ്ങിയിരിക്കുന്ന എന്റെ ആത്മബോധം മതത്തിലല്ല, മറിച്ച് നശിപ്പിക്കപ്പെട്ടതും ഉല്ലംഘിക്കപ്പെട്ടതുമായ മതത്തിലാണ് സാധൂകരിക്കപ്പെടുന്നത് എന്ന് ഞാൻ മനസ്സിലാക്കുന്നു (അതേകൃതി, അതേ പേജ്).

മറ്റ് രൂപങ്ങളിലുള്ള അന്യവല്ക്കരണങ്ങളും യഥാർത്ഥ സാമൂഹ്യബന്ധങ്ങളും മനുഷ്യനെ അടിച്ചമർത്തുന്നു. അതിനാൽ അവയെ അവശ്യമായിട്ടല്ല, പ്രയോഗത്തിലൂടെ ഒഴിവാക്കേണ്ടവയായിട്ടാണ് കാണേണ്ടത്.

അന്യവല്ക്കരണത്തിന്റെ മറ്റ് രൂപങ്ങൾ മനുഷ്യനെ അടിച്ചമർത്തുന്ന യഥാർത്ഥ സമൂഹബന്ധങ്ങളാണെങ്കിലും, അവയെ അവശ്യകതയായി കണക്കാക്കിക്കൂട. പ്രയോഗത്തിൽ അവയെ ഒഴിവാക്കുകയാണ് വേണ്ടത്. അന്യവല്ക്കരണത്തെ കീഴ്പ്പെടുത്താനുള്ള മാർക്സിന്റെ ഈ സമീപനം ഹെഗലിന്റേതിൽനിന്ന് തികച്ചും വ്യത്യസ്തമാണ്. മാർക്സിസ്റ്റ് വൈരുദ്ധ്യവാദത്തിന്റെ വിപ്ലവാത്മകത ഉരുത്തിരിയുന്നത് ഇതിൽനിന്നാണ്.

നിഷേധം, നിഷേധത്തിന്റെ നിഷേധം ഇവയെ സംബന്ധിച്ച ഹെഗലിന്റെ വ്യാഖ്യാനത്തിനും ഈ വിമർശനം ബാധകമാണ്. മാനസികമായ നിഷേധം വസ്തുവിനെ സ്പർശിക്കുന്നതേയില്ല. അതിനെ കീഴ്പ്പെടുത്തിയതായി പ്രഖ്യാപിക്കുന്നതേയുള്ളൂ.

> ഹെഗലിൽ നിഷേധത്തിന്റെ നിഷേധം കപടസത്തയെ നിഷേധിച്ചുകൊണ്ട് യഥാർത്ഥസത്തയെ സ്ഥിരീകരിക്കലല്ല. അദ്ദേഹത്തെ സംബന്ധിച്ചിടത്തോളം നിഷേധത്തിന്റെ നിഷേധം കപടസത്തയെ, അല്ലെങ്കിൽ, അകറ്റപ്പെട്ട സത്തയെ, നിഷേധത്തിലൂടെ, സ്ഥിരീകരിക്കലാണ്. അല്ലെങ്കിൽ അത് മനുഷ്യനുള്ളിൽ നിലകൊള്ളുകയും അവനിൽനിന്ന് സ്വതന്ത്രമായി വർത്തിക്കുകയും ചെയ്യുന്ന വസ്തുനിഷ്ഠസത്തയായി ഈ കപടസത്തയെ തള്ളിക്കളയുകയും അതിനെ കർത്താവായി പരിവർത്തനം ചെയ്യലുമാണ് (അതേകൃതി, പേജ് 339-40).

മാർക്സ് പഴയ ഭരണകൂടത്തെ തകർക്കുന്ന യഥാർത്ഥവും വിപ്ലവകരവുമായ നിഷേധത്തിനുവേണ്ടി നിലകൊള്ളുന്നു. നേരത്തെ നിഷേധിച്ചതിനെ പുനഃസ്ഥാപിക്കലല്ല അദ്ദേഹത്തിന്റെ വീക്ഷണത്തിൽ നിഷേധത്തിന്റെ നിഷേധം. ഇന്നത്തെ സ്ഥിതിയെ വളർത്തിയെടുക്കലും അതിൽപ്പെടുന്നു. എന്നാൽ ഉല്ലംഘനത്തെക്കുറിച്ചുള്ള ഹെഗലിന്റെ സങ്കല്പനത്തെ മാർക്സ് തള്ളിക്കളഞ്ഞില്ല. ഹെഗലിന്റെ തെറ്റായ ആശയങ്ങളെ തിരുത്തി പുനരാവിഷ്കരിക്കുകയാണ് മാർക്സ് ചെയ്തത്.

ഹെഗലിന്റെ വൈരുദ്ധ്യവാദത്തിന്റെ സൃഷ്ടിപരമായ വശങ്ങളെക്കുറിച്ച് മാർക്സ് ഇങ്ങനെ പറഞ്ഞു:

> അന്യവല്ക്കരണത്തെ അതിലേക്കുതന്നെ സങ്കോചിപ്പിക്കുന്ന വസ്തുനിഷ്ഠമായ പ്രസ്ഥാനമായിട്ടാണ് ഉല്ലംഘനത്തെ കാണുന്നത്. വസ്തുനിഷ്ഠമായ സത്തയെ സ്വായത്തമാക്കുന്നതിനെ കുറിച്ച് അകൽച്ചയ്ക്കുള്ളിൽ പ്രകാശിപ്പിക്കപ്പെടുന്ന ഉൾക്കാഴ്ചയാണിത്. അതിന്റെ അകൽച്ചയെ അടിച്ചമർത്തിക്കൊണ്ടാണ് ഇത് സാധിക്കുന്നത്. ഇതുപോലെ തന്നെ ഈശ്വരന്റെ ഉല്ലംഘനമായ നിരീശ്വരവാദം സൈദ്ധാന്തികമായ മാനവികതയുടെ ആരംഭമാണ്. സ്വകാര്യസ്വത്തിന്റെ ഉല്ലംഘനമായ കമ്യൂണിസം മനുഷ്യന്റെ സമ്പാദ്യമെന്നനിലയ്ക്ക് യഥാർത്ഥ മനുഷ്യജീവിതത്തിന്റെ സാധൂകരണമാണ്. പ്രായോഗിക മാനവികതയുടെ ആരംഭമാണ്. (അതേ വാല്യം, പേജ് 341)

അതിനാൽ മാർക്സ് ഉല്ലംഘനത്തെ അപ്പാടെ തള്ളിക്കളഞ്ഞില്ല. നിഷേധമെന്ന യഥാർത്ഥ പ്രക്രിയയുടെ പ്രതിഫലനമായിട്ടാണ് അദ്ദേഹം അതിനെ കണക്കാക്കിയത്. നിഷേധത്തിന്റെ അവശ്യഘടകമാണ് തുടർച്ച. മുമ്പ് നിലവിലിരുന്നതിനെ അതിന്റെ വിപരീതവും അതേസമയം മുമ്പുണ്ടായിരുന്ന ചില സവിശേഷതകളെ നിലനിർത്തുകയും വികസിപ്പക്കുകയും ചെയ്യുന്ന ഒന്നുമായി മാറ്റലാണത്. കേവലമായ നിഷേധം യാഥാർത്ഥ്യത്തിൽനിന്ന് വിട്ടുമാറലാണ്, വസ്തുനിഷ്ഠയാഥാർത്ഥ്യത്തിൽനിന്ന് ഒളിച്ചോടലാണ് എന്ന് മാർക്സ് പറഞ്ഞു.

> എന്നാൽ നിരീശ്വരവാദവും കമ്യൂണിസവും ഒളിച്ചോടലോ അമൂർത്തവല്ക്കരണമോ അല്ല. മനുഷ്യൻ സൃഷ്ടിച്ച വസ്തുനിഷ്ഠലോകത്തെ നഷ്ടപ്പെടലും അല്ല. അവ സ്വാഭാവികമായ പ്രാകൃത ലാളിത്യത്തിലേക്ക് ദാരിദ്ര്യത്തിലൂടെയുള്ള തിരിച്ചോട്ടമല്ല. മറിച്ച്, മനുഷ്യനെ സംബന്ധിച്ചിടത്തോളം അവന്റെ സത്തയെ അതൊരു യാഥാർത്ഥ്യമെന്നനിലയ്ക്ക് ശരിക്കും സാക്ഷാൽക്കരിക്കുന്നതിന്റെ ആദ്യപടിയാണ്. (അതേകൃതി, പേജ് 342)

മാർക്സിന്റെ *കൈയെഴുത്തുപ്രതി* പൂർണ്ണമല്ല. ഇടയ്ക്കുവെച്ച് പെട്ടെന്ന് അവസാനിപ്പിച്ചിരിക്കയാണ്. എന്നാൽ പറഞ്ഞിടത്തോളം കൊണ്ടുതന്നെ, ഹെഗലിന്റെ വൈരുദ്ധ്യവാദത്തോടുള്ള മാർക്സിന്റെ സമീപനം സ്പഷ്ടമാണ്-മാർക്സിന്റെ അന്നത്തെ ആശയപരമായ വളർച്ച വെച്ചുനോക്കുമ്പോൾ.

മാർക്സ് ഹെഗലിന്റെ യുക്തിയിൽ നല്ല വശങ്ങൾ കണ്ടിരുന്നു. അത് സങ്കൽപ്പനങ്ങളെ പരസ്പരബന്ധത്തിന്റെ അടിസ്ഥാനത്തിലാണ് കണക്കാക്കുന്നത്. ഇത് സങ്കല്പനങ്ങളുടെ വ്യൂഹത്തിന് പൂർണ്ണത നല്കുന്നു. ഒരു സങ്കല്പനത്തെ മറ്റൊന്ന് ഉല്ലംഘിക്കുന്നതുകൊണ്ടാണ്, സത്ത ഉല്ലംഘിക്കപ്പെട്ട വസ്തുവാകുന്നത്, സങ്കല്പനം ഉല്ലംഘിക്കപ്പെട്ട സത്തയാകുന്നത്; ഇങ്ങനെ പോകുന്നു ഉല്ലംഘന പരമ്പര. ഇങ്ങനെ ഹെഗൽ നിഷേധത്തിന്റെ അവശ്യകത സ്ഥാപിക്കുമ്പോൾ, ഹെഗൽ രീതിയും വ്യവസ്ഥയും തമ്മിലുള്ള വൈരുദ്ധ്യം തുറന്നുകാട്ടുന്നു. അത് അദ്ദേഹത്തിന്റെ ദർശനത്തിനാകെ ബാധകമായി പടർന്നുപിടിച്ചിരിക്കുന്നു. എല്ലാം നിഷേധത്തിന് വിധേയമാണെങ്കിൽ കേവലമായ ആശയവും ഉല്ലംഘിക്കപ്പെടേണ്ടതുണ്ട്. മാർക്സ് പറഞ്ഞു:

> അത് ആദ്യംമുതൽ അമൂർത്തവല്ക്കരണ ക്രിയ മുഴുവൻ വീണ്ടും ചെയ്യാൻ ആഗ്രഹിക്കുന്നില്ലെങ്കിൽ, അതേസമയം അമൂർത്തവല്ക്കരണങ്ങളുടെ സമഷ്ടിയോ അല്ലെങ്കിൽ സ്വയം സംഗതമായ അമൂർത്തവല്ക്കരണമോ ആണെന്ന് സ്വയം തൃപ്തിപ്പെടാൻ ആഗ്രഹിക്കുന്നില്ലെങ്കിൽ, അത് സ്വയം വീണ്ടും ഉല്ലംഘിക്കുന്നു. എന്നാൽ അമൂർത്തവല്ക്കരണം എന്ന നിലയിൽ സ്വയം സംഗതമായ അമൂർത്തവല്ക്കരണം ഒന്നുമല്ലെന്ന് തന്നത്താൻ അറിയുന്നു. അത് സ്വയം കൈവെടിയണം - അമൂർത്തവല്ക്കരണത്തെ കൈവെടിയണം - അങ്ങനെ അത് തീർത്തും വിപരീതമായ ഒരു അവസ്ഥയിൽ-പ്രകൃതിയിൽ-ചെന്നെത്തുന്നു. അങ്ങനെ തർക്കശാസ്ത്രത്തിലാകെ അമൂർത്തചിന്ത സ്വയം ഒന്നുമല്ല, അമൂർത്തമായ ആശയം അതിനുവേണ്ടി ഒന്നുമല്ല, പ്രകൃതി മാത്രമാണ് വല്ലതും എന്നതിന്റെ പ്രകടനമാണ്. (അതേകൃതി, പേജ് 343)

ഹെഗലിന്റെ ദർശനം ഭൗതികവാദത്തെ തലകുത്തിനിർത്തിയതാണെന്ന അഭിപ്രായം മാർക്സ് ആദ്യം പ്രകടിപ്പിക്കുന്നത് ഈ രൂപത്തിലാണ്. ഭൗതികവാദത്തിന്റെ അടിസ്ഥാനത്തിൽ ഹെഗലിന്റെ ദർശനത്തെ വിമർശിച്ചാലേ അത് ശാസ്ത്രീയമാകൂ എന്നും ഇതിൽനിന്ന് സിദ്ധിക്കുന്നു.

കേവലമായ ആശയം പ്രകൃതിയുടെ രൂപത്തിൽ അതിൽനിന്ന് അതിനെ മോചിപ്പിക്കാൻ സ്വതന്ത്രമായി തീരുമാനിക്കുന്നു എന്നു പറഞ്ഞുകൊണ്ടാണ് ഹെഗൽ തർക്കത്തെക്കുറിച്ചുള്ള തന്റെ കൃതി അവസാനിപ്പിക്കുന്നത്. ലെനിൻ ഇതിനെക്കുറിച്ച് പറയുന്നു.

> യുക്തിപരമായ ആശയം പ്രകൃതിയായി മാറുകയാണ് ഇവിടെ. ഇത് ഭൗതികവാദത്തെ കൈയെത്തിത്തൊടാവുന്ന ദൂരത്തിലേക്ക് അദ്ദേഹത്തെ എത്തിക്കുന്നു, ഭൗതികവാദത്തെ തലകുത്തി നിർത്തിയതാണ് ഹെഗലിന്റെ വ്യവസ്ഥ എന്ന് എംഗൽസ് പറഞ്ഞത് ശരിയാണ് (സമാഹൃതകൃതികൾ, വാല്യം 38, പേജ് 234).

മാർക്സും ഇതേ നിഗമനത്തിലാണ് *കൈയെഴുത്തുപ്രതി*യിൽ ചെന്നെത്തിയത്. ഹെഗൽ തർക്കശാസ്ത്രത്തിൽനിന്ന് പ്രകൃതിയുടെ ദർശനത്തിൽ എത്തിച്ചേരുന്നു. വേറൊരുതരത്തിൽ പറഞ്ഞാൽ, അറിവിന്റെ ആരംഭബിന്ദുവിൽ എത്തിച്ചേരുന്നു. അതായത്, പ്രകൃതിയെക്കുറിച്ചുള്ള ആശയവാദപരമായ അമൂർത്തവല്ക്കരണം കൈവെടിഞ്ഞാലേ, യഥാർത്ഥപ്രകൃതിയിലേക്ക് തിരിയാൻ കഴിയൂ. അത് പ്രാഥമിക യാഥാർത്ഥ്യം എന്നനിലയ്ക്ക് എല്ലാ അമൂർത്തവല്ക്കരണത്തിനും മുമ്പിലാണ്.

എന്നാൽ ഹെഗലിന് ഇത് കഴിഞ്ഞില്ല. കാരണം, അദ്ദേഹം യഥാർത്ഥപ്രകൃതിയെയും യഥാർത്ഥമനുഷ്യനെയും ഏതോ പ്രകൃത്യതീതമായ യാഥാർത്ഥ്യത്തിന്റെയും യഥാർത്ഥ മനുഷ്യന്റെയും പ്രതീകങ്ങളായിട്ടാണ് കണക്കാക്കിയത്. ഇവിടെ അന്യവല്ക്കരണം അന്യവല്കൃതമായ വസ്തുവിന്റെ പ്രതിബിംബമായി മുമ്പിൽ വരുന്നു. അതുകൊണ്ടാണ് മാർക്സ് പറഞ്ഞത്: ഹെഗലിന്റെ രീതിയെ അതിന്റെ കാലിൻമേൽ നിർത്തേണ്ടതുണ്ട് എന്ന്.

ഈ സങ്കീർണ്ണമായ വസ്തുത മനസ്സിലാക്കാത്തവർ, മാർക്സും എംഗൽസും ഹെഗലിന്റെ ആശയം മോഷ്ടിക്കുകയാണ് ചെയ്തത് എന്നൊക്കെ പറയും. ഇത്രയും പേജുകളിലായി ഈ വിഷയം വിവരിച്ചതിൽനിന്ന് ഏതു സന്ദർഭത്തിലാണ് മാർക്സ് ഇതു പറഞ്ഞത്, അതിന്റെ അർത്ഥമെന്ത്, മാർക്സ് ഹെഗലിൽനിന്ന് എന്ത് കടംകൊണ്ടു എന്നൊക്കെ വായനക്കാർക്ക് ഒരുവിധം സ്വയം മനസ്സിലാക്കാൻ കഴിയും.

8

യുവമാർക്സിനെ ചൊല്ലിയുള്ള വാദങ്ങൾ

സാ*മ്പത്തികവും ദാർശനികവുമായ കൈയെഴുത്തു പ്രതി* 1932 ലാണ് ആദ്യമായി പ്രസിദ്ധീകരിക്കപ്പെട്ടത് എന്ന് മുമ്പ് എഴുതിയിരുന്നല്ലോ. അതിന്റെ പ്രസിദ്ധീകരണം മുതൽ സോഷ്യലിസ്റ്റ് ആശയഗതിയും ബൂർഷ്വാ ആശയഗതിയും തമ്മിലുള്ള സമരം മറ്റൊരു രൂപംകൂടി കൈക്കൊണ്ടു. യുവാവായ മാർക്സ് എഴുതിയ കൃതികൾക്കാണ് ആ മഹദ്പ്രതിഭയുടെ തനിമയുള്ളത് എന്നാണ് ബൂർഷ്വാ ആശയഗതിക്കാർ പറയുന്നത്. അതിന്റെ ഉച്ചകോടിയായി *കൈയെഴുത്തുപ്രതി*യെ അവർ ചൂണ്ടിക്കാട്ടുന്നു. 1844 ൽ എഴുതിയ *കൈയെഴുത്തുപ്രതി* വരെ മാർക്സിന്റെ പ്രതിഭ കുതിച്ചുകയറുകയായിരുന്നു. പിന്നീട് 1883 ൽ മരിക്കുന്നതുവരെ-അതിനിടയ്ക്കാണ് *മൂലധനം* അടക്കമുള്ള മാർക്സിന്റെ പ്രൗഢകൃതികൾ രചിക്കപ്പെട്ടത്- അതിന്റെ ഗതി കീഴോട്ടായിരുന്നു. ഇതാണ് അവരുടെ വാദത്തിന്റെ സാരംശം. ഹെഗലിന്റെ അന്യവല്ക്കരണ സങ്കല്പനം മാർക്സ് കടമെടുക്കുകയാണ് ഉണ്ടായതെന്നും അതാണ് മാർക്സിസത്തിന്റെ ആണിക്കല്ല് എന്നും അവർ വാദിക്കുന്നു.

യുവമാർക്സ് ആയിരുന്നു യഥാർത്ഥ മാർക്സ് എന്ന് വാദിക്കുന്നവർ മാർക്സിന്റെ അക്കാലത്തെ മറ്റ് കൃതികളൊന്നും പരിഗണിക്കാതെ *കൈയെഴുത്തുപ്രതി*യെ മാത്രം പൊക്കിപ്പിടിക്കുന്നത് എന്തുകൊണ്ടാണ്? അതിനുമുമ്പ് അദ്ദേഹം എഴുതിയ പൂർണ്ണകൃതിയെന്ന് പറയാവുന്നത്, *ഗവേഷണപ്രബന്ധ*മാണ്. അതിൽ മാർക്സ് ഭൗതികവാദസമീപനം സ്വീകരിച്ചിരുന്നില്ല. *കൈയെഴുത്തുപ്രതി*ക്കുശേഷം എംഗൽസുമായി സഹകരിച്ച് എഴുതിയ *തിരുകുടുംബ*ത്തിൽ മാർക്സിസ്റ്റ് സമീപനം കുറെക്കൂടി വളർച്ചയും യുക്തിഭദ്രതയും കൈവരിച്ചു. ഇവയുടെ രണ്ടിന്റെയും ഇടനിലയിലാണ് *കൈയെഴുത്തുപ്രതി.* മാർക്സിസ്റ്റ് എന്ന്

പിന്നീട് അറിയപ്പെട്ട ആശയങ്ങളും ഫൊയർബാഹിന്റെ ആശയങ്ങളുടെ സ്വാധീനവും കൂടിക്കുഴഞ്ഞുകിടക്കുന്ന കൃതിയാണത്.

ഉല്പാദശക്തികൾ, ഉല്പാദബന്ധങ്ങൾ, ഉല്പാദനത്തിന്റെ രണ്ടു വശങ്ങളെ അവശ്യം യോജിപ്പിക്കുന്ന വൈരുധ്യാത്മകബന്ധം എന്നീ സങ്കല്പനങ്ങൾ *കൈയെഴുത്തുപ്രതി* എഴുതിയ കാലത്ത് മാർക്സ് വ്യക്തമായി ആവിഷ്കരിച്ചുകഴിഞ്ഞിരുന്നില്ല. അതെഴുതുന്ന കാലത്ത് മാർക്സിൽ ആധിപത്യം വഹിച്ചിരുന്ന ബോധം, ധാർമ്മികതയുടേതായിരുന്നു. സമകാലികജീവിതത്തെയും സാമ്പത്തിക രാഷ്ട്രീയ ആശയങ്ങളെയും അദ്ദേഹം വിലയിരുത്തലിന് വിധേയമാക്കി. അതുകൊണ്ടാണ് മാർക്സ് അന്യവല്ക്കരണം എന്ന സങ്കല്പനത്തെ സാമ്പത്തികാർത്ഥത്തിൽ എന്നതിനെക്കാൾ ധാർമ്മികാർത്ഥത്തൽ ഉപയോഗിച്ചത്. ബൂർഷ്വാസമൂഹം അധാർമ്മികമാണ് എന്നാണ് പ്രധാന വിമർശനം.

ഇതെല്ലാം സൂചിപ്പിക്കുന്നത്, 1844 ൽ മാർക്സ് ഒരു വഴിത്തിരിവിലായിരുന്നു എന്നാണ്. അതിന്റെ സ്വാഭാവികഫലമായ അവ്യക്തതയെ കരിവാരിത്തേക്കാനും നിഷേധിക്കാനും ഉള്ള ഒരുപാധിയാക്കുകയാണ് മാർക്സിസത്തിന്റെ വിരോധികൾ ചെയ്യുന്നത്. *തിരുകുടുംബ*ത്തിലും *ജർമ്മൻ പ്രത്യയശാസ്ത്ര*ത്തിലും ഉള്ള പോരായ്മകളെ മാർക്സും എംഗൽസും പിന്നീട് പറഞ്ഞിട്ടുണ്ട്. *കൈയെഴുത്തുപ്രതി*യെക്കുറിച്ച് അങ്ങനെയൊന്നും പറയാതിരുന്നത് ശത്രുക്കൾക്കൊരു സൗകര്യമായി.

*കൈയെഴുത്തുപ്രതി*യിൽ വിവരിച്ചിട്ടുള്ള അന്യവല്ക്കരണത്തിന്റെ നരവംശശാസ്ത്രപരമായ വശത്തെ മാർക്സ് പിന്നീട് തള്ളിക്കളഞ്ഞു. മുതലാളിത്തത്തെക്കുറിച്ചുള്ള ധാർമ്മികമായ വിമർശനം സൈദ്ധാന്തികമായി നിലനിൽക്കുന്നതല്ലെന്ന് മാർക്സിന് പിന്നീട് ബോധ്യപ്പെട്ടു. അന്യവല്ക്കരണത്തിന്റെ സാമ്പത്തിക വ്യാഖ്യാനത്തെ ഉൽപ്പാദനോപകരണങ്ങളുടെ ഉടമകൾ അദ്ധ്വാനിക്കുന്ന ജനവിഭാഗങ്ങളെ ചൂഷണം ചെയ്യുന്നു എന്ന വശത്തെ പിന്നീട് മാർക്സും എംഗൽസും വികസിപ്പിച്ചു. *കൈയെഴുത്തുപ്രതി*യിൽ മാർക്സ് ചെയ്തത്, അന്യവല്കൃതമായ അദ്ധ്വാനം ചരിത്രപരമായി അവശ്യമാണെന്നും സാമൂഹ്യസാമ്പത്തിക പുരോഗതിയുടെ മാറ്റത്തിന് വിധേയവും ശത്രുതാപരവുമായ രൂപമാണെന്നും കണ്ടുപിടിക്കുകയാണ്. അതോടൊപ്പം അന്യവല്ക്കരണത്തിന് ഫൊയർബാഹ് നല്കിയ അർത്ഥവും വിവരിച്ചു. അത് വ്യക്തിയുടെ അസ്വാഭാവികമായ സ്ഥിതി ചിത്രീകരിച്ചു. സമൂഹത്തിലെ വികലമായ ക്രമം വ്യക്തിയുടെ സ്വാഭാവികമായ ആവശ്യങ്ങളെ അമർച്ചചെയ്യുന്നു. തൽഫലമായി വ്യക്തിക്ക് തന്റെ സ്വാഭാവിക ആവശ്യങ്ങളെ അസ്വാഭാവികമായി നിറവേറ്റേണ്ടി വരുന്നു. ഈ വശത്തെയാണ് *കൈയെഴുത്തുപ്രതി*യിൽ അന്യവല്ക്കരണവും ആത്മഅന്യവല്ക്കരണവും എന്ന് വിശേഷിപ്പിക്കുന്നത്. ഇങ്ങനെ വിശകലനം ചെയ്തിട്ടുതന്നെ, മുതലാളിത്തത്തിനെതിരായ തൊഴിലാളിവർഗ്ഗത്തിന്റെ സമരം വസ്തുനിഷ്ഠമായി

ആവശ്യമാണെന്നും അത് ബൂർഷ്വാ ഉല്പാദനബന്ധങ്ങളുടെ ചരിത്രപരമായ പരിവർത്തനസ്വഭാവത്തിൽ അധിഷ്ഠിതമാണെന്നും ഉള്ള നിഗമനത്തിലാണ് മാർക്സ് *കൈയെഴുത്തുപ്രതിയിൽ* അവസാനം ചെന്നെത്തിയത്.

*കൈയെഴുത്തുപ്രതി*യുടെ 'മൗലികപ്രാധാന്യം' ആദ്യം ചൂണ്ടിക്കാട്ടിയവരാണ് എസ് ലാൻദ്ഷുതും ജെ മെയറും. മാർക്സിന്റെ മാനസികവളർച്ചയുടെ ഉച്ചകോടി ഇതാണെന്നായിരുന്നു അവരുടെ ഉറച്ച അഭിപ്രായം. അന്യവല്ക്കരണസിദ്ധാന്തത്തെയും അതിന്റെ ഉല്ലംഘനത്തെയും വേണം ചരിത്രത്തെക്കുറിച്ചുള്ള ഭൗതികവീക്ഷണത്തിന്റെ കേന്ദ്രമായി കാണാൻ എന്നവർ പറഞ്ഞു. തൊഴിലാളിവർഗ്ഗവിമോചനപോരാട്ടത്തെക്കുറിച്ചുള്ള മാർക്സിസ്റ്റ് സിദ്ധാന്തവുമായി *കൈയെഴുത്തുപ്രതി*യെ അവർ തട്ടിച്ചുനോക്കി. മാർക്സിസത്തെ അവർ *കൈയെഴുത്തുപ്രതി*യുടെ അടിസ്ഥാനത്തിൽ ദുർവ്യാഖ്യാനം ചെയ്യുകമാത്രമല്ല, അതിന്റെ ഉള്ളടക്കത്തെ വളച്ചൊടിക്കുകയും ചെയ്തു എന്നാണിത് കാണിക്കുന്നത്. ഇത് മാർക്സിസ്റ്റ് വിരോധികളായ സോഷ്യൽ ഡെമോക്രാറ്റുകളുടെ സഹജസ്വഭാവമാണ്.

ഈ പണിയിൽ കുപ്രസിദ്ധി നേടിയ മറ്റൊരു ആളാണ് ഹെർബെർട്ട് മാർക്യൂസ്. മനുഷ്യനെ ഒരു വർഗ്ഗത്തിന്റെ പ്രതിനിധിയായിട്ടല്ലാതെ, ഒരു വ്യക്തിയായിട്ട് കാണുന്നു എന്നതാണ് *കൈയെഴുത്തുപ്രതി*യുടെ സവിശേഷതയായി മാർക്യൂസ് എടുത്തുകാട്ടിയത്.

ഇത് വസ്തുതകൾക്ക് നിരക്കാത്ത പ്രസ്താവമാണ്. കാരണം, ഫൊയർബാഹിന് കാണാൻ കഴിയാതിരുന്ന അദ്ധ്വാനത്തിന്റെ അന്യവല്ക്കരണം മാർക്സ് കണ്ടെത്തി; മാത്രമല്ല, തൊഴിലാളിവർഗത്തിൽപ്പെട്ടവരെ അടിച്ചമർത്തലാണതെന്ന് ചൂണ്ടിക്കാട്ടി. എന്നിട്ടും മാർക്യൂസ് *കയ്യെഴുത്തുപ്രതി*യിൽ തന്റെ വാദഗതിക്കൊത്ത ഭാഗങ്ങൾ മുങ്ങിത്തപ്പി നിരത്തിവയ്ക്കുന്നു. മാർക്സിന്റെ വീക്ഷണത്തിൽ "ഏതു സാമ്പത്തിക വസ്തുതയും പൊതുവിൽ മനുഷ്യസത്തയെ വളച്ചൊടിക്കലായി തീരുന്നു." എന്നാണ് മാർക്യൂസ് പറയുന്നത്. സ്വകാര്യസ്വത്തിനെ പൊതുവുടമയിലാക്കി അന്യവല്ക്കരണത്തെ ഇല്ലായ്മചെയ്യാനുള്ള സാധ്യതയും അതിന്റെ അവശ്യകതയും മാർക്സ് *കൈയെഴുത്തുപ്രതി*യിൽ വ്യക്തമാക്കിയിട്ടുണ്ട്. അതിനെ വളച്ചൊടിക്കുകയാണ് മാർക്യൂസ് ചെയ്തത്.

ചില പ്രത്യേക കാലദേശങ്ങളിൽ സ്വകാര്യസ്വത്ത് പുരോഗമനപരമായ പങ്ക് വഹിച്ചേക്കാമെങ്കിലും മൊത്തത്തിൽ സ്വകാര്യസ്വത്ത് മനുഷ്യസത്തയെ വളച്ചൊടിക്കുകയും നാശപ്പെടുത്തുകയും ആണ് ചെയ്യുക എന്ന് മാർക്സ് ചൂണ്ടിക്കാണിച്ചിട്ടുണ്ട്. അന്യവല്ക്കരണത്തെ സാമൂഹ്യസാമ്പത്തിക പരിവർത്തനങ്ങളിലൂടെ ഇല്ലായ്മചെയ്യാനുള്ള സാദ്ധ്യതയെ മാർക്സ് താത്ത്വികമായിത്തന്നെ തള്ളിക്കളഞ്ഞതായി മാർക്യൂസ് പറഞ്ഞു. അന്യവല്ക്കരണം ചരിത്രപരമായി സാമ്പത്തികബന്ധങ്ങളിൽ

അധിഷ്ഠിതമല്ല എന്നാണ് മാർക്യൂസിന്റെ വാദം. തൊഴിലാളിവർഗ്ഗത്തിന്റെ സാമൂഹ്യവിപ്ലവത്തെ വ്യക്തിയുടെ നൈസർഗ്ഗികവാസന, ത്വര, ആവശ്യം ഇവ മാറ്റുമെന്ന് പറഞ്ഞ മാർക്യൂസ് നരവംശശാസ്ത്രപരമായ വിപ്ലവവുമായി തട്ടിച്ചുനോക്കുന്നു. മാർക്സ് ഈ രീതി തനിക്കുമുമ്പെ അവതരിപ്പിച്ചു എന്നാണ് മാർക്യൂസിന്റെ വ്യാഖ്യാനം.

മാർക്സിന്റെ ആദ്യകാല കൃതികൾക്ക് അമിതമായ പ്രാധാന്യം കൊടുത്തുകൂടെന്നും അവ പ്രൗഢമായ മാർക്സിസ്റ്റ് സിദ്ധാന്തത്തിലേക്കുള്ള ചവിട്ടുപടികൾ മാത്രമാണെന്നും മാർക്യൂസ് 30 കൊല്ലത്തിനുശേഷം 1962 ൽ പറഞ്ഞു.

മാർക്സിനെ തിരുത്താൻ പുറപ്പെട്ട മറ്റൊരു വിദ്വാനാണ് എച്ച് ദ് മാൻ. *കൈയെഴുത്തുപ്രതി*യിലുള്ള 'മനുഷ്യത്വപരമായ' മാർക്സിസം സ്വീകാര്യമാണെന്നും മാർക്സ് പക്വത ആർജ്ജിച്ചശേഷം രചിച്ച കൃതികളിലെ 'ഭൗതികവാദ' മാർക്സിസം അങ്ങേയറ്റം അധിക്ഷേപാർഹമാണെന്നും ആണ് എച്ച് ദ് മാന്റെ നിലപാട്. *കൈയെഴുത്തുപ്രതി* മാർക്സിന്റെ ഏറ്റവും പ്രൗഢമായ കൃതിയാണെന്നാണ് മാന്റെ ഉറച്ച അഭിപ്രായം.

*കൈയെഴുത്തുപ്രതി*യിലെ എല്ലാ പ്രസ്താവങ്ങളെയും പക്വതവന്ന മാർക്സിസത്തിന്റെ ഭാഗമായി കണക്കാക്കണമെന്ന് മാൻ വാശിപിടിച്ചു. ഈ പ്രസ്താവങ്ങളെ മാർക്സ് മറന്നുപോയതുകൊണ്ടാണ് പിന്നീടുള്ള തന്റെ കൃതികളിൽ പെടുത്താതിരുന്നതത്രെ. ഈ ആശയങ്ങൾക്കു മാർക്സിസ്റ്റ് ആശയങ്ങളോടൊപ്പം സ്ഥാനം നല്കാമെങ്കിൽ മാർക്സിനെ *കൈയെഴുത്തുപ്രതി*യിലെ ആശയങ്ങളുടെ അടിസ്ഥാനത്തിൽ തിരുത്തണമെന്ന വാദം പിൻവലിക്കാൻ മാൻ തയാറായിരുന്നു.

*കൈയെഴുത്തുപ്രതി*യിൽ മാർക്സ് ഭൗതികവാദം പൂർണമായി സ്വീകരിച്ചിരുന്നില്ല. ബൂർഷ്വാമാനവികതയാണ് ഫൊയർബാഹിന്റെ സ്വാധീനത്തിനു വിധേയനായ അക്കാലത്ത് മാർക്സ് പ്രകടിപ്പിച്ചിരുന്നത്. അതാണ്, വൈരുദ്ധ്യാത്മകഭൗതികവാദമല്ല, മാർക്സിസത്തിന്റെ ജീവൻ എന്ന് അംഗീകരിക്കണം എന്നായിരുന്നു മാന്റെ വാദം.

ഭൗതികോല്പാദനവും സമ്പദ്വ്യവസ്ഥയും സാമൂഹ്യവികസനത്തിന്റെ നിയതമായ അടിത്തറ ആകുന്നത് മുതലാളിത്തത്തിൻകീഴിൽ മാത്രമാണെന്ന് മാൻ വിധിക്കുന്നു. സ്വകാര്യസ്വത്തും അന്യവല്ക്കരണവും ഇല്ലാതാകുന്നതോടെ മനുഷ്യന്റെ ആവശ്യങ്ങളും വികാരങ്ങളും അനുഭൂതികളും വീണ്ടും സാമൂഹ്യവികസനത്തിന്റെ നിർണ്ണായകശക്തിയായിത്തീരുന്നു. അദ്ധ്വാനവും ഉല്പാദനവും ആണ് ലോകചരിത്രത്തിലെ ഏറ്റവും പ്രധാനപ്പെട്ട ഉള്ളടക്കം എന്ന് *കൈയെഴുത്തുപ്രതി*യിൽ വിശദമാക്കിയ മാർക്സിന്റേതായിട്ടാണ് മേല്പറഞ്ഞ ആശയവാദവീക്ഷണത്തെ മാൻ അവതരിപ്പിച്ചത്.

“മാർക്സ് ജീവിതത്തിൽ ആകെ ഒരു കൃതിയേ എഴുതിയിട്ടുള്ളു.

അതിന്റെ ആദ്യത്തെ കരടാണ് *കയ്യെഴുത്തുപ്രതി.* ഇത് വീണ്ടും വീണ്ടും തിരുത്തി എഴുതുക മാത്രമാണ് മാർക്സ് ജീവിതകാലമാകെ ചെയ്തത്." എച്ച് ബി ആക്ടന്റെ നിരീക്ഷണമാണത്. എഴുതാൻ തുടങ്ങിയ 40 കൊല്ല ത്തിനിടയ്ക്ക് മാർക്സിന് ഒരേ കാര്യം ആവർത്തിക്കാനല്ലാതെ മറ്റൊന്നും കഴിഞ്ഞില്ല എന്നാണ് ഈ വാദഗതിയുടെ പൊരുൾ. മാർക്സ് തന്റെ ആദ്യകാല ആശയങ്ങളുടെ തടവുകാരനായിരുന്നു. പിന്നീടുണ്ടായ അനു ഭവത്തിൽനിന്ന് ഒന്നും ഉൾക്കൊള്ളാനായില്ല എന്നാണ് ഈ വിമർശന ത്തിനു അർത്ഥം.

റോബർട്ട് ടക്കർക്കു പറയാനുള്ളത് വേറൊന്നാണ്. മാർക്സ് "ആകാൻ ഉദ്ദേശിച്ചപോലെ സമൂഹത്തെ അപഗ്രഥിക്കുന്നയാളായില്ല. ധർമ്മപ്രബോധകനോ മതചിന്തകനോ ആകുന്നതായാണ് കാണപ്പെട്ടത്. 'ശാസ്ത്രീയസോഷ്യലിസം' ഒരു ശാസ്ത്രീയ വ്യവസ്ഥയാണെന്ന പഴയ വീക്ഷണം അതൊരു ധർമ്മസംഹിതയോ മതചിന്താഗതിയോ ആണെന്ന ധാരണയ്ക്കു വഴിമാറി വരികയാണ്." വ്യാഖ്യാനിച്ചു വ്യാഖ്യാനിച്ച് എവിടം വരെ എത്തി എന്നുനോക്കുക.

ഇതാ വേറൊരു ടീകാകാരൻ ജീൻ ഹിപ്പോലൈറ്റ്. അദ്ദേഹം ഇങ്ങ നെ എഴുതിയിരിക്കുന്നു:

> മാർക്സിസ്റ്റ് ചിന്തയുടെ ആകെ മൗലിക ആശയം ഹെഗലിൽ നിന്നും ഫൊയർബാഹിൽനിന്നും കടമെടുത്ത അന്യവല്ക്കരണ ആശയം ആണെന്ന് പറയാം. ഈ ആശയത്തിൽ നിന്ന് ആരംഭിച്ച് ചരിത്രഗതിയിലൂടെ തന്റെ സത്തയുടെ എല്ലാ അന്യവല്ക്കരണ ത്തിനും എതിരായി മനുഷ്യൻ നടത്തിയ സജീവപോരാട്ടത്തെ, അത് ഏതു രൂപത്തിൽ പ്രകടിപ്പിക്കപ്പെട്ടതായാലും വേണ്ടില്ല, മനു ഷ്യമോചനമായി നിർവ്വചിച്ചുകൊണ്ട് മാർക്സിസ്റ്റ് ദർശനത്തെ പരിപൂർണ്ണമായിത്തന്നെ ഏറ്റവും നന്നായി വിശദീകരിക്കാമെന്നും മാർക്സിന്റെ മുഖ്യകൃതിയായ *മൂലധന*ത്തിന്റെ ചട്ടക്കൂട് മനസ്സി ലാക്കാമെന്നും ഞാൻ വിശ്വസിക്കുന്നു.

*മൂലധന*ത്തിന്റെ ചട്ടക്കൂട് ഹെഗലിന്റെ 'പ്രതിഭാസശാസ്ത്ര'ത്തിന്റെ ചട്ടക്കൂട് തന്നെയാണെന്ന് ഹിപ്പോലൈറ്റ് വിധിക്കുന്നു. വായിൽ തോന്നി യത് കോതയ്ക്ക് പാട്ട് എന്നല്ലാതെ, ഇപ്പറഞ്ഞതിന് ഒരു ന്യായീകരണ വുമില്ല.

മാർക്സിന്റെ ആദ്യകാലകൃതികൾ ഹെഗലും ഫൊയർബാഹും ബൂർഷ്വാമാനവികതയും പെറ്റി ബൂർഷ്വാസോഷ്യലിസവുമായി കൂട്ടു പിരിഞ്ഞിരുന്നില്ല. അതുകൊണ്ടാണ് മാർക്സിസ്റ്റ് സിദ്ധാന്തത്തിനു തൊഴിലാളിവർഗ്ഗത്തിന്റെ വർഗ്ഗസമരവുമായല്ല, ഹെഗലിന്റെയും ഫൊയർ ബാഹിന്റെയും ആശയങ്ങളായാണ് ബന്ധമെന്ന് ബൂർഷ്വാവിമർശകർ വാദിക്കുന്നത്. മാർക്സും എംഗൽസും ചെറുപ്പകാലത്ത് ഹെഗലിൽ

നിന്നും ഫൊയർബാഹിൽനിന്നും കടംകൊണ്ട ഊഹാത്മക ആശയത്തിന്റെ വികസിതരൂപമാണത്രെ മാർക്സിസത്തിന്റെ പ്രധാന നിലപാടുകളെല്ലാം.

പിയർ ബൊണെൽ എന്ന 'സോഷ്യലിസ്റ്റ്' സൈദ്ധാന്തികൻ പറയുന്നത്, ഹെഗലിയനിസം മാർക്സിസത്തിൽ അന്തർലീനമാണ് എന്നാണ്. "ഹെഗലിന്റെ ചരിത്രദർശനം ആണ് മാർക്സിസ്റ്റ് സിദ്ധാന്തത്തിന്റെ മുഖ്യഘടകം." മാർക്സ് ഹെഗലിൽനിന്നു "മനുഷ്യനെയും ചരിത്രത്തെയും സംബന്ധിച്ച ഒരു മൗലികസങ്കല്പനം" പൈതൃകമായി കൈയേറ്റുപോലും. അത് അദ്ദേഹം ഒരിക്കലും ചോദ്യം ചെയ്തുമില്ലത്രെ. അന്യവല്ക്കരണം ആണത്രേ ഈ മൗലിക സങ്കല്പനം. മാർക്സിന്റെ വീക്ഷണം ഭൗതികവാദപരവും കമ്യൂണിസ്റ്റും ആണ്, ഹെഗലിന്റേത് ആശയവാദപരവും ബൂർഷ്വയുമാണ് എന്ന മൗലികവ്യത്യാസം തീരെ അവഗണിച്ചുകൊണ്ടാണ് ബൊണെലിന്റെ വ്യാഖ്യാനമാകെ.

കാൽവെസ് എന്ന ഗ്രന്ഥകാരനും മാർക്സ് ഹെഗലിൽനിന്നു കടമെടുത്തതാണ് അന്യവല്ക്കരണം എന്നും അദ്ദേഹത്തിന്റെ കൃതികളുടെയെല്ലാം കേന്ദ്രസ്ഥാനത്ത് ഈ ആശയമാണ് ഉള്ളതെന്നും ചൂണ്ടിക്കാണിക്കുന്നു. "മാർക്സ് അന്യവൽക്കരണസിദ്ധാന്തത്തെ സാമ്പത്തികശാസ്ത്രത്തിന്റെ തലത്തിലേക്ക് കൊണ്ടുപോയി. *മൂലധനം* മൗലിക അന്യവല്ക്കരണത്തിന്റെ സിദ്ധാന്തമല്ലാതെ മറ്റൊന്നുമല്ല."

മാർക്സിസ്റ്റ് സിദ്ധാന്തത്തിൽ അടിസ്ഥാനപരമായി രണ്ടുഭാഗങ്ങളാണുള്ളത് എന്ന് കാൽവെസ് പറയുന്നു: മതപരമായ അന്യവല്ക്കരണവും ലൗകികമായ അന്യവല്ക്കരണവും. ഇവയിൽ ആദ്യത്തേതിന്റെ വേര് പഴയ നിയമത്തിൽ വിവരിച്ചിട്ടുള്ള ആദ്യപാപം വരെ നീണ്ടുകിടക്കുന്നതായി കാൽവെസ് വാദിക്കുന്നു. മതപരമായ അന്യവല്ക്കരണത്തിൽനിന്ന് ഉടലെടുത്തതാണത്രെ ലൗകികഅന്യവല്ക്കരണം.

മാർക്സ് അന്യവല്ക്കരണത്തെ വിശകലനം ചെയ്തുതുടങ്ങിയത് ഹെഗലിന്റെ വിശകലനത്തിൽ നിന്നായിരുന്നു. എന്നാൽ മാർക്സ് വിശകലനത്തിനു ഉപയോഗിച്ചത് ചരിത്രപരമായ ഭൗതികവാദത്തെയായിരുന്നു; ഹെഗൽ ആശയവാദത്തിൻമേൽ കെട്ടിപ്പടുത്ത ചരിത്രത്തിന്റെ ദർശനത്തെയും. *കൈയെഴുത്തുപ്രതി*യിൽ മാർക്സ് കൂലി, ലാഭം, മൂലധനസഞ്ചയം, മുതലാളിമാർ തമ്മിലുള്ള മത്സരം, സ്വകാര്യസ്വത്ത് എന്നിവ പരിഗണിക്കുന്നു; ആദംസ്മിത്ത്, റിക്കാർഡൊ തുടങ്ങിയ ധനശാസ്ത്രജ്ഞന്മാരുടെ ആശയങ്ങൾ വിശകലനം ചെയ്യുന്നു. ഈ അടിസ്ഥാനത്തിലാണ് അന്യവല്കൃത അദ്ധ്വാനം എന്ന പ്രശ്നം മാർക്സ് കൈകാര്യം ചെയ്യുന്നത്. മുതലാളിത്തസമൂഹത്തിൽ തൊഴിലാളികളുടെമേൽ മുതലാളിമാർ പുലർത്തുന്ന മേധാവിത്വം, ആ രണ്ടു വർഗ്ഗങ്ങളുടെയും താല്പര്യങ്ങൾ തമ്മിൽ ഒരുതരത്തിലും പൊരുത്തപ്പെടായ്ക, സ്വകാര്യസ്വത്ത് ഇല്ലായ്മചെയ്യേണ്ടതിന്റെ ചരിത്രപരമായ

ആവശ്യം എന്നീ ആശയങ്ങളിൽ ഈ വിശകലനംവഴി മാർക്സ് ചെന്നെത്തി. ഹെഗലിന്റെ പുസ്തകങ്ങളിൽ ഒന്നിലും ഇതൊന്നും കാണാനേയില്ല.

*കൈയെഴുത്തുപ്രതി*യിൽ മാർക്സ് ആവിഷ്കരിച്ച അന്യവല്ക്കരണ സങ്കല്പനം ഊഹാത്മകമല്ല. അതിനെതിരാണ്. ഭൗതികവുമാണ്. മാത്രമല്ല, ഹെഗലിന്റെ അന്യവല്ക്കരണം ആശയവാദപരമാണെന്ന് പറഞ്ഞ് വിമർശിക്കുന്നുമുണ്ട്. ഫൊയർബാഹ് ഏറെ എഴുതിക്കൂട്ടിയ മതപരമായ അന്യവല്ക്കരണത്തെ മാർക്സ് *കൈയെഴുത്തുപ്രതി*യിൽ പരാമർശിച്ചതേയില്ല. എല്ലാ രൂപത്തിലുമുള്ള അന്യവല്ക്കരണത്തിന്റെ സാമ്പത്തികവും ആശയപരവും രാഷ്ട്രീയവുമായ വശങ്ങളെയാണ് മാർക്സ് കൈകാര്യം ചെയ്തത്.

ഇത് ചർച്ചചെയ്യാൻ ഇടയായതെങ്ങനെ എന്ന് മാർക്സ് *കൈയെഴുത്തുപ്രതി*യിൽ വിവരിച്ചിട്ടുണ്ട്:

> അർത്ഥശാസ്ത്രത്തിലെ ഒരു വസ്തുതയിൽനിന്ന്-തൊഴിലാളിയും അവന്റെ ഉല്പന്നവും തമ്മിലുള്ള അകൽച്ചയിൽനിന്ന്-ഞങ്ങൾ വഴിതിരിഞ്ഞു. ഈ വസ്തുതയെ അകന്നുപോയ അന്യവല്കൃത അദ്ധ്വാനം എന്ന സങ്കല്പനമായി രൂപപ്പെടുത്തി. അർത്ഥശാസ്ത്രത്തിലെ ഒരു വസ്തുതയായി, സങ്കല്പനമായി, മാത്രമാണ് ഞങ്ങൾ അതിനെ വിശകലനം ചെയ്തത്. (അതേ കൃതി, വാല്യം 3, പേജ് 278)

ചുരുക്കത്തിൽ, ഹെഗലിന്റെ അന്യവല്ക്കരണ ആശയവുമായി ആ വാക്കിലല്ലാതെ, സമീപനരീതിയിലോ പരിഗണിച്ച കാര്യങ്ങളിലോ നിഗമനങ്ങളിലോ മാർക്സ് ആവിഷ്കരിച്ച അദ്ധ്വാനത്തിന്റെ അന്യവല്ക്കരണത്തിന് ഒരു ബന്ധവുമില്ല. ഉണ്ടെന്നു പറയുന്നതും വ്യാഖ്യാനിക്കുന്നതും വസ്തുതകളെ വളച്ചൊടിക്കലാണ്.

മാർക്സിസം ഉള്ളടക്കത്തിൽ മതപരവും രൂപത്തിൽ മതത്തിനെതിരുമായ സിദ്ധാന്തമാണെന്ന് കാൽവെസ് സിദ്ധാന്തിക്കുന്നു. “അതിനാൽ, മാർക്സിസത്തിലെ കേന്ദ്ര ആശയം വിപ്ലവകരമായ മദ്ധ്യസ്ഥതയാണ്, അത് മനുഷ്യനെ അന്യവല്ക്കരണത്തിൽനിന്ന് മോചിപ്പിക്കുന്നു, പ്രകൃതിയും സമൂഹവുമായി അവനെ പൊരുത്തപ്പെടുത്താൻ സഹായിക്കുന്നു.” മാർക്സിന്റെ കേന്ദ്ര ആശയമായി കാൽവെസ് വിവരിക്കുന്നത് ഇതാണ്: “മാർക്സ് അംഗീകരിക്കുന്ന മദ്ധ്യസ്ഥൻ ക്രിസ്തുവാണ്. തൊഴിലാളിവർഗ്ഗം നടത്തേണ്ടിയിരുന്ന വിപ്ലവം അദ്ദേഹം നടത്തുന്നു.”

മാർക്സിസത്തെ വളച്ചൊടിക്കുന്നതിന്റെ പരമകാഷ്ഠയാണിത്. ആദ്യം യുവ മാർക്സിന്റെ കൃതികളാണ് ഗംഭീരമെന്ന് പറയുക, പിന്നീട് മാർക്സിസത്തിന്റെ അടിത്തറ ആശയവാദമാണെന്ന് പറയുക, അവസാനം ദൈവശാസ്ത്രപരമാണ് മാർക്സിസത്തിന്റെ ഉൾക്കാമ്പ് എന്ന് പറയുക-ഇതിലും വലിയ അസംബന്ധപ്രലപനം ഉണ്ടാകാനില്ല.

ഇത് *കൈയെഴുത്തുപ്രതി* പ്രസിദ്ധീകരിച്ച 1932 മുതൽ തുടങ്ങിയതല്ല, മാർക്സിസം, തൊഴിലാളിവർഗ്ഗപ്രസ്ഥാനത്തിന്റെ ദർശനവും സിദ്ധാന്തവും പ്രയോഗവും ആയപ്പോൾ മുതൽ തുടങ്ങിയതാണ്. ആദ്യം ഞെക്കിക്കൊല്ലാൻ നോക്കി. പറ്റില്ലെന്ന് കണ്ടപ്പോൾ നക്കിക്കൊല്ലാനാണ് ശ്രമം. മാർക്സിസത്തെ തിരുത്താൻ വെമ്പുന്ന സോഷ്യൽ ഡെമോക്രാറ്റുകളെ മാർക്സിസ്റ്റ് വിരോധികൾ കരുവാക്കുന്നു. അതിന് അവർക്ക് *കൈയെഴുത്തുപ്രതി* ചില അവസരങ്ങൾ ഉണ്ടാക്കിക്കൊടുത്തിട്ടുണ്ട് എന്നത് നേരാണ്. എന്നാൽ, അതിലേതാണെന്നു പറഞ്ഞ് അവർ എഴുന്നള്ളിക്കുന്ന പല ആശയങ്ങളും മാർക്സിസമല്ല, മാർക്സിസ്റ്റ് വിരുദ്ധമാണ്. ഇവയെ തുറന്നുകാട്ടുക മാർക്സിസ്റ്റ്-ലെനിനിസ്റ്റുകാരുടെ ഇന്നത്തെ ഒരു പ്രധാന കടമയാണ്.

9

വിശുദ്ധകുടുംബം

കൈ*യെഴുത്തുപ്രതി*യോടെ മാർക്സിന്റെയും എംഗൽസിന്റെയും ബുദ്ധിപരമായ ജീവിതത്തിൽ ഒരു വലിയ മാറ്റം വന്നു. അതേവരെ അവർ താന്താങ്ങളുടെ ചുറ്റുപാടിൽ നടത്തിയ പഠനങ്ങളിലൂടെയും നിരീക്ഷണ ങ്ങളിലൂടെയും ആശയവാദത്തിൽനിന്ന് വൈരുദ്ധ്യാത്മക ഭൗതികവാദ ത്തിലേക്കും വിപ്ലവ ജനാധിപത്യത്തിൽനിന്ന് കമ്യൂണിസത്തെക്കുറി ച്ചുള്ള ശാസ്ത്രീയ കാഴ്ചപ്പാടിലേക്കും വളരുകയായിരുന്നു. ഈ വളർച്ച യുടെ സാക്ഷ്യപത്രങ്ങളാണ് അവർ 1844 മദ്ധ്യം വരെ എഴുതിയ ലേഖന ങ്ങളും മറ്റും. വ്യത്യസ്തകോണുകളിൽനിന്ന് കുറെയൊക്കെ വ്യത്യസ്ത മായ രീതികളിൽ അവർ ഒരേ കാഴ്ചപ്പാടിലേക്ക് നീങ്ങി.

മാർക്സ് *റൈനിഷ്ത് സൈതൂങ്ങി*ന്റെ പത്രാധിപരായിരിക്കെ എംഗൽസുമായി പരിചയപ്പെട്ടിരുന്ന കാര്യം നേരത്തെ സൂചിപ്പിച്ചിരുന്ന ല്ലോ. അവർ തമ്മിൽ തുടർച്ചയായി കത്തുകൾ കൈമാറുന്ന പതിവ് അതി നുശേഷവും തുടർന്നു. തങ്ങൾ തമ്മിലുള്ള ആശയപരമായ ഐക്യവും യുവ ഹെഗേലിയരിൽ മറ്റുള്ളവരുമായുള്ള അഭിപ്രായവ്യത്യാസത്തിലെ യോജിപ്പും അവരിരുവരും ശ്രദ്ധിച്ചു. ആ പശ്ചാത്തലത്തിലാണ് 1844 ആഗ സ്തിൽ എംഗൽസ് പാരീസിൽ ചെന്ന് മാർക്സിനെ കണ്ടതും പത്തു ദിവസം ആശയക്കൈമാറ്റം ചെയ്തതും. തങ്ങൾ നടത്തിവന്ന പഠനങ്ങളെ യും എഴുതിവന്ന കൃതികളെയും കുറിച്ച് അവർ പരസ്പരം പറഞ്ഞു മനസ്സിലാക്കി. തങ്ങൾ വളർത്തിക്കൊണ്ടുവന്ന സിദ്ധാന്തത്തിന്റെ നാനാ വശങ്ങൾ ചർച്ചചെയ്തു. ആശയരംഗത്തും രാഷ്ട്രീയരംഗത്തും നട ത്തേണ്ട സമരങ്ങൾക്ക് ഏകദേശരൂപം നല്കി. കമ്യൂണിസ്റ്റുകാരെയും മറ്റ് വിപ്ലവകാരികളെയും സംഘടിപ്പിക്കുന്നതിനെക്കുറിച്ച് സംസാരിച്ചു. ബ്രൂണോ ബാവറും കൂട്ടരും തങ്ങളുടെ പ്രസിദ്ധീകരണത്തിൽ സോഷ്യ

ലിസത്തിനും കമ്യൂണിസത്തിനും എതിരായി നടത്തിവന്ന പ്രചാരണത്തെ ചെറുക്കണമെന്ന് നിശ്ചയിച്ചു. അതിനെ തൊലിയുരിച്ച് കാട്ടാൻ കൂട്ടായി ശ്രമിക്കണമെന്ന് മാർക്സും എംഗൽസും തീരുമാനിച്ചു.

മാർക്സ് 1883 മാർച്ചിൽ മരിക്കുന്നതുവരെയുള്ള 39 വർഷത്തോളം കാലം നീണ്ടുനിന്ന അനുപമമായ ആ സൗഹൃദത്തിന്റെ ശരിക്കുള്ള അടിത്തറ പാകിയത് പാരീസിലെ ഈ കൂടിക്കാഴ്ചയായിരുന്നു. പിന്നീട് ഓരോ ദിവസം കഴിയുംതോറും ആ ചങ്ങാത്തം കൂടുതൽ കൂടുതൽ ദൃഢമായതേയുള്ളു. ആ കൂട്ടുകെട്ടിന്റെ ആദ്യത്തെ സംയുക്ത കൃതിയാണ് *വിശുദ്ധ കുടുംബം.*

1844 മദ്ധ്യത്തോടെ മാർക്സും എംഗൽസും ശാസ്ത്രീയ സോഷ്യലിസത്തിനുള്ള പൂർണ്ണരൂപം നല്കി എന്ന് ഇതിനർത്ഥമില്ല. വൈരുധ്യാത്മക ഭൗതികവാദത്തിലേക്കും ശാസ്ത്രീയ സോഷ്യലിസത്തിലേക്കുമുള്ള അവരുടെ വളർച്ച പൂർത്തിയാകുന്നത് 1847 ഓടെയാണ്. മാർക്സ് എഴുതിയ *ദർശനത്തിന്റെ ദാരിദ്ര്യ*വും അവർ ഇരുവരും ചേർന്ന് എഴുതിയ *കമ്യൂണിസ്റ്റ് മാനിഫെസ്റ്റോ*വുമാണ് മാർക്സിന്റെയും എംഗൽസിന്റെയും പക്വതവന്ന ആദ്യത്തെ കൃതികൾ എന്ന് ലെനിൻ പറഞ്ഞിട്ടുണ്ട്. അവയിലാണ് മാർക്സിസം ആദ്യമായി പൂർണ്ണരൂപത്തിൽ ആവിഷ്കരിക്കപ്പെട്ടത്. അതായത്, സമൂഹത്തെ വൈരുദ്ധ്യാത്മക ഭൗതികവാദ രീതിയിൽ വിശകലനം ചെയ്തതും ശാസ്ത്രീയ കമ്യൂണിസത്തിന്റെ അടിസ്ഥാനാശയങ്ങൾ വിവരിച്ചതും അവയിലാണ്.

അതിനുമുമ്പായി മാർക്സും എംഗൽസും കൂടി *വിശുദ്ധ കുടുംബം, ജർമ്മൻ പ്രത്യയശാസ്ത്രം* എന്നീ കൃതികളും എംഗൽസ് ഒറ്റക്ക് *ഇംഗ്ലണ്ടിലെ തൊഴിലാളിവർഗ്ഗത്തിന്റെ സ്ഥിതി* എന്ന കൃതിയും എഴുതിയിരുന്നു. അവയിൽ മാർക്സിസ്റ്റ് ആശയങ്ങൾ ഇല്ലെന്നല്ല. അത്തരം ചില ആശയങ്ങൾ ഏറ്റവും ഉജ്ജ്വലമായി നിബന്ധിച്ചിട്ടുമുണ്ട്. പക്ഷേ, ഫൊയർബാഹിന്റെയും മറ്റും സ്വാധീനത്തിൽനിന്ന് അവ പൂർണ്ണമായി മുക്തമല്ല. മനുഷ്യസമൂഹത്തിന്റെ ചരിത്രപരമായ വളർച്ചയെക്കുറിച്ചുള്ള, ഏറക്കുറെ ശരിയായ, വിശകലനങ്ങൾ അവയിലുമുണ്ട്. എന്നാൽ ചൂഷകരിൽനിന്ന് അധികാരം പിടിച്ചെടുത്ത് തൊഴിലാളിവർഗ്ഗ സർവ്വാധിപത്യം സ്ഥാപിച്ചുകൊണ്ടുമാത്രമേ തൊഴിലാളിവർഗ്ഗത്തിന് തങ്ങളുടെ ചരിത്രപരമായ കടമ നിറവേറ്റാൻ കഴിയൂ എന്ന ആശയത്തിന് 1847 ഓടെ മാത്രമേ അവർ വ്യക്തമായ രൂപം നല്കിയുള്ളൂ. അതുപോലെ ഉല്പാദ ബന്ധങ്ങളാണ് മനുഷ്യസമൂഹത്തിലെ മറ്റെല്ലാറ്റിനെയും രൂപപ്പെടുത്തുന്നത് എന്ന ചരിത്രപരമായ ഭൗതികവാദത്തിലെ അടിസ്ഥാന സങ്കല്പനവും അന്നേക്ക് മാത്രമേ അവർ ആവഷ്കരിച്ചുള്ളൂ.

1847 വരെയുള്ള മാർക്സിന്റെയും എംഗൽസിന്റെയും കൃതികളിലും ലേഖനങ്ങളിലും കാണാൻ കഴിയുക മാർക്സിസം അതിന്റെ മൂശയിൽ രൂപപ്പെട്ടുവരുന്നതിന്റെ വിവിധഘട്ടങ്ങളാണ്; പടിപടിയായി അത് രൂപപ്പെട്ടുവരുന്നതാണ്.

വിശുദ്ധകുടുംബം എന്ന കൃതിക്ക് മാർക്സും എംഗൽസും നല്കിയ പൂർണ്ണമായ തലക്കെട്ട് "വിശുദ്ധകുടുംബം അഥവാ ബ്രൂണോ ബാവറിന്റെയും കൂട്ടരുടെയും വിമർശനപരമായ വിമർശനത്തിന്റെ വിമർശനപരമായ വിശകലനം" എന്നായിരുന്നു. യുവഹെഗേലിയന്മാരിലെ ഈ വിഭാഗം വാസ്തവത്തിൽ അന്നത്തെ ജർമ്മനിയിലെ ബൂർഷ്വാ ഉല്പതിഷ്ണുക്കളായിരുന്നു. അവർക്ക് ശാസ്ത്രീയസോഷ്യലിസമെന്ന ആശയഗതിയുടെയും അതിന്റെ ഗുണഭോക്താക്കളായ തൊഴിലാളിവർഗ്ഗത്തിന്റെയും വളർച്ച സഹിക്കാൻ കഴിഞ്ഞിരുന്നില്ല. അതുകൊണ്ടാണ് ബാവർ യുങ്ങിന് എഴുതിയത്: "സമൂഹത്തെയും പ്രത്യേകാവകാശങ്ങളുള്ള സ്വത്തുടമകളെയും മറ്റും മാത്രം വിമർശിച്ചാൽ പോരാ, തൊഴിലാളികളെയും വിമർശിക്കേണ്ടതുണ്ട്. ഇതാർക്കും ഇതുവരെയും തോന്നിയിട്ടില്ല." എന്തിനും തൊഴിലാളികളെ വിമർശിക്കുന്നത് പതിവാക്കിയിട്ടുള്ള ഇന്നത്തെ ബൂർഷ്വാ ഉല്പതിഷ്ണു നേതാക്കളുടെ കുലപതിയാണ് ബാവർ എന്ന് പറഞ്ഞാൽ തെറ്റില്ല.

തങ്ങളുടെ ആശയവാദത്തെ ഫൊയർബാഹും മാർക്സും, എംഗൽസും മറ്റും കശക്കിവിട്ടത് ബാവറിനും കൂട്ടർക്കും അസഹനീയമായിരുന്നു. സോഷ്യലിസം ലക്ഷ്യമാക്കുന്ന തൊഴിലാളിവർഗ്ഗവും അവരുടെ ദർശനമായി മാറിക്കൊണ്ടിരുന്ന, വൈരുദ്ധ്യാത്മക ഭൗതികവാദവും തങ്ങളുടെ ആശയവാദത്തിന്റെ ശവക്കുഴി തോണ്ടുമെന്ന് അവർ കണ്ടു. അവയ്ക്കെതിരായി അവർ അഴിച്ചുവിട്ട എതിർപ്പിന്റെ രൂപമായിരുന്നു 'വിമർശനപരമായ വിമർശനം.' 'കേവലമായ ആത്മബോധ'ത്തിന്റെ വക്താക്കളായാണ് അവർ സ്വയം കരുതിയത്. നിലവിലുള്ള എല്ലാറ്റിനേയും രൂക്ഷമായ വിമർശനത്തിന് വിധേയമാക്കണമെന്ന് അവർ വാദിച്ചു. അവർ തൊഴിലാളിവർഗ്ഗത്തെ 'വിമർശനമില്ലാത്ത ബഹുജനം' ആണെന്ന് അധിക്ഷേപിച്ചു. വിപ്ലവപ്രസ്ഥാനത്തിനും വിപ്ലവപരമായ ആശയങ്ങൾക്കും എതിരായ സമരത്തിൽ അവർ കൂടുതൽ കൂടുതൽ മുഴുകി.

മാർക്സും എംഗൽസും ഈ വഴിപിഴച്ച പോക്കിനെ ശക്തിയായി എതിർത്തു, ഭരണവർഗ്ഗങ്ങളും ഭരണകൂടവും കൂടി ചവിട്ടിത്തേച്ച തൊഴിലാളി എന്ന യഥാർത്ഥ മനുഷ്യന്റെ പേരിൽ മെച്ചപ്പെട്ട ഒരു സാമൂഹ്യക്രമത്തിനുവേണ്ടി സമരം ചെയ്യണമെന്നവർ ആവശ്യപ്പെട്ടു. ഈ സമരത്തിൽ താല്പര്യമുള്ളതും അതിന് കെല്പുള്ളതുമായ ശക്തിയായി അവർ കണ്ടത് തൊഴിലാളിവർഗ്ഗത്തെയാണ്.

*വിശുദ്ധകുടുംബ*ത്തെക്കുറിച്ച് ലെനിൻ ഇങ്ങനെ എഴുതി:

> ഇവിടെ മാർക്സ് ഹെഗേലിയൻ ദർശനത്തിൽനിന്ന് സോഷ്യലിസത്തിലേക്ക് മുന്നേറുന്നു. ആ മാറ്റം വ്യക്തമായി കാണാവുന്നതാണ്. മാർക്സ് ഇതിനകം എന്തെല്ലാം വശമാക്കിയെന്നും പുതിയ ആശയങ്ങളുടെ മേഖലയിലേയ്ക്ക് എങ്ങനെ കടന്നുചെല്ലുന്നു എന്നും സ്പഷ്ടമാണ്:"വൈരുദ്ധ്യാത്മക ഭൗതികവാദത്തിന്റെയും

> കമ്യൂണിസ്റ്റ് ലോകവീക്ഷണത്തിന്റെയും ചട്ടക്കൂട്ടിനുള്ളിൽ മാർക്സും എംഗൽസും മുമ്പ് പറഞ്ഞിട്ടുള്ള ആശയങ്ങൾ വികസിപ്പിക്കുന്നതും അതിന്റെ അടിസ്ഥാനത്തിൽ പുതിയവയ്ക്ക് രൂപംനല്കുന്നതും കാണാം."

ബ്രൂണോ ബാവറുടെയും സംഘത്തിന്റെയും യുവഹെഗേലിയനിസം ഹെഗലിന്റെ ദർശനം ഛിന്നഭിന്നമായതോടെ രൂപംകൊണ്ടതാണെന്ന് അവർ പറഞ്ഞു. എന്നിട്ടവർ ഹെഗലിയനിസത്തിന്റെ വേരുകൾ തേടി. പതിനേഴാം നൂറ്റാണ്ടിലെ അധ്യാത്മചിന്തയുടെ പുനരുദ്ധരിച്ച രൂപമാണ് അത് എന്ന് അവർ അനുമാനിച്ചു. ദൈവസങ്കല്പമുള്ളതാണെങ്കിലും ദെക്കാർത്തെ, ലൈബ്നിത്സ്, സ്പിനോസ എന്നിവരുടെ യുക്തിപരമായ ചിന്താവ്യവസ്ഥകൾക്ക് ശാസ്ത്രവുമായി ബന്ധമുണ്ടായിരുന്നു. അതിന്റെ പരിധിക്കകത്ത് വരുന്നതായി തോന്നിയ ഗണിതം, ഭൗതികം മുതലായ ശാസ്ത്രങ്ങളിൽ അവർ പല കണ്ടുപിടിത്തങ്ങൾ നടത്തിയിരുന്നു. ദെക്കാർത്തെയും ലൈബ്നിത്സും പ്രശസ്തരായ ഗണിതജ്ഞരാണ്. എന്നാൽ 18-ാം നൂറ്റാണ്ടിൽ ശാസ്ത്രങ്ങളും അദ്ധ്യാത്മചിന്തയും തമ്മിലുള്ള ബന്ധം തകർന്നു. ശാസ്ത്രങ്ങൾ അവയുടെ വഴിക്കുപോയി. അദ്ധ്യാത്മചിന്ത ചിന്തയുടെ സൃഷ്ടികളിലും ആകാശത്ത് കാണപ്പെടുന്ന വസ്തുക്കളിലുമായി ഒതുങ്ങി-ലോകശ്രദ്ധ ഭൂമിയിലും അതിൽ കാണുന്ന യഥാർത്ഥ വസ്തുക്കളിലും കേന്ദ്രീകരിച്ചപ്പോൾ.

ശാസ്ത്രവും അദ്ധ്യാത്മചിന്തയും തമ്മിലുള്ള ബന്ധം ആശയവാദത്തിന്റെ സ്വഭാവംമൂലം ഉണ്ടായതല്ല. ശാസ്ത്രവും ദർശനവും തമ്മിൽ പൂർണ്ണമായി വേർപെടാത്ത കാലമായിരുന്നു അത്. ഈ പ്രക്രിയ പൂർണ്ണമായപ്പോൾ അദ്ധ്യാത്മചിന്ത അതിന്റേതായ തോടിനുള്ളിലെ 'പൂർണ്ണജ്ഞാന'ത്തിൽ ഒതുങ്ങിക്കൂടി. അതിനുപുറത്ത് ശാസ്ത്രവിജ്ഞാനം തഴച്ചുവളർന്നു. ഭൂമിയിലെ പ്രശ്നങ്ങളുമായി കൂടുതൽ ഇഴുകിച്ചേർന്നു. 18-ാം നൂറ്റാണ്ടിലെ ഫ്രഞ്ച് ഭൗതികവാദം അധ്യാത്മചിന്തയെ തുറന്നുകാട്ടി. ഭൗതികവാദം അദ്ധ്യാത്മചിന്താപരമായ ദർശനവുമായി ബന്ധപ്പെട്ടതാണെന്ന ബൂർഷ്വാദാർശനികധാരണയെ മാർക്സും എംഗൽസും തള്ളിക്കളഞ്ഞു.

18-ാം നൂറ്റാണ്ടിൽ ഫ്രഞ്ച് ഭൗതികവാദം അധ്യാത്മചിന്തയെ കീഴടക്കിയിട്ടും അത് വീണ്ടും ജർമ്മൻദർശനത്തിൽ പ്രത്യക്ഷപ്പെട്ടത് എങ്ങനെയെന്ന് മാർക്സും എംഗൽസും *വിശുദ്ധ കുടുംബ*ത്തിൽ വിശദീകരിച്ചിരുന്നില്ല. 18-ാം നൂറ്റാണ്ടിലെ ഫ്രഞ്ച് ഭൗതികവാദത്തിന്റെ കുറവുകളും അവർ ചൂണ്ടിക്കാട്ടിയിരുന്നില്ല. ഹെഗൽ 17-ാം നൂറ്റാണ്ടിലെ അദ്ധ്യാത്മചിന്തയെ പിന്നീടു രൂപംകൊണ്ട അദ്ധ്യാത്മചിന്താരൂപങ്ങളുമായി അസാധാരണമായ കഴിവോടെ യോജിപ്പിച്ച് അദ്ധ്യാത്മചിന്തയുടെ ഒരു പുതിയ രാജ്യം സ്ഥാപിച്ചത് അവർ ചൂണ്ടിക്കാട്ടി. അതോടെയാണ് ദൈവശാസ്ത്രത്തിന്മേലുള്ള ആക്രമണം പൊതുവിൽ അദ്ധ്യാത്മചിന്തയ്ക്ക് എതിരായ

ആക്രമണമായി മാറിയത്. ഭൗതികവാദദർശനത്തിന് മാത്രമേ ഹെഗലിന്റെ സിദ്ധാന്തത്തിലെയും പൊതുവെ ആശയവാദത്തിലെയും വൈരുദ്ധ്യങ്ങളിൽനിന്ന് പുറത്തുകടക്കാനുള്ള മാർഗ്ഗം ചൂണ്ടിക്കാണിക്കാൻ കഴിയൂ എന്ന് മാർക്സും എംഗൽസും വിശ്വസിച്ചു. എന്നാൽ ഇത് പഴയ ഫ്രഞ്ച് ഭൗതികവാദമല്ല. ഹെഗലിന്റെ ദർശനത്തിന്റെ വികാസത്തോടെ (അതിന്റെ സൃഷ്ടിയായ വൈരുദ്ധ്യാത്മക ചിന്താരീതിയുടെ വളർച്ചയോടെ) സമ്പുഷ്ടമായ ഭൗതികവാദം ആണത്. *വിശുദ്ധകുടുംബ*ത്തിൽ മാർക്സും എംഗൽസും ഇതിനിട്ട പേര് 'മാനവികത' എന്നായിരുന്നു. ഇത് മാനവികലോകവീക്ഷണത്തെ ഭൗതികവാദപരമായി സാധൂകരിച്ച ഫൊയർബാഹിൽനിന്ന് കടമെടുത്ത ധാരണയാണ് എന്നതിൽ സംശയമില്ല, പ്രകൃതിയെയും സമൂഹത്തെയും ഒരുപോലെ ഉൾക്കൊള്ളുന്ന യുക്തിസഹമായ ഭൗതികവാദമായിരുന്നില്ല ഫൊയർബാഹിന്റേത്. മാർക്സും എംഗൽസും പ്രകടിപ്പിച്ച ദാർശനികവീക്ഷണത്തെ 'മാനവികത'യിൽ ഒതുക്കാനും ആവില്ല.

എന്നാൽ, ഹെഗലിന്റെ ദർശനത്തിന്റെ സവിശേഷതകളും പരിമിതികളും ചൂണ്ടിക്കാട്ടുന്നതിൽ അവർക്ക് പിഴവൊന്നും പറ്റിയില്ല.

> ഹെഗലിൽ മൂന്നു ഘടകങ്ങളുണ്ട്: സ്പിനോസയുടെ പൊരുൾ, ഫിഹ്തെയുടെ ആത്മബോധം, ഹെഗൽ ഇവയെ വൈരുദ്ധ്യാത്മകമായി കൂട്ടിയിണക്കി സൃഷ്ടിച്ച കേവല ആത്മാവ്. ആദ്യത്തേത് മനുഷ്യനിൽനിന്ന് വേർപെടുത്തപ്പെട്ടതും ആദ്ധ്യാത്മികമായി വേഷം മാറ്റിയിട്ടുള്ളതുമായ പ്രകൃതിയാണ്; രണ്ടാമത്തേത് പ്രകൃതിയിൽനിന്ന് വേർപെടുത്തപ്പെട്ടതും ആദ്ധ്യാത്മികമായി വേഷം മാറ്റിയിട്ടുള്ളതുമായ ആത്മാവാണ്; മൂന്നാമത്തേത് രണ്ടിന്റെയും—യഥാർത്ഥ പ്രകൃതിയുടെയും യഥാർത്ഥ മാനവജാതിയുടെയും ആദ്ധ്യാത്മികമായി വേഷംമാറ്റിയിട്ടുള്ള ഐക്യമാണ്

എന്ന് *വിശുദ്ധകുടുംബ*ത്തിൽ പറഞ്ഞിരിക്കുന്നു. യുവ ഹെഗേലിയന്മാരിൽ ബാവർ ഫിഹ്തെയുടെയും സ്ത്രൗസ് സ്പിനോസയുടെയും നിലപാടുകൾ സ്വീകരിച്ചവരാണെന്നും അതിൽ ചൂണ്ടിക്കാണിച്ചിട്ടുണ്ട്.

ഇവരെ പരാമർശിക്കുമ്പോഴൊക്കെ ഫൊയർബാഹിന്റെ സംഭാവനകളെ മാർക്സും എംഗൽസും അതിശയോക്തിപരമായാണ് വിലയിരുത്തിയിരുന്നത്. ഈ ഗ്രന്ഥത്തിൽ അവർ അദ്ദേഹത്തെ സ്തുതിക്കുന്നതായി ലെനിൻ ചൂണ്ടിക്കാണിച്ചിട്ടുണ്ട്. അതിലുള്ള ''ഫൊയർബാഹിന്റെ വ്യക്തിപ്രഭാവം ഇപ്പോൾ തമാശയായി തോന്നുന്നു" എന്ന് മാർക്സ് 1867 - ൽ എംഗൽസിന് എഴുതുകയുണ്ടായി. എങ്കിലും അത് തിരുത്താതെ തങ്ങളുടെ ആശയപരമായ വളർച്ചയുടെ ചരിത്രരേഖയായി വിടുകയാണ് അവർ ചെയ്തത്.

ഫൊയർബാഹിനെ *വിശുദ്ധകുടുംബ*ത്തിൽ മാർക്സും എംഗൽസും പ്രകീർത്തിക്കാൻ കാരണമുണ്ട്. ബ്രൂണോ ബാവറുടെയും കൂട്ടരുടെയും ആശയവാദത്തിനെതിരായ പോരാട്ടത്തിൽ ഫൊയർബാഹിനെയാണ് അന്നവർ ഒരു അമരക്കാരനായി കണ്ടിരുന്നത്. അദ്ദേഹം മാത്രമാണ് അക്കാലത്ത് ദാർശനികമായ ഊഹാത്മകതയെ വിമർശിച്ചതും ഹെഗലിന്റെ വൈരുദ്ധ്യാത്മകതയിലെ നിഗൂഢമാക്കപ്പെട്ട വശങ്ങളെ തുറന്നു കാട്ടിയതും. എന്നാൽ *വിശുദ്ധകുടുംബ*ത്തിന്റെ കർത്താക്കൾ ഫൊയർബാഹിന്റെ നിലപാട് അതേപടി സ്വീകരിച്ചു എന്നു പറയുന്നത് ശരിയായിരിക്കയില്ല. സ്വകാര്യസ്വത്ത് വിപ്ലവകരമായി നശിപ്പിക്കണമെന്ന് വാദിക്കുകയും ഉല്പാദനബന്ധങ്ങൾ എന്ന ചരിത്രപരമായ ഭൗതികവാദത്തിന്റെ അടിസ്ഥാന സങ്കല്പനത്തോട് അടുക്കുകയും അവർ ആ പുസ്തകത്തിൽ ചെയ്തു. ഫൊയർബാഹിന്റെ ആരാധകർക്കു കഴിയാത്തതും തൊഴിലാളിവർഗ്ഗ വിപ്ലവകാരികൾക്കുമാത്രം കഴിയുന്നതുമാണ് അത്.

ബാവറും കൂട്ടരും ചെയ്തത് ഹെഗലിന്റെ ചുവടുപിടിച്ച് മനുഷ്യനെയും ചിന്തയെയും തമ്മിൽ തീരെ അകറ്റുകയായിരുന്നു. മാനുഷിക വികാരങ്ങളെ മനുഷ്യനിൽനിന്ന് അകറ്റുന്നിടത്തോളം അത് ചെന്നെത്തി. ഇതായിരുന്നു ബാവറുടെ വിമർശനാത്മകമായ വിമർശനം. അത് കാടുകയറുന്നതിന്റെ സാമ്പിൾ മാർക്സ് ഫൊയർബാഹിന് അയച്ച ഒരു കത്തിൽ ചൂണ്ടിക്കാണിച്ചിട്ടുണ്ട്. "ഉദാഹരണത്തിന് സ്നേഹഭാജനം ഒരു വസ്തു മാത്രമാകയാൽ, സ്നേഹം നിഷേധിക്കപ്പെട്ടിരിക്കുന്നു. വസ്തു തുലയട്ടെ. അങ്ങനെ വിമർശനം ചരിത്രത്തിലെ ഏക സജീവഘടകമായി അതിനെ സ്വയം കരുതുന്നു (അതേ കൃതി, വാല്യം 3, പേജ് 356).

*വിശുദ്ധകുടുംബ*ത്തിൽ ഇങ്ങനെ പറയുന്നു;

> ആത്മബോധത്തെ മനുഷ്യന്റെ, യഥാർത്ഥ മനുഷ്യന്റെ - അതായത് യഥാർത്ഥമായ, വസ്തുനിഷ്ഠമായ, ലോകത്തിൽ ജീവിക്കുകയും അതിനാൽ നിർണ്ണയിക്കപ്പെടുകയും ചെയ്യുന്ന മനുഷ്യന്റെ- ആത്മബോധം ആക്കുന്നതിനുപകരം ഹെഗൽ മനുഷ്യനെ ആത്മബോധത്തിന്റെ മനുഷ്യനാക്കുന്നു. അദ്ദേഹം ലോകത്തെ തലകീഴാക്കി നിർത്തുന്നു. അതിനാൽ തന്റെ തലയിൽ അദ്ദേഹത്തിന് എല്ലാ പരിമിതികളെയും ലയിപ്പിച്ചുകളയാൻ കഴിയും. ഈ പരിമിതികൾ ചീത്ത ഇന്ദ്രിയസംവേദനത്തെയും യഥാർത്ഥ മനുഷ്യനെയും സംബന്ധിച്ചിടത്തോളം ഏതായാലും നിലനില്ക്കുന്നു. (അതേ കൃതി, വാല്യം 4, പേജ് 192)

ആത്മബോധത്തെക്കുറിച്ചുള്ള ആത്മനിഷ്ഠവും ആശയവാദപരവുമായ സങ്കല്പനത്തെ മാർക്സും എംഗൽസും നിഷേധിച്ചു. വ്യക്തിയെ മനസ്സിൽ ഇല്ലായ്മചെയ്താലും ലോകം തുടർന്നും നിലനില്ക്കും. അതിനാൽ മനസ്സിൽ എന്തിനെ ഇല്ലായ്മചെയ്താലും, അത് ബാഹ്യലോക

ത്തിൽ ഒരു മാറ്റവും ഉണ്ടാക്കുന്നില്ല. അന്യവല്ക്കരണത്തിന്റെ യഥാർത്ഥ വും ഭൗതികവുമായ അടിത്തറ അതേപടി നിലനിർത്തുന്നു. യുവ ഹെഗ ലിയൻ "തനിക്കു പുറത്തുള്ള ലോകത്തെ മായയായി, തന്റെ ഭ്രമകല്പന യായി മാറ്റുകയാണ്. ഈ ഭ്രമകല്പനയെ അത് എന്താണോ അതായി, വെറും ഭ്രമമായി, പിന്നീട് പ്രഖ്യാപിക്കുകയും ചെയ്യുന്നു" എന്ന് അവർ ചൂണ്ടിക്കാണിച്ചു.

മതത്തെപ്പോലെ ആശയവാദവും സമൂഹത്തിൽ നിലവിലുള്ള സ്ഥിതിഗതിയെ ന്യായീകരിക്കുന്നു, ചിലപ്പോൾ അതിന് എതിരാണെങ്കിൽ പോലും. ഈ നിലപാടിൽ നിന്നുകൊണ്ട് യുവഹെഗേലിയന്മാർ മതത്തിനും ദൈവശാസ്ത്രത്തിനും എതിരായി നടത്തിയ പോരാട്ടം തീർത്തും അർത്ഥശൂന്യമാണെന്ന് മാർക്സും എംഗൽസും പറഞ്ഞു. യുവഹെഗേലിയന്മാർ സിദ്ധാന്തവും പ്രയോഗവും സംബന്ധിച്ച എല്ലാ പ്രശ്നങ്ങളെയും ദൈവശാസ്ത്രപ്രശ്നങ്ങളാക്കി മാറ്റി. മനുഷ്യന് പ്രകൃതി യുമായുള്ള സൈദ്ധാന്തികവും പ്രായോഗികവുമായ ബന്ധം, പ്രകൃതി ശാസ്ത്രങ്ങൾ, വ്യവസായം എന്നിവയെ സാമൂഹ്യ-ചരിത്രപ്രക്രിയയിൽ നിന്ന് ഒഴിവാക്കിയതിന് യുവഹെഗലിയന്മാരെ അവർ കളിയാക്കി. ഒരു ചരിത്രയുഗത്തെ ശരിയായി മനസ്സിലാക്കണമെങ്കിൽ സമൂഹബോധത്തിൽ നിന്നല്ല തുടങ്ങേണ്ടത്. സമൂഹബോധത്തെതന്നെ വിശദീകരിക്കേണ്ടത് ഭൗതിക-സാമൂഹ്യജീവിതത്തിന്റെ വികാസത്തിന്റെ അടിസ്ഥാനത്തി ലാണ്.

ബാവറും കൂട്ടരും 'വിമർശനം' എന്നതുകൊണ്ട് ഉദ്ദേശിച്ചിരുന്നത് ദർശനമാണ്. അത് വികാരങ്ങളോ അനുഭൂതികളോ പ്രദർശിപ്പിക്കരു തെന്നും സമൂഹത്തിന്റെ സുഖദുഃഖങ്ങളിൽ ഒന്നും പങ്കെടുക്കരുതെന്നും ആരോടും സൗഹൃദമോ വിരോധമോ ഭാവിക്കരുതെന്നും അവർ പറഞ്ഞു. അവർ ഏകാന്തതയിൽ നിമഗ്നരായിരിക്കണം. മാർക്സ് ഇതിനെ വിമർ ശന (ദർശന)ത്തിന്റെ പാളിച്ചയായി ചൂണ്ടിക്കാട്ടി. ഫൊയർബാഹാണ് ആശയവാദത്തെ ശരിയായി നിർവ്വചിച്ചത് എന്ന് മാർക്സും എംഗൽസും *വിശുദ്ധകുടുംബ*ത്തിൽ പറഞ്ഞിട്ടുണ്ട്. അത് ഊഹാത്മകവും നിഗൂ ഢാത്മകവുമായ ആനുഭവികത ആണെന്ന് നിർവ്വചനം. എന്നാൽ അതിന്റെ ഉറവിടവും ഉള്ളടക്കവും ഈ ലോകത്തിന്റേതാണ്. അതു കൊണ്ട് നിലവിലുള്ള സ്ഥിതിഗതികളുടെ അമൂർത്ത പ്രകാശനമായി ഫൊയർബാഹ് അതിനെ വിവരിച്ചു. ദർശനം ഊഹത്തിന്റെ ആകാശ ത്തിൽനിന്ന് മനുഷ്യന്റെ ആവശ്യങ്ങളുടെ ആഴത്തിലേക്ക് ഇറങ്ങി ചെല്ലണം എന്ന നിഗമനത്തിൽ അദ്ദേഹം എത്തി. അതിനായി അത് ഒന്നാ മത് ആശയവാദം ഉപേക്ഷിക്കണം. രണ്ടാമത്, അത് ദാരിദ്ര്യത്തിനും അടിച്ചമർത്തലിനും എതിരായി പോരാടാൻ വസ്തുനിഷ്ഠമായ അവശ്യ കതയോടെ നിർബ്ബന്ധിക്കുന്ന സമൂഹാസ്തിത്വമുള്ള വർഗ്ഗങ്ങളുടെ ദർശനമായി മാറണം. ഈ പോരാട്ടത്തിൽ ആശയപരമായ കൊടിക്കൂറ

യായിത്തീരാൻ ആശയവാദത്തിന് കഴിയില്ല. കാരണം, അത് നിലവിലുള്ള സ്ഥിതിഗതികൾക്ക് അഭൗമമായ അർത്ഥം നല്കുന്നു.

ആശയവാദികളായ ദാർശനികർക്കു ദർശനത്തിന്റെ അർത്ഥത്തെയും പ്രാധാന്യത്തെയും കുറിച്ച് തെറ്റായ ധാരണകളാണ് ഉണ്ടായിരുന്നത്. ലോകത്തിൽനിന്ന് ഭിന്നമായി, അതുകൊണ്ട് യഥാർത്ഥ മനുഷ്യരിൽനിന്നും യഥാർത്ഥ സ്ഥിതിഗതികളിൽനിന്നും മീതെയായി, ദർശനം നിലകൊള്ളുന്നതായി അവർ കരുതി. എന്നാൽ ലോകത്തിന്റെ മേൽ ശരിക്കുമൊരു വിധിയെഴുതാൻ കഴിയാത്തതുകൊണ്ട് ആശയവാദദർശനത്തിന് പ്രായോഗികമായി ലോകകാര്യങ്ങളിൽ ഇടപെടാനും കഴിഞ്ഞില്ല. ഇക്കാരണത്താൽ മാർക്സും എംഗൽസും പഴയ ദർശനത്തെ നിഷേധിച്ചു. ബാവറുടെ *വിമർശനപരമായ വിമർശനം* മാനവരാശിയെ നിശ്ചേതനമായ പിണ്ഡമായിട്ടാണ് കണ്ടത്; അതുകൊണ്ട് ദർശനം സജീവമാണെന്നും പറഞ്ഞു.

ദർശനത്തിന്റെ സജീവമായ പങ്ക് മനസ്സിലാക്കാൻ യഥാർത്ഥ മനുഷ്യരിൽനിന്ന് (അമൂർത്തമായ ആത്മബോധത്തിൽ നിന്നല്ല) തുടങ്ങണമെന്ന് മാർക്സും എംഗൽസും പറഞ്ഞു. ഈ യഥാർത്ഥ മനുഷ്യർ തൊഴിലാളിവർഗ്ഗവും ദർശനത്തിലടക്കമുള്ള സമൂഹജീവിതത്തിലാകെ മൗലികമായ മാറ്റം വരുത്താനായി പ്രവർത്തിക്കുന്ന വിമോചന പ്രസ്ഥാനവും ആണ് എന്നും അവർ പറഞ്ഞു. എല്ലാ അടിച്ചമർത്തലിനും മനുഷ്യൻ മനുഷ്യനെ അടിമയാക്കുന്നതിനും എതിരായ തൊഴിലാളിവർഗ്ഗ സമരത്തിന്റെ പ്രാധാന്യം അവർ ഊന്നിപ്പറഞ്ഞു. ഈ വീക്ഷണകോണിൽ നിന്നാണ് അവർ സമൂഹത്തിൽ ദർശനത്തിനുള്ള സ്ഥാനവും അതിന്റെ വളർച്ചയ്ക്കുള്ള സാദ്ധ്യതയും മർദ്ദിതരുടെയും ചൂഷിതരുടെയും സാമൂഹ്യമോചനത്തിനായുള്ള സമരത്തിന്റെ കടമകളും വിവരിക്കുന്നത്. യുവഹെഗേലിയന്മാരുടെ ആശയവാദമാണ് വിമർശനവിധേയമായതെങ്കിലും, അതിന്റെ ഉറവിടംവരെ മാർക്സും എംഗൽസും ചുഴിഞ്ഞിറങ്ങിച്ചെന്നതുകൊണ്ട് ആശയവാദത്തെയാകെ തുറന്നുകാട്ടലായി, ആ വിമർശനം.

ആശയവാദത്തിന്റെ വിജ്ഞാനസിദ്ധാന്തപരമായ വേരുകൾ എന്തെന്ന് അവർ വിശദമായി പരിശോധിച്ചു. അമൂർത്തമായ സങ്കല്പനങ്ങൾ എടുത്ത് പന്താടുകയാണ് അത് ചെയ്യുന്നത്. തന്മൂലം യഥാർത്ഥ ലോകത്തിൽ, യഥാർത്ഥ ജീവിതത്തിൽ, കാണുന്ന വൈവിദ്ധ്യമോ ഭിന്നാത്മകതയോ അത് കാര്യമായെടുക്കുന്നില്ല. പലതരം പഴങ്ങളുണ്ട്, യഥാർത്ഥ ലോകത്തിൽ. എന്നാൽ ആശയവാദം 'പഴത്വ'മാണ് മാങ്ങയുടെയും നേന്ത്രപ്പഴത്തിന്റെയും എല്ലാം പൊരുൾ, എന്നു പറയുന്നു. ഇവ തമ്മിലുള്ള ബാഹ്യമായ വ്യത്യാസമൊന്നും അതിന് പ്രശ്നമല്ല. പഴത്വമെന്ന പൊരുളിന്റെ അവതാരങ്ങളായാണ് ഓരോ പഴത്തെയും അത് വീക്ഷിക്കുന്നത്. സാധാരണ പഴങ്ങളുടെ അസ്തിത്വത്തെ സൃഷ്ടിക്കുന്നതിലാണ് ഊഹാത്മക ദാർശനികന്റെ മുഖ്യശ്രദ്ധ. ഊഹാത്മക

ലോകത്തിൽ നാം കണ്ടെത്തുന്ന മാങ്ങയും നേന്ത്രപ്പഴവുമെല്ലാം അതതിന്റെ സാദൃശ്യമാണ്. കാരണം, അവയെല്ലാം കേവലമായ 'പഴ'ത്തിന്റെ ജീവിതത്തിലെ ഓരോ നിമിഷങ്ങളാണ്. കേവലമായ 'പഴം' മനസ്സിന്റെ അമൂർത്തമായ സൃഷ്ടിയും.

ഊഹാത്മകദാർശനികനും ആശയവാദദാർശനികനും തമ്മിൽ ഇത്രയേ വ്യത്യാസമുള്ളൂ: ആശയവാദിയുടെ അമൂർത്തതയ്ക്കു പകരം മറ്റൊരു അമൂർത്തത വയ്ക്കുന്നു. പഴം എന്ന സങ്കല്പനത്തിൽ യഥാർത്ഥ പഴങ്ങളുടെ വൈവിദ്ധ്യം അടങ്ങിയിരിക്കുന്നു എന്നാണ് ഊഹാത്മകക്കാരന്റെ വാദം. സങ്കല്പനങ്ങൾ യഥാർത്ഥ വസ്തുക്കളുടെ പ്രതിഫലനമല്ല, അവയുടെ അടിത്തറ തന്നെയാണ് എന്ന ആശയവാദ ധാരണയാണ് ഊഹാത്മകദാർശനികനും ആശയവാദദാർശനികനും ഉള്ളത്.

ഊഹാത്മകദർശനത്തെ പരോക്ഷമായി വിമർശിക്കുന്നതിലൂടെ മാർക്സും എംഗൽസും ആശയവാദപരമായ വൈരുദ്ധ്യാത്മകതയെകൂടി വിമർശിച്ചു. അത് ഐന്ദ്രിക സംവേദനവും യുക്തിപരതയും തമ്മിലുള്ള ബന്ധത്തെ തല തിരിച്ചിടുന്നു; ചിന്തയും ഉണ്മയും തമ്മിലുള്ള യഥാർത്ഥ ബന്ധത്തെ വളച്ചൊടിക്കുന്നു, ഭൗതികയാഥാർത്ഥ്യത്തിൽ മൂർത്തമായതിനെ ആശയവാദ വൈരുദ്ധ്യാത്മകത കാണാൻ കൂട്ടാക്കുന്നില്ല. അത് മൂർത്തമായതിനെ യുക്തിപ്രക്രിയയുടെ സൃഷ്ടിയായി മാത്രമാണ്, അപ്രധാനമായാണ് കണക്കാക്കുന്നത്. ആത്മീയതയിൽനിന്ന് സ്വതന്ത്രമായ ഏത് യാഥാർത്ഥ്യത്തെയും അത് തള്ളിക്കളയുന്നു.

ഈ ഘട്ടത്തിൽ ഭൗതികമായ വൈരുദ്ധ്യാത്മകതയെക്കുറിച്ച് മാർക്സും എംഗൽസും ഒന്നും പറഞ്ഞിരുന്നില്ലെങ്കിലും, അവർ ആശയവാദ വൈരുദ്ധ്യം, ഐക്യം, വിപരീതങ്ങളുടെ സമരം എന്നിങ്ങനെ വൈരുദ്ധ്യാത്മക ഭൗതികവാദത്തിന്റെ അടിസ്ഥാനശിലകൾ എടുത്തു പറഞ്ഞിരുന്നു. മാത്രമല്ല, ഇവയെ ഇംഗ്ലണ്ടിലെ മുതലാളിത്തത്തിന്റെ വളർച്ചയെ വിശകലനം ചെയ്യാൻ ഉപയോഗിക്കുകയും ചെയ്തു.

എന്നാൽ യുവഹെഗേലിയന്മാർ ജർമ്മനിയിലെ മുതലാളിത്തത്തിന്റെ വളർച്ച ഉയർത്തിക്കൊണ്ടുവന്ന മൂർത്തമായ സാമ്പത്തിക രാഷ്ട്രീയ പ്രശ്നങ്ങളെ മനസ്സിലാക്കിയില്ല. അവിടത്തെ മുതലാളിത്തത്തിന്റെ വളർച്ചയിലും കൈവേലക്കാർ തൊഴിലാളിവർഗ്ഗവല്ക്കരിക്കപ്പെടുന്നതിലും ഇടത്തരക്കാർക്കുള്ള ഭയമാണ് അവർ പ്രതിഫലിപ്പിച്ചത്. അമൂർത്തമായിരുന്നു അവരുടെ ബൂർഷ്വാ ഉല്പതിഷ്ണുത്വം. വ്യക്തിസ്വാതന്ത്ര്യങ്ങൾ വേണമെന്ന് ഊന്നിപ്പറയുകയാണ് രാഷ്ട്രീയരംഗത്ത് അവർ മുഖ്യമായി ചെയ്തത്. നാടുവാഴിത്തത്തിന്റെ അടിച്ചമർത്തൽ അവസാനിപ്പിച്ചാൽ എല്ലാ അടിച്ചമർത്തലിൽനിന്നും വ്യക്തി മോചിപ്പിക്കപ്പെടും എന്ന് മറ്റുള്ളവരോടൊപ്പം ബൂർഷ്വാവിപ്ലവനേതാക്കളും കരുതി. ഇതിലടങ്ങിയ വ്യാമോഹം മാർക്സ് നേരത്തെ ചൂണ്ടിക്കാട്ടിയിരുന്നു.

*വിശുദ്ധകുടുംബ*ത്തിൽ ഈ ആശയം കൂടുതൽ വ്യക്തമാക്കപ്പെട്ടിട്ടുണ്ട്.

> ആധുനിക ലോകത്തിൽ ഓരോ വ്യക്തിയും ഒരേസമയം അടിമത്തസമൂഹത്തിലെയും ജനാധിപത്യക്രമത്തിലെയും അംഗമാണ്. സിവിൽസമൂഹത്തിലെ അടിമത്തം പ്രത്യക്ഷത്തിൽ ഏറ്റവും വലിയ സ്വാതന്ത്ര്യമാണ്. കാരണം, വേഷത്തിൽ അത് വ്യക്തിയുടെയും സ്വത്ത്, വ്യവസായം, മതം മുതലായ അവന്റെ ജീവിതത്തിലെ അന്യവല്കൃത ഘടകങ്ങളുടെയും പൂർണ്ണവികസിതമായ സ്വാതന്ത്ര്യമാണ്. നിയന്ത്രണമൊന്നുമില്ലാത്ത, മനുഷ്യനോ പൊതുവായ ചങ്ങലയൊന്നും കെട്ടിവരിയാത്ത, സ്വന്തം സ്വാതന്ത്ര്യമായി അത് കണക്കാക്കപ്പെടുന്നു. വാസ്തവത്തിൽ ഇത് പൂർണ്ണവികസിതമായ അടിമത്തവും മനുഷ്യത്വമില്ലായ്മയുമാണ്. നിയമം ഇവിടെ പ്രത്യേകാവകാശത്തിന്റെ സ്ഥാനം കൈക്കലാക്കിയിരിക്കുന്നു (അതേകൃതി, വാല്യം 4, പേജ് 116).

ബൂർഷാപരിവർത്തനങ്ങളുടെ സത്തയെക്കുറിച്ച് മാർക്സും എംഗൽസും അഗാധമായ വൈരുദ്ധ്യാത്മക വിശകലനം നടത്തി. ചരിത്രത്തെക്കുറിച്ചുള്ള ഭൗതികവീക്ഷണം—അദ്ധ്വാനിക്കുന്ന ജനങ്ങളുടെ താൽപ്പര്യങ്ങൾ വളർത്തലും കാത്തുരക്ഷിക്കലുമാണത്-വെച്ച് മുതലാളിത്തത്തിലെ ശത്രുതാപരമായ വൈരുദ്ധ്യങ്ങൾ അവർ ചൂണ്ടിക്കാട്ടി. നാടുവാഴിത്തത്തിന്റെയും കൈവേലസംഘങ്ങളുടെയും പരിമിതികളിൽനിന്ന് മുക്തമായ വ്യവസായവും സ്വതന്ത്രവ്യാപാരവും നാടുവാഴിത്തത്തിന്റെ ഏകാന്തതയെയും വിശേഷതയെയും തകർത്തു. മനുഷ്യനും മനുഷ്യനും, വ്യക്തിയും വ്യക്തിയും, തമ്മിലുള്ള സമരം സാർവ്വത്രികമാക്കി. അതുകൊണ്ട് ബൂർഷാസമൂഹത്തിന്റെ ജനാധിപത്യം എത്രതന്നെ ഭരണഘടനാപരമായാലും വ്യക്തികൾ തമ്മിലുള്ള പോരാട്ടത്തിന്റെ രംഗമാണ്.

മുതലാളിത്തസമൂഹത്തിന്റെ മുഖ്യ സവിശേഷതകളിൽ ഒന്നാണ്, ഉൽപ്പാദനത്തിലെ അരാജകത്വം. ഇത് മനസ്സിലാക്കാൻ യുവഹെഗലിയന്മാർക്ക് തീരെ കഴിഞ്ഞിരുന്നില്ല. നിയമവ്യവസ്ഥയുടെയും അരാജകതയുടെയും സങ്കല്പനങ്ങളെ അവർ തട്ടിച്ചുനോക്കി. നാടുവാഴിത്ത സ്വേച്ഛാപ്രമത്തതയെ കുറിച്ചുള്ള പൊതുധാരണയിൽനിന്നാണ് അവർ അരാജകത എന്ന സങ്കല്പനം ഉരുത്തിരിച്ചെടുത്തത്. നിയമവ്യവസ്ഥയുമായി അതിനെ ബന്ധിപ്പിക്കുകയും ചെയ്തു. എന്നാൽ യഥാർത്ഥസ്ഥിതി എന്താണെന്നും മാർക്സും എംഗൽസും വ്യക്തമാക്കി:

> പിളർപ്പുണ്ടാക്കുന്ന പ്രത്യേകാവകാശങ്ങളിൽനിന്ന് മോചിപ്പിക്കപ്പെട്ടസിവിൽ സമൂഹത്തിലെ നിയമമാണ് അരാജകത. സിവിൽ സമൂഹത്തിലെ അരാജകത ആധുനിക പൊതുവ്യവസ്ഥയുടെ അടിത്തറയാണ്. ആ പൊതു വ്യവസ്ഥ ആ അരാജകതയുടെ ഉറപ്പും. അവ എത്രത്തോളം പരസ്പര വിപരീതങ്ങളാണോ, അത്രത്തോളം അവ പരസ്പരം നിർണ്ണയിക്കുകയും ചെയ്യുന്നു. (അതേകൃതി, അതേ പേജ്).

ഒരുകൂട്ടർ ആശയവാദ വൈരുദ്ധ്യാത്മകതയുടെ അടിസ്ഥാനത്തിലും മറ്റേകൂട്ടർ ഭൗതികവാദ വൈരുദ്ധ്യാത്മകതയുടെ അടിസ്ഥാനത്തിലും ഒരേ പ്രശ്നം കൈകാര്യം ചെയ്യുമ്പോൾ ഉണ്ടാകുന്ന വ്യത്യാസമാണ് ഇത്.

ഭരണകൂടത്തെക്കുറിച്ചുള്ള ധാരണയിലും ഈ അടിസ്ഥാനത്തിലുള്ള അഭിപ്രായവ്യത്യാസം പ്രകടമാണ്. സിവിൽസമൂഹത്തിൽ വ്യക്തികൾ തമ്മിൽ ഏറ്റുമുട്ടുന്നു. അവരെ ഏച്ചുകൂട്ടി നിർത്തുകയും അവരുടെ താല്പര്യസംഘട്ടനത്തിന് പരിഹാരമുണ്ടാക്കുകയും ചെയ്യുന്നത് ഭരണകൂടമാണ് എന്ന് ഹെഗലിന്റെ ചുവടുപിടിച്ച യുവഹെഗേലിയന്മാർ പറയുന്നു, സമൂഹം ഐക്യത്തോടെ നിലനില്ക്കുന്നത് ഭരണകൂടം ഉള്ളതുകൊണ്ടാണ്. മാർക്സും എംഗൽസും കൂടി ഈ വാദത്തിന്റെ യുക്തിഹീനത വ്യക്തമാക്കി. സിവിൽജീവിതമാണ് മനുഷ്യരെ ഒന്നിച്ചു നിർത്തുന്നത്. സാമ്പത്തികാടിത്തറയും രാഷ്ട്രീയ ഉപരിഘടനയും തമ്മിലുള്ള ബന്ധം, ബൂർഷ്വാസമൂഹത്തിൽ വർഗ്ഗങ്ങൾ തമ്മിലുള്ള ബന്ധം എന്നിവയിലൂടെ ഉല്പാദനബന്ധങ്ങൾ എന്ന അടിസ്ഥാനാശയത്തിലേക്കാണ് ഇത് നയിച്ചത്.

*വിശുദ്ധകുടുംബ*ത്തിൽ പശ്ചിമയൂറോപ്യൻ ദർശനത്തിന്റെ ചരിത്രത്തിലേക്കുള്ള വിഹഗവീക്ഷണമുണ്ട്. അത് വിവരിക്കുന്നതിനിടയിൽ പുതിയ കാലഘട്ടത്തിലെ ഭൗതികവാദത്തിന്റെ സവിശേഷതകളും അതും ആശയവാദവും തമ്മിലുള്ള വ്യത്യാസവും ചൂണ്ടിക്കാട്ടിയിട്ടുണ്ട്. പുത്തൻ ഭൗതികവാദത്തിന് പ്രകൃതിശാസ്ത്രങ്ങളുടെ മേലുള്ള സ്വാധീനം അവർ ചൂണ്ടിക്കാട്ടി. ഇംഗ്ലണ്ടിലെ ഭൗതികവാദത്തിന്റെയും ആധുനിക പരീക്ഷണാത്മക ശാസ്ത്രത്തിന്റെയും ജനയിതാവ് ബേക്കൺ ആണെന്ന് ഈ ഗ്രന്ഥത്തിൽ എടുത്തുപറഞ്ഞിട്ടുണ്ട്. ഹോബ്സ്, ലോക്ക് മുതലായവരുടെ ഭൗതികവാദ സംഭാവനകൾ ചൂണ്ടിക്കാട്ടിക്കൊണ്ട് മാർക്സും എംഗൽസും പറഞ്ഞു: "ഓരോ മാനുഷികവികാരവും ഓരോ യാന്ത്രികചലനമാണ്. അതിന് ഒരു ആദിയും അന്തവുമുണ്ട്.......മനുഷ്യനും പ്രകൃതിയും ഒരേ നിയമങ്ങൾക്ക് കീഴ്പ്പെട്ടിരിക്കുന്നു" (അതേകൃതി, വാല്യം 4, പേജ് 129).

വൈരുദ്ധ്യാത്മക ഭൗതികവാദത്തിലേക്കുള്ള അവസാനത്തെ കാൽവെപ്പുകളാണ് ഇവിടെ കാണാൻ കഴിയുക.

മതത്തോടുള്ള യുവഹെഗേലിയന്മാരുടെ സമീപനത്തെ ആദ്യം അനുകൂലിച്ചിരുന്ന മാർക്സും എംഗൽസും *വിശുദ്ധകുടുംബ*ത്തിൽ ആ സമീപനത്തിന്റെ പൊള്ളത്തരം എടുത്തുകാട്ടി. ആശയവാദത്തിന് മതപരമായ ലോകവീക്ഷണത്തെ തള്ളിക്കളയാനാവില്ല. ഹെഗൽ അതിനെ സാധൂകരിച്ചു. യുവഹെഗേലിയന്മാർ ശരീരവും ആത്മാവും തമ്മിലുള്ള ബന്ധം സംബന്ധിച്ച ഊഹാത്മകധാരണയെ നവീകരിക്കുകമാത്രമാണ് ചെയ്തത്. ഈ ദാർശനികനിലപാടും രാഷ്ട്രീയനിലപാടും തമ്മിൽ ബന്ധമുണ്ടെന്ന് മാർക്സും എംഗൽസും കണ്ടു. ബൂർഷ്വാസിക്കു ബഹു

ജനങ്ങളെക്കുറിച്ചുള്ള ഭയമാണ് ഇതിന് അടിസ്ഥാനം. ആത്മാവും ദ്രവ്യവും തമ്മിലുള്ള വൈരുദ്ധ്യം എന്ന ക്രിസ്ത്യാനികളുടെയും ജർമ്മൻ ബൂർഷ്വാസിയുടെയും വിശ്വാസപ്രമാണത്തിന്റെ ഊഹാത്മക പ്രകാശനമാണ് ഹെഗലിന്റെ ചരിത്രസങ്കല്പനം. ഇതിന്റെ വികൃതാനുകരണമാണ് ബാവറുടെ കണ്ടുപിടിത്തം. തെരഞ്ഞെടുക്കപ്പെട്ട ഏതാനും വ്യക്തികളാണ് ഇവരുടെ ദൃഷ്ടിയിൽ ആത്മാവ്. ബാക്കി മാനവരാശിയാകെ ആത്മാവില്ലാത്ത ബഹുജനം അഥവാ ദ്രവ്യം. അവരെ ചരിത്രത്തിലെ ചരിത്രബോധമില്ലാത്ത ഭൗതികഘടകമായാണ് ബാവറും കൂട്ടരും കണ്ടത്. ആശയവാദദർശനം ചരിത്രപരമായ എല്ലാ പ്രവർത്തനത്തിന്റെയും പ്രഭവകേന്ദ്രമാണ് എന്നവർ വിശ്വസിച്ചു. ജനങ്ങൾ മതപരവും മറ്റുമായ അന്ധവിശ്വാസങ്ങളിൽ കുടുങ്ങിക്കിടക്കുന്ന യാഥാസ്ഥിതികശക്തിയാണ്, യുവഹെഗേലിയരുടെ വീക്ഷണത്തിൽ.

ഈ നിലപാട് യാദൃച്ഛികമായി ഉണ്ടായതല്ല. വിപരീതങ്ങളുടെ ഐക്യം, ചിന്തയും ഉണ്മയും തമ്മിലുള്ള തത്സമത എന്നീ ഹെഗലിന്റെ ആശയങ്ങൾ അവർ അംഗീകരിച്ചിരുന്നില്ല. തന്മൂലം ബഹുജനങ്ങളുടെ വിമോചനപ്രസ്ഥാനത്തോടുള്ള യുവഹെഗേലിയന്മാരുടെ ബൂർഷ്വാ ശത്രുത അണപൊട്ടിയൊഴുകി. "ഇതേവരെ ഉണ്ടായ എല്ലാ പോരാട്ടങ്ങളും പരാജയപ്പെടാൻ കാരണം ജനങ്ങൾ അവയിൽ പങ്കുകൊണ്ടതാണ്, ആത്മാവിന്റെ ശരിയായ ശത്രു ജനങ്ങളാണ്" എന്നെല്ലാം ബൂർഷ്വാ ഉല്പതിഷ്ണുതത്തിന് സ്വതഃസിദ്ധമായ വിധത്തിൽ ബാവറും കൂട്ടരും എഴുതി.

ഇവരുടെ പുതിയ പതിപ്പല്ലേ 1960 കളിലും 1970 കളിലും കേരളത്തിലെ ബൂർഷ്വാ ഉല്പതിഷ്ണുത്വത്തിന്റെ കൊടിക്കൂറ ചുമന്ന എ കെ ആന്റണി, എം എ ജോൺ മുതൽപേർ? ഓരോ ചുവടുവെപ്പിലും അവർ ജനങ്ങളെയും അവരുടെ പ്രക്ഷോഭസമരങ്ങളെയും നിശിതമായി എതിർത്തവരല്ലേ? പരിശോധിക്കുന്നതു കൊള്ളാം.

ജനങ്ങളല്ല, ആശയങ്ങളാണ് യഥാർത്ഥ പുരോഗതിയുടെ പ്രേരകശക്തി എന്ന് സ്ഥാപിക്കാൻ ബാവറും കൂട്ടരും ശ്രമിച്ചു. ജനങ്ങളുടെ അടിയന്തരാവശ്യങ്ങളല്ല ഈ ആശയങ്ങളുടെ ഉള്ളടക്കം; ഭൗതികതാല്പര്യങ്ങളിൽനിന്ന് സ്വതന്ത്രമായ ഊഹാത്മക ആശയങ്ങളാണ് അവ. ഈ വാദം ഉന്നയിച്ച ബാവർ, ഫ്രഞ്ച് വിപ്ലവത്തെയും അതുണർത്തിവിട്ട ആശയങ്ങളെയും രൂക്ഷമായി വിമർശിച്ചു. ഫ്രഞ്ച് വിപ്ലവം ഏത് ഭരണക്രമത്തെയാണോ കടപുഴക്കി എറിയാൻ ശ്രമിച്ചത്, അതിന്റെ അതിരുകൾക്ക് അപ്പുറം പോകാൻ അത് ഉണർത്തിവിട്ട ആശയങ്ങൾക്ക് കഴിഞ്ഞില്ല എന്ന് ബാവർ എഴുതി.

മാർക്സും എംഗൽസും ഈ നിലപാടിനെ നഖശിഖാന്തം എതിർത്തു. ആശയങ്ങളുടെ പങ്കിനെക്കുറിച്ചുള്ള ഭൗതികവാദനിലപാട് അവർ വ്യക്തമാക്കി.

> ആശയങ്ങൾക്ക് പഴയ ഒരു ലോകക്രമത്തിന് അപ്പുറത്തേക്ക് നയിക്കാനാവില്ല പഴയ ലോകക്രമത്തിന്റെ ആശയങ്ങൾക്ക് അപ്പുറത്തേക്കു മാത്രമേ നയിക്കാൻ കഴിയൂ. ആശയങ്ങൾക്ക് സ്വയം ഒന്നും നടപ്പാക്കാനാവില്ല. ആശയങ്ങൾ നടപ്പിൽവരുത്താൻ പ്രായോഗികശക്തി ചെലുത്താൻ കഴിയുന്ന മനുഷ്യർ ആവശ്യമാണ് (അതേകൃതി, വാല്യം 4, പേജ് 119).

നിലവിലുള്ള സാമൂഹ്യവ്യവസ്ഥയുടെ അതിരുകൾ ഭേദിക്കാൻ ആശയങ്ങൾക്കു കഴിയില്ല. കാരണം, അവ നിലവിലുള്ള സാമൂഹ്യബന്ധങ്ങളുടെയും ആവശ്യങ്ങളുടെയും താല്പര്യങ്ങളുടെയും പ്രതിഫലനമാണ്. എന്നാൽ നിലവിലുള്ള വ്യവസ്ഥയ്ക്കകത്ത് പുതിയ വ്യവസ്ഥയുടെ ബീജം കിടപ്പുണ്ട്. അതുകൊണ്ട് ആശയങ്ങൾക്ക് ഭാവിയിലേക്ക് എത്തിനോക്കാൻ, നിലവിൽ മേധാവിത്വം വഹിക്കുന്ന പ്രത്യയശാസ്ത്രത്തെ മറികടക്കാൻ, കഴിയും. 1789 ലെ ഫ്രഞ്ച് വിപ്ലവം കമ്യൂണിസ്റ്റ് ആശയത്തിന് രൂപം നല്കി. അത് വികസിച്ചാണ് പുതിയൊരു സാമൂഹ്യവ്യവസ്ഥയെക്കുറിച്ചുള്ള ആശയം ഉടലെടുത്തത്. ഭൗതിക സാമൂഹ്യബന്ധങ്ങളും ജനങ്ങളുടെ ആഗ്രഹാഭിലാഷങ്ങളും താല്പര്യങ്ങളും ആണ് ആശയങ്ങളുടെ പങ്ക് നിർണ്ണയിക്കുന്നത് എന്നു ചുരുക്കം.

1789 ൽ ഫ്രഞ്ച് വിപ്ലവത്തിന് സ്വാതന്ത്ര്യം, സമത്വം, സാഹോദര്യം എന്നീ മുദ്രാവാക്യങ്ങൾ സാക്ഷാൽക്കരിക്കാൻ കഴിഞ്ഞില്ല. അന്നത്തെ ചരിത്രപശ്ചാത്തലത്തിന്റെ പരിധിക്കപ്പുറം ഈ ആശയങ്ങൾ കടന്നു ചെല്ലാഞ്ഞിട്ടല്ല. 1789 ലെ വിപ്ലവത്തിൽ സാമൂഹ്യാംശം പരിമിതമായിരുന്നു. അതിനാൽ അന്ന് ആ മുദ്രാവാക്യങ്ങൾ വ്യാമോഹങ്ങളായിരുന്നു. നീതിയുക്തമായ ഒരു ഭരണം വരുമെന്ന പ്രതീക്ഷ അസ്ഥാനത്തായെങ്കിലും, ബൂർഷ്വാസിയുടെ രാഷ്ട്രീയാധികാരം സ്ഥാപിതമായി. ജനകീയാഭിലാഷങ്ങൾ പ്രകടിപ്പിക്കപ്പെട്ടെങ്കിലും, വാസ്തവത്തിൽ ബൂർഷ്വാ താൽപ്പര്യത്തിന്റെ പ്രകടനമായിരുന്നു, ഫ്രഞ്ച് വിപ്ലവം.

> 1789 ലെ വിപ്ലവത്തിൽ ബൂർഷ്വാസിയുടെ താല്പര്യം പരാജയപ്പെടുകയല്ല, എല്ലാം നേടുകയും ഏറ്റവും ഫലപ്രദമായ വിജയം കൈവരിക്കുകയുമാണുണ്ടായത്......എന്നാൽ, ആ രാഷ്ട്രീയ 'ആശയ'ത്തിൽ സ്വന്തം 'താല്പര്യ'ത്തിന്റെ ആശയം ഇല്ലാതിരുന്ന, വിപ്ലവത്തിന്റെ ജീവിത തത്ത്വവുമായി പൊരുത്തപ്പെടാത്ത ജീവിതതത്ത്വവുമുണ്ടായിരുന്ന, ബഹുജനങ്ങളെ സംബന്ധിച്ചിടത്തോളം മാത്രമേ വിപ്ലവം 'പരാജയം' ആയിരുന്നുള്ളൂ. ബഹുജനങ്ങളുടെ വിമോചനത്തിനുള്ള യഥാർത്ഥ വ്യവസ്ഥകൾ ബൂർഷ്വാസി സ്വയവും സമൂഹത്തെയും മോചിപ്പിക്കാൻ സ്വീകരിച്ച വ്യവസ്ഥകളിൽനിന്ന് തീർത്തും വ്യത്യസ്തമായിരുന്നു (അതേകൃതി, വാല്യം 4, പേജ് 81).

നിശ്ചിതമായ ഭൗതികതാല്പര്യങ്ങളെ പ്രതിഫലിപ്പിക്കുന്നവയായിരുന്നു ഫ്രഞ്ച് വിപ്ലവത്തിന്റെ ആശയങ്ങൾ എന്നതുകൊണ്ടല്ല, അത് പരിമിതമായത്. ആ താല്പര്യങ്ങൾ അദ്ധ്വാനിക്കുന്ന ജനവിഭാഗങ്ങളുടേത് ആകാത്തതുകൊണ്ടായിരുന്നു. യുവഹെഗേലിയന്മാർ ചൂണ്ടിക്കാണിച്ചതുപോലെ, ബഹുജനങ്ങൾ ആവേശംകൊണ്ടതുകൊണ്ടല്ല വിപ്ലവം പരാജയപ്പെട്ടത്; അവരുടെ ആവേശം ക്ഷണികമായിരുന്നതുകൊണ്ടാണ്; വേണ്ടരീതിയിൽ ഉപയോഗിക്കപ്പെടാതിരുന്നതുകൊണ്ടാണ്.

മാർക്സും എംഗൽസും ഒന്നുകൂടി പറഞ്ഞുവെച്ചു. ആശയങ്ങൾ സമൂഹത്തിന്റെ ഭൗതികാവശ്യങ്ങളെ, ജനസാമാന്യത്തിന്റെ താല്പര്യങ്ങളെ, പുരോഗമനവർഗ്ഗങ്ങളുടെ താല്പര്യങ്ങളെ പ്രകടിപ്പിക്കുമ്പോൾ സാമൂഹ്യപുരോഗതിക്കുള്ള മഹത്തായ ശക്തിയായിത്തീരാം. സിദ്ധാന്തം ഭൗതികശക്തിയായി മാറുന്നതിനെക്കുറിച്ച് *ഇയർബുക്കിൽ* നേരത്തെ മാർക്സ് പ്രകടിപ്പിച്ചിരുന്ന ആശയത്തിന്റെ കുറേക്കൂടി വികസിതമായ രൂപമാണ് ഇത്.

മുൻകാലങ്ങളിൽ എന്തുകൊണ്ട് സാമൂഹ്യപ്രസ്ഥാനങ്ങൾ പരാജയപ്പെട്ടു എന്ന് മാർക്സും എംഗൽസും *വിശുദ്ധകുടുംബ*ത്തിൽ വിവരിച്ചിട്ടുണ്ട്. അതേവരെ 'മാനവരാശിയുടെ പ്രവർത്തനം' ഏതാനും വ്യക്തികളുടെ പ്രവർത്തനമായിരുന്നു. ഈ വ്യക്തികൾ പ്രകടിപ്പിച്ച താല്പര്യങ്ങളും ആവശ്യങ്ങളും ജനസാമാന്യത്തിന്റേതായിരുന്നില്ല. അതുകൊണ്ട് അവർ അവയിൽ ആവേശംകൊണ്ടില്ല. ഫ്രഞ്ച് വിപ്ലവം പ്രകടിപ്പിച്ച മുദ്രാവാക്യങ്ങളിൽ അവർ ആവേശംകൊണ്ടു-അവർ അവയിൽ തങ്ങളുടെ ആശയങ്ങൾ ഒരളവോളം പ്രതിഫലിച്ചുകണ്ടതുകൊണ്ട്. ബഹുജനങ്ങൾ 18-ാം നൂറ്റാണ്ടിന്റെ അന്ത്യത്തോടെ, കൂടുതൽ കൂടുതലായി സാമൂഹ്യപ്രവർത്തനങ്ങളിൽ പങ്കെടുക്കാൻ കാരണം ഭൗതികോല്പാദനത്തിന്റെ വളർച്ചയാണ്. ഭരണത്തിലുള്ള ന്യൂനപക്ഷത്തിന്റെ താല്പര്യങ്ങൾക്കു വിരുദ്ധമാണ് തങ്ങളുടേത് എന്നവർ മനസ്സിലാക്കി.

ചരിത്രത്തിന്റെ പ്രവർത്തനം വിപുലമാകാൻ തുടങ്ങിയതോടെ അത് ആരുടെ പ്രവർത്തനമാണോ, ആ ബഹുജനങ്ങളുടെ സംഖ്യയും വർദ്ധിക്കും എന്ന് മാർക്സും എംഗൽസും പറഞ്ഞിട്ടുണ്ട്. സമൂഹപുരോഗതിയുടെ പ്രേരകശക്തി ജനങ്ങളാണ്. അവരുടെ പങ്കാളിത്തം വർദ്ധിക്കുന്നതോടൊപ്പമാണ് അതിന്റെ വേഗം കൂടുന്നത്. ചരിത്രഗതിയെ സംബന്ധിച്ച ഈ ശാസ്ത്രീയസത്യം ഇന്ന് പൊതുവെ അംഗീകരിക്കപ്പെടുന്നുണ്ടെങ്കിലും, 19-ാം നൂറ്റാണ്ടിന്റെ മദ്ധ്യത്തിൽ അത് സ്ഥാപിച്ചെടുക്കാൻ മാർക്സിനും എംഗൽസിനും ഏറെ കിണയേണ്ടിവന്നു.

തൊഴിലാളിവർഗ്ഗത്തെ സംബന്ധിച്ച് ബൂർഷ്വാ സാമ്പത്തിക ശാസ്ത്രജ്ഞന്മാരിൽ ഏറ്റവും പിന്തിരിപ്പന്മാർപോലും പറയാൻ മടിച്ച കാര്യങ്ങളാണ്, യുവ ഹെഗലിയന്മാർ പറഞ്ഞിരുന്നത്. പിന്തിരിപ്പൻ സാമ്പത്തിക ശാസ്ത്രജ്ഞന്മാരുടെ വീക്ഷണത്തിൽ തൊഴിലാളികളുടെ അദ്ധ്വാനം സൃഷ്ടിപരമാണ്. അതിനുള്ള പ്രതിഫലം, കൂലിയുടെ രൂപത്തിൽ

തൊഴിലാളികൾക്ക് കിട്ടുന്നുമുണ്ട്. അതിനാൽ വേറെ അവകാശവാദങ്ങളൊന്നും അവർ പുറപ്പെടുവിച്ചുകൂടാ.

"തൊഴിലാളികൾ ഒന്നും ഉല്പാദിപ്പിക്കുന്നില്ല. കാരണം, സൃഷ്ടി തീർത്തും ആത്മീയമായ പ്രവൃത്തിയാണ്" എന്നായിരുന്നു യുവഹെഗേലിയന്മാരുടെ നിലപാട്. ലാഭമുണ്ടാക്കുന്നവരും കൂലിവാങ്ങുന്നവരും തമ്മിലുള്ള വൈരുദ്ധ്യം അവർ കണ്ടില്ലെന്നുമാത്രമല്ല, തൊഴിലാളിവർഗ്ഗവും ബൂർഷ്വാസിയും ഒരേ 'ഫാക്ടറി' പാർട്ടിയിൽ പെടുന്നവരാണ്. എന്നുപോലും പറഞ്ഞു. അതിനാൽ ബൂർഷ്വാസിക്കെതിരെ തൊഴിലാളിവർഗ്ഗം സമരം ചെയ്തുകൂടെന്ന് അവർ വിധിച്ചു. രണ്ടു വർഗങ്ങളും തമ്മിലുള്ള വൈരുദ്ധ്യം ആത്മബോധനത്തിലൂടെ പരിഹരിക്കപ്പെടുമെന്ന കാര്യത്തിൽ അവർക്ക് യാതൊരു സംശയവും ഉണ്ടായിരുന്നില്ല.

മാർക്സും എംഗൽസും യുവഹെഗേലിയന്മാരുടെ ആശയവാദപരമായ വിലയിരുത്തലിനെ അപ്പാടെ നിരാകരിച്ചു. തൊഴിലാളിവർഗ്ഗവും ബൂർഷ്വാസിയും തമ്മിലുള്ള വൈരുദ്ധ്യം ഒരു യാഥാർത്ഥ്യമാണ്. അവർ തമ്മിലുള്ള വ്യത്യാസം ആലോചനകൊണ്ട് ഇല്ലാതാക്കാൻ ആവില്ലെന്ന് വർഗബോധമുള്ള തൊഴിലാളികൾക്കറിയാം. സ്വത്ത്, മൂലധനം, പണം, കൂലിവേല മുതലായവ മാനസികവ്യാപാരങ്ങളല്ല, വസ്തുനിഷ്ഠ യാഥാർഥ്യങ്ങളാണ്. അവയെ പ്രായോഗികമായി ഇല്ലായ്മ ചെയ്യേണ്ടതാണ്. എന്നാലേ മനുഷ്യന് മനുഷ്യനാകാൻ കഴിയൂ. മാർക്സിന്റെയും എംഗൽസിന്റെയും ഈ വിശകലനത്തിൽ കാണാൻ കഴിയുന്നത്, അവരുടെ തൊഴിലാളിവർഗ്ഗ പക്ഷപാതത്തിന്റെയും ചരിത്രത്തെക്കുറിച്ചുള്ള ഭൗതികമായ കാഴ്ചപ്പാടിന്റെയും ഐക്യമാണ്.

യുവഹെഗേലിയന്മാരുടെ ഭാവം തങ്ങൾ മുതലാളിത്തത്തിന്റെ വക്താക്കളല്ല എന്നായിരുന്നു. അവരിൽ ചിലർ സ്വയം സോഷ്യലിസ്റ്റ് എന്ന് വിളിച്ചിരുന്നു. എന്നാൽ, തൊഴിലാളിവർഗ്ഗത്തെ ആരാധിക്കുന്നതായി മാർക്സിനെയും എംഗൽസിനെയും അവർ കുറ്റപ്പെടുത്തി. തൊഴിലാളിവർഗ്ഗത്തിന് സ്വയം മോചിപ്പിക്കാൻ കഴിയില്ലെന്ന് അവർ സിദ്ധാന്തിച്ചു. മാർക്സും എംഗൽസും മറിച്ചും.

മുതലാളിത്തസമൂഹത്തിൽ സ്വകാര്യസ്വത്തിന്റെ ആന്തരികനിഷേധമാണ് തൊഴിലാളിവർഗ്ഗം എന്ന് അവർ പറഞ്ഞു. തൊഴിലാളിവർഗ്ഗത്തിന് സ്വത്തില്ലാത്തതുതന്നെ ഇതിനു തെളിവാണ്. ഈ അവസ്ഥയാണ് ആ വർഗത്തിന്റെ സോഷ്യലിസ്റ്റ് ലക്ഷ്യം നിർണ്ണയിക്കുന്നത്. ഒരു തൊഴിലാളിയോ തൊഴിലാളിവർഗ്ഗമാകെയോ ഒരു സന്ദർഭത്തിൽ എന്താണ് ലക്ഷ്യമായി കരുതുന്നത് എന്നതല്ല പ്രശ്നം. എന്താണ് തൊഴിലാളിവർഗ്ഗം, ചരിത്രപരമായി അത് എന്തുചെയ്യാൻ നിർബ്ബന്ധിതമാണ് എന്നാണ്. അതിന്റെ ജീവിത പരിതഃസ്ഥിതിയും ബൂർഷ്വാസമൂഹത്തിന്റെ സംഘാടനവും ആണ് അത് നിർണ്ണയിക്കുന്നത്. വികസിതമുതലാളിത്ത രാജ്യങ്ങളിലെ അനുഭവം നിരത്തിക്കൊണ്ട് അവർ തങ്ങളുടെ നിഗമനത്തെ സാധൂകരിച്ചു.

യുവഹെഗേലിയന്മാരുമായുള്ള ആശയസമരം, മാർക്സിനെയും എംഗൽസിനെയും കൊണ്ട് തൊഴിലാളിവർഗ്ഗത്തിന്റെ സവിശേഷമായ പങ്ക് വിവരിപ്പിച്ചു. അതേവരെ ചൂഷിതവർഗ്ഗങ്ങൾ സ്വയം മോചിപ്പിക്കുക മാത്രമാണ് ഉണ്ടായിട്ടുള്ളത്. എന്നാൽ തൊഴിലാളിവർഗ്ഗത്തിന് സ്വന്തം ജീവിതത്തിന്റെ സാഹചര്യങ്ങളെ ഇല്ലായ്മ ചെയ്യാതെ സ്വയം മോചിപ്പിക്കാനാവില്ല. സമൂഹത്തിലെ മൃഗീയമായ ജീവിതപരിതഃസ്ഥിതികളെയാകെ ഇല്ലായ്മ ചെയ്യാതെ, സ്വന്തം ജീവിത പരിതഃസ്ഥിതി ഇല്ലാതാക്കാൻ അതിനാവില്ല.

ഈ ആശയം ഫൊയർബാഹിന്റെ നരവംശശാസ്ത്രപരമായ ഭൗതികവാദശൈലിയിലാണ് പ്രകടിപ്പിച്ചതെങ്കിലും മാർക്സിന്റെ തനതായ സംഭാവനകളിൽ ഒന്നാണിത്.

മാർക്സും എംഗൽസും തൊഴിലാളിവർഗ്ഗത്തിന്റെ വിപ്ലവകരമായ പങ്ക് സൈദ്ധാന്തികമായി തെളിയിച്ചപ്പോൾ യുവഹെഗേലിയന്മാർ പറഞ്ഞത് മുതലാളി-തൊഴിലാളി വർഗ്ഗങ്ങൾ തമ്മിലുള്ള വൈരുദ്ധ്യം ഊഹാത്മക ആശയബോധത്തിലൂടെ പരിഹരിക്കാമെന്നാണ്.

തൊഴിലാളിവർഗ്ഗവും സമ്പന്നരും വിപരീതങ്ങളാണ് എന്ന് മാർക്സും എംഗൽസും ചൂണ്ടിക്കാട്ടി. അവ രണ്ടും സ്വകാര്യസ്വത്തിന്റെ സൃഷ്ടികളാണ്. അവ ഒരേ നാണയത്തിന്റെ ഇരുവശങ്ങളാണ് എന്ന ഹെഗലിന്റെയും യുവഹെഗേലിയന്മാരുടെയും വിശകലനത്തോട് അവർ യോജിച്ചില്ല. ഈ വിപരീതങ്ങളെയും അവ തമ്മിലുള്ള ബന്ധത്തെയും പ്രത്യേകം അപഗ്രഥിക്കേണ്ടതുണ്ട്. വിപരീതങ്ങൾ പരസ്പരം രൂപാന്തരപ്പെടുന്നു, പരസ്പരം സ്ഥാനം മാറുന്നു എന്ന ഹെഗലിയൻ നിഗമനത്തോടും അവർ യോജിച്ചില്ല. അവയിൽ ഒന്ന് ഇല്ലാതാവുകയും മറ്റേതിൽ മൗലികമായ മാറ്റം സംഭവിക്കുകയും ചെയ്യുന്നു. വിപരീതങ്ങൾ പരസ്പരം രൂപാന്തരപ്പെടില്ല എന്നവർ പറഞ്ഞില്ല. വിപരീതങ്ങളുടെ സമരം, ശത്രുതാപരമായ വൈരുദ്ധ്യം, അതിന്റെ പിന്തിരിപ്പൻ വശവും വിപ്ലവാത്മകവശവും തമ്മിലുള്ള ബന്ധം ഇവ ഊന്നിപ്പറയുകയായിരുന്നു അവർ.

> സ്വകാര്യസ്വത്ത് സ്വകാര്യസ്വത്തെന്ന നിലയ്ക്ക്, സമ്പത്ത് എന്ന നിലയ്ക്ക്, സ്വയം പോറ്റാൻ നിർബ്ബന്ധിതമാണ്. അതോടൊപ്പം അതിന്റെ വിപരീതമായ തൊഴിലാളിവർഗ്ഗത്തെ നിലനിർത്തേണ്ടതുണ്ട്. പ്രതിപക്ഷതയുടെ സൃഷ്ടിപരമായ വശമാണിത്.
>
> മറിച്ച്, തൊഴിലാളിവർഗ്ഗം തൊഴിലാളിവർഗ്ഗം എന്ന നിലയ്ക്ക് സ്വയം ഇല്ലായ്മ ചെയ്യാൻ നിർബ്ബന്ധിതമാണ്. അതോടൊപ്പം അതിന്റെ അസ്തിത്വം നിർണ്ണയിക്കുന്ന, തൊഴിലാളിവർഗ്ഗത്തെ സൃഷ്ടിക്കുന്ന, വിപരീതമായ സ്വകാര്യസ്വത്തിനെയും. ഇതാണ് പ്രതിപക്ഷതയുടെ നിഷേധാത്മക വശം.
>
> പ്രതിപക്ഷതയ്ക്കുള്ളിൽ സ്വകാര്യസ്വത്തുടമയാണ് സൃഷ്ടിപരമായ വശം, തൊഴിലാളിവർഗ്ഗം സംഹാരാത്മകമായ വശവും.

> ആദ്യത്തേതിൽനിന്ന് പ്രതിപക്ഷതയെ രക്ഷിക്കാനുള്ള ശ്രമം ഉയർന്നുവരുന്നു. രണ്ടാമത്തേതിൽനിന്നും അതിനെ നശിപ്പിക്കാനുള്ള നീക്കവും (അതേ കൃതി വാള്യം 4, പേജ് 35 - 36).

അതോടൊപ്പം അവർ മറ്റൊരു സംഗതികൂടി ചൂണ്ടിക്കാണിച്ചു. സ്വകാര്യസ്വത്ത് അതിന്റെ സാമ്പത്തിക ചലനത്തിലൂടെ സ്വന്തം നാശത്തിന് വഴിവയ്ക്കുന്നു. ബോധപൂർവ്വമല്ല, അബോധപൂർവ്വം. സ്വകാര്യസ്വത്തിന്റെ ഇച്ഛാശക്തിക്ക് എതിരായി സംഭവഗതികൾമൂലം, ഉണ്ടാകുന്നതാണ് അത്. അത് തൊഴിലാളിവർഗ്ഗത്തെ സൃഷ്ടിക്കുന്നതും അങ്ങനെതന്നെ.

അവർ പറഞ്ഞു:

> തൊഴിലാളിവർഗ്ഗത്തെ സൃഷ്ടിച്ചുകൊണ്ട് സ്വകാര്യസ്വത്ത് സ്വയം പറയുന്ന വിധി തൊഴിലാളിവർഗ്ഗം നടപ്പാക്കുന്നു. ഏതുപോലെയെന്നാൽ, മറ്റുള്ളവർക്ക് സമ്പത്തും തനിക്ക് ദാരിദ്ര്യവും ഉല്പാദിപ്പിച്ചുകൊണ്ട് കൂലിവേലക്കാർ സ്വയം പറയുന്ന വിധി അത് നടപ്പാക്കുന്നതുപോലെ. തൊഴിലാളിവർഗ്ഗം വിജയംവരിക്കുമ്പോൾ അത് സമൂഹത്തിലെ കേവലമായ പക്ഷം ആയിത്തീരുന്നില്ല. കാരണം, സ്വയവും സ്വന്തം വിപരീതത്തെയും ഇല്ലായ്മചെയ്യുന്നതോടെ മാത്രമാണ് അത് വിജയം വരിക്കുന്നത്. (അതേകൃതി, പേജ് 63)

ബൂർഷ്വാസി അതിന്റെ ശവക്കുഴി തോണ്ടുന്നവനെ സ്വയം സൃഷ്ടിച്ചിട്ടുണ്ട് എന്ന *കമ്യൂണിസ്റ്റ് മാനിഫെസ്റ്റോ*യിലെ ആശയംതന്നെയാണ് ഇവിടെയും പ്രകടിപ്പിച്ചിട്ടുള്ളത്. മാർക്സും എംഗൽസും വൈരുദ്ധ്യാത്മക ഭൗതികവാദത്തിലേക്ക് മുന്നേറുന്നതാണ് ഇവിടെ കാണാൻ കഴിയുക. ചരിത്രത്തെക്കുറിച്ചുള്ള ഭൗതികവാദപരമായ സങ്കല്പനവും ഭൗതികവാദപരമായ വൈരുദ്ധ്യാത്മകതയും തമ്മിലുള്ള ഐക്യം ഇവിടെ സ്പഷ്ടമായിക്കാണാം. രണ്ടുപേരും കൂടിയുള്ള ആദ്യത്തെ കൃതി ആശയവാദത്തെ തള്ളിക്കളഞ്ഞുകൊണ്ട് വൈരുദ്ധ്യാത്മകതയുടെ അടിത്തറ ഉറപ്പിച്ചു.

എന്നിട്ടും ചില വിമർശകർ *വിശുദ്ധകുടുംബ*ത്തിൽ വൈരുദ്ധ്യാത്മകത ഇല്ല എന്ന് വിധിക്കുന്നു. ഇതിന്റെ കർത്താക്കൾ വൈരുദ്ധ്യാത്മകതയെ തള്ളിക്കളയുന്നു എന്നും പറയുന്നു.

ഇന്നതേ പറയാവൂ എന്ന് ആരെയും നിർബ്ബന്ധിക്കാൻ വയ്യല്ലോ!

*വിശുദ്ധകുടുംബ*ത്തിൽ പരാമർശിക്കപ്പെടുന്ന മറ്റൊരു വിഷയം പ്രൂധോണിന്റെ സോഷ്യലിസ്റ്റ് ആശയങ്ങളാണ്. ഇവയെ യുവഹെഗേലിയന്മാർ പൂർണ്ണമായി എതിർത്തു. ശാസ്ത്രീയ സോഷ്യലിസത്തിന്റെ മുൻഗാമിയാണ് പ്രൂധോണിന്റെ സോഷ്യലിസം. ജർമ്മൻ ബൂർഷ്വാസിയുടെ ദാർശനികരായ യുവഹെഗേലിയന്മാർക്ക് അതൊട്ടും സ്വീകാര്യമായില്ല. അവർ പ്രൂധോണിനെ കഠിനമായി വിമർശിച്ചു. എന്നാൽ മാർക്സും

എംഗൽസും പ്രൗധോണിന്റെ *സ്വത്ത് എന്താണ്?* എന്ന പുസ്തകത്തെ സ്വാഗതം ചെയ്തു. അതിലെ ആശയഗതികളോടെല്ലാം അവർക്ക് യോജിപ്പുണ്ടായിരുന്നില്ല. എന്നാൽ അന്നത്തെ തൊഴിലാളികളുടെ ആഗ്രഹാഭിലാഷങ്ങളാണ് പ്രൂധോൺ വരച്ചുകാട്ടിയത്. അമൂർത്തവും സ്വയം നിർമ്മിതവുമായ താല്പര്യംകൊണ്ടല്ല. ബഹുജനസ്വഭാവമുള്ളതും യഥാർത്ഥവും ചരിത്രപരവുമായ താല്പര്യം കൊണ്ടാണ് പ്രൂധോൺ എഴുതുന്നത് എന്ന് *വിമർശനാത്മക വിമർശന*ത്തിന്റെ വീക്ഷണ കോണിൽ നിന്ന് ചൂണ്ടിക്കാണിച്ചുകൊണ്ട് മാർക്സും എംഗൽസും പറഞ്ഞു:

> തൊഴിലാളികളുടെ താല്പര്യാർത്ഥം എഴുതുകമാത്രമല്ല പ്രൂധോൺ ചെയ്യുന്നത്. അദ്ദേഹം സ്വയം ഒരു തൊഴിലാളിയാണ്. അദ്ദേഹത്തിന്റെ കൃതി ഫ്രഞ്ച് തൊഴിലാളിവർഗ്ഗത്തിന്റെ ശാസ്ത്രീയ മാനിഫെസ്റ്റോയാണ്. അതിനാൽ വിമർശനാത്മക വിമർശകന്റെ വിലക്ഷണ സാഹിത്യകൃതിയുടേതിൽനിന്നും തികച്ചും വ്യത്യസ്തമായ ചരിത്രപ്രാധാന്യം അതിനുണ്ട് (അതേ കൃതി, വാല്യം 4, പേജ് 14).

ഇതിനർത്ഥം പ്രൂധോണിന്റെ വീക്ഷണത്തെ അവർ അപ്പാടെ അംഗീകരിച്ചു എന്നല്ല. *വിശുദ്ധകുടുംബം* എഴുതി രണ്ടുവർഷത്തിനകം മാർക്സ് എഴുതിയ *ദർശനത്തിന്റെ ദാരിദ്ര്യം* എന്ന ഗ്രന്ഥത്തിൽ പ്രൂധോണിന്റെ വികലമായ വീക്ഷണത്തെ തീർത്തും തുറന്നുകാട്ടിയിരുന്നു. *വിശുദ്ധകുടുംബം* എഴുതുമ്പോൾ ശാസ്ത്രീയ സോഷ്യലിസ്റ്റ് വീക്ഷണം അവർ പരിപൂർണ്ണമായി വളർത്തിയെടുത്തിരുന്നില്ല. പ്രൂധോണിനെ അവർ ഒരു സഖ്യശക്തിയായി കണ്ടു; പ്രത്യേകിച്ച് യുവഹെഗേലിയന്മാർക്കെതിരെ. ഫൊയർബാഹിനെ കുറിച്ച് *വിശുദ്ധകുടുംബ*ത്തിലും അവർ പ്രകീർത്തിച്ചാണ് എഴുതിയിട്ടുള്ളത്. അദ്ദേഹത്തിന്റെ വീക്ഷണങ്ങളോട് മുഴുവൻ അവർ യോജിച്ചു എന്നല്ല അതിനർത്ഥം. ഇത് പ്രൂധോണിനും ബാധകമാണ്. വൈരുദ്ധ്യാത്മക ഭൗതികവാദ വീക്ഷണത്തിന്റെയും കമ്യൂണിസ്റ്റു ലോകവീക്ഷണത്തിന്റെയും കാര്യത്തിൽ അന്നുതന്നെ അവർ പ്രൂധോണിനേക്കാൾ എത്രയോ മുമ്പിലായിരുന്നു.

പ്രൂധോൺ സ്വകാര്യസ്വത്തിന്റെ ഏതെങ്കിലും രൂപത്തെയല്ല, സ്വകാര്യസ്വത്തുടമാബന്ധങ്ങളെയാകെത്തന്നെ എതിർത്തു എന്നത് മാർക്സിനെ പ്രത്യേകം ആകർഷിച്ചു. അതുപോലെ ഫ്രഞ്ച് സോഷ്യലിസ്റ്റുകാർ പൊതുവെ സമത്വത്തെ ഒരു രാഷ്ട്രീയ ലക്ഷ്യമാക്കിയതും മാർക്സിന്റെ ശ്രദ്ധ പിടിച്ചുപറ്റി. സാങ് സിമോൺ, ഫ്യൂറിയെ എന്നീ ഉട്ടോപ്യൻ സോഷ്യലിസ്റ്റുകാരും പ്രൂധോണും തമ്മിലുള്ള ബന്ധം ഹെഗലും ഫൊയർബാഹും പോലെയാണെന്ന് മാർക്സും എംഗൽസും പറഞ്ഞിരുന്നു. ഹെഗലിനോളം ബുദ്ധിപരമായ ഔന്നത്യമൊന്നും ഫൊയർ

ബാഹിനില്ല. എങ്കിലും, ഹെഗലിനുശേഷം തനതായ സംഭാവനകൾ കൊണ്ട് ഫൊയർബാഹ് രംഗം കീഴടക്കി. പ്രൂധോണും സവിശേഷവ്യക്തിത്വമുള്ള ആളായിരുന്നു. തൊഴിലാളിവർഗ്ഗത്തിൽ പെട്ടവൻ എന്നത് അദ്ദേഹത്തിന് അനുകൂലഘടകമായിരുന്നു.

പ്രൂധോണിന്റെ വാദങ്ങളിൽ വമ്പിച്ചൊരു 'ശാസ്ത്രീയമുന്നേറ്റ' വും അവർ കണ്ടു.

> സ്വകാര്യസ്വത്തിന്റെ ബന്ധങ്ങളെ മാനുഷികവും യുക്തിസഹവുമായി സ്വീകരിച്ചുകൊണ്ട് അർത്ഥശാസ്ത്രം അതിന്റെ അടിത്തറയായ സ്വകാര്യസ്വത്തുമായി നിരന്തരമായ വൈരുദ്ധ്യത്തിലൂടെയാണ് പ്രവർത്തിക്കുന്നത്. മതപരമായ ധാരണകൾക്ക് മാനുഷികമായ വ്യാഖ്യാനം നിരന്തരം നല്കുകയും അതുവഴി തന്റെ മൗലിക സങ്കല്പമായ മതത്തിന്റെ അമാനുഷികസ്വഭാവത്തെ നിഷേധിക്കുകയും ചെയ്യുന്ന ദൈവശാസ്ത്രജ്ഞന്റെ വൈരുദ്ധ്യത്തോട് ആ വൈരുദ്ധ്യത്തിന് സാമ്യമുണ്ട്.

എന്തായിരുന്നു മാർക്സ് പ്രൂധോണിൽ കണ്ട മൗലികത? അർത്ഥശാസ്ത്രത്തെകുറിച്ചുള്ള ആദ്യത്തെ ശാസ്ത്രീയാന്വേഷണമാണ് അത്. അർത്ഥശാസ്ത്രത്തിന്റെ അടിത്തറ സ്വകാര്യസ്വത്താണെന്ന് അദ്ദേഹം കണ്ടെത്തി. അതിനെ അദ്ദേഹം നിശിതവും കർക്കശവും അതേസമയം ശാസ്ത്രീയവുമായി വിശകലനത്തിന് വിധേയമാക്കി. ഇതാണ് പ്രൂധോൺ നടത്തിയ ശാസ്ത്രീയമായ മഹത്തായ മുന്നേറ്റം. അത് അർത്ഥശാസ്ത്രത്തെയാകെ വിപ്ലവകരമാക്കി. അർത്ഥശാസ്ത്രത്തെ ആദ്യമായി അദ്ദേഹം ഒരു ശാസ്ത്രമാക്കി.

ഇത് പറയുമ്പോഴും പ്രൂധോണിന്റെ പരിമിതി മാർക്സും എംഗൽസും കാണാതിരുന്നില്ല. കൂലി, വില, വ്യാപാരം, പണം, മൂല്യം മുതലായ സ്വകാര്യസ്വത്തിന്റെ രൂപങ്ങളെ അദ്ദേഹം വിശകലനം ചെയ്തിരുന്നില്ല. ബൂർഷ്വാഅർത്ഥശാസ്ത്രത്തെ അതിന്റെ പ്രണേതാക്കളുടെ ആശയങ്ങളെ പിടിച്ച് ആദ്യമായി എതിർക്കുന്നവർക്ക് ഇത്തരം കുറവുകൾ വരിക സ്വാഭാവികമാണ്. മാത്രമല്ല, പടിപടിയായുള്ള വിമർശനഫലമായിട്ടാണ് അർത്ഥശാസ്ത്രത്തെക്കുറിച്ചുള്ള ധാരണ വളരുന്നതും. ആദംസ്മിത്ത് തന്റെ മുൻഗാമികളെ, റിക്കാർഡൊ ആദംസ്മിത്തിനെ, പ്രൂധോൺ റിക്കാർഡൊയെയും ഫ്യൂറിയെ, സാങ് സിമോൺ എന്നിവരെയും - ഇങ്ങനെയാണ് ആ വിമർശനം വളർന്നുവന്നത്. പ്രൂധോണിനെ മാർക്സും എംഗൽസും വിമർശിച്ചതാണ് മാർക്സിസ്റ്റ് അർത്ഥശാസ്ത്രമായി വളർന്നുവന്നത്.

പ്രൂധോൺ നിലവിലുള്ള (ബൂർഷ്വാ) അർത്ഥശാസ്ത്രത്തെ വിമർശിച്ചെങ്കിലും അതിന്റെ ചട്ടക്കൂട്ടിന് അപ്പുറം പോയില്ല. സ്വകാര്യസ്വത്താണ് അർത്ഥശാസ്ത്രത്തിന്റെ അടിത്തറ എന്നു പറഞ്ഞെങ്കിലും യഥാർത്ഥ

സ്വകാര്യസ്വത്തിന്റെ വളച്ചൊടിച്ച രൂപമായി തങ്ങൾ കൈകാര്യം ചെയ്യുന്ന സ്വത്തിന്റെ പ്രത്യേകരൂപത്തെ വ്യാഖ്യാനിക്കുന്ന ബൂർഷ്വാഅർത്ഥ ശാസ്ത്രജ്ഞന്മാരിൽനിന്ന്. പ്രൂധോൺ വ്യത്യസ്തനായിരുന്നില്ല. ഈ വസ്തുത *വിശുദ്ധകുടുംബം* എഴുതുമ്പോൾ അതിന്റെ കർത്താക്കൾ മനസ്സിലാക്കിയിരുന്നില്ല; രണ്ടു വർഷം കഴിഞ്ഞ് *ദർശനത്തിന്റെ ദാരിദ്ര്യം* എഴുതിയപ്പോഴാണ് മാർക്സ് അക്കാര്യം ചൂണ്ടിക്കാണിച്ചത്.

*വിശുദ്ധകുടുംബ*ത്തിൽ അവർ പറഞ്ഞത് ഇത്രയുമാണ്. മറ്റ് ബൂർഷ്വാഅർഥശാസ്ത്രജ്ഞന്മാർ അദ്ധ്വാനത്തിനുനല്കാത്ത പ്രാധാന്യം പ്രൂധോൺ നല്കി. അദ്ധ്വാനസമയമാണ് കൂലിയുടെ അളവുകോലെന്നും ഉല്പന്നത്തിന്റെ മൂല്യം നിർണ്ണയിക്കുന്നതെന്നും പറഞ്ഞതിലൂടെ പ്രൂധോൺ ഉല്പാദനപ്രക്രിയയിൽ മനുഷ്യനെ കേന്ദ്രബിന്ദുവാക്കി. പഴയ (ബൂർഷ്വാ) അർത്ഥശാസ്ത്രത്തിൽ മൂലധനത്തിന്റെയും ഭൂസ്വത്തിന്റെയും ഭൗതികശക്തിയായിരുന്നു നിർണ്ണായകഘടകം. ഇത് നിഷേധിച്ചെങ്കിലും അവർ കെട്ടിപ്പൊക്കിയ സാമ്പത്തികവിഭാഗങ്ങൾ എന്നെന്നും നിലനില്ക്കുമെന്നും പ്രൂധോൺ അവരോടൊപ്പം വിശ്വസിച്ചു. പ്രൂധോണിന്റെ ധാരണകളിലെ ഈ വൈരുദ്ധ്യം പരിഹരിച്ചത് മാർക്സും എംഗൽസും കൂടിയാണ്; *ദർശനത്തിന്റെ ദാരിദ്ര്യം* മുതൽ അങ്ങോട്ടുള്ള കൃതികളിൽ.

സ്വകാര്യസ്വത്തിന്റെ ചലനത്തിന് ദാരിദ്ര്യം ആവശ്യമാണ്, മറ്റ് ബൂർഷ്വാ അർത്ഥശാസ്ത്രജ്ഞന്മാരെ വിമർശിച്ചുകൊണ്ട് സ്വത്ത് തുല്യമായി വിതരണം ചെയ്യണം എന്നൊക്കെ എഴുതിയതും മറ്റും അദ്ദേഹത്തിന്റെ പെറ്റിബൂർഷ്വാ ആശയഗതി വെളിവാക്കുന്നു. "പ്രൂധോൺ സാമ്പത്തിക അകല്ച്ചയെ സാമ്പത്തിക അകൽച്ചയ്ക്കുള്ളിൽ ഇല്ലായ്മ ചെയ്യുന്നു'' എന്ന വിമർശനത്തിലൂടെ അദ്ദേഹത്തിന്റെ പരിമിതി ചൂണ്ടിക്കാട്ടുക മാത്രമല്ല മാർക്സും എംഗൽസും ചെയ്തത്. ഉല്പാദനം എന്ന് പറയുമ്പോൾ അതിൽ മനുഷ്യർ തമ്മിലുള്ള നിശ്ചിതമായ ബന്ധങ്ങളും കൂടി അന്തർല്ലീനമാണ്. ഫൊയർബാഹിനുകൂടി തോന്നാതിരുന്നതാണ് ഉല്പാദനം ഭൗതികവല്ക്കരിക്കപ്പെട്ട സാമൂഹ്യബന്ധങ്ങളാണ് എന്ന ആശയം.

ചുരുക്കത്തിൽ, *വിശുദ്ധകുടുംബം* ബൂർഷ്വാ ചിന്താഗതിയുടെ നേരെയുള്ള ആക്രമണം മാത്രമല്ല, അതോടൊപ്പം സോഷ്യലിസത്തിന്റെയും ബൂർഷ്വാസിക്കെതിരായ തൊഴിലാളിവർഗ്ഗത്തിന്റെ പോരാട്ടത്തിന്റെയും സോഷ്യലിസ്റ്റ് വിപ്ലവത്തിന്റെയും സ്വകാര്യസ്വത്തിന്റെ സ്ഥാനത്ത് സാമൂഹ്യസമ്പത്ത് സ്ഥാപിക്കുന്നതിന്റെയും ആവശ്യകത ഊന്നിപ്പറയലാണ്. വൈരുദ്ധ്യാത്മകവും ചരിത്രപരവുമായ ഭൗതികവാദത്തിന്റെ തത്വങ്ങളുടെ ഏകദേശരൂപം ഇവയിൽ കാണാം.

ഈ പ്രശ്നത്തോടെ യുവഹെഗേലിയൻ ചിന്താഗതി തകർന്നുപോയി. ബ്രൂണോ ബാവർക്കും കൂട്ടർക്കും തങ്ങളുടെ ആശയപാപ്പരത്തം തുറന്നു സമ്മതിക്കേണ്ടിവന്നു.

എംഗൽസ് എഴുതിയ *ഇംഗ്ലണ്ടിലെ തൊഴിലാളിവർഗ്ഗത്തിന്റെ സ്ഥിതിയും* മാർക്സ് എഴുതിയ *ഫൊയർബാഹിന്റെ തീസിസുകളും* ആണ് ഏതാണ്ട് ഇതേ കാലത്ത് എഴുതപ്പെട്ട മറ്റുകൃതികൾ. എംഗൽസിന്റെ കൃതി അക്കാലത്തുതന്നെ പ്രസിദ്ധീകരിക്കപ്പെട്ടു. മാർക്സിന്റേത് അദ്ദേഹത്തിന്റെ മരണശേഷം 1888 ൽ എംഗൽസാണ് പ്രസിദ്ധീകരിച്ചത്.

എംഗൽസ് ഇംഗ്ലണ്ടിലെ തൊഴിലാളിവർഗ്ഗത്തെക്കുറിച്ച് കിട്ടാവുന്ന എല്ലാ രേഖകളും പഠിച്ചു, അവരുടെ ജീവിതസാഹചര്യം മനസ്സിലാക്കാനായി അവരുടെ വീടുകളിൽപ്പോയി. അവർ ജോലിചെയ്യുന്ന ചുറ്റുപാട് മനസ്സിലാക്കാനായി ഫാക്ടറികളിൽ പോയി. അങ്ങനെ വിപുലമായ തയാറെടുപ്പിന് ശേഷമാണ് എംഗൽസ് തന്റെ പുസ്തകം എഴുതിയത്. തൊഴിലാളികളുടെ അന്നത്തെ സ്ഥിതി വിവരിക്കുക മാത്രമല്ല അദ്ദേഹം ചെയ്തത്. സുപ്രധാനമായ സൈദ്ധാന്തികനിഗമനങ്ങളിൽ എത്തി. തൊഴിലാളിവർഗ്ഗത്തിന് മുതലാളിത്തവ്യവസ്ഥയെ നശിപ്പിച്ച് വർഗ്ഗരഹിതമായ കമ്യൂണിസ്റ്റ്സമൂഹം കെട്ടിപ്പടുക്കാനുള്ള കരുത്തുണ്ടെന്ന് ആയിരുന്നു അവയിൽ മുഖ്യം.

ഇംഗ്ലണ്ടിൽ മുക്കാൽ നൂറ്റാണ്ടിനകത്തുവന്ന മാറ്റം എംഗൽസ് ഈ പുസ്തകത്തിൽ വിവരിച്ചു. അതിനുമുമ്പ് ചെറുപട്ടണങ്ങളും ലഘുവ്യവസായങ്ങളും ഉള്ള, ഗണ്യമായ കർഷകജനതയുള്ള, രാജ്യമായിരുന്നു അത്. അന്നത്തെ തൊഴിലാളികൾ പ്രാകൃതമായ നൂൽനൂൽപ്പ് യന്ത്രങ്ങളും തറികളും ഉപയോഗിച്ചാണ് പ്രവർത്തിച്ചിരുന്നത്. ഭൂരിപക്ഷം പേരും ഗ്രാമങ്ങളിലായിരുന്നു. അതേസമയം അവർ സ്വന്തമായുള്ള ഒരു തുണ്ട് ഭൂമിയിലും പ്രവർത്തിച്ചിരുന്നു. ബുദ്ധിപരമായി അവർ മൃതപ്രായരായിരുന്നു. തങ്ങളുടെ സങ്കുചിത സ്വകാര്യതാല്പര്യത്തിൽ മാത്രമായിരുന്നു അവരുടെശ്രദ്ധ തങ്ങളുടെ ഭൂമിക്കും തറിക്കും (അതായത്, പണിയായുധങ്ങൾക്ക്) വേണ്ടി ഉഴിഞ്ഞിട്ടതായിരുന്നു അവരുടെ ജീവിതം. തങ്ങളുടെ സങ്കുചിതമായ ചക്രവാളത്തിനപ്പുറത്ത് അലയടിച്ച വമ്പിച്ച പ്രസ്ഥാനത്തെക്കുറിച്ച് അവർക്കൊന്നും അറിയാമായിരുന്നില്ല. നിശ്ശബ്ദമായ തങ്ങളുടെ നിലനില്പിൽ ഒതുങ്ങിക്കൂടിയ അവർ വ്യവസായികവിപ്ലവം ഉണ്ടായില്ലെങ്കിൽ ആ നിലയിൽത്തന്നെ തുടരുമായിരുന്നു.

ഈ വിവരണം ഇന്നത്തെ ഇന്ത്യയിലെ തൊഴിലാളിവർഗ്ഗത്തിനും ചേരും. ഉല്പാദനസമ്പ്രദായത്തിൽ വരുന്ന മാറ്റം എങ്ങനെ സമൂഹജീവിതത്തെ, അതിലെ അദ്ധ്വാനിക്കുന്നവരുടെ ജീവിതത്തെ, മാറ്റിമറിക്കുന്നു എന്നത് ഇത് വിശദമാക്കുന്നു.

എംഗൽസിന്റെ കാലമായപ്പോഴേക്കും ഇംഗ്ലണ്ടിലെ സമൂഹസ്ഥിതിയാകെ മാറി. പട്ടണങ്ങളിലേക്ക് ആളുകൾ ഇരച്ചുകയറി. സങ്കീർണമായ യന്ത്രങ്ങളുപയോഗിച്ച് വൈവിദ്ധ്യമാർന്ന ഉല്പാദനം നടത്തപ്പെട്ടു. പട്ടണവാസികളിൽ മൂന്നിൽ രണ്ടുഭാഗവും വ്യാപാരവൃത്തിയിലായി. മുക്കാൽ നൂറ്റാണ്ടിനുമുമ്പുള്ള ഇംഗ്ലണ്ടിലെ മുഖ്യവർഗ്ഗങ്ങളിൽനിന്ന്

വ്യത്യസ്തമായി പുതിയ വർഗ്ഗങ്ങൾ, അവയുടെ ജീവിതരീതി, ആചാരങ്ങൾ, സങ്കല്പങ്ങൾ, ആവശ്യങ്ങൾ എല്ലാം മാറി.

ഒരു മുതലാളിയായ റോബർട്ട് ഓവന്റെ നേതൃത്വത്തിലാണ് ഇംഗ്ലണ്ടിൽ സോഷ്യലിസം വളർന്നത്. ബൂർഷ്വാസിയോട് അതിന് വലിയ അനുഭാവമുണ്ടായിരുന്നു. തൊഴിലാളിവർഗ്ഗത്തിന്റെ രീതികളോട് എതിർപ്പും. പൊതുജന പിന്തുണ നേടുന്നതിൽ അത് ഒതുങ്ങിനില്ക്കണം എന്നായിരുന്നു സാങ്കല്പിക സോഷ്യലിസ്റ്റുകാരുടെ നിലപാട്.

എംഗൽസ് ഇതിനെ എതിർത്തു. മുതലാളിത്തസമൂഹത്തിലെ പ്രധാന വർഗ്ഗങ്ങളായ ബൂർഷ്വാസിയും തൊഴിലാളിവർഗ്ഗവും തമ്മിലുള്ള ശത്രുതാപരമായ വൈരുദ്ധ്യത്തിന്റെ കണ്ണാടിയാണ് തൊഴിലാളിവർഗ്ഗ പ്രസ്ഥാനം എന്ന് എംഗൽസ് പറഞ്ഞു. അന്നത്തെ ഇംഗ്ലണ്ടിലെ ചാർട്ടിസ്റ്റ് പ്രസ്ഥാനത്തെ അദ്ദേഹം സ്വാഗതം ചെയ്തു. എന്നാൽ വിപ്ലവത്തിന്റെ ആവശ്യം അത് മനസ്സിലാക്കിയിട്ടില്ലെന്ന് അദ്ദേഹം ചൂണ്ടിക്കാട്ടി.

തൊഴിലാളിവർഗ്ഗസംഘടന വളരുന്നതിനുള്ള സാഹചര്യം എങ്ങനെ വളരുന്നു എന്ന് എംഗൽസ് വിവരിച്ചു. മുതലാളിത്ത ഉല്പാദനത്തിന്റെ വളർച്ച ഒരൊറ്റ പടയായി ഏകോപിക്കുന്നതിന് തൊഴിലാളിവർഗ്ഗത്തെ പ്രേരിപ്പിച്ചു. തങ്ങളുടെ താല്പര്യവും മുതലാളിമാരുടെ താല്പര്യവും ഒത്തുപോകില്ലെന്ന് അവർ മനസ്സിലാക്കിയിരുന്നു.

സോഷ്യലിസ്റ്റ് സിദ്ധാന്തവും അക്രമവാസനയുമായി യാതൊരു ബന്ധവുമില്ലെന്ന് എംഗൽസ് ചൂണ്ടിക്കാട്ടി. തൊഴിലാളിവർഗ്ഗം ഭരണവർഗ്ഗത്തിന്റെ അക്രമത്തിനെതിരായി മാത്രമാണ് ബലം പ്രയോഗിക്കുന്നത്.

എന്നാൽ, ഈ പുസ്തകത്തിൽ എംഗൽസിനു പാളിച്ചകൾ പറ്റാതിരുന്നില്ല. മാർക്സിസ്റ്റ് സാമ്പത്തികസിദ്ധാന്തം പൂർണ്ണവളർച്ച പ്രാപിക്കാത്തതുകൊണ്ടാണ് ഇത്. മുതലാളിത്തത്തിന്റെ നാശം തുടങ്ങി എന്ന എംഗൽസിന്റെ നിഗമനമാണ് അവയിൽ ഒന്ന്. മുതലാളിത്തവും തൊഴിലാളിവർഗ്ഗവും തമ്മിലുള്ള വൈരുദ്ധ്യത്തിന് അതീതമാണ് കമ്യൂണിസം എന്നതാണ് മറ്റൊന്ന്. ചില മുതലാളിവംശജർ തൊഴിലാളിവർഗ്ഗത്തെ അനുകൂലിച്ചതിൽനിന്നാണ് ഈ തെറ്റായ നിഗമനത്തിൽ എംഗൽസ് എത്തിയത്. എന്നാൽ ഏതാനും മാസങ്ങൾക്കകം എംഗൽസ് ഈ തെറ്റുതിരുത്തി. 1845 ൽ പ്രസിദ്ധീകരിക്കപ്പെട്ട അദ്ദേഹത്തിന്റെ ചില ലേഖനങ്ങൾതന്നെ ഇതിന് സാക്ഷ്യം വഹിക്കുന്നു.

എംഗൽസ് ഇക്കാലത്ത് ഇടത്തരക്കാരുടെ ജനാധിപത്യത്തോടുള്ള കൂറിനെക്കുറിച്ച് എഴുതിയത് ഇന്നും പ്രസക്തമാണ്. *നോർത്തേൺ സ്റ്റാർ* എന്ന പത്രത്തിനു 1846 ൽ എഴുതിയ മൂന്നാമത്തെ കത്തിലാണ് ഈ ആശയമുള്ളത്. 19-ാം നൂറ്റാണ്ടിന്റെ മദ്ധ്യത്തിൽത്തന്നെ ഇടത്തരക്കാർ പ്രതിവിപ്ലവശക്തിയായി മാറിത്തുടങ്ങിയിരുന്നു. നൂറ്റാണ്ടുകളായി ജീർണ്ണിച്ചുവരികയായിരുന്ന നാടുവാഴിവർഗ്ഗത്തിനെതിരെ ഇടത്തരക്കാരെ ഇളക്കിവിട്ടത് മുതലാളിവർഗ്ഗമായിരുന്നു.

പണംകൊണ്ടുമാത്രം അധികാരം കിട്ടില്ലെന്ന് കണ്ട ഇടത്തരക്കാർ നാടുവാഴിത്തഭരണത്തിൽ പ്രത്യേകാവകാശങ്ങളുണ്ടായിരുന്ന വിവിധ വിഭാഗങ്ങളെ ഒന്നിച്ചു കൊണ്ടുവന്നു. ഒരൊറ്റ പ്രത്യേകാവകാശം— പണത്തിന്റെ കുത്തക. എന്നാൽ രാഷ്ട്രീയമായി അത് ഉല്പതിഷ്ണുവേഷം ധരിച്ചു. സ്വേച്ഛാപരമായ എല്ലാ പ്രത്യേകാവകാശങ്ങൾക്കും ആനുകൂല്യങ്ങൾക്കും എതിരായും തെരഞ്ഞെടുക്കപ്പെട്ട ഗവൺമെന്റ്, തത്വത്തിൽ സമത്വം അംഗീകരിക്കൽ, സ്വേച്ഛാപരമായ നിയന്ത്രണങ്ങളിൽനിന്നുള്ള പത്രസ്വാതന്ത്ര്യം മുതലായവക്കുവേണ്ടിയും വാദിച്ചു. അത്രത്തോളം അവർ ജനാധിപത്യവാദികളായിരുന്നു. എന്നാൽ ഇതിന്റെയെല്ലാം ഉദ്ദേശ്യം നാടുവാഴിത്ത പ്രത്യേകാവകാശങ്ങളുടെ സ്ഥാനത്ത് പണത്തിന്റെ പ്രത്യേകാവകാശം സ്ഥാപിക്കുകമാത്രമായിരുന്നു. സ്വത്തുടമകൾക്കു മാത്രമായി വോട്ടവകാശം ചുരുക്കിയത് ഈ ഉദ്ദേശ്യത്തോടെയായിരുന്നു. സമ്പന്നരും പാവങ്ങളും തമ്മിലുള്ള അസമത്വം നിലനിർത്തിക്കൊണ്ടായിരുന്നു സമത്വതത്ത്വത്തിനുവേണ്ടി അവർ വാദിച്ചത്. സമത്വത്തിന്റെ പേരിൽ അസമത്വം നിലനിർത്തലായിരുന്നു ലക്ഷ്യം. പത്രം നടത്താനും അത് വാങ്ങാനും പണം വേണം. അവിടെയും പണക്കാരുടെ സ്വാതന്ത്ര്യമാണ് പരിരക്ഷിക്കപ്പെട്ടതെന്ന് എംഗൽസ് ചൂണ്ടിക്കാട്ടി.

1815-30 കാലത്ത് തൊഴിലാളിവർഗ്ഗത്തിന്റെ ജനാധിപത്യപ്രസ്ഥാനം ബൂർഷ്വാഉല്പതിഷ്ണുപ്രസ്ഥാനത്തിന് കീഴ്പ്പെട്ടിരുന്നു. ഉല്പതിഷ്ണുത്വവും ജനാധിപത്യവും തമ്മിലുള്ള വ്യത്യാസം—ഇടത്തരക്കാരുടെ മോചനവും തൊഴിലാളിവർഗ്ഗത്തിന്റെ മോചനവും തമ്മിലുള്ള വ്യത്യാസം - തൊഴിലാളികൾക്കു കാണാൻ കഴിഞ്ഞില്ല. ഇടത്തരക്കാർ ശ്രമിച്ചത് പണത്തിന്റെ സ്വാതന്ത്ര്യത്തിനാണ്, മനുഷ്യന്റേതിനല്ല. പണത്തിന്-അതായത് തങ്ങൾക്ക്-രാഷ്ട്രീയാധികാരം കിട്ടിയതോടെ, ഇടത്തരക്കാർക്കു ജനാധിപത്യത്തിനുവേണ്ടിയുള്ള സമരത്തിൽ താല്പര്യമില്ലാതായി. അവർ വിപ്ലവകാരികളല്ലാതായി. പുരോഗമനസ്വഭാവം കൈവെടിഞ്ഞു. അതേവരെ വിപ്ലവപ്രവർത്തനത്തിൽ രണ്ടാംകൂറുകാരായിരുന്ന തൊഴിലാളിവർഗത്തിനു നേതൃത്വം ഏറ്റെടുക്കേണ്ടിവരും, ദേശീയപ്രസ്ഥാനമാകേണ്ടിവരും എന്ന് എംഗൽസ് വ്യക്തമാക്കി.

അതിനാൽ,

> ഈയിടെയായി ജനാധിപത്യം കമ്യൂണിസമാണ്..... തൊഴിലാളിവർഗ്ഗത്തിന്റെ തത്ത്വമാണ്, ബഹുജനങ്ങളുടെ തത്ത്വമാണ് കമ്യൂണിസ്റ്റ് ശക്തികളുടെ കൂട്ടത്തിൽ ജനാധിപത്യബോധമുള്ള ബഹുജനങ്ങളെ ധൈര്യപൂർവ്വം പെടുത്താം..... 1846 ലെ യൂറോപ്പിൽ എല്ലാ ജനാധിപത്യവാദികളും ഉള്ളാലെ കമ്യൂണിസ്റ്റുകാരായതുകൊണ്ട് വിവിധ രാജ്യങ്ങളിലെ തൊഴിലാളിവർഗ്ഗപാർട്ടികൾ ഏകോപിക്കുന്നപക്ഷം അവരുടെ കൊടിക്കൂറയിൽ ജനാധിപത്യം എന്ന് എഴുതിച്ചേർക്കുന്നതിൽ തെറ്റില്ല (അതേകൃതി. വാള്യം 6, പേജ് 5).

ജനാധിപത്യത്തിനുവേണ്ടിയുള്ള സമരവും സോഷ്യലിസത്തിനു വേണ്ടിയുള്ള സമരവും തമ്മിലുള്ള വ്യത്യാസം ശാസ്ത്രീയ കമ്യൂണിസം എടുത്തുകാണിക്കുന്നുണ്ട്. എന്നാൽ, അവ തമ്മിൽ ബന്ധവുമുണ്ട്. ഇത് മനസ്സിലാക്കാൻ ചരിത്രത്തെക്കുറിച്ച് ഭൗതികവീക്ഷണം ആവശ്യമാണെന്ന് എംഗൽസ് 1846 ൽ എഴുതിയ വിവിധ ലേഖനങ്ങളിൽ വ്യക്തമാക്കി.

1845 ജനുവരിയിൽ മാർക്സ് ഫ്രാൻസിൽനിന്ന് പുറന്തള്ളപ്പെട്ടു. പ്രഷ്യൻഗവൺമെന്റിനെക്കുറിച്ച് മാർക്സ് എഴുതിയ ലേഖനത്തെ ചൊല്ലിയായിരുന്നു ഇത്. മറ്റു പലരുടെയും ലേഖനങ്ങൾ മാർക്സ് എഡിറ്റ് ചെയ്യുകയും പലർക്കും ആശയങ്ങൾ നിർദ്ദേശിച്ചു കൊടുക്കുകയും ചെയ്തിരുന്നു. മാർക്സ് ബ്രസൽസിലേക്ക് നീങ്ങി. അവിടെവെച്ച് എംഗൽസ് മാർക്സിനെ കണ്ടപ്പോഴേക്ക് ചരിത്രത്തെക്കുറിച്ചുള്ള ഭൗതികവാദപരമായ സിദ്ധാന്തം അദ്ദേഹം പൂർണ്ണമായി വികസിപ്പിച്ചിരുന്നു എന്ന് എംഗൽസ് രേഖപ്പെടുത്തിയിട്ടുണ്ട്.

ബ്രസൽസിൽവച്ചാണ് മാർക്സ് *ഫൊയർബാഹിനെക്കുറിച്ചുള്ള തീസിസുകൾ* എഴുതിയത്. രണ്ടര പേജിൽ ഒതുങ്ങുന്ന 11 ഖണ്ഡങ്ങളാണ് അവ. തന്റെ ജീവിതകാലത്ത് മാർക്സ് അവ പ്രസിദ്ധീകരിക്കുകയുണ്ടായില്ല. 1888 ൽ എംഗൽസ് ആണ് അവ ആദ്യമായി പ്രസിദ്ധീകരിച്ചത്. മാർക്സിന്റെ ദാർശനികമായ വളർച്ചയിലും വൈരുദ്ധ്യാത്മക ഭൗതികവാദത്തിലും അവയ്ക്കുള്ള സ്ഥാനം അനുപമമാണ്.

ഫൊയർബാഹ് വരെയുള്ള ദാർശനികരുടെ പഴയ ഭൗതികവാദത്തിൽനിന്ന് വൈരുദ്ധ്യാത്മക ഭൗതികവാദത്തിനുള്ള വ്യത്യാസം അവ വിളിച്ചോതുന്നു. ഒന്നാമത്തെ തീസിസിൽ ഇങ്ങനെ പറയുന്നു: “(ഫൊയർബാഹിന്റേതടക്കമുള്ള) എല്ലാ പഴയ ഭൗതികവാദങ്ങളുടെയും മുഖ്യദോഷം സത്ത, യാഥാർത്ഥ്യം, ഇന്ദ്രിയബോധം എന്നിവ വസ്തുവിന്റെയോ ധ്യാനത്തിന്റെയോ രൂപത്തിലാണ് വിഭാവനം ചെയ്യപ്പെട്ടിട്ടുള്ളത്. ഇന്ദ്രിയ സംവേദിയായ മനുഷ്യപ്രവർത്തനമോ പ്രയോഗമോ ആയിട്ടല്ല. ആത്മനിഷ്ഠമായിട്ടല്ല.”

ബാഹ്യവസ്തുക്കൾ മനുഷ്യരിൽ സൃഷ്ടിക്കുന്ന ആഘാതം മൂലമുണ്ടാകുന്ന നിർജ്ജീവാവസ്ഥയായിട്ടാണ് മാർക്സിനുമുമ്പുള്ള ഭൗതികവാദം ഇന്ദ്രിയസംവേദനത്തെ കണക്കാക്കിയിരുന്നത്. ഈ വീക്ഷണത്തിന്റെ പോരായ്മയും പക്ഷപാതവും മാർക്സ് ചൂണ്ടിക്കാട്ടി. ഇന്ദ്രിയസംവേദനം മനുഷ്യന്റെ സ്വന്തം പ്രവർത്തനമാണെന്നും പ്രയോഗം ഇന്ദ്രിയസംവേദിയായ പ്രവർത്തനമാണെന്നും അദ്ദേഹം പറഞ്ഞു. ഈ പ്രവർത്തനത്തിൽ ചുറ്റുപാടിനുള്ള സ്വാധീനത്തിന്റെ ശരവ്യം മാത്രമല്ല മനുഷ്യൻ; അതിനെ മാറ്റുന്ന ശക്തികൂടിയാണ്. ബാഹ്യലോകവസ്തുക്കളിൽ മനുഷ്യൻ ചെലുത്തുന്ന സ്വാധീനത്തിന്റെ ജ്ഞാനാത്മകപ്രാധാന്യം പഴയ ഭൗതികവാദം തീരെ അവഗണിച്ചു. മനുഷ്യരുടെ ബോധപൂർവ്വവും ഉദ്ദേശ്യപൂർണ്ണവുമായ പ്രവർത്തനമാണ് പ്രയോഗം. അതാണ് അറി

വിന്റെ അടിത്തറ. അറിവിനെ ഇന്ദ്രിയാനുഭൂതികളോ വികാരങ്ങളോ ചിന്തിക്കലോ മറ്റോ ആയി ഒരിക്കലും പരിമിതപ്പെടുത്താനാവില്ല. പ്രയോഗം ഏതുരൂപത്തിലായാലും, യഥാർത്ഥ്യത്തെ മനസ്സിലാക്കാനും മാറ്റാനും വേണ്ടിയും വ്യക്തികളുടെയും സമൂഹത്തിന്റെയും ആവശ്യങ്ങൾ നിറവേറ്റാൻ വേണ്ടിയും അവരുടെ പ്രവർത്തനം സംഘടിപ്പിക്കാൻ വേണ്ടിയും ഭൗതികമായ വസ്തുക്കളെയും പ്രക്രിയകളെയും മറ്റും ഉപയോഗിക്കലാണ്.

ലോകത്തെ മാറ്റുന്നതുകൊണ്ടാണ് മനുഷ്യൻ അതിനെ അറിയുന്നത്. ബാഹ്യലോകത്തെക്കുറിച്ചുള്ള ഇന്ദ്രിയാനുഭൂതികൾ മനുഷ്യന്റെ പ്രായോഗികപ്രവർത്തനത്തിലെ അവശ്യഘടകമാണ്. പ്രയോഗത്തെയും മനുഷ്യന് ബാഹ്യലോകവുമായുള്ള ഇന്ദ്രിയബന്ധത്തെയും വെവ്വേറെ അറകളിലിടുകയാണ് മുമ്പുള്ള ഭൗതികവാദികൾ ചെയ്തത്. സൈദ്ധാന്തികനിലപാട് മാത്രമാണ് കലർപ്പില്ലാത്ത മാനുഷിക നിലപാട് എന്നാണ് ഫൊയർബാഹുപോലും കരുതിയിരുന്നതെന്ന് മാർക്സ് ചൂണ്ടിക്കാട്ടി. "പ്രയോഗത്തെ 'വൃത്തികെട്ട ജൂത' പ്രത്യക്ഷരൂപമായിട്ടാണ് സങ്കല്പിക്കുകയും നിർവ്വചിക്കുകയും ചെയ്യുന്നത്" എന്നും മാർക്സ് പറഞ്ഞു.

ഏറക്കുറെ ഇതാണ് മാർക്സിനുമുമ്പുള്ള ധ്യാനാത്മക ഭൗതികവാദങ്ങളുടെ തകരാറ്. പ്രയോഗത്തെക്കുറിച്ചുള്ള പുതിയ കാഴ്ചപ്പാടും അതിന്റെ വിജ്ഞാനപരമായ പ്രാധാന്യത്തെക്കുറിച്ചുള്ള ഉയർന്ന അംഗീകാരവുമാണ് ധ്യാനാത്മക ഭൗതികവാദത്തിൽനിന്ന് മാർക്സിസ്റ്റ് ദർശനത്തെ വേർതിരിക്കുന്നത്.

ഇത് സംബന്ധിച്ചും മാർക്സ് പറയാത്തത് പറഞ്ഞതായി ആരോപിച്ച്, അദ്ദേഹത്തെ ആശയവാദിയായി വ്യാഖ്യാനിക്കുന്നവരുണ്ട്. എന്നാൽ, ഒന്നാമത്തെ തീസിസിൽ മാർക്സ് മുഖ്യമായി പറഞ്ഞിട്ടുള്ളത് അറിവ്, പഠിതാവിന്റെ പ്രവർത്തനമാണ്; ആത്മനിഷ്ഠമായ പ്രവർത്തനമാണ്. ആ അർത്ഥത്തിൽ മാത്രം വസ്തുക്കളുടെ നിർജ്ജീവമായ, കണ്ണാടിയിൽ കാണുന്നതുപോലെയുള്ള, പ്രതിഫലനമല്ല. ഇക്കാര്യം മാർക്സിസത്തിന്റെ വിമർശകർ കാണുന്നില്ല. മാർക്സ് അതേവരെ ആവിഷ്കരിച്ച ആശയങ്ങളുടെ പശ്ചാത്തലത്തിൽനിന്ന് ഒന്നാമത്തെ തീസിസിനെ വേറിട്ടെടുത്ത് അദ്ദേഹം ഭൗതികവാദി അല്ലെന്ന് വ്യാഖ്യാനിക്കുകയാണ് അവർ ചെയ്യുന്നത്.

മുമ്പുള്ള ഭൗതികവാദത്തിന്റെ വിശകലനം കാണിക്കുന്നത്, പ്രയോഗത്തിന്റെ വിജ്ഞാനശാസ്ത്രപരമായ പ്രാധാന്യം അത് മനസ്സിലാക്കിയില്ല എന്നും അതുകൊണ്ട് വിജ്ഞാനസിദ്ധാന്തത്തിൽ പ്രയോഗം എന്ന സങ്കല്പനം ഉൾക്കൊള്ളിച്ചില്ലെന്നുമാണ്. ഇവിടെ മാർക്സ് ഇതിന്റെ എല്ലാ വശങ്ങളും സ്പർശിക്കുന്നില്ല. പഴയ ഭൗതികവാദത്തിന്റെ വിജ്ഞാനശാസ്ത്രപരമായ പരിമിതികളെക്കുറിച്ച് മാത്രമേ പറയുന്നുള്ളൂ. അത് വസ്തുനിഷ്ഠം – ആത്മനിഷ്ഠം, സൈദ്ധാന്തികം – പ്രായോഗികം എന്നിവയുടെ വൈരുദ്ധ്യാത്മകത അവഗണിച്ചു. വൈരുദ്ധ്യവാദികളായ

ആശയവാദികൾ ആശയവാദപരമായി വ്യാഖ്യാനിക്കപ്പെട്ട പ്രയോഗത്തിലാണ് വിജ്ഞാനത്തിൽ മർമ്മപ്രധാന്യം നല്കിയത്. ഇവരുടെ വിജ്ഞാനശാസ്ത്രപരമായ വീക്ഷണത്തിലെ സൃഷ്ടിപരമായ വശം മാർക്സ് കാണാതിരുന്നില്ല. എന്നാൽ 'ആശയവാദം യഥാർത്ഥവും ഇന്ദ്രിയപരവുമായ പ്രവർത്തനത്തെ മനസ്സിലാക്കാതിരുന്നതു'കൊണ്ട് അറിവുപരമായ പ്രവർത്തനത്തെക്കുറിച്ച് ആശയവാദം അങ്ങേയറ്റം അമൂർത്തമായ വീക്ഷണമാണ് കൈക്കൊണ്ടത് എന്ന് മാർക്സ് പറഞ്ഞു.

സിദ്ധാന്തത്തെയും പ്രയോഗത്തെയും ആപേക്ഷിക വിപരീതങ്ങളായാണ് മാർക്സ് കണ്ടത്. അവ പരസ്പര അനുപൂരകങ്ങളാണെന്ന് പറയാം. സിദ്ധാന്തം അതിന്റെ വളർച്ചയുടെ ഒരു ഘട്ടത്തിൽ പ്രയോഗത്തിന്റെ ഭാഗമായിത്തീരുന്നു; പ്രയോഗം സിദ്ധാന്തത്തിന്റെ ഉള്ളടക്കവും. പ്രതിഫലനപ്രകിയയെക്കുറിച്ചുള്ള ഈ വൈരുദ്ധ്യാത്മകവീക്ഷണം ആവിഷ്കരിച്ച വൈരുദ്ധ്യാത്മക ഭൗതികവാദം വിജ്ഞാനശാസ്ത്രത്തിൽ ഒരു വിപ്ലവത്തിന്റെ തുടക്കം കുറിച്ചു.

മനുഷ്യബോധത്തിൽനിന്ന് സ്വതന്ത്രമായി ബാഹ്യലോകത്തിനും വസ്തുനിഷ്ഠ യാഥാർത്ഥ്യത്തിനും നിലനില്പുണ്ടോ എന്ന കാര്യം നിശ്ചയിക്കുന്നതിൽ പ്രയോഗത്തിന്റെ പങ്ക് നിർണ്ണായകമാണ്. ഹെഗൽ 'ശുദ്ധവസ്തു'വിനെ മാത്രമേ സൈദ്ധാന്തികാടിത്തറ കൂടാതെ സങ്കല്പിക്കാനാവൂ എന്ന് വിധിച്ചു. ഇന്ദ്രിയഗോചരമായ വിവരങ്ങളുടെ ഉള്ളടക്കത്തെ നിരുപാധികം സ്വീകരിക്കണമെന്ന് ഫൊയർബാഹ് ശാഠ്യംപിടിച്ചു. പ്രയോഗമാണ് നമ്മുടെ ചിന്ത വസ്തുനിഷ്ഠമാണെന്ന് തെളിയിക്കുന്നതെന്നും നമ്മുടെ ആശയങ്ങൾക്കും സങ്കല്പനങ്ങൾക്കും വസ്തുനിഷ്ഠമായ ഉള്ളടക്കമുണ്ടെന്നും അത് അറിവിന് മുമ്പുള്ളതും അതിൽനിന്ന് സ്വതന്ത്രവും ആണെന്നും മാർക്സ് ഉറപ്പിച്ചുപറഞ്ഞു. പ്രകൃതിയുടെ അസ്തിത്വത്തെ യുക്തിപരമായി തെളിയിക്കാനുള്ള ശ്രമം അതിനുമുമ്പ് എന്തോ നിലനിന്നിരുന്നു എന്ന സങ്കല്പത്തിന്റെ അടിസ്ഥാനത്തിലായിരുന്നു. അത് ആശയവാദപരമാണ്, "പ്രയോഗത്തിൽനിന്ന് സ്വയം വേർപെടുന്ന ചിന്ത യഥാർത്ഥമാണോ അല്ലയോ എന്ന തർക്കം തികച്ചുമൊരു പാണ്ഡിത്യപ്രകടനമാണ്" എന്ന് മാർക്സ് ചൂണ്ടിക്കാട്ടി. ഇതിനർത്ഥം വിജ്ഞാനശാസ്ത്രത്തിൽ സൈദ്ധാന്തികചിന്തയ്ക്ക് സ്ഥാനമില്ല എന്നല്ല. മാർക്സ് പ്രയോഗത്തെയും സൈദ്ധാന്തിക ചിന്തയെയുമല്ല തട്ടിച്ചു നോക്കിയത്. പ്രയോഗത്തെയും പാണ്ഡിത്യത്തിന്റെ അപ്രസക്തങ്ങളായ ഊഹങ്ങളെയുമാണ്. സിദ്ധാന്തവും പ്രയോഗവും തമ്മിലുള്ള ഐക്യം അദ്ദേഹം ഊന്നിപ്പറഞ്ഞു. ഈ വിപരീതങ്ങളുടെ വൈരുദ്ധ്യാത്മകത അവയുടെ ആപേക്ഷികമായ സ്വാതന്ത്ര്യത്തെയോ അവശ്യവിഭിന്നതകളെയോ നിരാകരിക്കുന്നുമില്ല.

ലോകത്തെ അറിയാനുള്ള കഴിവ് മാനവരാശി ആർജ്ജിച്ചതെങ്ങനെ? അറിയാനുള്ള സ്വന്തം കഴിവ് കാലേകൂട്ടി അപഗ്രഥിച്ചിട്ടില്ല, പിന്നെയോ, പ്രായോഗിക പ്രവർത്തനത്തിലൂടെ ലോകത്തെ മനസ്സിലാക്കാനുള്ള

കഴിവ് ആർജ്ജിച്ചതിലൂടെയാണ്. ദർശനം രംഗപ്രവേശം ചെയ്തതിന് എത്രയോ മുമ്പുതന്നെ മനുഷ്യന്റെ ചിന്തയും ബാഹ്യയാഥാർത്ഥ്യവും തമ്മിലുള്ള ബന്ധത്തിന്റെ പ്രശ്നം പ്രയോഗം - അതായത് മനുഷ്യ ജീവിതം തന്നെ-പരിഹരിച്ചിരുന്നു. ഈ പ്രായോഗിക പരിഹാരത്തെ സൈദ്ധാന്തികമായി മനസ്സിലാക്കുകയാണ് ദർശനം ചെയ്യുന്നത്. ''സിദ്ധാന്തത്തെ മിസ്റ്റിസിസത്തിലേക്ക് വഴിതെറ്റിക്കുന്ന എല്ലാ നിഗൂഢതകളുടെയും യുക്തിപരമായ നിർദ്ധാരണം മനുഷ്യന്റെ പ്രയോഗത്തിലും അതിനെ ഗ്രഹിക്കുന്നതിലുമാണ്." (അതേ കൃതി, വാല്യം 5, പേജ് 8). പ്രയോഗം കൊണ്ടുമാത്രം എല്ലാ മൗലിക ദാർശനിക പ്രശ്നങ്ങളെയും പരിഹരിക്കാനാവുമെന്ന് മാർക്സ് പറഞ്ഞിട്ടില്ല. പ്രയോഗത്തെ സൈദ്ധാന്തികമായി വിശകലനം ചെയ്യണമെന്നാണ് അദ്ദേഹം പറഞ്ഞത്.

"സാമൂഹ്യജീവിതം പ്രഥമവും പ്രധാനവുമായി പ്രയോഗികമാണ്" എന്ന് മാർക്സ് പറഞ്ഞതിനർത്ഥം പ്രയോഗത്തിന് അടിസ്ഥാനം ഉല്പാദനമാണ്, അദ്ധ്വാനമാണ് എന്നാണ്. സമൂഹജീവിതത്തിന് അടിസ്ഥാനം ഉല്പാദനം, പ്രയോഗത്തിന് അറിവും. പ്രയോഗത്തെക്കുറിച്ചുള്ള സങ്കല്പനം ഉല്പാദനത്തെകുറിച്ചുള്ള സങ്കല്പനമായി ചുരുങ്ങുന്നില്ല. എന്തെന്നാൽ പ്രയോഗം അറിവിനെപ്പോലെ വൈവിദ്ധ്യമാർന്നതാണ്.

മൂന്നാമത്തെ തീസിസിലാണ് സമൂഹബന്ധങ്ങളെ മാറ്റിമറിക്കുന്ന വിപ്ലവകരമായ പ്രയോഗത്തെ—വർഗ്ഗസമരത്തെ—കുറിച്ച് പ്രതിപാദിക്കുന്നത്. വിജ്ഞാന സിദ്ധാന്തത്തിനെന്നപോലെ ചരിത്രത്തിന്റെ ഭൗതികവാദപരമായ വ്യാഖ്യാനത്തിനും ശാസ്ത്രീയ സോഷ്യലിസത്തിനും ഇത് പ്രധാനപ്പെട്ടതാണ്. മാർക്സ് വരെയുള്ള ഭൗതികവാദികൾ മനുഷ്യർ ചുറ്റുപാടുകളുടെയും വളർത്തലിന്റെയും സൃഷ്ടികളാണെന്ന് മാത്രമേ പറഞ്ഞിരുന്നുള്ളൂ. ചുറ്റുപാടുകളും വളർത്തലും മാറുന്നതിനനുസരിച്ച് അവരിലും മാറ്റമുണ്ടാകുമെന്നും പറഞ്ഞിരുന്നു. എന്നാൽ ചുറ്റുപാടുകളെ മാറ്റുന്നത് മനുഷ്യരാണെന്നും അദ്ധ്യാപകനുതന്നെ അദ്ധ്യയനം ആവശ്യമാണെന്നും അവർ കണ്ടില്ല. മാറിയ ചുറ്റുപാടും മനുഷ്യന്റെ പ്രവർത്തനവും പൊരുത്തപ്പെടുത്തി കാണാനും മനസ്സിലാക്കാനും വിപ്ലവകരമായ പ്രയോഗം നടത്തുന്നവർക്കേ കഴിയൂ എന്ന് മാർക്സ് ചൂണ്ടിക്കാട്ടി.

മാർക്സ് ഇവിടെ സൂചിപ്പിച്ച ആശയം ദൂരവ്യാപകസ്വാധീനം ചെലുത്തുന്നതാണ്. ഫ്രഞ്ച് സോഷ്യലിസ്റ്റുകാരുടെ ഉട്ടോപ്യൻ ആശയങ്ങളിൽ വിപ്ലവകരമായ പ്രയോഗത്തിന് സ്ഥാനമുണ്ടായിരുന്നില്ല. ഭാവിയിൽ കരുപ്പിടിപ്പിക്കാൻ പോകുന്ന സോഷ്യലിസ്റ്റ് സമൂഹത്തിൽ ജീവിക്കേണ്ട മനുഷ്യരെ മുതലാളിത്ത വ്യവസ്ഥയിൻകീഴിൽ പരിശീലിപ്പിക്കാമെന്നായിരുന്നു അവർ കരുതിയത്. മനുഷ്യജീവിത പരിതഃസ്ഥിതികളുടെ മാറ്റവും മനുഷ്യസത്തയുടെ മാറ്റവും പരസ്പരപൂരകങ്ങളാണെന്ന മാർക്സിന്റെ ആശയം ഒരു പുതിയ ചക്രവാളം അനാവരണം ചെയ്തു. സ്വാത

ന്ത്ര്യവും അവശ്യകതയും തമ്മിലുള്ള ഐക്യം വിപ്ലവകരമായ പ്രയോഗത്തെക്കുറിച്ചുള്ള മാർക്സിന്റെ നിർവ്വചനത്തിൽനിന്ന് ഉരുത്തിരിഞ്ഞതാണ്.

4 മുതൽ 7 വരെയുള്ള തീസിസുകളിലാണ് മതത്തെക്കുറിച്ചുള്ള ഫൊയർബാഹിന്റെ തീസിസുകളെ മാർക്സ് പരിശോധിച്ചത്. മതപരമായ വിവിധധാരണകളുടെ വൈവിദ്ധ്യമാർന്ന മതേതര ഉള്ളടക്കത്തെ പുറത്തുകൊണ്ടുവന്നത് ഫൊയർബാഹ് ആയിരുന്നു. എന്നാൽ മതത്തിന്റെ യഥാർത്ഥ ഉള്ളടക്കം എന്ത് എന്ന് സ്പഷ്ടമാക്കാൻ അദ്ദേഹത്തിനു കഴിഞ്ഞില്ല. മതത്തിന്റെ സത്ത മനുഷ്യസത്ത തന്നെയാണെന്നായിരുന്നു അദ്ദേഹത്തിന്റെ വാദം. ഓരോ വ്യക്തിക്കും മനുഷ്യനെന്ന ജന്തുജാതിയുടെ സവിശേഷതകൾ ഉള്ളതിനാൽ മനുഷ്യസത്തയുടെ മൂർത്തിമത്ഭാവമാണ്. എന്നാൽ മതബോധം ഒരു സാമൂഹ്യോല്പന്നമാണെന്ന വസ്തുത ഫൊയർബാഹ് മനസ്സിലാക്കിയില്ല. മനുഷ്യസത്ത ഓരോ വ്യക്തിയിലും കുടികൊള്ളുന്ന അമൂർത്തതയാണെന്ന ഫൊയർബാഹിന്റെ ധാരണയും തെറ്റാണ്. സാമൂഹ്യബന്ധങ്ങളുടെ ആകത്തുകയാണ് അതെന്ന് മാർക്സ് എടുത്തുപറഞ്ഞു. ഈ സാമൂഹ്യബന്ധങ്ങളെ വിശകലനം ചെയ്ത് മതബോധത്തിന്റെ അടിവേരിലേക്കു കടന്നുചെല്ലായ്കയാണ് ഫൊയർബാഹ് വരെയുള്ള ഭൗതികവാദികളുടെ ഏറ്റവും വലിയ കുറവ്. അതാണ് മാർക്സ് ഈ തീസിസുകളിൽ വിശദമാക്കിയതും.

അവസാനത്തെ നാലുതീസിസുകളിൽ മാർക്സ് പുതിയ ഭൗതികവാദത്തെയും പഴയതിനെയും തമ്മിൽ തട്ടിച്ചുനോക്കുന്നു. പഴയ ഭൗതികവാദികളൊക്കെ നിലവിലുള്ള സിവിൽ സമൂഹത്തിന്റെ ചങ്ങലക്കെട്ടുകൾക്കകത്തുള്ള വ്യക്തികളെക്കുറിച്ചാണ് ചിന്തിച്ചത്. വർഗ്ഗാടിസ്ഥാനത്തിലുള്ള സമൂഹത്തിന്റെ മുതലാളിത്ത സമൂഹത്തിന്റെപോലും വിഭജനത്തിൽ അവർ അസ്വാഭാവികതയും കണ്ടില്ല. അത് മാറ്റണമെന്ന ചിന്തയേ അവർക്കുണ്ടായില്ല. വൈരുദ്ധ്യാത്മക ഭൗതികവാദവും വെറും ഭൗതികവാദവും തമ്മിലുള്ള വ്യത്യാസമാണ് ഇവിടെ കണ്ടത്.

11-ാമത്തെ തീസിസിൽ വൈരുദ്ധ്യാത്മക ഭൗതികവാദത്തിന് മുമ്പുള്ള എല്ലാ ദർശനങ്ങളുടെയും പിരിമിതി മാർക്സ് ചൂണ്ടിക്കാണിക്കുന്നു: "ദാർശനികർ ലോകത്തെ വിവിധരീതികളിൽ വ്യാഖ്യാനിക്കുക മാത്രമേ ചെയ്തിട്ടുള്ളൂ: വേണ്ടത് അതിനെ മാറ്റുകയാണ്."

മാർക്സിസത്തെ ഇന്ന് വികലപ്പെടുത്തുന്നവർ പറയുന്നത്, ലോകത്തെ ശാസ്ത്രീയമായി വിശദീകരിക്കേണ്ട ആവശ്യം അത് നിഷേധിക്കുന്നു എന്നാണ്. അത് ശരിയല്ല. മാർക്സിവിടെ ചെയ്യുന്നത് ഒറ്റ കാര്യമാണ്; ലോകത്തെ മാറ്റേണ്ട ആവശ്യം ഊന്നിപ്പറയുന്ന ദർശനത്തെയും അതിനെ വ്യാഖ്യാനിക്കുന്നതുകൊണ്ട് മാത്രം തൃപ്തിപ്പെടുന്ന ദർശനത്തെയും തട്ടിച്ചു നോക്കുന്നു. രണ്ടാമത്തെ നിലപാടെടുക്കുന്നവരെ അദ്ദേഹം വിമർശിക്കുന്നു. 'നിഷ്പക്ഷത' പാലിക്കുന്ന ഈ ദാർശനികർ, വാസ്തവ

ത്തിൽ ചൂഷകർക്കുവേണ്ടി കുഴലൂതുന്നവരാണെന്ന് അദ്ദേഹം സ്ഥാപിച്ചു. ഇവിടെയും സിദ്ധാന്തത്തിന്റെ അവശ്യകത അദ്ദേഹം നിരാകരിക്കുന്നില്ല. മാറിവരുന്ന യാഥാർത്ഥ്യത്തെ വ്യാഖ്യാനിക്കാനുള്ള ശാസ്ത്രീയ നിലവാരം അത് കയ്യാളണമെന്നു പറയുക മാത്രമേ ചെയ്യുന്നുള്ളൂ.

ലെനിനും മാർക്സിന്റെ 11-ാം തീസിസിന്റെ വിപ്ലവകരമായ പ്രാധാന്യം അടിവരയിട്ടു കാണിച്ചിട്ടുണ്ട്. സാമൂഹ്യചരിത്ര പ്രക്രിയയിൽ ആത്മനിഷ്ഠാംശത്തിന്റെ പങ്ക് മാർക്സിന്റെ സിദ്ധാന്തം എടുത്തുകാണിക്കുന്നതായി ലെനിൻ പറഞ്ഞു.

10

ജർമ്മൻ പ്രത്യയശാസ്ത്രം

ആയിരത്തി എണ്ണൂറ്റി നാല്പത്തി അഞ്ച് - നാല്പത്തിയാറു കാലത്ത് മാർക്സും എംഗൽസുംകൂടി എഴുതിയ കൃതിയാണ് *ജർമ്മൻ പ്രത്യയശാസ്ത്രം*. അതേവരേയുള്ള അവരുടെ കൃതികളിൽനിന്ന് അത് പലതുകൊണ്ടും മുന്നിട്ടുനില്ക്കുന്നു. മനുഷ്യന്റെ ചുറ്റുപാടുകളെ കുറിച്ചും അതേവരെയുള്ള ആർജ്ജിത വിജ്ഞാനത്തെ കുറിച്ചും ഉള്ള വിമർശനപരമായ പഠനത്തിലൂടെയും യുവഹെഗേലിയന്മാരുടെയും ഫൊയർബാഹിന്റെയും ആശയങ്ങളുമായും പെറ്റിബർഷ്വാ ആശയഗതിയുമായുള്ള സമരത്തിലൂടെയും വൈരുദ്ധ്യാത്മക ഭൗതികവാദത്തിന്റെയും ശാസ്ത്രീയ കമ്യൂണിസത്തിന്റെയും തത്ത്വങ്ങൾ അവർ ആവിഷ്കരിച്ചുവരികയായിരുന്നല്ലോ. *കൈയെഴുത്തുപ്രതി*യിലും *വിശുദ്ധകുടുംബ*ത്തിലും കാണാത്ത പക്വതയും വ്യക്തതയും *ജർമ്മൻ പ്രത്യയശാസ്ത്ര*ത്തിലെ ആശയങ്ങൾക്കുണ്ട്. അതേവരെ 'യഥാർത്ഥ മാനവികത' എന്ന് വിളിച്ചുപോന്നതിനെ അവർ കമ്യൂണിസം എന്നു തന്നെ ഇതിൽ വിളിച്ചു.

അതേവരെ അവർ—പ്രത്യേകിച്ച് മാർക്സ്— ബൂർഷ്വാ ആശയഗതിയുമായി, അതിനെ കാത്തുരക്ഷിക്കുന്ന ഭരണാധികാരികളുമായി, തുറന്ന സംഘട്ടനത്തിൽ ഏർപ്പെട്ടിരുന്നുവെങ്കിലും തൊഴിലാളിവർഗ്ഗ പ്രസ്ഥാനത്തിൽ സജീവമായി പങ്കെടുത്തിരുന്നില്ല. എംഗൽസ് ഇംഗ്ലണ്ടിലെ മാഞ്ചസ്റ്ററിലുണ്ടായിരുന്ന കാലത്ത്, ആ പ്രസ്ഥാനവുമായി അടുത്ത ബന്ധം പുലർത്തിയിരുന്നു. അതേവരെ ബൗദ്ധികമായിട്ടായിരുന്നു അവർക്ക് തൊഴിലാളിവർഗ്ഗവുമായുള്ള ബന്ധമെങ്കിൽ, *ജർമ്മൻ പ്രത്യയശാസ്ത്രം* എഴുതുന്ന കാലമായപ്പോഴേക്ക് അവർക്ക് വർഗ്ഗസമരാനുഭവത്തെ മുൻനിർത്തി തനതായ നിഗമനങ്ങളിലെത്താൻ കഴിയത്തക്കവിധം

തൊഴിലാളിവർഗ്ഗവുമായി ബന്ധമുണ്ടായിരുന്നു. അതിന്റെ സവിശേഷത, ആ കൃതിയിൽ കാണാനുമുണ്ട്.

1845 ആദ്യം മാർക്സും എംഗൽസും ബ്രസൽസിൽവെച്ച് കണ്ടുമുട്ടിയപ്പോൾ, യൂറോപ്പിൽ വിപ്ലവകരമായ പരിതഃസ്ഥിതി ഉടലെടുത്തുവരികയായിരുന്നു. യൂറോപ്പിലെ പല രാജ്യങ്ങളിലായി പരസ്പരം ബന്ധമില്ലാതെ പ്രവർത്തിച്ചിരുന്ന കമ്യൂണിസ്റ്റ് ഗ്രൂപ്പുകളെ ഏകോപിപ്പിക്കാൻ അവർ കഠിനശ്രമം നടത്തി. അതിന്റെ ഭാഗമായിരുന്നു. 1846 ആദ്യം ബ്രസൽസിൽ രൂപീകരിച്ച 'അന്തർദ്ദേശീയ കമ്യൂണിസ്റ്റ് പരസ്പരബന്ധ സമിതി'. അതുവഴി നിരവധി കമ്യൂണിസ്റ്റ് ഗ്രൂപ്പുകളുമായി (പ്രത്യേകിച്ച് ജർമ്മനിയിൽ) മാർക്സിനും എംഗൽസിനും ബന്ധപ്പെടാൻ കഴിഞ്ഞു. ഇംഗ്ലണ്ടിലെ ചാർട്ടിസ്റ്റ് പ്രസ്ഥാനം, ഫ്രാൻസിലെ സോഷ്യൽ ഡെമോക്രാറ്റിക് പാർട്ടി, ഇംഗ്ലണ്ട്, ഫ്രാൻസ്, ജർമ്മനി, പോളണ്ട്, റഷ്യ എന്നിവിടങ്ങളിലെ വിപ്ലവകാരികൾ എന്നിവരുമായി അവർക്ക് ബന്ധമുണ്ടായിരുന്നു.

പ്രൂധോൺ, വൈറ്റ്ലിങ്, ഗ്രൂൺ എന്നിവരുടെ പെറ്റിബൂർഷ്വാ സോഷ്യലിസ്റ്റ് ആശയങ്ങൾക്ക് ഈ ഗ്രൂപ്പുകളിൽ ശക്തമായ സ്വാധീനമുണ്ടായിരുന്നു. അതിനാൽ അവയ്ക്കെതിരായിട്ടാണ് മാർക്സിനും എംഗൽസിനും അക്കാലത്ത് ശക്തിയായി പോരാടേണ്ടി വന്നത്. വൈറ്റ്ലിങ്ങുമായുള്ള ആശയസമരത്തിനിടയിൽ ഒരു ഘട്ടത്തിൽ മാർക്സ് തുറന്നടിച്ചു പറഞ്ഞു: "വിവരക്കേടിൽനിന്ന് ഇതേവരെ ആർക്കും ഒരു ഗുണവും ഉണ്ടായിട്ടില്ല."

വൈറ്റ്ലിങ്ങിന്റെ കൂട്ടത്തിൽ പെടുത്താവുന്ന ഒരാളായിരുന്നു ജർമൻകാരനായിരുന്ന ക്രീഗെ. അദ്ദേഹം 1845 ൽ അമേരിക്കയിലേക്കു കടന്നു. അവിടെ 'യഥാർത്ഥ സോഷ്യലിസ' ത്തിന്റെ അപ്പോസ്തലനായി സ്വയം ചമഞ്ഞു. രസകരമാണ്, ക്രീഗെയുടെ ആശയങ്ങൾ. കമ്യൂണിസം സ്നേഹത്തിന്റെ മതമാണെന്ന് അദ്ദേഹം തന്റെ പത്രത്തിലെഴുതി. മാനവരാശിയെ സ്നേഹത്തിലൂടെ സാഹോദര്യത്തിലേക്കും സമൃദ്ധിയിലേക്കും നയിക്കുകയാണ് അദ്ദേഹത്തിന്റെ കമ്യൂണിസം. ഭൂമിയിൽ "സ്നേഹരാജ്യം സ്ഥാപിക്കാൻ" സ്ത്രീകളെ 'സ്നേഹോപാസകർ' ആയി പ്രകൃതി പ്രത്യേകം നിയോഗിച്ചിരിക്കുകയാണെന്ന് അദ്ദേഹം അവരെ ബോദ്ധ്യപ്പെടുത്താൻ ശ്രമിച്ചു. സ്നേഹം വഴിഞ്ഞൊഴുകുന്ന സ്ത്രീഹൃദയം ആണ് സമൂഹത്തിന്റെ വിശുദ്ധചൈതന്യം പരത്തുകയെന്ന് അദ്ദേഹം വാദിച്ചു. സ്വത്തുടമാബന്ധങ്ങളെ വിപ്ലവരമായി നിർമ്മാർജ്ജനം ചെയ്യണമെന്ന് അദ്ദേഹം പറഞ്ഞില്ല. "നമുക്കാരുടെയും മുതൽ കൈയേറേണ്ട. കൊള്ളപ്പലിശക്കാരൻ അവനുള്ളതെല്ലാം വെച്ചനുഭവിക്കട്ടെ. മേലിൽ ജനങ്ങളുടെ സ്വത്ത് കൊള്ളചെയ്യുന്നതും തൊഴിലാളികൾക്ക് അവകാശപ്പെട്ടത് തട്ടിയെടുക്കുന്നതും തടയുക മാത്രമാണ് നമ്മുടെ ഉദ്ദേശ്യം" എന്നാണ് ക്രീഗെ പറഞ്ഞത്.

ക്രീഗെയുടെ ആശയങ്ങൾക്കെതിരായി 'പരസ്പരബന്ധ സമിതി'

ഒരു സർക്കുലർ ഇറക്കി. അവയുടെ കുറ്റങ്ങളും കുറവുകളും ചൂണ്ടിക്കാട്ടി. അമേരിക്കയിലെ ദേശീയ പരിഷ്കരണവാദികൾ ഉന്നയിച്ച കുടിയേറി പാർപ്പുകാർക്ക് നല്കുന്ന തരിശുഭൂമിയുടെ പാട്ടം കുറയ്ക്കണം എന്നും മറ്റുമുള്ള, ആവശ്യങ്ങളെ അത് ന്യായീകരിച്ചു. അതേസമയം അവയാണ് കമ്യൂണിസം എന്നുള്ള ക്രീഗെയുടെ വാദത്തെ ഖണ്ഡിച്ചു. അതുപോലുള്ള ആവശ്യങ്ങളുടെ അടിസ്ഥാനത്തിൽ ഒരു ജനാധിപത്യപ്രസ്ഥാനം വളർത്തിയെടുക്കാനുള്ള ബാദ്ധ്യത അത് ചൂണ്ടിക്കാട്ടി. തൊഴിലാളിവർഗ്ഗമായിരിക്കണം അതിന്റെ നേതൃശക്തി. അങ്ങനെ അതൊരു സോഷ്യലിസ്റ്റ് പ്രസ്ഥാനമായി വളർന്നേക്കാം. ക്രീഗെ ഈ ആശയങ്ങളെ വളച്ചൊടിച്ച് അമേരിക്കയിലെ ദേശീയ പരിഷ്കരണവാദികളുടെ പ്രസ്ഥാനത്തെ കമ്യൂണിസ്റ്റായി ചിത്രീകരിക്കുകയാണ് ചെയ്തത്. "മാർക്സിന്റെ വൈരുദ്ധ്യാത്മകവും വിപ്ലവകരവുമായ വിമർശനം ആ പെറ്റിബൂർഷ്വാസിദ്ധാന്തത്തെ തൊലിയുരിച്ചു കാണിച്ചു. ഭൂസ്വത്തിന്റെ നേരെയുള്ള ആക്രമണങ്ങളുടെയും പാട്ട വിരുദ്ധ പ്രസ്ഥാനത്തിന്റെയും കാതൽ പുറത്തുകൊണ്ടുവന്നു" എന്ന് ലെനിൻ ചൂണ്ടികാട്ടി.

ബൂർഷ്വാ ആശയങ്ങൾ നാനാതരത്തിലുള്ള മോഹനരൂപങ്ങൾ കൈക്കൊണ്ട് തൊഴിലാളിവർഗ്ഗത്തെ വഴിതെറ്റിക്കുന്ന സന്ദർഭമായിരുന്നു അത്. പെറ്റിബൂർഷ്വാ സോഷ്യലിസ്റ്റ് ആശയങ്ങളുടെ സാരാംശവും ബൂർഷ്വാ ആശയഗതിയുമായുള്ള അവയുടെ ബന്ധവും പുരോഗമനാഭിപ്രായഗതിക്കാരായ തൊഴിലാളിവർഗ്ഗത്തെ പറഞ്ഞു മനസ്സിലാക്കേണ്ടത്, അന്നത്തെ കടമായായിരുന്നു. അതിനായി തങ്ങളുടെ വീക്ഷണത്തിന് ശാസ്ത്രീയമായ അടിത്തറ നല്കാനാണ് മാർക്സും എംഗൽസും കൂടി *ജർമ്മൻ പ്രത്യയശാസ്ത്രം* എഴുതിയത്.

എന്നാൽ, നിർഭാഗ്യവശാൽ, അവർ ഇരുവരുടെയും ജീവിതകാലത്ത്, ഈ പുസ്തകം പ്രസിദ്ധീകരിക്കാൻ കഴിഞ്ഞില്ല. അന്നത്തെ പുസ്തക പ്രസാധകരൊക്കെ മുതലാളിമാരോ പെറ്റിബൂർഷ്വകളോ ആയിരുന്നു. അവരൊന്നും തങ്ങളുടെ ചിന്താഗതിക്കെതിരായ ആ പുസ്തകം പ്രസിദ്ധീകരിക്കാൻ തയ്യാറായില്ല. സോഷ്യലിസ്റ്റ് ചിന്താഗതിക്കാരുടെ കൈയിൽ പണമുണ്ടായിരുന്നില്ല, അങ്ങനെ ആ കൃതി മാർക്സിന്റെയും എംഗൽസിന്റെയും കയ്യെഴുത്തുകൂമ്പാരത്തിൽ മറഞ്ഞുകിടന്നു. മാർക്സ് ഒരിക്കൽ തമാശയോടെ എഴുതി: "ഞങ്ങൾ ആ കൈയെഴുത്തുപ്രതി സന്തോഷപൂർവ്വം എലികളുടെ വളർന്നുവരുന്ന വിമർശനത്തിന് വിട്ടുകൊടുത്തു. കാരണം, ഞങ്ങൾ ഞങ്ങളുടെ ലക്ഷ്യം--സ്വയം വിശദീകരണം-കൈവരിച്ചുകഴിഞ്ഞിരിക്കുന്നു."

ജർമ്മൻ പ്രത്യയശാസ്ത്രം എഴുതി 87 കൊല്ലം കഴിഞ്ഞ് 1932 ലാണ് ആ കൈയെഴുത്തുപ്രതി ആദ്യമായി പ്രസിദ്ധീകരിക്കപ്പെട്ടത്. മാർക്സിന്റെയും എംഗൽസിന്റെയും കാലശേഷം ആ കൈയെഴുത്തുപ്രതി കൈയിൽകിട്ടിയ ജർമ്മൻ സോഷ്യൽ ഡെമോക്രാറ്റുകൾക്ക് ബൂർഷ്വാ-പെറ്റിബൂർഷ്വാ ആശയങ്ങൾക്കെതിരെ *ജർമ്മൻ പ്രത്യയശാസ്ത്രം*

നടത്തുന്ന രൂക്ഷമായ സമരം പുറത്തുകൊണ്ടുവരേണ്ടതാണെന്ന് തോന്നിയില്ല. ആ പുസ്തകത്തിന് ആശയസമരരംഗത്തും മാർക്സിസത്തിന്റെ ഉൾക്കാമ്പ് കണ്ടെത്തുന്നതിലുമുള്ള പ്രാധാന്യം ഇന്ന് ലോകമെങ്ങുമുള്ള മാർക്സിസ്റ്റുകൾ അംഗീകരിക്കുന്നു.

'ചരിത്രത്തെക്കുറിച്ചുള്ള ഭൗതിക സങ്കല്പനം' എന്ന ആശയം മാർക്സും എംഗൽസും ആദ്യം അവതരിപ്പിച്ചത് ഈ ഗ്രന്ഥത്തിലായിരുന്നു. ഭൗതികോല്പാദനത്തിന്റെ ഘടനയെക്കുറിച്ചുള്ള തങ്ങളുടെ അന്വേഷണം അവർ ഈ പുസ്തകത്തിൽ തുടർന്നു. ഭൗതികോല്പാദനത്തെ അവർ സാമൂഹ്യോല്പാദനമായി കണ്ടു. ഉല്പാദനശക്തികളും ഉല്പാദനബന്ധങ്ങളും തമ്മിലുള്ള വൈരുദ്ധ്യാത്മക ഐക്യമാണ് സാമൂഹ്യോല്പാദനം എന്നവർ ചൂണ്ടിക്കാട്ടി. ഭൗതികോല്പാദനത്തിന്റെ ഉള്ളടക്കമാണ് ഉല്പാദനശക്തികൾ. മേൽപ്പറഞ്ഞ ഐക്യത്തിൽ നിർണ്ണായകപങ്ക് വഹിക്കുന്നത് അതാണ്.

ഉല്പാദപ്രക്രിയയിൽ മനുഷ്യർ തമ്മിലുള്ള ബന്ധമാണ് സാമൂഹ്യവും രാഷ്ട്രീയവും ആശയപരവുമായ മറ്റെല്ലാ ബന്ധങ്ങളെയും നിർണ്ണയിക്കുന്ന മൗലികബന്ധമെന്ന് അവർ പറഞ്ഞു. "ഭൂമിക്ക് പാട്ടവുമായി യാതൊരു കാര്യവുമില്ല; യന്ത്രത്തിന് ലാഭവുമായി ഒരു കാര്യവുമില്ല." ചരിത്രത്തിൽ വേരോടിയിട്ടുള്ള സാമൂഹ്യബന്ധങ്ങൾ മൂലമാണ് ഭൂമി അതിന്റെ ഉടമസ്ഥന് പാട്ടം നേടിക്കൊടുക്കുന്നത്. അതിനു ഭൂവുടമയുടെയോ കുടിയാന്റെയോ ഇച്ഛയുമായി യാതൊരു ബന്ധവുമില്ല. ഉല്പാദനബന്ധങ്ങൾ മറ്റെല്ലാറ്റിലുമുപരി സ്വത്തുടമാബന്ധങ്ങളാണ് എന്ന് മാർക്സും എംഗൽസും എടുത്തുകാട്ടി. അവയെ അവയുടെ ഭൗതികരൂപത്തിൽനിന്ന് വേർതിരിച്ച് കാണേണ്ടതുണ്ട്. അതിനാൽ ഒരാളുടെ വസ്ത്രത്തെ, അല്ലെങ്കിൽ അതുപോലുള്ള വസ്തുക്കളെ, 'സ്വകാര്യസ്വത്തായി' കണക്കാക്കുന്നതിൽ അർത്ഥമില്ല. കാരണം, വ്യക്തിപരമായ ആ സ്വത്തുപയോഗിച്ച് മറ്റൊരാളുടെ അദ്ധ്വാനത്തെ അതിന്റെ ഏറ്റവും ചെറിയ അളവിനെപോലും നിയന്ത്രിക്കാൻ കഴിയില്ല. അതായത്, മറ്റുള്ളവരുടെ അദ്ധ്വാനത്തെ അധീനപ്പെടുത്താൻ ഉള്ള ഉപാധിയായിട്ടാണ് മാർക്സും എംഗൽസും സ്വകാര്യസ്വത്തിനെ വീക്ഷിച്ചത് എന്നർത്ഥം. സ്വത്തിനെ, മറ്റുള്ളവരുടെ അദ്ധ്വാനത്തെ കീഴ്പ്പെടുത്താൻ ഉപയോഗിക്കാവുന്ന സ്വകാര്യസ്വത്തും അതിന് കഴിവില്ലാത്ത വ്യക്തിഗത സ്വത്തും ആയി അവർ വേർതിരിച്ചു കണ്ടു. സ്വകാര്യസ്വത്തിനെ സമൂഹവല്ക്കരിക്കുന്നതിനെ അവർ വിപ്ലവലക്ഷ്യമാക്കിയത് ഈ വർഗ്ഗീകരണത്തെ മുൻ നിർത്തിയാണ്.

ഉല്പാദനശക്തികളുടെ പുരോഗതിയുടെ അളവുകോലാണ് തൊഴിൽവിഭജനത്തിന്റെ നിലവാരം. "ഓരോ പുതിയ ഉല്പാദനശക്തിയും തൊഴിൽവിഭജനത്തിന്റെ കൂടുതൽ വളർച്ചയ്ക്ക് ഇടയാക്കുന്നു" എന്നും അത് ഉല്പാദനബന്ധങ്ങളിൽ മാറ്റം വരുത്തുന്നു എന്നും *ജർമ്മൻ പ്രത്യയശാസ്ത്രം* പറയുന്നു. ഇതിനെ പ്രാഥമികമായി ചിത്രീകരിക്കുന്നത് സ്വത്തിന്റെ വിവിധ രൂപങ്ങളായാണ്.

> തൊഴിൽ വിഭജനത്തിന്റെ വളർച്ചയിലെ ഓരോ ഘട്ടവും സ്വത്തിന്റെ ഓരോ വ്യത്യസ്ത രൂപമാണ്. തൊഴിൽ വിഭജനത്തിന്റെ നിലവിലിരിക്കുന്ന ഘട്ടം വ്യക്തികൾ തമ്മിലുള്ള ബന്ധങ്ങളെയും നിർണ്ണയിക്കുന്നു. അദ്ധ്വാനത്തിന്റെ വസ്തുവും ഉപകരണവും ഉല്പന്നവുമായി ബന്ധപ്പെടുത്തികൊണ്ട് (അതേ കൃതി, വാള്യം 5, പേജ് 32).

ഉല്പാദനശക്തികളും ഉല്പാദനബന്ധങ്ങളും തമ്മിൽ സാംഗത്യമുണ്ട്. ഉല്പാദനശക്തികളുടെ വളർച്ചയുമായി ബന്ധപ്പെട്ടാണ് ഉല്പാദനബന്ധങ്ങളുടെ വളർച്ച. ഉല്പാദനശക്തികളാണ് ഉല്പാദനബന്ധങ്ങളെ നിർണ്ണയിക്കുന്നതെങ്കിലും തിരിച്ചും അവ സ്വാധീനിക്കുന്നുണ്ട്. അവ തമ്മിലുള്ള പരസ്പരബന്ധത്തിന്റെ വൈരുദ്ധ്യാത്മകതയെക്കുറിച്ച് മാർക്സും എംഗൽസും ഇങ്ങനെ പറഞ്ഞു:

> ഉല്പാദന ബന്ധത്തിന്റെ പഴയരൂപം പ്രതിബന്ധമായി തീരുന്നതോടെ, കൂടുതൽ വികസിച്ച ഉല്പാദനശക്തികൾ അതിനുപകരം പുതിയതൊന്ന് സ്ഥാപിക്കുന്നു. അതും പിന്നീട് പ്രതിബന്ധം ആയി തീരുകയും അതിനുപകരം മറ്റൊന്ന് വയ്ക്കപ്പെടുകയും ചെയ്യുന്നു. (അതേ കൃതി, വാള്യം 5, പേജ് 82).

അതിനാൽ സാമൂഹ്യോല്പാദനത്തിൽ ഉല്പാദനശക്തികളും ഉല്പാദനബന്ധങ്ങളും തമ്മിലുള്ള വൈരുദ്ധ്യം അന്തർലീനമാണ്. ഉല്പാദനശക്തികളുടെ വളർച്ച, ഉല്പാദനബന്ധങ്ങളുടെ വളർച്ചയെക്കാൾ ത്വരിതഗതിയിൽ നടക്കുന്നതുകൊണ്ടാണ് ഇത്. ഉല്പാദനബന്ധങ്ങളാണ് രാഷ്ട്രീയവും ആശയപരവുമായ ഉപരിഘടനയെയും സാമൂഹ്യബോധത്തെയും നിർണ്ണയിക്കുന്നത്. "ഉല്പാദകശക്തികളും സമൂഹത്തിന്റെ സ്ഥിതിയും ബോധവും തമ്മിൽ വൈരുദ്ധ്യം ഉണ്ടാകാം, ഉണ്ടാകണം" എന്ന് മാർക്സും എംഗൽസും പറഞ്ഞിട്ടുണ്ട്. സാമൂഹ്യോല്പാദനത്തിന്റെ ഓരോ ഘടനയായും ബന്ധപ്പെട്ട് ഓരോ വർഗ്ഗഘടന ഉള്ളതിനാൽ, ആ വൈരുദ്ധ്യം സമൂഹത്തിലെ വിവിധവർഗ്ഗങ്ങൾ തമ്മിലാണ് പ്രത്യക്ഷപ്പെടുന്നത്.

സ്വത്ത് വിവിധരൂപങ്ങളിൽ ചരിത്രപരമായി വളർന്നുവന്നതിന്റെ ചിത്രം മാർക്സും എംഗൽസും ഈ ഗ്രന്ഥത്തിൽ വരച്ചുകാണിക്കുന്നു. ഉല്പാദനം ശൈശവദശയിലായിരുന്ന കാലത്ത് മനുഷ്യൻ വേട്ടയാടൽ, മീൻപിടിത്തം, ചിലതരം കൃഷി എന്നിവയിലാണ് ഏർപ്പെട്ടിരുന്നത്. അന്ന് സ്വത്ത് ഗോത്രത്തിന്റേതായിരുന്നു. കൂട്ടുടമയിലായിരുന്നു. മക്കത്തായ കുടുംബത്തിന്റെ ഉത്ഭവം ഇതുമായി ബന്ധപ്പെട്ടായിരുന്നു. ഈ ചട്ടക്കൂട്ടിനകത്താണ് അടിമത്തം രൂപമെടുത്തത്. ഉല്പാദനശക്തിയുടെ വളർച്ചയും ജനപ്പെരുപ്പവും അവരുടെ ആവശ്യങ്ങൾ പെരുകിയതും അടിമത്തത്തിൽ അധിഷ്ഠിതമായ ഉല്പാദനബന്ധങ്ങളെ വളർത്തി.

പ്രാചീനസമൂഹത്തിന്റെ, അഥവാ ഭരണകൂടത്തിന്റെ, സ്വത്തായിരുന്നു രണ്ടാമത്തെ രൂപം. നിരവധി ഗോത്രങ്ങൾ ചേർന്നുള്ള നഗരമായിരുന്നു ഇതിന്റെ ആദ്യകേന്ദ്രം. ഇവ യോജിച്ചത് പരസ്പരം ആലോചിച്ചിട്ടാവാം, അല്ലെങ്കിൽ ഒരുകൂട്ടർ മറ്റുള്ളവരെ കീഴടക്കിയതിലൂടെയാകാം. അവിടങ്ങളിൽ അടിമത്തം നിലനിന്നിരുന്നു. സമൂഹസ്വത്തിനോടൊപ്പം സ്വകാര്യസ്വത്തും ഉയർന്നുവരാൻ തുടങ്ങിയത് ഈ ഘട്ടത്തിലാണ്. എന്നാൽ അടിമകൾക്കുമേൽ വ്യക്തിക്കല്ല, സമൂഹത്തിനായിരുന്നു അധികാരം. ആ നിലയ്ക്കുള്ള സമൂഹസ്വത്ത് അവരെ പരസ്പരം ബന്ധിപ്പിച്ചിരുന്നു.

നഗരങ്ങളും കച്ചവടവും ക്ഷയിക്കുകയും പ്രാകൃതരായവർ റോമാസാമ്രാജ്യം കീഴടക്കുകയും ചെയ്തതോടെയാണ് യൂറോപ്പിൽ നാടുവാഴിബന്ധങ്ങളുടെ രംഗപ്രവേശം. അടിമത്തവ്യവസ്ഥയിൽ ഉണ്ടായതിനേക്കാൾ വളർച്ച ഉല്പാദനശക്തികൾക്ക് ഈ വ്യവസ്ഥയിലുണ്ടായി എന്ന കാര്യം തർക്കമറ്റതാണ്. അടിമത്ത വ്യവസ്ഥയിലെന്നപോലെ ഇതിലും സമൂഹം രണ്ടു വർഗ്ഗങ്ങളിലായി വിഭജിക്കപ്പെട്ടിരുന്നു. ഭൂവുടമകളെ പല പടവുകളായി തിരിച്ചതും സായുധരായ ഒരു വിഭാഗത്തെ നിലനിർത്തിയതും അഭിജാതർക്ക് അടിയാളരുടെ മേൽ നിയന്ത്രണാധികാരം നല്കി. അടിയാളർക്കെതിരായിരുന്നു നാടുവാഴിത്തഘടന. എന്നാൽ ഉല്പാദന പരിതഃസ്ഥിതി വ്യത്യസ്തമായിരുന്നതിനാൽ ബന്ധങ്ങളും വ്യത്യസ്തമായിരുന്നു.

നാടുവാഴി സമൂഹത്തിലെ ഉല്പാദനത്തിന്റെ വളർച്ച സ്വത്തുടമാരൂപങ്ങളിൽ പിന്നെയും മാറ്റം വരുത്തി. നഗരങ്ങളിലെ കൈത്തൊഴിൽ ശാലകളുടെ ഉടമകളും അവയിലെ ജോലിക്കാരും തമ്മിലുള്ള ഉല്പാദന ബന്ധം വളർന്ന് മുതലാളിത്ത ഉല്പാദനബന്ധങ്ങൾ രൂപംകൊണ്ടു. അങ്ങനെ മാനവരാശിയുടെ ചരിത്രത്തിൽ വിവിധകാലത്ത് വിവിധരൂപങ്ങൾ കൈക്കൊണ്ട സ്വത്ത്, അവസാനം സമൂഹസ്ഥാപനത്തിന്റെ എല്ലാ സവിശേഷതകളും കൈവെടിഞ്ഞ് ശുദ്ധമായ സ്വകാര്യസ്വത്തായി ത്തീർന്നു എന്ന് മാർക്സും എംഗൽസും ഈ പുസ്തകത്തിൽ വെളിവാക്കി. നാടുവാഴിത്ത ചങ്ങലകളിൽനിന്ന് അദ്ധ്വാനിക്കുന്ന ജനവിഭാഗങ്ങൾ സ്വതന്ത്രരായി ഉല്പാദകരോട് പുതിയ രൂപത്തിൽ അടിമപ്പെട്ടതിന്റെ പ്രതിഫലനം ബൂർഷ്വാ ജനാധിപത്യ ഭരണകൂടത്തിൽ രാഷ്ട്രീയമായി കാണാം. മുതലാളിത്ത സമ്പദ്ഘടനയാണ് ബൂർഷ്വാ ജനാധിപത്യ ഭരണംകൂടം.

അവരെഴുതി:

> ആധുനിക ഭരണകൂടം, ബൂർഷ്വാ വാഴ്ച, അദ്ധ്വാനത്തിന്റെ സ്വാതന്ത്ര്യത്തിൽ അധിഷ്ഠിതമാണ്..... അദ്ധ്വാനത്തിന്റെ സ്വാതന്ത്ര്യം എന്നാൽ തൊഴിലാളികൾ തമ്മിൽ തമ്മിലുള്ള സ്വതന്ത്രമായ മത്സരം എന്നാണ് അർത്ഥം. എല്ലാ പരിഷ്കൃത രാജ്യങ്ങളിലും

അദ്ധ്വാനം സ്വതന്ത്രമാണ്. അതിനെ സ്വതന്ത്രമാക്കലല്ല, ഇല്ലാതാക്കലാണ് കാര്യം (അതേകൃതി, വാല്യം 5, പേജ് 205).

ചരിത്രത്തിലുണ്ടായിട്ടുള്ള എല്ലാ ഏറ്റുമുട്ടലുകളെയും നിർണ്ണയിക്കുന്നത് സദാ വളർന്നുകൊണ്ടിരിക്കുന്ന ഉല്പാദനശക്തികളും അവയുടെ കാലഹരണപ്പെട്ട സാമൂഹ്യരൂപമായ ഉല്പാദനബന്ധങ്ങളും തമ്മിലുള്ള വൈരുദ്ധ്യമാണ്. ചരിത്രത്തിലെ ഒരു നിശ്ചിത കാലഘട്ടത്തിൽ ഭൗതികോല്പാദനത്തിന്റെ സാമൂഹ്യരൂപവും ഭൗതികമായ ഉള്ളടക്കവും തമ്മിലുള്ള ആപേക്ഷിക സാംഗത്യം നിശ്ചയിക്കുന്നത് ഈ വൈരുദ്ധ്യമാണ്. എല്ലാ സാമൂഹ്യവിപ്ലവങ്ങൾക്കും കാരണവും അതു തന്നെ. ഈ വൈരുദ്ധ്യത്തെ ബൂർഷ്വാ സമൂഹത്തിന്റെ പഠനത്തിന് ഉപയോഗിച്ചതുവഴിയാണ് മാർക്സിനും എംഗൽസിനും ശാസ്ത്രീയ കമ്യൂണിസം എന്ന സിദ്ധാന്തത്തിന്റെ പ്രധാന സവിശേഷതകൾ ചൂണ്ടിക്കാണിക്കാൻ കഴിഞ്ഞത്.

*ജർമ്മൻ പ്രത്യയശാസ്ത്ര*ത്തിൽ ആവിഷ്കരിച്ചിട്ടുള്ള ശാസ്ത്രീയ കമ്യൂണിസ സിദ്ധാന്തത്തെ കൂടുതൽ പഠനങ്ങൾ വഴി അവർ സമ്പന്നമാക്കി. എങ്കിലും അതിന്റെ ചട്ടക്കൂട്ടിൽ മാറ്റം വരുത്തിയില്ല. അതിന്റെ പ്രധാനവശങ്ങൾ ഇവയാണ്. ഉല്പാദനശക്തികളും ഉല്പാദനബന്ധങ്ങളും തമ്മിലുള്ള ശത്രുതാപരമായ വൈരുദ്ധ്യമാണ് മുതലാളിത്ത സമൂഹത്തിന്റെ സവിശേഷതകളിൽ ഒന്ന്. വൻകിട ഉല്പാദനത്തിന്റെ സ്വഭാവം കൊണ്ടുതന്നെ, ഉല്പാദനശക്തികൾ സമൂഹത്തിന്റെ അധീനത്തിലാകേണ്ടതാണ്. എന്നാൽ മുതലാളിത്തത്തിൻകീഴിൽ ഇത് അസാദ്ധ്യമാണ്. എന്തെന്നാൽ ഉല്പാദനം സ്വകാര്യസ്വത്തിന്റെ ചട്ടക്കൂട്ടിനുള്ളിലാണ് വികസിക്കുന്നത്. സ്വകാര്യസ്വത്തിൻ കീഴിലുള്ള വൻകിട വ്യവസായത്തിന്റെ വികസനം മുതലാളി - തൊഴിലാളി അകൽച്ച കൂട്ടുന്നു. കാരണം, സ്വകാര്യസ്വത്ത് മറ്റുള്ളവരുടെ അദ്ധ്വാനശക്തിയെ ഉപയോഗിക്കാനുള്ള ശക്തി, അതായത് തൊഴിലാളിയെ മുതലാളി ചൂഷണം ചെയ്യൽ, ആകുന്നു. മുതലാളിത്തത്തിൻകീഴിലുള്ള ഉല്പാദനശക്തികളുടെ വികാസം സമൂഹത്തിലെ ബഹുഭൂരിപക്ഷംപേരെയും തൊഴിലാളികളാക്കി മാറ്റുന്നു. അവരുടെ വർഗ്ഗത്തിന് മുതലാളിമാരുമായുള്ള ബന്ധം മാത്രമല്ല, തൊഴിലാളികളുമായുള്ള ബന്ധംപോലും അസഹനീയമായി തീരുന്നതായി മാർക്സും എംഗൽസും ചൂണ്ടിക്കാട്ടി. ഈ സ്ഥിതിയിൽ ഉല്പാദനശക്തികൾ സംഹാരശക്തികൾ ആയിത്തീരുന്നു. ഉല്പാദനശക്തികളും ഉല്പാദനബന്ധങ്ങളും തമ്മിൽ മുതലാളിത്തത്തിൽ ഉൾച്ചേർത്തിരിക്കുന്ന ഈ ശത്രുതാപരമായ വൈരുദ്ധ്യം സോഷ്യലിസ്റ്റ് വിപ്ലവത്തിനുള്ള അടിത്തറ പാകുന്നു.

ഉല്പാദനശക്തികൾ ജനങ്ങളുടെമേൽ ആധിപത്യം പുലർത്തുന്നു എന്നതാണ് മുതലാളിത്ത സമൂഹത്തിന്റെ മുഖമുദ്ര.

> മനുഷ്യൻ സ്വാഭാവികമായി പരിണമിച്ച സമൂഹത്തിൽ ആയിരിക്കുന്നിടത്തോളംകാലം, അതായത് വ്യക്തിതാല്പര്യവും പൊതുതാല്പര്യവും ഭിന്നമായിരിക്കുന്നിടത്തോളംകാലം, മനുഷ്യരുടെ പ്രവർത്തനം സ്വയമായിട്ടെന്നതിനേക്കാൾ സ്വാഭാവികമായി വിഭജിക്കപ്പെട്ടിടത്തോളം കാലം, മനുഷ്യന്റെ പ്രവൃത്തിതന്നെ അവനെതിരായ അന്യശക്തിയായിത്തീരുന്നു. അവൻ അതിനെ നിയന്ത്രിക്കുന്നതിനുപകരം അത് അവനെ അടിമയാക്കുന്നു (അതേ കൃതി, വാല്യം 5, പേജ് 47).

മുതലാളിത്തത്തിൻകീഴിൽ തൊഴിലാളി എന്തുകൊണ്ട് തന്റെ അധ്വാനത്തോട് ഉദാസീനത കാണിക്കുന്നു എന്ന് മാർക്സും എംഗൽസും ഈ പുസ്തകത്തിൽ ചൂണ്ടിക്കാണിച്ചിട്ടുണ്ട്.

> സ്വകാര്യസ്വത്തിന്റെ അടിസ്ഥാനത്തിലുള്ള തൊഴിലിന്റെ സാമൂഹ്യവിഭജനം ഉല്പാദനശേഷിയെ 'സാമൂഹ്യശേഷി' ആക്കി മാറ്റുന്നു. അത് ജനങ്ങളുടെ ഇച്ഛയിൽനിന്നും പെരുമാറ്റത്തിൽ നിന്നും സ്വതന്ത്രമാണെന്ന് മാത്രമല്ല, അവരുടെ മേൽ മേധാവിത്വം ചെലുത്തുകയും ചെയ്യുന്നു. മനുഷ്യാധ്വാനത്തിന്റെ ഉല്പന്നത്തെ ജനങ്ങളുടെമേൽ മേധാവിത്വം ചെലുത്തുന്ന ശക്തിയാക്കി മാറ്റുന്നതിനെയാണ് അവർ 'അന്യവല്ക്കരണം' എന്ന് വിശേഷിപ്പിച്ചത്. കമ്യൂണിസത്തിനു മാത്രമേ ഈ അന്യവല്ക്കരണത്തെ ഇല്ലായ്മ ചെയ്യാൻ കഴിയൂ.
>
> ഉട്ടോപ്യൻ സോഷ്യലിസവും ശാസ്ത്രീയ കമ്യൂണിസവും തമ്മിലുള്ള വ്യത്യാസങ്ങളിലൊന്ന്, വൻകിട വ്യവസായത്തിന്റെ വളർച്ചയോടുള്ള അവയുടെ സമീപനങ്ങളിലെ അന്തരമാണ്. ഉല്പാദനശേഷിയുടെ വമ്പിച്ച വളർച്ചയും അതിന്റെ ഉയർന്ന നിലവാരത്തിലുള്ള വികാസവും ആണ് കമ്യൂണിസത്തിന്റെ ഭൗതിക മുന്നുപാധി. അതിനാൽ മുതലാളിത്തത്തിന്റെയും വൻകിട വ്യവസായത്തിന്റെയും വളർച്ചയെ പുരോഗമനപരമായാണ് ശാസ്ത്രീയ കമ്യൂണിസം കാണുന്നത്. എന്തെന്നാൽ വൻകിട വ്യവസായം വികസിച്ചാൽ മാത്രമേ, സ്വകാര്യസ്വത്ത് ഇല്ലായ്മ ചെയ്യാനാവൂ.
>
> ഉല്പാദനശക്തികളുടെ വളർച്ചയുടെ ഉയർന്ന ഘട്ടത്തിൽ മാത്രമേ അവയും മുതലാളിത്ത സാമൂഹ്യബന്ധങ്ങളും തമ്മിലുള്ള ശത്രുതാപരമായ വൈരുദ്ധ്യം അസഹനീയമായി തീരുന്നുള്ളൂ; സാമൂഹ്യപ്രവർത്തനത്തിന്റെ 'അന്യവല്ക്കരണ'ത്തിനെതിരെ വിപ്ലവം നടത്തേണ്ട ഒരു സ്ഥിതിയിൽ മനുഷ്യൻ ചെന്നെത്തുന്നുള്ളൂ. ഉല്പാദനോപാധിയും സ്വകാര്യസ്വത്തും തമ്മിലുള്ള വൈരുദ്ധ്യം വൻകിട വ്യവസായത്തിന്റെ മാത്രം സൃഷ്ടിയാണ്. വൻകിട വ്യവസായം വളരെ വികസിച്ചാൽ മാത്രമേ ഈ

> വൈരുദ്ധ്യം ഉണ്ടാവുകയുള്ളൂ. അതിനാൽ വൻകിട വ്യവസായ ത്തിന്റെ വളർച്ചയോടെ മാത്രമേ സ്വകാര്യസ്വത്തിനെ ഇല്ലാ താക്കാൻ കഴിയൂ. (അതേകൃതി, വാല്യം 5, പേജ് 63 - 64).

വൻകിട വ്യവസായത്തിന്റെ വളർച്ചയോടെമാത്രമേ വളർച്ച പ്രാപിച്ച തൊഴിലാളിവർഗ്ഗം ഉണ്ടാകൂ; മുതലാളിത്ത വ്യവസ്ഥയ്ക്കെതിരെ അണി നിരക്കുന്ന വിപ്ലവകാരിയായ ബഹുജനം രൂപംകൊള്ളൂ. തൊഴിലാളി വർഗ്ഗം വളർച്ച പ്രാപിക്കുന്നതിന് 'ലോകകമ്പോളം' ഉണ്ടാകേണ്ടതും ആവശ്യമാണ്.

ജനങ്ങൾ തമ്മിൽ ആഗോളാടിസ്ഥാനത്തിൽ ഇടപഴകുന്നതിന് ഉല്പാദനശക്തികളുടെ വിപുലമായ വളർച്ച ആവശ്യമാണ്. പ്രാദേ ശികമായി ചിന്തിക്കുന്ന വ്യക്തികളുടെ സ്ഥാനത്ത് ലോകചരിത്രത്തിന്റെ അടിസ്ഥാനത്തിൽ ചിന്തിക്കുന്ന, സാർവ്വത്രികമായ അനുഭവമുള്ള, വ്യക്തികൾ വളർന്നുവരണം. ഇല്ലെങ്കിൽ കമ്യൂണിസം പ്രാദേശിക പ്രതിഭാസമായിത്തീരും എന്ന് *ജർമ്മൻ പ്രത്യയശാസ്ത്ര*ത്തിൽ പറ ഞ്ഞിരിക്കുന്നു (അതേകൃതി, വാല്യം 5, പേജ് 49). വിപ്ലവത്തെ ഒറ്റയടിക്ക് എല്ലായിടത്തും നടത്തേണ്ട ഒരു സാർവ്വദേശീയ പ്രക്രിയയായിട്ടാണ് മാർക്സും എംഗൽസും ഈ കൃതിയിൽ വിഭാവനം ചെയ്തത്.

കുത്തക മുതലാളിത്തത്തിന്റെ കാലഘട്ടത്തിൽ സോഷ്യലിസ്റ്റ് വിപ്ലവം പ്രാദേശികമായും ഉണ്ടാകാം, അത് ഏറ്റവും വികസിച്ച മുതലാളിത്ത രാജ്യത്തായിക്കൊള്ളണമെന്നില്ല എന്ന് ലെനിൻ പിന്നീട് ചൂണ്ടിക്കാട്ടി. അത് ഒരു രാജ്യത്തുനിന്ന് ആരംഭിക്കാം; ഉല്പാദനശക്തി കൾ താരതമ്യേന അവികസിതമായ രാജ്യങ്ങൾക്ക് ലോകകമ്യൂണിസ്റ്റ് വിപ്ലവത്തിന് നേതൃത്വം നല്കാനാകും എന്ന് അദ്ദേഹം പറഞ്ഞു. എന്നാൽ തൊഴിലാളിവർഗ്ഗത്തിന് ലോകചരിത്രപരമായേ നിലനില്ക്കാ നാകൂ എന്നതുപോലെ കമ്യൂണിസത്തിന്റെ പ്രവർത്തനത്തിനും 'ലോക ചരിത്ര'പരമായ അസ്തിത്വം ആവശ്യമാണ് എന്ന കാര്യത്തിൽ ലെനിനും സംശയമുണ്ടായിരുന്നില്ല.

> ഒരു രാജ്യത്ത് വിപ്ലവപരിതഃസ്ഥിതി ഉണ്ടാകുന്നതിന് അവിടെ ത്തന്നെ വൈരുദ്ധ്യം പരകോടിയിലെത്തണമെന്നില്ല. സാർവ്വദേ ശീയ ഉല്പാദനബന്ധങ്ങൾ വളരുന്നതിന്റെ ഫലമായി വ്യാവസാ യികമായി കൂടുതൽ വളർച്ച പ്രാപിച്ച രാജ്യങ്ങളുമായുള്ള മത്സരം മതി വ്യാവസായികമായി അത്രതന്നെ വളരാത്ത രാജ്യങ്ങളിൽ അത്തരമൊരു വൈരുദ്ധ്യം ഉടലെടുക്കാൻ

എന്ന് മാർക്സും എംഗൽസും അന്നേ ചൂണ്ടിക്കാട്ടിയിരുന്നു. (അതേ കൃതി, വാല്യം 5, പേജ് 74-75)

കമ്യൂണിസത്തിന്റെ അവശ്യ മുന്നുപാധിയാണ് ഉപഭോഗവസ്തുക്ക ളുടെ സമൃദ്ധി. അതാകട്ടെ ഉല്പാദനശക്തികളുടെ വികാസം ഉയർന്ന

നിലവാരത്തിൽ എത്തിയാൽ മാത്രമേ കൈവരിക്കാനാകൂ. "തിന്നാനും കുടിക്കാനും ഉടുക്കാനും കിടക്കാനും ആവശ്യമായ സാധനങ്ങൾ ഗുണത്തിലും അളവിലും വേണ്ടത്ര കിട്ടാത്ത കാലത്തോളം ജനങ്ങളെ മോചിപ്പിക്കാനാവില്ല" (പേജ് 38) എന്നും അവ ഇല്ലാത്ത കാലത്തോളം "ദുരിതവും ഇല്ലായ്മയും വ്യാപകമായുണ്ടാകും, ഇല്ലായ്മയോടെ അവശ്യ സാധനങ്ങൾക്കുള്ള സമരം വീണ്ടും തുടങ്ങും. അതോടെ പഴയ നാണം കെട്ട ഏർപ്പാടൊക്കെ പുനഃസ്ഥാപിക്കപ്പെടും" (പേജ് 49) എന്നും അവർ പറഞ്ഞിട്ടുണ്ട്.

ഇങ്ങനെ ഉല്പാദനശക്തികളുടെ വളർച്ചയും ചരിത്രപരമായ പരിതഃസ്ഥിതി പാകപ്പെടലും കൂടാതെ വിപ്ലവംകൂടി ആവശ്യമാണ്, മുതലാളിത്തവ്യവസ്ഥയെ തൂത്തെറിയാൻ. കമ്യൂണിസ്റ്റ് വിപ്ലവം പഴയ സാമ്പത്തിക - രാഷ്ട്രീയ ബന്ധങ്ങളെ ഇല്ലായ്മ ചെയ്യുക മാത്രമല്ല, മനുഷ്യർക്കിടയിൽ പുതിയ ബോധം വ്യാപകമായി ഉണ്ടാക്കുക കൂടി ചെയ്യും.

> ഭരണവർഗ്ഗത്തെ മറ്റൊരു തരത്തിലും തൂത്തെറിയാൻ കഴിയാത്തതുകൊണ്ടുമാത്രമല്ല വിപ്ലവം ആവശ്യമായിട്ടുള്ളത്. ഒരു വിപ്ലവത്തിലൂടെ മാത്രമേ ഭരണവർഗ്ഗത്തെ മറിച്ചിടുന്ന വർഗ്ഗത്തിന് യുഗങ്ങളിലൂടെ അതിന്റെമേൽ കെട്ടിയ ചെളിമുഴുവൻ തൂത്തുകളയാനും സമൂഹത്തെ പുതുക്കിപ്പണിയാൻ സ്വയം സജ്ജമാകാനും കഴിയൂ. (അതേ കൃതി, വാല്യം 5, പേജ് 53)

അതുകൊണ്ടാണ് "വിപ്ലവമാണ് ചരിത്രത്തിന്റെ ചാലകശക്തി" എന്ന് അവർ ഊന്നിപ്പറഞ്ഞത്.

ഈ ആശയത്തിന്റെ പ്രാധാന്യം അപാരമാണ്. ബൂർഷ്വാ സൈദ്ധാന്തികർ വിപ്ലവത്തിന്റെ ആവശ്യംതന്നെ തള്ളിക്കളഞ്ഞു. പെറ്റി ബൂർഷ്വാ സൈദ്ധാന്തികർ മറ്റൊരു പോംവഴിയും ഇല്ലാത്തതുകൊണ്ട് അതിന്റെ ആവശ്യം അംഗീകരിച്ചു. കമ്യൂണിസ്റ്റ് വിപ്ലവത്തിനുപകരം മറ്റൊന്നില്ല എന്നും മുതലാളിത്തബന്ധങ്ങളെ ഇല്ലായ്മചെയ്യുന്നതിനുള്ള ഏറ്റവും ഉറപ്പുള്ള മാർഗ്ഗം ഇതാണെന്നും പറഞ്ഞത് മാർക്സും എംഗൽസും മാത്രമാണ്.

കമ്യൂണിസ്റ്റ് വിപ്ലവം സ്വകാര്യസ്വത്തിനെ ഇല്ലായ്മ ചെയ്തുകൊണ്ട് ഉല്പാദനബന്ധങ്ങളുടെ അടിത്തറ തന്നെ തകർക്കുന്നു. മുതലാളിത്ത സമൂഹത്തിലെ ശത്രുതാപരമായ ബന്ധങ്ങൾ ഇതിനെ അവശ്യമാക്കിത്തീർക്കുന്നു.

"സ്വയം പ്രവർത്തനം കൈവരിക്കാൻ മാത്രമല്ല, തങ്ങളുടെ അസ്തിത്വം സംരക്ഷിക്കാൻ വ്യക്തികൾ ഉല്പാദനശക്തികളുടെ നിലവിലുള്ള ആകത്തുകയെ കൈവശപ്പെടുത്തേണ്ടതുണ്ട് എന്ന സ്ഥിതിയിലേക്ക് സംഗതികൾ എത്തിയിരിക്കുന്നു." അതുമാത്രമല്ല, ഉല്പാദനശക്തികളുടെ സാമൂഹ്യസ്വഭാവം സ്വത്തിന്റെ സാമൂഹ്യ സ്വഭാവം അവശ്യമാ

ക്കിത്തീർക്കുന്നു. സ്വകാര്യസ്വത്തിനോടൊപ്പം വ്യക്തിയെ അവന്റെ ഉല്പന്നം അടിമയാക്കുന്ന സ്ഥിതിയും കമ്യൂണിസ്റ്റ് വിപ്ലവം അവസാനിപ്പിക്കുന്നു. "മനുഷ്യർ തമ്മിൽ തമ്മിലുള്ള പ്രവർത്തനത്തിൽനിന്ന് ഉത്ഭവിച്ചതും തികച്ചും അന്യമായ ശക്തികളെപ്പോലെ ഇതേവരെ അവരെ അത്ഭുതപ്പെടുത്തുകയും ഭരിക്കുകയും ചെയ്തതുമായ ശക്തികളെ നിയന്ത്രിക്കലും ബോധപൂർവ്വമായ ആധിപത്യം അവയുടെ മേൽ ചെലുത്തലും" ആണ് കമ്യൂണിസം. സ്വതന്ത്രമായി ചേരുന്ന വ്യക്തികൾ തയ്യാറാക്കുന്ന ഒരു പൊതുപദ്ധതിക്ക് കീഴ്പ്പെട്ടതാണ് കമ്യൂണിസ്റ്റ് സമൂഹത്തിന്റെ വളർച്ച.

കമ്യൂണിസ്റ്റ് വിപ്ലവം ഏതെങ്കിലും ഒരു രൂപത്തിലുള്ള പ്രവർത്തനത്തിന്മേലുള്ള വ്യക്തികളുടെ ആശ്രിതത്വത്തെ, നാടും നഗരവും തമ്മിലുള്ള വിപരീതത്തെ നശിപ്പിക്കുന്നു. സ്വത്ത് സാമൂഹ്യമായാൽ മാത്രമേ വ്യക്തികളുടെ തനതായ സ്വാതന്ത്ര്യം സാദ്ധ്യമാകൂ. കൂലി അദ്ധ്വാനത്തെ ഇല്ലായ്മചെയ്യുന്നതിലൂടെ മാത്രമേ തൊഴിലാളികൾക്ക് വ്യക്തികൾ എന്ന നിലയ്ക്ക് സ്വയം ഉറച്ചുനില്ക്കാൻ കഴിയൂ.

*ജർമ്മൻ പ്രത്യയശാസ്ത്ര*ത്തിന്റെ ഒന്നാം അദ്ധ്യായത്തിന്റെ തലക്കെട്ട് 'ഫൊയർബാഹ്' എന്നാണ്. എന്നാൽ, അതിൽ ഏറിയഭാഗവും ചരിത്രത്തെക്കുറിച്ചുള്ള ഭൗതികസങ്കല്പനം വിശദികരിക്കാനാണ് ഉപയോഗിച്ചിട്ടുള്ളത്.

ഫൊയർബാഹിനെക്കുറിച്ചുള്ള മാർക്സിന്റെയും എംഗൽസിന്റെയും വിലയിരുത്തലിൽ വന്ന മാറ്റം, മാർക്സ് എഴുതിയ *ഫൊയർബാഹിനെക്കുറിച്ചുള്ള തീസിസുകളിൽ* കാണാം. ഫൊയർബാഹിലെ ഭൗതികവാദത്തിന്റെ കുറവ് അവയിൽ ചൂണ്ടിക്കാണിക്കപ്പെട്ടിരുന്നു. ഇവിടെ വിമർശനം മറ്റൊരു വീക്ഷണകോണിൽനിന്നാണ്. ചരിത്രത്തെക്കുറിച്ചുള്ള ഫൊയർബാഹിന്റെ വീക്ഷണത്തെ ആസ്പദിച്ചാണ്. "ഫൊയർബാഹ് ഭൗതികവാദി ആയിരിക്കുന്നിടത്തോളം, അദ്ദേഹം ചരിത്രം കൈകാര്യം ചെയ്യുന്നില്ല; ചരിത്രത്തെ പരിഗണിക്കുമ്പോൾ അദ്ദേഹം ഭൗതികവാദി യല്ല. അദ്ദേഹത്തിന്റെ വീക്ഷണത്തിൽ ഭൗതികവാദവും ചരിത്രവും രണ്ടു വഴിക്കാണ് പോക്ക്" (അതേകൃതി, വാല്യം 5, പേജ് 41). അതായത്, മാർക്സിനുമുമ്പുണ്ടായിരുന്ന മറ്റെല്ലാ ഭൗതികവാദികളെയുംപോലെ ഫൊയർബാഹിനും ചരിത്രത്തെക്കുറിച്ച് ആശയവാദപരമായ വീക്ഷണമാണ് ഉണ്ടായിരുന്നത്.

ഇത് ചൂണ്ടിക്കാണിക്കുന്നതിൽ മാർക്സും എംഗൽസും ആശയപരമായി വമ്പിച്ചൊരു മുന്നേറ്റമാണ് നടത്തിയത്. അവർക്കു മുമ്പ് മറ്റാരും ഭൗതികവാദികൾക്കിടയിൽ ഇങ്ങനെയൊരു വൈരുദ്ധ്യം കുടികൊള്ളുന്നതായി ചൂണ്ടിക്കാണിച്ചിരുന്നില്ല. ആദ്ധ്യാത്മിക ഭൗതികവാദം അവരുടെ കണ്ണ് മൂടിക്കെട്ടിയിരുന്നു. വൈരുദ്ധ്യാത്മക ഭൗതികവാദത്തിന്റെ തെളിവെളിച്ചത്തിൽ മാർക്സിനും എംഗൽസിനും യാഥാർത്ഥ്യം കണ്ടെത്താൻ പ്രയാസമുണ്ടായില്ല.

ആത്മീയവാദികളെ തുറന്നുകാട്ടുന്നതിൽ മറ്റാരുടെയും പിന്നിൽ അല്ലാത്ത യുക്തിവാദികൾ സാമൂഹ്യമായ മറ്റെല്ലാ കാര്യങ്ങളിലും അവരോട് യോജിക്കാനുള്ള കാരണം ഇതിൽനിന്ന് മനസ്സിലാക്കാം. രണ്ടു കൂട്ടരുടെയും ജീവിത സാമൂഹ്യവീക്ഷണങ്ങൾ അവസാനത്തെ അപഗ്രഥനത്തിൽ ആശയവാദപരമാണ്. മതത്തിന്റെ ബാഹ്യരൂപങ്ങളെ എതിർക്കുമ്പോൾ പോലും യുക്തിവാദികൾ അവ വളരാനുള്ള ഭൗതികസാഹചര്യങ്ങളെ എതിർക്കുന്നില്ല.

ചരിത്രത്തെക്കുറിച്ചുള്ള ഭൗതികസങ്കല്പനം മനുഷ്യന്റെ ഭൗതികോല്പാദനപ്രവർത്തനത്തെ ചരിത്രത്തിന്റെ പ്രഭവകേന്ദ്രമായി കാണുന്നു. എന്നാൽ, ഫൊയർബാഹ് മനുഷ്യന്റെ വികാരം, രാഗം, പ്രേരണ ഇവയെയാണ് ചരിത്രത്തിന്റെ ഉറവിടങ്ങളായി കണ്ടത്. മനുഷ്യരാണ് ചരിത്രം സൃഷ്ടിക്കുന്നത് എന്ന് അദ്ദേഹം കണ്ടു. എന്നാൽ സമൂഹപരിതഃസ്ഥിതികളാണ് മനുഷ്യനെ സൃഷ്ടിക്കുന്നത് എന്ന് അദ്ദേഹം മനസ്സിലാക്കിയില്ല. മാനവരാശിയുടെ ചരിത്രത്തിലാകെ മനുഷ്യർ അവയെ സൃഷ്ടിക്കുകയും മാറ്റുകയും ചെയ്യുന്നുണ്ട്. എന്നാൽ, ഓരോ തലമുറയിലും ഉള്ളവർ അവരുടെ പരിതഃസ്ഥിതി സൃഷ്ടിക്കുകയല്ല. ഒരു തലമുറ സൃഷ്ടിക്കുന്ന പരിതഃസ്ഥിതി അത് നാമാവശേഷമായാലും നിലനില്ക്കും. പുതിയതിന്റെ ബോധത്തിൽനിന്നും ഇച്ഛയിൽനിന്നും സ്വതന്ത്രമായിരിക്കും അതിന്റെ സാമൂഹ്യപരിതഃസ്ഥിതി. അത് അതിനെ മാറ്റിമറിക്കും. ഈ പ്രക്രിയ അനവരതം തുടരുന്നു. ഈ വസ്തുത മനസ്സിലാക്കാൻ ഫൊയർബാഹിന് കഴിഞ്ഞിരുന്നില്ല.

മനുഷ്യരുടെ സമൂഹപരിതഃസ്ഥിതിയും ജന്തുക്കളുടെ പ്രകൃതിപരിതഃസ്ഥിതിയും തമ്മിലുള്ള വ്യത്യാസമാണ് ഫൊയർബാഹ് മനസ്സിലാക്കാതെ പോയ മറ്റൊരു സംഗതി. ജന്തുക്കളുടെ പ്രവർത്തനം പ്രകൃതിയിൽ വരുത്തുന്ന മാറ്റത്തിൽനിന്ന് ഗുണപരമായി വ്യത്യസ്തമായ മാറ്റം മനുഷ്യരുടെ ഉല്പാദനപ്രവർത്തനം അതിൽ വരുത്തുന്നു. മനുഷ്യർ പ്രകൃതിയിൽ വരുത്തുന്ന മാറ്റമാണ് സമൂഹപരിതഃസ്ഥിതിയിൽ മാറ്റം വരുത്തുന്നതിൽ ഗണ്യമായ പങ്ക് വഹിക്കുന്നത്.

മാർക്സും എംഗൽസും ഫൊയർബാഹിന്റെ നരവംശശാസ്ത്രതത്ത്വത്തിന്റെ രാഷ്ട്രീയമായ ഉള്ളടക്കം പേർത്തെടുത്തു കാണിച്ചു. ബൂർഷ്വാജനാധിപത്യത്തിനുവേണ്ടിയുള്ള പോരാട്ടത്തിൽ ആ തത്ത്വത്തിനു പുരോഗമനപരമായ പങ്ക് വഹിക്കാനുണ്ടായിരുന്നു. നിലവിലുള്ള ബൂർഷ്വാസമൂഹത്തിൽ മനുഷ്യജീവിതത്തിനു സ്വാഭാവികമായ ജീവിതപരിതഃസ്ഥിതി കണ്ടെത്താൻ ശ്രമിക്കുന്നതോടെ, ആ തത്ത്വത്തിന്റെ പങ്ക് യാഥാസ്ഥിതികമായിത്തീരുന്നു. മനുഷ്യനും അവന്റെ നിലനില്പിനുള്ള സാഹചര്യവും തമ്മിലുള്ള ഐക്യം അചഞ്ചലമാണ് എന്നാണ് ഫൊയർബാഹ് ധരിച്ചിരുന്നത്. അതൊരു വൈരുദ്ധ്യമാണെന്നും മാനവചരിത്രത്തിൽ അത് തുടർച്ചയായ മാറ്റത്തിന് വിധേയമാണെന്നും അദ്ദേഹം മനസ്സിലാക്കിയില്ല. യുവഹെഗേലിയന്മാരെപ്പോലെ ഫൊയർബാഹും

മുതലാളിത്തത്തിനുവേണ്ടി വാദിച്ചിരുന്നു എന്നല്ല ഇതിനർത്ഥം. പക്ഷെ, അദ്ദേഹത്തിന്റെ ദർശനം മുതലാളിത്ത ലോകവീക്ഷണത്തിന്റെ ചട്ട ക്കൂട്ടിന് ഉള്ളിലായിരുന്നു എന്ന യാഥാർത്ഥ്യം മറന്നുകൂടാ. താനൊരു കമ്യൂണിസ്റ്റാണ് എന്ന ഫൊയർബാഹിന്റെ അവകാശവാദത്തെ മാർക്സും എംഗൽസും തള്ളിക്കളഞ്ഞിരുന്നു. നിലവിലുള്ള വസ്തു തയെ, നിലവിലുള്ള സ്ഥിതിഗതികളെകുറിച്ച് ശരിയായ ബോധം ജനങ്ങ ളിൽ സൃഷ്ടിക്കണം എന്നേ മറ്റു സൈദ്ധാന്തികരെപ്പോലെ ഫൊയർ ബാഹും ആഗ്രഹിച്ചിരുന്നുള്ളൂ; എന്നാൽ യഥാർത്ഥ കമ്യൂണിസ്റ്റുകാരൻ ആഗ്രഹിക്കുന്നത് നിലവിലുള്ള സ്ഥിതിഗതികളെ മാറ്റിമറിക്കാനാണ് എന്ന് മാർക്സും എംഗൽസും വ്യക്തമാക്കി.

മുതലാളിത്ത വ്യവസ്ഥയെ നിഷേധിച്ചുകൊണ്ടല്ല ഫൊയർബാഹ് കമ്യൂണിസം ആവശ്യമാണെന്ന് സിദ്ധാന്തിച്ചത്. പിന്നെയോ? മുത ലാളിത്ത സാമൂഹ്യബന്ധങ്ങളുടെ അടിസ്ഥാനത്തിലാണ്. അതിനാൽ അദ്ദേഹത്തിന്റെ കമ്യൂണിസത്തിൽ കമ്യൂണിസ്റ്റായ ഒന്നുമില്ല; മനുഷ്യർ നാനാതരത്തിൽ പരസ്പരം ആശ്രയിക്കുന്ന ഒരു സമൂഹം മാത്രമാണത്.

എന്നാൽ യുവഹെഗേലിയന്മാരെപ്പോലെ ഫൊയർബാഹിനെ മാർക്സും എംഗൽസും അപ്പാടെ തള്ളിക്കളയുന്നില്ല.

> പ്രായോഗിക ഭൗതികവാദിക്ക്, കമ്യൂണിസ്റ്റുകാരന്, നിലവിലുള്ള ലോകത്തെ വിപ്ലവീകരിക്കുന്നതാണ് പ്രശ്നം; നിലവിലുള്ള കാര്യങ്ങളെ പ്രായോഗികമായി കൈകാര്യം ചെയ്യലും മാറ്റലുമാണ് പ്രശ്നം. ഞങ്ങൾ ഫൊയർബാഹിൽ ഇത്തരം വീക്ഷണം ഇടയ്ക്ക് കാണുന്നുണ്ട്. എന്നാൽ അവ ഒറ്റപ്പെട്ട ഊഹങ്ങൾ മാത്രമാണ്. അദ്ദേഹത്തിന്റെ പൊതുകാഴ്ചപ്പാടിനെ അവ വളരെ കുറച്ചേ സ്വാധീനിക്കുന്നുള്ളൂ. അവ വികസിപ്പിച്ചെടുക്കാവുന്ന ആശയ ബീജങ്ങൾ മാത്രമാണ് (അതേകൃതി, വാല്യം 5, പേജ് 38-39).

*വിശുദ്ധകുടുംബ*ത്തിൽവരെ അവർ ഫൊയർബാഹിനെക്കുറിച്ച് വെച്ചുപുലർത്തിയ അത്യാദരം *ജർമ്മൻ പ്രത്യയശാസ്ത്ര*ത്തിൽ ഉപേ ക്ഷിച്ചു. ഫൊയർബാഹിനെക്കുറിച്ച് യാഥാർത്ഥ്യബോധത്തോടെയുള്ള വിലയിരുത്തൽ നടത്തുന്നു. അദ്ദേഹത്തിന്റെ ഭൗതികവാദത്തിന്റെ പരിമിതി അവർ കണ്ടെത്തുന്നു; അതിന്റെ ആശയപരമായ വേരുകൾ പോലും. എന്നാൽ, അപ്പാടെ തള്ളിക്കളയേണ്ട ഒന്നായി അവർ അതിനെ കാണുന്നില്ല.

ഫൊയർബാഹിനെ വിലയിരുത്തുന്നതിൽ അവർക്കുവന്ന മാറ്റം മാർക്സിന്റെയും എംഗൽസിന്റെയും ആശയപരമായ വളർച്ചയുടെ മറ്റൊരു പടവ് കുറിച്ചു.

ചരിത്രത്തെക്കുറിച്ചുള്ള ഭൗതികസങ്കല്പനം എന്നു പറഞ്ഞാൽ, സമൂഹത്തിന്റെ ആത്മീയജീവിതത്തെ അതിന്റെ ഭൗതികജീവിതമായി വെട്ടിച്ചുരുക്കലല്ല. ഭൗതികജീവിതത്തിന്റെ സങ്കല്പനം മൂർത്തമായി

നിർവ്വചിക്കേണ്ടതുണ്ട്. അതിന്റെ വളർച്ചയെയും വൈരുദ്ധ്യങ്ങളെയും വിശദമായി പഠിക്കേണ്ടതുണ്ട്. അതുകൊണ്ടുമായില്ല. സമൂഹജീവിതത്തിന്റെ ഭൗതികാടിസ്ഥാനത്തിൽനിന്ന് സമൂഹബോധത്തിന്റെ വിവിധ രൂപങ്ങൾ നിഗമിച്ചെടുക്കുക കൂടി ആയാലേ ആ ജോലി പൂർത്തിയാകൂ. ഇതു സംബന്ധിച്ച വിശദമായ പഠനം *ജർമ്മൻ പ്രത്യയശാസ്ത്ര*ത്തിലുണ്ട്.

അതിലേക്കു കടക്കുംമുമ്പ് യുവഹെഗേലിയന്മാരുടെ ആശയപാപ്പരത്തത്തെക്കുറിച്ച് അതിൽ എന്ത് പറഞ്ഞിരിക്കുന്നു എന്നു നോക്കാം. അവരെയും അവരുടെ ആശയങ്ങളെയും മാർക്സും എംഗൽസും വിശദമായി വിശകലനം ചെയ്ത അവസാനകൃതിയാണ് *ജർമ്മൻ പ്രത്യയശാസ്ത്രം.*

യുവഹെഗേലിയൻ ദർശനത്തിന്റെ പാപ്പരത്തം പരിപൂർണ്ണമായി വെളിവാക്കിയ കൃതിയാണ് *ജർമ്മൻ പ്രത്യയശാസ്ത്രം.* ഹെഗേലിയന്മാർ– യുവാക്കളും വൃദ്ധരും തമ്മിൽ മൗലികമായി വ്യത്യാസമില്ലെന്ന് മാർക്സും എംഗൽസും *ജർമ്മൻ പ്രത്യയശാസ്ത്ര*ത്തിൽ തെളിയിച്ചു. മതത്തിന്റെ വാഴ്ചയിലുള്ള വിശ്വാസത്തിൽ അവർ ഇരുവരും യോജിപ്പാണ്. വൃദ്ധർ അതിനെ ന്യായീകരിച്ചു. യുവഹെഗേലിയർ അതിനെ എതിർത്തു എന്ന വ്യത്യാസമേ ഉള്ളൂ. ഇവരുടെ ധാരണകളെ മാർക്സും എംഗൽസും എതിർത്തു; വിമർശനമല്ല, വിപ്ലവമാണ് ചരിത്രത്തിന്റെയും മതത്തിന്റെയും ദർശനത്തിന്റെയും മറ്റെല്ലാതരം സിദ്ധാന്തത്തിന്റെയും ചാലകശക്തി എന്ന് അവർ കാണിച്ചു കൊടുത്തു.

അവർ കുറെക്കൂടി ആഴത്തിൽ യുവഹെഗേലിയനിസത്തെ അപഗ്രഥിച്ചു. അതിന്റെ സാമൂഹ്യമായ വേരുകൾ കണ്ടെത്തി.

> വ്യക്തിപരമായ ചുറ്റുപാടുകളും വ്യക്തിബന്ധങ്ങൾ സ്വതന്ത്രമായ അസ്തിത്വം നേടുന്നതും മൂലമാണ് ചിന്തകളും ആശയങ്ങളും സ്വതന്ത്രമായ അസ്തിത്വം കൈവരിക്കുന്നത് എന്ന് ഞങ്ങൾ കാണിച്ചിട്ടുണ്ട്: ആശയവാദികളും ദാർശനികന്മാരും ഈ ചിന്തകളിൽ ഒറ്റതിരിഞ്ഞും ചിട്ടയോടെയും ഏർപ്പെടുന്നതും തൽഫലമായി ഈ ചിന്തകളെ ചിട്ടപ്പെടുത്തുന്നതും തൊഴിൽവിഭജനത്തിന്റെ ഫലമാണ് എന്നും പ്രത്യേകിച്ച് ജർമ്മൻ ദർശനം ജർമൻ പെറ്റിബൂർഷ്വാ സ്ഥിതിഗതികളുടെ അനന്തര ഫലമാണ് എന്നും ഞങ്ങൾ കാണിച്ചിട്ടുണ്ട്. (അതേകൃതി, വാല്യം 5, പേജ് 446–47).

ജർമ്മൻ ദർശനത്തിനു ജർമ്മൻ യാഥാർത്ഥ്യവുമായുള്ള ബന്ധം പരിശോധിക്കാൻ ഈ ദാർശനികരിൽ ഒരാൾക്കും തോന്നിയില്ല എന്നും അവർ ചൂണ്ടിക്കാട്ടി. അവർക്ക് അത് കഴിഞ്ഞതാകട്ടെ, മാർക്സ് അതിനിടെ ആവിഷ്കരിച്ച ചരിത്രത്തെക്കുറിച്ചുള്ള ഭൗതികസങ്കല്പനം (അതാണ് ചരിത്രപരമായ ഭൗതികവാദം) ഉപയോഗിച്ച് നടത്തിയ പഠനത്തിൽനിന്നാണ്.

അത് ഉപയോഗിച്ച് മാർക്സും എംഗൽസും തങ്ങളുടെ മുൻഗാമികളായ ജർമ്മൻ ദാർശനികന്മാരുടെ സംഭാവനകളുടെ സാമൂഹ്യമായ അർഥം കണ്ടെത്തി. കാന്തിന്റെ ദർശനത്തെ ഫ്രഞ്ച് ബൂർഷ്വാവിപ്ലവത്തിന്റെ ജർമ്മൻസിദ്ധാന്തമായി അവർ ചിത്രീകരിച്ചു. ഇത്തരത്തിലുള്ള ജർമ്മൻ ദാർശനികരെ കുറിച്ചുള്ള പഠനത്തിലൂടെ ജർമ്മനിയിൽ ഉണ്ടായ മാറ്റങ്ങളുടെ ചിത്രം അവർ വരച്ചുകാട്ടി. യുവഹെഗേലിയനിസത്തിന്റെ അവസാനത്തെ പ്രമുഖ കൃതിയായ സ്റ്റിർണറുടെ *അദ്വിതീയവും അവന്റെ സ്വത്തും* ചരിത്രത്തെ ഊഹാത്മകമായി കെട്ടിപ്പൊക്കാനാണ് ശ്രമിച്ചത് എന്ന് അതിനെക്കുറിച്ചുള്ള നിശിതമായ വിമർശനത്തിലൂടെ അവർ സ്ഥാപിച്ചു. പെറ്റിബൂർഷ്വാ സമീപനമാണ് ആ കൃതിയിൽ ആദ്യന്തമുള്ളത്. മുതലാളിത്തത്തോടുള്ള വിധേയത്വവും തൊഴിലാളിവർഗ്ഗത്തോടുള്ള പുച്ഛവും സ്റ്റിർണറിൽ മേളിച്ചിരുന്നു (തൊഴിലാളിവർഗ്ഗത്തെ ഒന്നുമില്ലാത്തവരുടെ കൂട്ടം ആയിട്ടാണ് അദ്ദേഹം ചിത്രീകരിച്ചത്).

ജർമ്മനിയിലെ ബൂർഷ്വാ ഉല്പതിഷ്ണുത്വത്തിന്റെ ദാർശനികാടിത്തറയുടെ വർഗ്ഗപരമായ ഉള്ളടക്കത്തെ വിശദമായി വിശകലനം ചെയ്യുകയാണ് യുവഹെഗേലിയന്മാരെക്കുറിച്ചുള്ള വിമർശനത്തിലൂടെ മാർക്സും എംഗൽസും *ജർമ്മൻ പ്രത്യയശാസ്ത്രത്തിൽ* ചെയ്തത്.

ഇത് മാർക്സിന്റെയും എംഗൽസിന്റെയും ആദ്യത്തെ പ്രൗഢ കൃതിയായിട്ടാണ് എണ്ണപ്പെട്ടത്. ഹെഗലിനുശേഷമുള്ള ദർശനത്തിനെ—അതിൽ ഫൊയർബാഹിന്റേതും യുവഹെഗേലിയന്മാരുടെതും എല്ലാം പെടും—കുറിച്ചുള്ള വിമർശനത്തിലൂടെ ഒരു പുതിയ ലോകവീക്ഷണം അവർ അവതരിപ്പിച്ചു.

> ഇതേ വരെ മനുഷ്യർ തങ്ങളെക്കുറിച്ചും തങ്ങൾ എന്താണ് എന്നതിനെക്കുറിച്ചും എന്തായിരിക്കണം എന്നതിനെക്കുറിച്ചും തെറ്റായ ആശയങ്ങളാണ് എപ്പോഴും രൂപീകരിച്ചിരുന്നത്. സ്രഷ്ടാക്കളായ അവർ തങ്ങളുടെ സൃഷ്ടികളുടെ മുമ്പിൽ തലകുനിച്ചിരിക്കുന്നു. നമുക്ക് അവരെ മിഥ്യാസങ്കല്പങ്ങളിൽനിന്നും ആശയങ്ങളിൽ നിന്നും-സ്വയം പ്രമാണങ്ങളിൽനിന്നും കാല്പനിക സത്വങ്ങളിൽ നിന്നും-ഇങ്ങനെ ഏതെല്ലാത്തിന്റെ നുകത്തിനുകീഴിൽ അവർ നരകിക്കുന്നുവോ, അതിൽ നിന്നെല്ലാം മോചിപ്പിക്കാം (അതേ കൃതി, വാല്യം 5, പേജ് 24).

എന്ന് മുഖവുരയിൽ പറഞ്ഞുകൊണ്ടാണ് ഈ ഗ്രന്ഥം ആരംഭിക്കുന്നതു തന്നെ.

ചരിത്രത്തെക്കുറിച്ചുള്ള ഭൗതികസങ്കല്പനം എന്ന സിദ്ധാന്തം ആവിഷ്കരിച്ചുകൊണ്ടാണ് ഒന്നാം അധ്യായമായ 'ഫൊയർബാഹ്' തുടങ്ങുന്നത്. അതിന്റെ അടിത്തറയായി അവർ എടുക്കുന്നത് ജീവിക്കുന്ന മനുഷ്യവ്യക്തികളുടെ അസ്തിത്വത്തെയാണ്. മനുഷ്യരെ മൃഗങ്ങളിൽ നിന്ന് തിരിച്ചറിയാൻ ബോധത്തെ, മതത്തെ, അങ്ങനെ പലതിനെയും

ഉപയോഗിക്കാം. എന്നാൽ അവർ മൃഗങ്ങളിൽനിന്ന് സ്വയം തിരിച്ചറിയാൻ തുടങ്ങുന്നത് സ്വന്തം ഉപജീവനത്തിനുള്ളത് ഉല്പാദിപ്പിക്കാൻ തുടങ്ങുമ്പോഴാണ്. ഈ ഉല്പാദനത്തോടെ അവർ പരോക്ഷമായി തങ്ങളുടെ ഭൗതികജീവിതത്തെ സൃഷ്ടിക്കുന്നു. ഇങ്ങനെ വിശകലനം ചെയ്ത് മാർക്സും എംഗൽസും ചെന്നെത്തിയ നിഗമനം ഇതാണ്.

അവരുടെ ദർശനവും ചരിത്രവും ആശയവാദികളുടെ ദർശനവും ചരിത്രവുംപോലെ സ്വർഗ്ഗത്തിൽനിന്നു ഭൂമിയിലേക്കിറങ്ങുകയല്ല. ഭൂമിയിൽനിന്ന് ഉയരുകയാണ്.

അവ ആരംഭിക്കുന്നത്

> യഥാർത്ഥ, സജീവ, മനുഷ്യരിൽനിന്നാണ്. അവരുടെ യഥാർത്ഥ ജീവിതപ്രക്രിയയുടെ അടിസ്ഥാനത്തിൽ അതിന്റെ പ്രത്യയ ശാസ്ത്രപരമായ പ്രതികരണങ്ങളും മാറ്റൊലികളും എങ്ങനെ വളർന്നുവരുന്നു എന്ന് പ്രായോഗികമായി കാണിക്കുന്നു.... ധാർമ്മികത, മതം, ആദ്ധ്യാത്മികത മുതലായവയ്ക്കും പ്രത്യയ ശാസ്ത്രത്തിന്റെ ബാക്കിക്കും ഇവയുമായി ബന്ധപ്പെട്ട ബോധ രൂപങ്ങൾക്കും സ്വാതന്ത്ര്യം തൊട്ടുതെറിച്ചിട്ടുപോലുമില്ലെന്നു കാണാം. അവയ്ക്ക് ചരിത്രവുമില്ല. വികാസവുമില്ല. എന്നാൽ ഭൗതികോല്പാദനവും ഭൗതികബന്ധങ്ങളും വളർത്തിയെടുക്കുന്ന മനുഷ്യർ തങ്ങളുടെ യഥാർത്ഥലോകത്തോടൊപ്പം അവരുടെ ചിന്തയും അതിന്റെ ഉല്പന്നങ്ങളും മാറ്റുന്നു. ബോധമല്ല ജീവിതത്തെ നിർണ്ണയിക്കുന്നത്, ജീവിതം ബോധത്തെ നിർണ്ണയിക്കുകയാണ് (അതേകൃതി, വാല്യം 5, പേജ് 36 - 37).

ഇതാണ് പിന്നീട് മാർക്സും എംഗൽസും പലതവണ ആവർത്തിക്കുകയും സ്ഥിരീകരിക്കുകയും ചെയ്ത ചരിത്രത്തെക്കുറിച്ചുള്ള ഭൗതിക സങ്കല്പനത്തിന് അടിസ്ഥാനം.

ഈ നിഗമനമാകട്ടെ, ബോധത്തെക്കുറിച്ചുള്ള അഗാധമായ വിശകലനത്തിലൂടെ ചെന്നെത്തിയതാണ്. ബോധവും മനുഷ്യന്റെ അസ്തിത്വവും തമ്മിലുള്ള ബന്ധമെന്ത് എന്ന് അവർ പരിശോധിക്കുന്നു.

ഈ ബോധം എവിടെ നിന്നുണ്ടാകുന്നു, അതിന്റെ ഉറവിടം ഏത് എന്ന ചോദ്യത്തിനുള്ള ഉത്തരം അവർ തേടുന്നു. അതാകട്ടെ, ബോധം രണ്ടുതരമുണ്ട് എന്ന നിഗമനത്തിലേക്ക് എത്തിക്കുന്നു: സാമൂഹ്യബോധവും വ്യക്തിഗതബോധവും.

ഇവയെക്കുറിച്ചെല്ലാം ആദ്യമായി ചിന്തിച്ചത് മാർക്സും എംഗൽസുംമായിരുന്നില്ല. ഹെഗൽ, ഫൊയർബാഹ്, യുവഹെഗേലിയന്മാർ, ഫ്രഞ്ച് ഇംഗ്ലീഷ് സാങ്കല്പിക സോഷ്യലിസ്റ്റുകാർ ഇങ്ങനെ പലരും അവയെക്കുറിച്ച് ചില ധാരണകളിൽ എത്തിയിരുന്നു. എന്നാൽ അവയെല്ലാം വികലമായിരുന്നു.

സാമൂഹികബോധവും സാമൂഹിക അസ്തിത്വവും തമ്മിലുള്ള

ബന്ധത്തെ മാർക്സിനും എംഗൽസിനും മുമ്പ് ഏറ്റവും അധികം വികസിപ്പിച്ചത് ഫൊയർബാഹ് ആയിരുന്നു. എന്നാൽ അദ്ദേഹം മറുകണ്ടം ചാടി. ആശയവാദികൾ പ്രകൃതിയെ തീർത്തും അപ്രധാനമായി കണക്കാക്കി മനുഷ്യബോധമാണ് എല്ലാറ്റിനും അടിസ്ഥാനം എന്നുപറഞ്ഞു. ഫൊയർബാഹ് ആകട്ടെ, പ്രകൃതിക്ക് അഗ്രിമസ്ഥാനം നല്കി.

മനുഷ്യബോധത്തെ പ്രകൃതിയുടെ വെറും പ്രതിഫലനമായാണ് അദ്ദേഹം കണക്കാക്കിയത്. അതേസമയം സ്വന്തം പ്രകൃതിയെയും മറ്റു മനുഷ്യരെയും മനുഷ്യർ മനസ്സിലാക്കാൻ തുടങ്ങിയ കാര്യവും അദ്ദേഹം ചൂണ്ടിക്കാട്ടി. "ബോധം എന്നു പറഞ്ഞാൽ അതിൽ അസ്തിത്വവും അടങ്ങിയിരിക്കുന്നു, അതുതന്നെ മനസ്സിലാക്കപ്പെട്ട അസ്തിത്വം മാത്രമാണ്" എന്നു പറയുമ്പോഴും അദ്ദേഹം ബോധത്തെ രണ്ടാം തരമായേ കണക്കാക്കുന്നുള്ളൂ. സമൂഹത്തിനല്ല, പ്രകൃതിക്കാണ് അദ്ദേഹം ഒന്നാം സ്ഥാനം നല്കിയത്. സമൂഹ അസ്തിത്ത്വത്തെ വസ്തുനിഷ്ഠ യാഥാർഥ്യമായി അദ്ദേഹം പരിഗണിച്ചില്ല. അതുകൊണ്ടുതന്നെ സമൂഹ അസ്തിത്ത്വത്തിന്റെ പ്രതിഫലനം അദ്ദേഹം കണക്കിലെടുക്കുന്നതേയില്ല. സമൂഹബന്ധങ്ങളുടെ ചട്ടക്കൂടിനുള്ളിലാണ് പ്രതിഫലനം നടക്കുകയും ബോധമുണ്ടാവുകയും ചെയ്യുന്നത് എന്ന വസ്തുത അദ്ദേഹം മനസ്സിലാക്കിയില്ല. അതിനാൽ ആശയവാദികളുടെ നിഗമനങ്ങളെ വെല്ലുവിളിച്ചുകൊണ്ട് ആരംഭിച്ച ഫൊയർബാഹിന്റെ നിരീക്ഷണവും വിശകലനവും അവസാനം ആശയമാണ് മുഖ്യം എന്ന ആശയവാദ നിഗമനത്തിൽത്തന്നെ ചെന്നെത്തി.

ഫൊയർബാഹിന്റെ ഭൗതികവാദസമീപനത്തിന്റെ അന്തസ്സത്ത ഉൾക്കൊണ്ടുതന്നെ മാർക്സും എംഗൽസും അദ്ദേഹത്തിന് എവിടെ പിഴവുപറ്റി എന്ന് കണ്ടെത്തി. മാനവചരിത്രത്തെ ഭൗതികവാദവീക്ഷണത്തിലൂടെ അപഗ്രഥിച്ചതിന്റെ ഫലമായാണ് അവർക്ക് അതിന് കഴിഞ്ഞത്. മനുഷ്യരും പ്രകൃതിയും തമ്മിലുള്ള ബന്ധം സമൂഹബന്ധങ്ങളുടെ ചട്ടക്കൂട്ടിനുള്ളിലാണ് നടക്കുന്നത്. സമൂഹബന്ധങ്ങൾ മാറുന്നതിന് അനുസരിച്ച് പ്രകൃതിയെ കുറിച്ചുള്ള മനുഷ്യന്റെ വീക്ഷണവും അതുമായുള്ള ബന്ധങ്ങളും മാറുന്നു. സാമൂഹ്യബോധം ഫൊയർബാഹ് പറയുന്നതുപോലെ പ്രകൃതിയെ മാത്രമല്ല, സമൂഹ അസ്തിത്ത്വത്തെയും പ്രതിഫലിപ്പിക്കുന്നു.

സാമൂഹികബോധവും വ്യക്തിഗതബോധവും തമ്മിൽ അഭേദ്യമായ ബന്ധമുണ്ട്. രണ്ടും കൂടിയാലെ പൂർണ്ണത കൈവരുന്നുള്ളൂ. വ്യക്തികൾ ചേർന്നുള്ളതല്ലേ സമൂഹം? എങ്കിൽ വ്യക്തിഗതിബോധങ്ങളുടെ ആകത്തുക ആവണ്ടേ സാമൂഹ്യബോധം? സമൂഹത്തിലെ അംഗങ്ങളായ വ്യക്തികളുടെ ബോധത്തിന് പുറത്ത് സാമൂഹ്യബോധത്തിന് നിലനില്പില്ല എന്നതു ശരിതന്നെ. എന്നാൽ ഒറ്റപ്പെട്ട വ്യക്തികളുടെ ബോധത്തിന് ഇല്ലാത്ത സവിശേഷതകൾ സാമൂഹ്യബോധത്തിനു തനതായുണ്ട്. ദർശനം, ധാർമ്മികത, മതം, ശാസ്ത്രം മുതലായവ ആണ് അവയുടെ

രൂപങ്ങൾ. വ്യക്തിഗതബോധത്തിന് സാമൂഹ്യബോധത്തെയാകെ ഉൾക്കൊള്ളാൻ കഴിയില്ല. ഇവ തമ്മിലുള്ള അന്തരവും സാമൂഹ്യമാണ്. ഒരാൾ വ്യക്തിയാകുന്നതും ആ അടിസ്ഥാനത്തിലുള്ള ബോധം അയാൾക്ക് ഉണ്ടാകുന്നതും സമൂഹത്തിലെ അംഗം എന്ന നിലയ്ക്കാണ്. ഇതെല്ലാം കാണിക്കുന്നത് ബോധം അതിന്റെ ഉത്ഭവം മുതൽക്കേ ഒരു സമൂഹ ഉല്പന്നമാണ് എന്നാണ്. മനുഷ്യൻ നിലനില്ക്കുന്ന കാല ത്തോളം അങ്ങനെ ആയിരിക്കുകയും ചെയ്യും.

സാമൂഹ്യബോധം എങ്ങനെ ആദ്യം രൂപംകൊണ്ടു എന്ന് *ജർമ്മൻ പ്രത്യയശാസ്ത്രം* വിവരിക്കുന്നുണ്ട്. ആദ്യം അത് തൊട്ടടുത്തുള്ള ചുറ്റു പാടിനെക്കുറിച്ചും ഓരോ വ്യക്തിയും നേരിട്ട് ബന്ധപ്പെടുന്ന വ്യക്തികൾ, വസ്തുക്കൾ എന്നിവയെക്കുറിച്ചും ഉള്ള ബോധം മാത്രമായിരുന്നു. അതോടൊപ്പം വ്യക്തിക്കു തന്നെക്കുറിച്ചുള്ള ബോധവും വളർന്നുവന്നു. പ്രകൃതിയെക്കുറിച്ച് അക്കാലത്തു തന്നെ മനുഷ്യർക്ക് ബോധം ഉണ്ടാ യിരുന്നു. സർവ്വശക്തമായ, തികച്ചും അന്യമായ, ആക്രമിച്ചുകീഴടക്കാ നാവാത്ത, ശക്തി എന്നായിരുന്നു പ്രകൃതിയെക്കുറിച്ച് അന്നത്തെ ബോധം. ഇത് മനുഷ്യസഹജമായ ബോധമാണ് എന്ന് ഇന്നു തിരിഞ്ഞു നോക്കുമ്പോൾ പറയാനാവില്ല. പ്രകൃതിയെ സദാ ഭയത്തോടെ വീക്ഷിക്കുന്ന മൃഗത്തിന്റെ പ്രതികരണമാണ് അന്നത്തെ മനുഷ്യന്റെ പ്രകൃതിബോധത്തിലെ മുഖ്യ ഘടകമായി കാണാൻ കഴിയുക. മനുഷ്യൻ മൃഗത്തിൽനിന്ന് ഉരുത്തിരിഞ്ഞു വന്നവനായതുകൊണ്ട് ഇതിൽ അസ്വാഭാവികമായി ഒന്നുമില്ല. പ്രകൃതിയെ ഭയപ്പെടുകയും അതിന്റെ ക്രോധത്തിൽനിന്നും രക്ഷകിട്ടാനായി മനുഷ്യൻ ആടിയും പാടിയും മറ്റും പ്രസാദിപ്പിക്കാൻ ശ്രമിക്കുകയും ചെയ്യുന്ന ചിത്രമാണ് പുരാണങ്ങളിൽ നിന്ന് ലഭിക്കുന്നത്. സർവമതങ്ങളുടെയും അടിസ്ഥാനം പ്രകൃതിയെ ക്കുറിച്ചുള്ള അജ്ഞതയിൽനിന്ന് അന്ന് ഉറവെടുത്ത ചിന്തകളാണ്. ഇന്ന് മനുഷ്യൻ പ്രകൃതി രഹസ്യങ്ങളിൽ പലതും കണ്ടെത്തിയ സ്ഥിതിക്ക്, മതം കല്പിക്കുന്ന ഭയഭക്ത്യാദരങ്ങളോടെ പ്രകൃതിയെ സമീപിക്കേ ണ്ടതില്ല. പ്രകൃതിയെക്കുറിച്ചുള്ള ശാസ്ത്രീയമായ അറിവ് മതത്തിന്റെ പ്രസക്തി എത്രയോ കുറയ്ക്കുന്നു.

മനുഷ്യന് ആദ്യം ഉളവായ പ്രാകൃതമായ ബോധം തീർത്തും മതപര മായിരുന്നില്ല എന്ന് മാർക്സും എംഗൽസും *ജർമ്മൻ പ്രത്യയശാസ്ത്ര* ത്തിൽ ചൂണ്ടിക്കാട്ടി. പ്രകൃതിയോടുള്ള മനുഷ്യന്റെയും മൃഗത്തിന്റെയും പ്രതികരണം അതിലുണ്ട്. എങ്കിലും അത് തീർത്തും മാനുഷികമാണ്. മനുഷ്യൻ അതിനിടെ വളർത്തിയെടുത്ത ഭാഷതന്നെയാണ് അതിനുള്ള തെളിവ്. ഭാഷയ്ക്ക് ബോധത്തോളം പഴക്കമുണ്ട്. ഭാഷ പ്രായോഗികവും യഥാർത്ഥവുമായ ബോധമാണ്. അത് മറ്റുള്ള മനുഷ്യർക്കുമുണ്ട്. അതു കൊണ്ടുമാത്രം അത് ഓരോ വ്യക്തിക്കുമുണ്ട്. ബോധമെന്നപോലെ ഭാഷ യും മറ്റു മനുഷ്യരുമായി ബന്ധപ്പെടേണ്ട ആവശ്യത്തിൽനിന്ന് ഉടലെടു ക്കുന്നതാണ്.

എന്നാൽ, മൃഗത്തിന് പ്രകൃതിയോടുള്ള ബന്ധം ഇത്തരത്തിലല്ല. എന്തുകൊണ്ടെന്നാൽ, മൃഗത്തിന് ബോധമില്ല, ആത്മബോധവുമില്ല, ഭാഷയുടെ ആവശ്യവുമില്ല. മനുഷ്യന്റെ സാമൂഹ്യമായ വളർച്ചയോടൊപ്പം ഉയിർകൊള്ളുന്ന പ്രതിഭാസങ്ങളാണ് ബോധവും ഭാഷയും. വളർച്ച പ്രാപിച്ച സാമൂഹ്യബോധവും പ്രാകൃതമായ ബോധവും തമ്മിൽ അന്തരമുണ്ട്. പ്രാകൃതബോധം മനുഷ്യരുടെ ഭൗതികപ്രവർത്തനങ്ങളും ഭൗതികബന്ധങ്ങളും ആയി ചേർന്നുകിടക്കുന്നു. കായികാദ്ധ്വാനവും മാനസികാദ്ധ്വാനവും തമ്മിലുള്ള അകൽച്ചയോടെയാണ് സാമൂഹ്യ ബോധം സ്വതന്ത്രമാകുന്നത്. അതോടെയാണ് നിലവിലുള്ള പ്രവർത്ത നത്തെക്കുറിച്ചുള്ള അറിവിൽനിന്ന് അന്യമായ ചിലതാണ് എന്ന് ബോധത്തിന് മേനിനടിക്കാൻ കഴിയുന്നത്; യഥാർത്ഥമായ ഒന്നിനെയും പ്രതിനിധാനം ചെയ്യാതെ എന്തിനെയോ ശരിക്കും പ്രതിനിധാനം ചെയ്യുന്നതായി അതിന് അവകാശപ്പെടാൻ കഴിയുന്നത്. അതോടെയാണ് ബോധത്തിന് ഇഹലോകവുമായുള്ള പൊക്കിൾക്കൊടിബന്ധം വിടർത്തി 'ശുദ്ധ'മായ സിദ്ധാന്തം, ദൈവശാസ്ത്രം, ദർശനം, ധാർമ്മികത മുതലായ വയ്ക്കു രൂപംനല്കാൻ കഴിഞ്ഞത് എന്ന് *ജർമ്മൻ പ്രത്യയശാസ്ത്ര ത്തിൽ* വ്യക്തമാക്കിയിട്ടുണ്ട്.

മാർക്സിനുമുമ്പുള്ള ഭൗതികവാദികൾ ഒരു വസ്തുത ശരിക്കും മനസ്സിലാക്കിയിരുന്നു: വസ്തുനിഷ്ഠമായ യാഥാർത്ഥ്യത്തെ പ്രതിഫലി പ്പിക്കുന്ന ധാരണകളും ആശയങ്ങളും മാത്രമേ സത്യമായി കണക്കാക്കി കൂടൂ. എന്നാൽ തെറ്റിദ്ധാരണകളും വസ്തുനിഷ്ഠമായ യാഥാർത്ഥ്യ ത്തിന്റെ പ്രതിഫലനമാകുമോ എന്ന് അവ സ്വയം ചോദിച്ചില്ല. അവർക്ക് ബോധത്തിന്റെ മുഴുവൻ ഉള്ളടക്കത്തെ ഭൗതികാടിസ്ഥാനത്തിൽ വിശ കലനം ചെയ്യാൻ കഴിഞ്ഞില്ല. അതുകൊണ്ട് അവരത് ആദ്ധ്യാത്മികമായി ചെയ്തു. അയഥാർത്ഥമായ (മത) ബോധം മനുഷ്യന്റെ യഥാർത്ഥജീവിത ത്തിന്റെ പ്രതിഫലനമാണെന്ന് ഫൊയർബാഹ് മാത്രമാണ് മനസ്സിലാ ക്കിയത്. എന്നാൽ എന്താണ്, മതമോ മറ്റേതെങ്കിലും മതിഭ്രമമോ പ്രതിഫലിപ്പിച്ചത് എന്തിനെയാണ് എന്ന ചോദ്യത്തിന് ഫൊയർബാഹ് തൃപ്തികരമായ ഉത്തരം നൽകിയില്ല. മാർക്സും എംഗൽസും ആണ് ചരിത്രപരമായ ഭൗതികവാദത്തെ ആധാരമാക്കി മനുഷ്യജീവിതത്തിന്റെ അയഥാർഥ പ്രതിഫലനമാണ് മതം എന്ന് കാണിച്ചത്. അത് ആത്മനിഷ്ഠം അല്ലെന്നും വസ്തുനിഷ്ഠമായ ഉള്ളടക്കവും അടിത്തറയും അതിനു ണ്ടെന്നും അവർ എടുത്തുകാട്ടി. അവ വസ്തുനിഷ്ഠമായി നിർണ്ണയിക്ക പ്പെടുന്നതാണെന്നും അവർ പറഞ്ഞു.

ഒരു കാര്യം ഇതോടനുബന്ധിച്ച് വ്യക്തമാക്കേണ്ടതുണ്ട്. പ്രത്യയ ശാസ്ത്രം അഥവാ ഐഡിയോളജിയെ മാർക്സും എംഗൽസും കണ്ടത് നിഷേധാത്മക അർത്ഥത്തോടെയാണ്. കാരണം, അശാസ്ത്രീയവും ആശയവാദപരവുമായ പ്രത്യയശാസ്ത്രം മാത്രമാണ് അവരുടെ കാലത്ത്, പ്രത്യേകിച്ച് *ജർമ്മൻ പ്രത്യയശാസ്ത്രം* എഴുതുമ്പോൾ, ഉണ്ടായിരുന്നത്.

അതിനെതിരായി ശാസ്ത്രീയവും തൊഴിലാളിവർഗ്ഗത്തിന്റേതുമായ പ്രത്യയശാസ്ത്രം കെട്ടിപ്പടുക്കാൻ അവർ നടത്തിയ നിരന്തരശ്രമത്തിലെ പ്രധാനപ്പെട്ട ഒരു ഘട്ടമാണ് *ജർമ്മൻ പ്രത്യയശാസ്ത്രം* നിലവിലുള്ള പ്രത്യയശാസ്ത്രങ്ങളെ തള്ളിക്കളയുകയല്ല, അവയെ ശാസ്ത്രീയമായും യുക്തിസഹമായും വിലയിരുത്തുകയാണ് അവർ ചെയ്തത്.

എന്നാൽ സമകാലിക പ്രത്യയശാസ്ത്രങ്ങൾ അശാസ്ത്രീയമായിരുന്നതിനാൽ മാർക്സിന്റെയും എംഗൽസിന്റെയും കൃതികളിൽ അവയുടെ നിഷേധാത്മക വശത്തിനാണ് കൂടുതൽ ഊന്നൽ കിട്ടിയത്.

ലെനിന്റെ കാലമായപ്പോഴേക്കും അവർ കെട്ടിപ്പടുത്ത തൊഴിലാളി വർഗ്ഗത്തിന്റെ ശാസ്ത്രീയമായ പ്രത്യയശാസ്ത്രം. മാർക്സിസ്റ്റ് പ്രത്യയശാസ്ത്രം വളർന്ന് വിപുലമായിരുന്നു. അതുകൊണ്ട് ലെനിൻ ബൂർഷ്വാ പ്രത്യയശാസ്ത്രത്തിന്റെ നിഷേധാത്മക വശത്തോടൊപ്പം തൊഴിലാളിവർഗ്ഗ പ്രത്യയശാസ്ത്രത്തിന്റെ സൃഷ്ടിപരമായ വശവും വിശദമാക്കുകയുണ്ടായി.

ഇന്ന് ഈ രണ്ടുവശവും മുന്നിൽ കണ്ടുകൊണ്ടുവേണം, നമുക്ക് 'പ്രത്യയശാസ്ത്ര'ത്തെക്കുറിച്ച് മനസ്സിലാക്കാൻ, ലെനിന്റെ കാലത്തെക്കാൾ മാർക്സിസ്റ്റ് പ്രത്യയശാസ്ത്രം ഇപ്പോൾ വളർന്നിട്ടുണ്ട്, അതേ സമയം ഭരണവർഗ്ഗങ്ങളുടെ പ്രത്യയശാസ്ത്രം പല രൂപങ്ങളും കൈക്കൊണ്ട് ജനങ്ങളെ വഴിതെറ്റിക്കാൻ തക്കം പാർത്തിരിപ്പുണ്ട് എന്ന വസ്തുത മറക്കാനും പാടില്ല.

ഇതിവിടെ ചൂണ്ടിക്കാട്ടാൻ കാരണമുണ്ട്. മാർക്സും എംഗൽസും ലെനിനും ഇക്കാര്യത്തിൽ വ്യത്യസ്ത നിലപാടെടുക്കുന്നു എന്നുമാത്രമല്ല, മാർക്സും എംഗൽസും പ്രത്യയശാസ്ത്രത്തെ ആശയവാദപരവും അയഥാർത്ഥവും അന്യവല്കൃതവുമായ സാമൂഹ്യബോധമായി മാത്രമേ കണ്ടുള്ളൂ എന്ന് ബൂർഷ്വാ വിമർശകർ ചൂണ്ടിക്കാണിക്കുന്നു. ഇത് *ജർമ്മൻ പ്രത്യയശാസ്ത്ര*ത്തിൽ തന്നെ മാർക്സും എംഗൽസും പറഞ്ഞ വസ്തുതകൾ മുഴുവൻ മനസ്സിലാക്കാതെയാണ്, കുറെക്കൂടി വിശാലമായ അർത്ഥത്തിൽ ആ പദത്തെ അവർ ഉപയോഗിക്കുന്നത് ശ്രദ്ധിക്കാതെയാണ്. ഈ വിമർശകർ ചൂണ്ടിക്കാണിക്കുന്നതുപോലുള്ള ഒരു വൈരുദ്ധ്യം മാർക്സും എംഗൽസും ലെനിനും പറഞ്ഞത് തമ്മിലില്ല. മനുഷ്യരുടെ ഉല്പാദനബന്ധങ്ങളിൽ മാർക്സിനും എംഗൽസിനും ശേഷം വന്ന മാറ്റങ്ങളെക്കൂടി ഉൾക്കൊണ്ടാണ് ലെനിൻ ഇതേക്കുറിച്ച് എഴുതിയത് എന്ന വ്യത്യാസമേ യഥാർത്ഥത്തിൽ അവ തമ്മിലുള്ളൂ.

11

ബൂർഷ്വാ വിതണ്ഡവാദികൾക്കെതിരെ

മാർക്സിനു മുമ്പ് ഹെഗലടക്കമുള്ള ദാർശനികരോ സാമൂഹ്യ ശാസ്ത്രജ്ഞന്മാരോ സമൂഹാസ്തിത്വവും സാമൂഹബോധവും തമ്മിലുള്ള ബന്ധം ശരിക്കു മനസ്സിലാക്കിയിരുന്നില്ല. സാമൂഹ്യബോധത്തിൽ സമൂഹത്തിന്റെ അസ്തിത്വം പ്രതിഫലിക്കുന്നത് കാണാൻ അവർക്കാർക്കും കഴിഞ്ഞതേയില്ല. ഹെഗൽ പ്രശ്നവിശകലനത്തിനുള്ള മൂർച്ചയേറിയ ആയുധമായി വൈരുദ്ധ്യാത്മകതയെ വികസിപ്പിച്ചെടുത്തു. എന്നാൽ, ചുറ്റും കാണുന്ന യാഥാർത്ഥ്യങ്ങളെ വിശകലനം ചെയ്യാൻ ഹെഗൽ തയ്യാറായില്ല. മുമ്പെ പോയവർ പറഞ്ഞു വച്ച ആശയങ്ങളെയും പ്രഷ്യൻ ഭരണകൂടത്തെക്കാൾ മികവുള്ള മറ്റൊരു ഭരണകൂടം ഉണ്ടാകില്ല എന്ന മുൻവിധിയെയും മറ്റും ആധാരമാക്കിയാണ് അദ്ദേഹം വൈരുദ്ധ്യാത്മകതയെ വികസിപ്പിച്ചതും പ്രയോഗിച്ചതും. ഹെഗലിനും കൂട്ടർക്കും സംഭവിച്ച ഈ പരിമിതിയുടെ പരിഷ്കരിച്ച രൂപമാണ് വസ്തുനിഷ്ഠത അസാദ്ധ്യമാണെന്ന് വാദിക്കുന്ന ഉത്തരാധുനികരിലും കാണാവുന്നത്. പഴയ ആശയവാദികളും പുതിയ അത്യാധുനികരും മാർക്സിസത്തെയും അതിന്റെ ആധാരശിലയായ വൈരുദ്ധ്യാത്മക ഭൗതികവാദത്തെയും എതിർക്കുന്നതിൽ സമാന നിലപാടുള്ളവരാകുന്നു. ഹെഗലിന്റെ വൈരുദ്ധ്യാത്മകതയുടെ ആശയവാദപരമായ ദൗർബല്യം തീർത്ത് അതിനെ ശരിക്കും ഒരു ശാസ്ത്രമാക്കാൻ കഴിഞ്ഞതുകൊണ്ടാണ് സമൂഹാസ്തിത്വവും സാമൂഹ്യബോധവും തമ്മിലുള്ള വൈരുദ്ധ്യാത്മകബന്ധം അനാവരണം ചെയ്യാൻ മാർക്സിനും എംഗൽസിനും കഴിഞ്ഞത്. തങ്ങളുടെ ഭൗതികവാദ വൈരുദ്ധ്യാത്മകതയെ അവർ *ജർമ്മൻ പ്രത്യയശാസ്ത്രത്തിൽ* വളർത്തി എടുത്തതാകട്ടെ, ചരിത്രത്തെ ഭൗതികാടിസ്ഥാനത്തിൽ ചികഞ്ഞുനോക്കിക്കൊണ്ടാണ്. ഹെഗലിന് വെളിവാക്കാൻ കഴിയാതിരുന്ന

പല സാമൂഹ്യസത്യങ്ങളും പുറത്തുകൊണ്ടുവരാൻ മാർക്സിനും എംഗൽസിനും കഴിഞ്ഞത് അവർ വളർത്തിയെടുത്ത വൈരുദ്ധ്യാത്മ കതയുടെ മേന്മ വിളിച്ചോതുന്നു. ഇതൊന്നും മനസ്സിലാക്കാതെയാണ് മാർക്സ് ഹെഗലിന്റെ ദർശനത്തിൽ നിന്ന് വായ്പ എടുത്തതാണ് വൈരുദ്ധ്യാത്മകത എന്നു പറയുന്നത്.

ദാർശനികരംഗത്ത് ആശയവാദികളോടെന്നപോലെ രാഷ്ട്രീയ രംഗത്ത് മാർക്സും എംഗൽസും ജർമ്മൻ ബൂർഷ്വാ രാഷ്ട്രീയക്കാരോട് പോരാടി തൊഴിലാളിവർഗ്ഗത്തിന്റെ സ്വതന്ത്രമായ രാഷ്ട്രീയനിലപാട് സ്ഥാപിച്ചു. ഈ പോരാട്ടത്തിന് മറ്റൊരു പ്രാധാന്യമുണ്ട്. അതിലൂടെയാണ് അവർക്ക് തൊഴിലാളിവർഗ്ഗ രാഷ്ട്രീയത്തിന് ഭിന്നകാഴ്ചപ്പാട് ആവശ്യ മാണെന്ന് ബോദ്ധ്യപ്പെട്ടത്; അത് വാർത്തെടുക്കാൻ കഴിഞ്ഞതും. ജർമ്മ നിയിൽ വിപ്ലവം ആസന്നമാണെന്ന് അവർക്ക് ബോദ്ധ്യമായി. എന്നാൽ ആ വിപ്ലവത്തിന്റെ സാമൂഹ്യ സാമ്പത്തിക സത്ത അവർക്ക് 1845 ൽ പൂർണ്ണമായി മനസ്സിലായിരുന്നില്ല. ഒന്നുരണ്ട് വർഷം കഴിഞ്ഞപ്പോഴേക്കും ബൂർഷ്വാവിപ്ലവം ആസന്നമാണ്, അതും സോഷ്യലിസ്റ്റ് വിപ്ലവവും തമ്മിൽ മൗലികമായ വ്യത്യാസമുണ്ട് എന്ന് അവർക്ക് വ്യക്തമായി. ബൂർഷ്വാസിയിലെ ഉല്പതിഷ്ണുക്കളുടെയും കമ്യൂണിസ്റ്റുകാരുടെയും വീക്ഷണങ്ങൾ തമ്മിൽ മൗലികമായ അന്തരമുണ്ടെന്ന് അവർ മനസ്സിലാക്കി. ഇതിന്റെ അടിസ്ഥാനത്തിലാണ് എംഗൽസും മാർക്സും 1847 ഒക്ടോബറിൽ ബൂർഷ്വാ ഉല്പതിഷ്ണുവായ ഹൈൻസെനുമായി ഏറ്റുമുട്ടിയത്.

ഹൈൻസെൻ വിപ്ലവത്തിന് എതിരായിരുന്നു. നിലവിലുള്ള വ്യവ സ്ഥയിൽ സാമൂഹ്യ സാമ്പത്തിക മാറ്റങ്ങൾ വരുത്തുന്നതിനെതിരായി രുന്നു. രാജവാഴ്ച മാറ്റി റിപ്പബ്ളിക്ക് സ്ഥാപിക്കുക മാത്രമേ വേണ്ടൂ എന്നായിരുന്നു അദ്ദേഹത്തിന്റെ വാദം. ബൂർഷ്വാവിപ്ലവത്തിന്റെ കടമ നാടു വാഴിത്തത്തിന്റെ വേരുകൾ അറുത്തുമാറ്റുകയാണ്. സാമൂഹ്യപ്രശ്ന ങ്ങളെ തങ്ങളുടെ കാലഘട്ടത്തിന്റെ കേന്ദ്രപ്രശ്നമാക്കി മാറ്റുന്നതിന് ഹൈൻസെൻ കമ്യൂണിസ്റ്റുകാരെ വിമർശിച്ചു. രാജവാഴ്ചയോ റിപ്പബ്ലിക്കോ വേണ്ടത് എന്ന പ്രശ്നത്തിന്റെ പ്രാധാന്യം കാണാതിരിക്കു ന്നതിന് അവരെ അദ്ദേഹം കുറ്റപ്പെടുത്തി.

ഹൈൻസെന്റെ വിമർശനത്തിന്റെയും രാജവാഴ്ചക്കെതിരായ ചാടിപ്പുറപ്പെടലിന്റെയും കഥയില്ലായ്മ എംഗൽസ് തുറന്നുകാട്ടി.

> എല്ലാ ദാരിദ്ര്യത്തിന്റെയും പങ്കപ്പാടിന്റെയും മുഖ്യ ഉത്തരവാദികൾ രാജാക്കന്മാരാണെന്ന് അദ്ദേഹം പ്രഖ്യാപിക്കുന്നു..... കഴിവില്ലാത്ത വരും ദുർബലമനസ്കരുമായ ഈ പാവങ്ങൾക്ക് അപാരവും രാക്ഷസീയവുമായ കഴിവുണ്ടെന്ന് പറയുന്നതിൽപ്പരം ഹൈൻ സെന് ആ രാജാക്കന്മാരെ സ്തുതിക്കാനാവില്ല..... എന്നാൽ തങ്ങ ളുടെ മർദ്ദകർ ആരാണെന്ന് ഹൈൻസെനെക്കാൾ നന്നായി ജനങ്ങൾക്കറിയാം. അടിയാനു ഭൂപ്രഭുവിനോടും തൊഴിലാളിക്ക്

മുതലാളിയോടും തോന്നുന്ന വിരോധം ഹൈൻസെൻ വിചാരിച്ചാലും രാജാക്കന്മാരുടെ നേരെ തിരിച്ചുവിടാനാവില്ല. എന്നാൽ ഭൂപ്രഭു-മുതലാളിവർഗ്ഗങ്ങൾ നടത്തുന്ന ചൂഷണത്തിന്റെ കുറ്റം രാജാക്കന്മാരുടെ തലയിൽ വെച്ചുകെട്ടുന്നതിലൂടെ ആ വർഗ്ഗക്കാരുടെ താല്പര്യം സംരക്ഷിക്കുകയാണ് അദ്ദേഹം ചെയ്യുന്നത്.

മാർക്സും എംഗൽസും വർഗ്ഗങ്ങളുടെ പേരിൽ ഭിന്നിപ്പിക്കുകയും തൊഴിലിന്റെ അടിസ്ഥാനത്തിൽ തമ്മിൽ തല്ലിക്കുകയും ആണെന്നും ജർമ്മനിയിലെ ഉല്പതിഷ്ണുക്കളുടെ പാളയത്തിൽ കമ്യൂണിസ്റ്റുകാർ അനാവശ്യമായി ചേരിതിരിവുണ്ടാക്കുകയാണെന്നും ഹൈൻസെൻ ആക്ഷേപിച്ചു. മാർക്സും എംഗൽസും വർഗ്ഗനിലപാട് കൈക്കൊണ്ടതാണ് ഏതുതരത്തിലുള്ള മർദ്ദന പ്രയോഗത്തിനും ന്യായമായി ഭരണകൂടം ചൂണ്ടിക്കാട്ടുക എന്ന് കുറ്റപ്പെടുത്തി. നമുക്കിന്ന് സുപരിചിതമായ കമ്യൂണിസ്റ്റ് വിരുദ്ധ വായാടിത്തത്തിന്റെ ഉദ്ഘാടകനാണ് ഹൈൻസെൻ. ജനാധിപത്യത്തിന് എതിരാണ് കമ്യൂണിസ്റ്റുകാർ എന്ന ബൂർഷ്വാ ഉല്പതിഷ്ണുക്കളുടെ ആരോപണവും ഹൈൻസെൻ ഉന്നയിച്ചിരുന്നു. എംഗൽസ് പറഞ്ഞു:

> കമ്യൂണിസ്റ്റുകാർ ജർമ്മൻ ഉല്പതിഷ്ണുക്കളുമായി സഹകരിക്കേണ്ടതാണ്. അങ്ങനെ ചെയ്യാൻ ആഗ്രഹിക്കുന്നു. എന്നാൽ പാർട്ടിയെയാകെ വില കെടുത്തുന്നവരെ വിമർശിക്കാനുള്ള അവകാശം അവർ ആർക്കും പണയം വയ്ക്കില്ല. ഹൈൻസെനെ ഞങ്ങൾ വിമർശിക്കുന്നതിനുള്ള കാരണവും മറ്റൊന്നല്ല.

തങ്ങൾ എന്തുകൊണ്ട് അദ്ദേഹത്തെ വിമർശിക്കുന്നു എന്ന് എംഗൽസ് വിശദീകരിച്ചു:

> ഹൈൻസെൻ കമ്യൂണിസ്റ്റ് അല്ലാത്തതുകൊണ്ടല്ല, കമ്യൂണിസ്റ്റുകാർ അദ്ദേഹത്തെ വിമർശിക്കുന്നത്. അദ്ദേഹം വകയ്ക്കുകൊള്ളാത്ത ജനാധിപത്യപാർട്ടി എഴുത്തുകാരനായതുകൊണ്ടാണ്. കമ്യൂണിസ്റ്റുകാർ എന്ന നിലയ്ക്കല്ല, ജനാധിപത്യവാദികൾ എന്ന നിലയ്ക്കാണ് അവർ അദ്ദേഹത്തെ വിമർശിക്കുന്നത്. അദ്ദേഹവുമായി വാക്സമരത്തിനിറങ്ങിയത് കമ്യൂണിസ്റ്റുകാരാണ് എന്നത് കേവലം യാദൃച്ഛികമാണ്. ലോകത്തിൽ കമ്യൂണിസ്റ്റുകാരാരും ഉണ്ടായിരുന്നില്ലെങ്കിലും ജനാധിപത്യവാദികൾക്ക് ഹൈൻസെനെതിരായി രംഗത്തിറങ്ങേണ്ടിവന്നേനെ...... ഇപ്പോഴത്തെ നിലയിൽ ജനാധിപത്യവാദികളുമായി നിരർത്ഥകമായ തർക്കങ്ങളിൽ ഏർപ്പെടുന്നതിനുപകരം എല്ലാ പ്രായോഗിക പാർട്ടികാര്യങ്ങളിലും ജനാധിപത്യവാദികളോടൊപ്പം രംഗത്തിറങ്ങാനാണ് കമ്യൂണിസ്റ്റുകാർ ഇഷ്ടപ്പെടുക. ജനാധിപത്യം കൈവരിക്കപ്പെടാത്തിടത്തോളം കാലം ജനാധിപത്യവാദികളും കമ്യൂണിസ്റ്റുകാരും തോളോടു

തോൾ ചേർന്നാണ് പോരാടുക; അത്രത്തോളം കാലം ജനാധിപത്യവാദികളുടെ താല്പര്യങ്ങൾ കമ്യൂണിസ്റ്റുകാരുടേതുതന്നെയാണ്.... ജനാധിപത്യം കൈവരിക്കപ്പെട്ടുകഴിഞ്ഞാൽ ഉടനെ അതേവരെ അടിച്ചമർത്തപ്പെട്ട വർഗ്ഗങ്ങൾക്കുവേണ്ടി നടപ്പാക്കേണ്ട ഇനങ്ങളുടെ കാര്യത്തിൽ അഭിപ്രായവ്യത്യാസമുണ്ടായി എന്നുവരാം. വൻ വ്യവസായങ്ങൾ സ്റ്റേറ്റിന്റെ ഉടമയിലാക്കൽ, വിദ്യാഭ്യാസച്ചെലവ് സ്റ്റേറ്റ് വഹിക്കൽ മുതലായ കാര്യങ്ങളിൽ (അതേ കൃതി, വാല്യം 6, പേജ് 298 99).

കമ്യൂണിസ്റ്റുകാർ ജനാധിപത്യത്തിനുവേണ്ടി പോരാടുന്നവരുടെ മുൻപന്തിയിലാണ്. ബൂർഷ്വാ ജനാധിപത്യ വ്യാമോഹങ്ങളെ കമ്യൂണിസ്റ്റുകാർ എതിർക്കുന്നത് ബൂർഷ്വാജനാധിപത്യ മാറ്റങ്ങളുടെ പ്രാധാന്യം കാണാതെയല്ല, അവയെ പ്രഖ്യാപിതലക്ഷ്യങ്ങളിൽ എത്തിക്കുന്നതിനുവേണ്ടിയാണ്. സെക്ടേറിയനിസത്തിനും വരട്ടുതത്ത്വവാദത്തിനും 'എതിരാണ് തൊഴിലാളിവർഗ്ഗസമരം. ഹൈൻസെൻ ബൂർഷ്വാരീതിയിൽ ഈ പ്രവണതകളുടെ വക്താവായിരുന്നു.

ഹൈൻസെന്റെ ലക്ഷ്യം വളരെ സങ്കുചിതമായിരുന്നു. ജർമ്മനിയിൽ ഭരണാധികാരം സ്വത്തിന്റെമേൽ മേധാവിത്ത്വം വഹിക്കുന്നു. അതായത്, രാഷ്ട്രീയാധികാരം നാടുവാഴിത്തത്തിന്റെ, ഭൂവുടമകളുടെ, കൈയിലാണ്. സാമ്പത്തികരംഗത്ത് പ്രമാണിമാർ മുതലാളിവർഗ്ഗവും. അവർക്ക് ആദ്യത്തെ കൂട്ടരിൽനിന്ന് അധികാരം പിടിച്ചെടുക്കണം, അതായത് രാജാധികാരം പോകണം, ബാക്കിയൊക്കെ മുൻ സ്ഥിതിയിൽ തുടരട്ടെ- ഇതായിരുന്നു ഹൈൻസെന്റെ നിലപാട്.

രാജവാഴ്ച അവസാനിപ്പിക്കണം എന്ന കാര്യത്തിൽ മാർക്സിനും എംഗൽസിനും ഭിന്നാഭിപ്രായമുണ്ടായിരുന്നില്ല. എന്നാൽ ജർമ്മനിയിൽ അന്നത്തെ സമൂഹവ്യവസ്ഥയുടെ ആണിക്കല്ല് രാജവാഴ്ചയതാണെന്ന ഹൈൻസെന്റെ വാദത്തോട് അവർ യോജിച്ചില്ല. രാജവാഴ്ച അന്നത്തെ സമൂഹവ്യവസ്ഥയുടെ മുഖപ്പ് മാത്രമായിരുന്നു. അടിത്തറ നാടുവാഴിത്ത ഉൽപ്പാദന ബന്ധങ്ങളും. തങ്ങളുടെ വിപ്ലവപരിപാടിയിലെ ഓരോ ചുവടുവെപ്പിനും മാർക്സിനും എംഗൽസിനും ഭൗതികവ്യാഖ്യാനം ഉണ്ടായിരുന്നു. ഹൈൻസെനും കൂട്ടർക്കും ആകട്ടെ, വെളിപാടുകളല്ലാതെ വിശദീകരണം ഉണ്ടായിരുന്നില്ല.

രാജവാഴ്ച അവസാനിപ്പിക്കുക മാത്രം മതി, നാടുവാഴിത്ത ഉല്പാദനബന്ധങ്ങളെയാകെ പിഴുതെറിയേണ്ടതില്ല എന്ന ഹൈൻസെന്റെ വാദത്തിന് ഒരു സാമൂഹ്യാടിസ്ഥാനം ഉണ്ടായിരുന്നു. ഹൈൻസെനോ മറ്റേതെങ്കിലും ബൂർഷ്വാനേതാവോ പറഞ്ഞില്ലെങ്കിലും ജർമ്മനിയിൽ ബൂർഷ്വാസി അധികാരം പിടിച്ചെടുക്കാൻ ശ്രമിച്ചത് മറ്റു പല യൂറോപ്യൻ രാജ്യങ്ങളിലും ബൂർഷ്വാസി അധികാരത്തിൽ എത്തി കുറെ കഴിഞ്ഞാണ്: അവിടങ്ങളിൽ ബൂർഷ്വാസിയും തൊഴിലാളിവർഗ്ഗവും തമ്മിലുള്ള പോരാട്ടം തുടങ്ങിയതിനുശേഷമാണ്. ജർമ്മനിയിൽത്തന്നെ ഒരുവശത്ത്

അർദ്ധ ഫ്യൂഡൽബന്ധങ്ങളും നികൃഷ്ടമായ രാജവാഴ്ചയും ആയി ഏറ്റുമുട്ടവേതന്നെ ബൂർഷ്വാസിക്ക് തൊഴിലാളിവർഗ്ഗ സമരങ്ങളെയും നേരിടേണ്ടിവന്നു. മറ്റുപല രാജ്യങ്ങളിലെയും ബൂർഷ്വാജനാധിപത്യ വിപ്ലവത്തിനുശേഷമാണ് തൊഴിലാളിവർഗ്ഗം ശക്തിപ്പെട്ടതും അതുമായി ബൂർഷ്വാസി ഏറ്റുമുട്ടിയതും. അതുകൊണ്ട് അവിടങ്ങളിൽ ഉല്പതിഷ്ണു മുതലാളിവർഗ്ഗത്തിന്റെ പ്രതിവിപ്ലവസ്വഭാവം വിപ്ലവത്തിനു ശേഷമേ തലനീട്ടി പുറത്തേക്ക് വന്നുള്ളൂ. ഫ്രഞ്ച് വിപ്ലവത്തിന്റെ മുഖ്യ മുദ്രാവാക്യങ്ങളായി അവിടുത്തെ മുതലാളിവർഗ്ഗം സ്വാതന്ത്ര്യം, സമത്വം, സാഹോദര്യം എന്നിവ ഉയർത്തിയത് ആത്മാർത്ഥമായിത്തന്നെ യായിരുന്നു. എന്നാൽ അധികാരം കൈയിൽ കിട്ടിയതോടെ അവരുടെ സ്വഭാവം മാറി. ജർമ്മനിയിൽ തൊഴിലാളിവർഗ്ഗവുമായുള്ള പോരാട്ടം വിപ്ലവത്തിന് മുമ്പേ തുടങ്ങിയതുകൊണ്ട് ആ മുതലാളിവർഗ്ഗത്തിന്റെ പ്രതിവിപ്ലവസ്വഭാവം 1848-ലെ വിപ്ലവത്തിന് മുമ്പെ വെളിപ്പെട്ടു. ജർമ്മൻ മുതലാളിവർഗ്ഗം, മാർക്സിന്റെ ഭാഷയിൽ പറഞ്ഞാൽ, കേവല രാജവാഴ്ചയിൽനിന്ന് ബൂർഷ്വാരാജവാഴ്ചയിലേക്ക് വിപ്ലവം കൂടാതെ, രമ്യതയോടെ, മാറാൻ ആഗ്രഹിച്ചതും അതുകൊണ്ടുതന്നെ.

മുതലാളിത്തവും നാടുവാഴിത്തവും തമ്മിൽ ഒരു ഒത്തുതീർപ്പു ണ്ടാകുന്നതിനു വിപ്ലവത്തൊഴിലാളിവർഗ്ഗം അന്ന് എതിരായിരുന്നു; ഇന്നും എതിരാണ്. കാരണം, ആ ഒത്തുതീർപ്പിന്റെ ഫലമായി ബൂർഷ്വാജനാധി പത്യം പൂർണ്ണമായി വളർന്നുവികസിക്കുന്നത് തടയപ്പെടും. ഇന്ത്യയിൽ, മറ്റൊരു തരത്തിലാണെങ്കിലും, ഒരു നൂറ്റാണ്ടിനുശേഷം ഉണ്ടായത് അതാണ്. ഫലമോ? ബൂർഷ്വാ-ഫ്യൂഡൽവർഗ്ഗങ്ങൾ കൂടി തട്ടിപ്പടച്ചുണ്ടാ ക്കിയ ഭരണഘടന സാമ്രാജ്യത്വമൂശയിൽ വാർത്തെടുക്കപ്പെട്ട ഒന്നായി ത്തീർന്നു; ബൂർഷ്വാജനാധിപത്യത്തെത്തന്നെ അത് നാനാതരത്തിൽ വരിഞ്ഞുകെട്ടി.

ഇങ്ങനെയൊരു ഒത്തുതീർപ്പ് തൊഴിലാളിവർഗ്ഗത്തിന് വിനാശ കരമാകുമെന്ന് ചരിത്രപരമായ ഭൗതികവാദത്തിന്റെ വെളിച്ചത്തിൽ മനസ്സി ലാക്കിയാണ് മാർക്സും എംഗൽസും അന്നേ അതിനെ എതിർത്തത്. അരനൂറ്റാണ്ടിനുശേഷം ലെനിനു കിട്ടിയ അനുഭവത്തിന്റെ വെളിച്ചം അന്നില്ലായിരുന്നു. പരമാവധി ജനാധിപത്യം കൈവരിക്കണം. അതിനായി ശരിക്കും ജനാധിപത്യവാദികളായ ശക്തികളെയെല്ലാം ഒന്നിച്ചു കൊണ്ടുവരണം എന്ന ലക്ഷ്യം മാർക്സും എംഗൽസും കമ്യൂണിസ്റ്റു കാരുടെ മുമ്പിൽ വെച്ചു. പൗരാവകാശങ്ങളും മറ്റ് ജനാധിപത്യ സ്വാതന്ത്ര്യങ്ങളും സോഷ്യലിസത്തിനുവേണ്ടിയുള്ള പോരാട്ടത്തിന് അവശ്യമായ മുന്നുപാധികൾ സൃഷ്ടിക്കുമെന്ന് അവർ കണ്ടു. മാർക്സ് പറഞ്ഞു:

> നാടുവാഴിത്ത സ്വത്തുടമാബന്ധങ്ങളെ നിലനിർത്തിക്കൊണ്ട് മുത ലാളിത്ത സ്വത്തുടമാബന്ധങ്ങൾ ഇല്ലാതാക്കാനാവില്ല എന്ന് തൊഴിലാളികൾക്കറിയാം. നാടുവാഴിത്ത സ്ഥാപനങ്ങൾക്കും

രാജാധിപത്യത്തിനും എതിരായ മുതലാളിത്തത്തിന്റെ വിപ്ലവ പ്രസ്ഥാനം തങ്ങളുടെതന്നെ വിപ്ലവപ്രസ്ഥാനത്തെ ത്വരിതപ്പെടുത്തുകയേ ഉള്ളൂ എന്ന് അവർക്കറിയാം. മുതലാളിത്തം വിജയിക്കുന്ന ദിവസമേ അതിനെതിരായ തങ്ങളുടെ സമരം തുടങ്ങാനാവൂ എന്നും അവർക്കറിയാം (അതേകൃതി, വാള്യം 6, പേജ് 332- 33).

അതിനാൽ തൊഴിലാളിവർഗ്ഗവിപ്ലവത്തിനുള്ള ഒരു മുന്നുപാധിയായി ബൂർഷ്വാവിപ്ലവത്തെ അവർ കണക്കാക്കണമെന്ന് മാർക്സ് നിർദ്ദേശിച്ചു. അതേസമയം അതിനെ ആത്യന്തികലക്ഷ്യമായി കണ്ടുകൂടാ എന്നും മാർക്സ് പറഞ്ഞു.

ഇന്നും കമ്യൂണിസത്തിനെതിരെ ബൂർഷ്വാസി ഉന്നയിക്കുന്ന ഒരു വാദം ഏതാണ്ട് ഒന്നരനൂറ്റാണ്ട് മുമ്പ് ഹൈൻസെൻ ഉന്നയിക്കുകയുണ്ടായി; ശാസ്ത്രീയ കമ്യൂണിസം ഒരു ചാരുകസേര സിദ്ധാന്തമാണ്, അതിന് ജീവിതവുമായി ഒരു ബന്ധവുമില്ല എന്ന്. എംഗൽസ് എഴുതി.

> ഹൈൻസെൻ കരുതുന്നത് സുനിശ്ചിമായ ഒരു സൈദ്ധാന്തികതത്വത്തെ കാതലാക്കിക്കൊണ്ടുള്ളതും അതിൽനിന്ന് കൂടുതൽ നിഗമനങ്ങളിലേക്ക് എത്തുന്നതുമായ ഒരു പ്രമാണമാണ് കമ്യൂണിസം എന്നാണ്. ഹൈൻസെന് അമ്പേ തെറ്റി, കമ്യൂണിസം ഒരു പ്രമാണമല്ല, പ്രസ്ഥാനമാണ്. അത് തത്ത്വങ്ങളിൽനിന്നല്ല ഉരുത്തിരിയുന്നത് വസ്തുതകളിൽ നിന്നാണ്...... ഒരു സിദ്ധാന്തം എന്ന നിലയ്ക്കെടുത്താൽ, കമ്യൂണിസം ഈ സമരത്തിൽ തൊഴിലാളിവർഗ്ഗം കൈക്കൊള്ളുന്ന നിലപാടിന്റെ സൈദ്ധാന്തിക പ്രകാശനമാണ്, തൊഴിലാളിവർഗ്ഗത്തിന്റെ വിമോചനത്തിനുള്ള വ്യവസ്ഥകളുടെ സൈദ്ധാന്തിക സംഗ്രഹമാണ് (അതേകൃതി, വാള്യം 6, പേജ് 303-4).

ഇത് പഴയ തരത്തിലുള്ള ദർശനത്തിന്റെ നിഷേധമാണ്. മാർക്സും എംഗൽസും അക്കാലത്ത് ആവിഷ്കരിച്ചുവന്നിരുന്ന പുതിയ സാമൂഹ്യ സിദ്ധാന്തത്തിന്റെ പ്രകാശനവും. എംഗൽസ് എഴുതിയത് വായിച്ചിട്ട് ഹൈൻസെൻ പ്രതികരിച്ചത് ഇങ്ങനെയാണ്: "കമ്യൂണിസം പ്രമാണമല്ലെങ്കിൽ, നിങ്ങൾക്കൊരു സിദ്ധാന്തമേ ഇല്ലെന്നർത്ഥം."

ബൂർഷ്വാ ഉല്പതിഷ്ണുക്കൾക്കുണ്ടായിരുന്ന ഭയം, ബൂർഷ്വാ വിപ്ലവത്തിൽ കമ്യൂണിസ്റ്റുകാർ ഇടങ്കോലിട്ട് അധികാരം പിടിച്ചെടുക്കുമോ എന്നായിരുന്നു. ഹൈൻസെൻ ഇത് പ്രകടിപ്പിക്കുകയും ചെയ്തു. മാർക്സ് ഇത് നീക്കി. തൊഴിലാളിവർഗ്ഗത്തിന് അധികാരം പിടിച്ചെടുക്കാൻ സമൂഹ വികസനം കുറെക്കൂടി ഉയർന്നതലത്തിൽ എത്തേണ്ടതുണ്ട്. സ്വകാര്യ സ്വത്ത് സമൂഹസാല്ക്കരിക്കണം എന്ന ആവശ്യം ഉന്നയിച്ചു എന്നതുകൊണ്ടുമാത്രം സ്വകാര്യസ്വത്തുടമസ്ഥത ഇല്ലാതാവില്ല. 17, 18 നൂറ്റാണ്ടുകളിൽ നാടുവാഴിത്ത സ്വത്തുടമാബന്ധങ്ങൾ ഇല്ലാതാക്കണം എന്ന് ബൂർഷ്വാസി ആഗ്രഹിച്ചിരുന്നു. നടന്നില്ല. 19-ാം നൂറ്റാണ്ട് ആയപ്പോഴേ

ക്കാണ് അത് യാഥാർത്ഥ്യമായത്. 19-ാം നൂറ്റാണ്ടിന്റെ മദ്ധ്യമായപ്പോൾ സ്വകാര്യസ്വത്ത് ഇല്ലാതാക്കണം എന്ന് തൊഴിലാളിവർഗ്ഗം ആവശ്യപ്പെടുന്നതിനുമുമ്പെ നാടുവാഴിത്തസ്വത്തിനെ ബൂർഷ്വാസി ഇല്ലായ്മ ചെയ്തുതുടങ്ങിയിരുന്നു. അത് സ്വത്ത് ഇല്ലാതാക്കലല്ല. സ്വത്തിന്റെ ഒരു രൂപത്തെ മറ്റൊരു രൂപത്തിലാക്കുക മാത്രമാണ്. ജർമ്മനി 1847 ൽ ഒരു ബൂർഷ്വാവിപ്ലവത്തിന്റെ വക്കത്തായിരുന്നു. കമ്യൂണിസ്റ്റുകാർ സ്വകാര്യസ്വത്ത് ഇല്ലാതാക്കണമെന്ന് ആവശ്യപ്പെട്ടെങ്കിലും സ്വകാര്യസ്വത്ത് സ്ഥാപിക്കലായിരുന്നു ബൂർഷ്വാവിപ്ലവത്തിന്റെ ലക്ഷ്യം. എന്നുവെച്ച് കമ്യൂണിസ്റ്റുകാർ ആ വിപ്ലവത്തിന് എതിരായിരുന്നില്ല; കാരണം, സ്വത്തുടമാബന്ധങ്ങളിൽ വരുന്ന മാറ്റം ആഴത്തിലുള്ള ചരിത്രഗതിയുടെ ഭാഗമാണ്. ഒരു വർഗ്ഗത്തിന്റെയും ഇഷ്ടാനിഷ്ടങ്ങൾക്ക് അനുസൃതമായി സംഭവിക്കുന്നത്.

സ്വകാര്യസ്വത്ത് വളർന്നുവന്ന് ഒരു ഘട്ടമെത്തുമ്പോൾ ലോകവിപണിയിലെ മൂർച്ഛിച്ചുവരുന്ന പ്രതിസന്ധികൾമൂലം വ്യവസായം, കൃഷി, കൈമാറ്റം എന്നിവയെ കൈകാര്യം ചെയ്യാൻ സ്വകാര്യസ്വത്തുടമാബന്ധത്തിനു കഴിയാതാകും എന്ന് എംഗൽസ് ചൂണ്ടിക്കാട്ടി. സോഷ്യലിസ്റ്റ് വിപ്ലവത്തിന് കളമൊരുങ്ങുന്നത് അപ്പോഴാണ്. അതുകൊണ്ട് ബൂർഷ്വാവിപ്ലവത്തെ കമ്യൂണിസ്റ്റുകാർ എതിർക്കില്ല.

ബൂർഷ്വാവിപ്ലവത്തിനിടയ്ക്ക് തൊഴിലാളിവർഗ്ഗത്തിനു ബൂർഷ്വാസിയിൽനിന്ന് അധികാരം പിടിച്ചെടുക്കാൻ കഴിഞ്ഞാൽത്തന്നെ, ബൂർഷ്വാ ഉല്പാദന സമ്പ്രദായത്തെ ഇല്ലായ്മ ചെയ്യാനുള്ള ഭൗതിക സാഹചര്യം ചരിത്രപരമായി വളർന്നുവരാത്ത കാലത്തോളം, അതിന് ഏറെക്കാലം നിലനില്ക്കാനാവില്ല എന്ന് മാർക്സ് വ്യക്തമാക്കി.

ഹൈൻസെന്റെ സാമ്പത്തിക പദ്ധതികളെ വിലയിരുത്തിക്കൊണ്ട് എംഗൽസ് ചൂണ്ടിക്കാട്ടി, സ്വതന്ത്രമത്സരം സ്വകാര്യസ്വത്തിന്റെ സൃഷ്ടിയാണ്. അതിനാൽ സ്വകാര്യസ്വത്ത് ഉണ്ടായിരിക്കുന്ന കാലത്തോളം മത്സരം, ഉല്പാദനത്തിലുള്ള അരാജകത്വം, മുതലായവ ഒഴിവാക്കണം എന്നു പറയുന്നത് ബൂർഷ്വാസമൂഹത്തിന്റെ ചട്ടക്കൂട്ടിനുള്ളിലെ സമൂഹവളർച്ചയ്ക്കെതിരാണ്.

ഹൈൻസെനെപോലുള്ള ബൂർഷ്വാ ഉല്പതിഷ്ണുക്കളുടെ രാഷ്ട്രീയസിദ്ധാന്തത്തെ തുറന്നുകാട്ടുക മാത്രമല്ല മാർക്സും എംഗൽസും ചെയ്തത്. അവർക്ക് തൊഴിലാളികളുടെ മേലുള്ള സ്വാധീനം തകർക്കാൻ ഈ വാദഗതി സഹായിച്ചു. അതോടൊപ്പം ശാസ്ത്രീയ കമ്യൂണിസത്തിന്റെ അടിസ്ഥാന തത്ത്വങ്ങളെക്കുറിച്ചും സോഷ്യലിസത്തിനുവേണ്ടിയുള്ള പോരാട്ടവും ജനാധിപത്യത്തിനുവേണ്ടിയുള്ള പോരാട്ടവും തമ്മിലുള്ള ബന്ധത്തെക്കുറിച്ചും വിശദീകരിക്കാൻ അവർക്ക് അവസരം നല്കി.

ഉല്പതിഷ്ണു മുതലാളിത്തത്തിനും പെറ്റിബൂർഷ്വാ ജനാധിപത്യത്തിനും എതിരായി മാർക്സും എംഗൽസും നടത്തിയ ആശയസമരത്തെക്കുറിച്ചാണല്ലോ മേൽവിവരിച്ചത്. അതുപോലൊരു ആശയസമരം പെറ്റി

ബൂർഷ്വാ സോഷ്യലിസത്തിനെതിരായും അവർക്ക് നടത്തേണ്ടിവന്നു. ഈ ആശയസമരങ്ങൾ അത്തരം ആശയഗതികളുടെ പൊള്ളത്തരം വെളിവാക്കുക മാത്രമല്ല ചെയ്തത്. മാർക്സിനും എംഗൽസിനും തങ്ങൾ ആവിഷ്കരിക്കുന്ന ദർശനവും ചരിത്രാവബോധത്തിൽ അധിഷ്ഠിതമായ രാഷ്ട്രീയ നയപരിപാടിയും കൂടുതൽ സ്പഷ്ടമാക്കാൻ അവസരം നല്കി. അതിന്റെ പ്രധാനപ്പെട്ട വശമായിരുന്നു തൊഴിലാളിവർഗ്ഗം മറ്റ് ചൂഷിതവർഗ്ഗങ്ങളിൽനിന്ന് എങ്ങനെ ഉരുത്തിരിയുന്നു, അവയെ അപേക്ഷിച്ച് അതിന്മേലുള്ള മേന്മ എന്ത്, എന്തുകൊണ്ട് ചരിത്രം തൊഴിലാളിവർഗ്ഗത്തെ ഭാവിയുടെ സ്രഷ്ടാവാക്കുന്നു എന്നെല്ലാമുള്ള ചോദ്യങ്ങൾക്കുള്ള ഉത്തരം.

തൊഴിലാളിവർഗ്ഗത്തിന്റെ ചരിത്രപരമായ പങ്ക് വിവരിക്കണമെങ്കിൽ അതിന്റെ സാമൂഹ്യബോധവും തൊഴിലാളിവർഗ്ഗം ഒഴിച്ചുള്ള അദ്ധ്വാനിക്കുന്ന ബഹുജനങ്ങളുടെ ആശയസംഹിതയും തമ്മിലുള്ള അന്തരം എടുത്തുകാട്ടേണ്ടതുണ്ട്. തൊഴിലാളികളല്ലാത്ത അദ്ധ്വാനിക്കുന്ന ബഹുജനങ്ങളുടെ വിപ്ലവ--ജനാധിപത്യ മനോഭാവത്തെ മാർക്സും എംഗൽസും വിലമതിച്ചിരുന്നു. അക്കാരണത്താൽ ചെറുകിട ഉല്പാദകരുടെ യാഥാസ്ഥിതിക ചിന്താഗതിയെ ഉയർത്തിപ്പിടിക്കാനും തൊഴിലാളിവർഗ്ഗത്തിന്റെ വിമോചനപ്രസ്ഥാനത്തെ എതിർക്കാനും ശ്രമിച്ച വിതണ്ഡവാദികളെ അവർ വിമർശിക്കാതിരുന്നില്ല. ഇക്കൂട്ടത്തിൽ പെട്ടവരായിരുന്നു വെയ്ദെമെയർ, ഗ്രൊയ്ൻ, ലൊയ്മിങ് തുടങ്ങിയ 'യഥാർത്ഥ' സോഷ്യലിസ്റ്റുകാർ. ഇവരിൽ വെയ്ദെമെയർ, പിന്നീട് മാർക്സിന്റെയും എംഗൽസിന്റെയും അനുയായി ആയിത്തീർന്നു. ബ്രിട്ടനിലെയും ഫ്രാൻസിലെയും 'പരുക്കനും' 'സുശിക്ഷിതമല്ലാത്തതും' ആയ ഉട്ടോപ്യൻ സോഷ്യലിസത്തിന് എതിരായിട്ടാണ് ഈ ജർമ്മൻകാർ 1844 ൽ 'യഥാർത്ഥ' സോഷ്യലിസത്തിന്റെ കൊടിക്കൂറ ഉയർത്തിയത്. മുതലാളിത്ത വികസനത്തിനും തൊഴിലാളിവർഗ്ഗത്തിന്റെ വിപ്ലവസമരത്തിനും എതിരായിരുന്നു അവർ. സമൂഹത്തിൽ നാടുവാഴിത്തവ്യവസ്ഥ നിലനില്ക്കണം എന്നാണ് അതിന്റെ അർത്ഥം. ജർമ്മനി ഇംഗ്ലണ്ടിനെയും ഫ്രാൻസിനെയും പോലെ മുതലാളിത്തരീതിയിൽ പോയിക്കൂടാ എന്ന് 'യഥാർത്ഥ' സോഷ്യലിസ്റ്റുകാർ ശഠിച്ചു. മുതലാളിത്തബന്ധങ്ങൾ വളർത്തുന്നതിന് ജർമ്മനിയിലെ മുതലാളിമാരെ അവർ വിമർശിച്ചു. അവരെ അത് ചെയ്യാൻ അനുവദിക്കരുത് എന്ന് നാടുവാഴിത്ത സർക്കാരുകളോട് അഭ്യർത്ഥിച്ചു. തൊഴിലാളിവർഗ്ഗം എന്നുപറഞ്ഞാൽ ദാരിദ്ര്യമാണ്. അത് തടയലാണ് തങ്ങളുടെ ലക്ഷ്യം എന്നാണ് അവർ പറഞ്ഞിരുന്നത്.

ഹൈൻസെനും കൂട്ടരും മാർക്സിനെയും എംഗൽസിനെയും 'യഥാർത്ഥ' സോഷ്യലിസ്റ്റുകാരുടെ കൂട്ടത്തിലാണ് പെടുത്തിയത്. അവരുടെ കൂട്ടത്തിൽപ്പെട്ട എം ഹെസ്സുമായിട്ട് മാർക്സിനും എംഗൽസിനും അടുപ്പമുണ്ടായിരുന്നു എന്നത് ശരിയാണ്. അത് അവർ ഫ്രഞ്ചു സോഷ്യലിസം, ജർമ്മൻ ദർശനം, ഇംഗ്ലീഷ് അർത്ഥശാസ്ത്രം എന്നിവയെ

കൂട്ടിയോജിപ്പിക്കാൻ ശ്രമിച്ചിരുന്ന കാലത്താണ്. എന്നാൽ ഹെസ്സ് തുടർന്നും 'യഥാർത്ഥ' വഴിക്ക് നീങ്ങിയപ്പോൾ അവർ ശാസ്ത്രീയ കമ്യൂണിസത്തിന്റെ വഴിക്കുനീങ്ങി.

*ജർമ്മൻ പ്രത്യയശാസ്ത്ര*ത്തിനു ഒരു രണ്ടാം ഭാഗം എഴുതപ്പെട്ടിരുന്നു. ജർമ്മനിയിലെ പെറ്റി ബൂർഷാ വിതണ്ഡവാദികൾ കമ്യൂണിസ്റ്റ് ആശയങ്ങളുടെ പ്രചാരണം തടയുന്നതിനു പല തടസ്സവാദങ്ങളും ഉന്നയിച്ച് എതിർ പ്രചാരണം നടത്തുന്നുണ്ടെന്ന് 1845-ൽ ബ്രസൽസിലായിരുന്ന മാർക്സിനു വിവരം കിട്ടി. അങ്ങനെയാണ് യഥാർത്ഥ സോഷ്യലിസ്റ്റുകാർ തുടങ്ങിയ അത്തരം വിവിധ ഗ്രൂപ്പുകളുടെ നിലപാടുകൾ തുറന്നുകാട്ടാനും അവരും കമ്യൂണിസ്റ്റുകാരുമായുള്ള വീക്ഷണ വ്യത്യാസം സ്പഷ്ടമാക്കാനും മാർക്സും എംഗൽസും കൂടി ജർമ്മൻ പ്രത്യയശാസ്ത്രത്തിന്റെ രണ്ടാം ഭാഗം തയ്യാറാക്കിയത്. എന്നാൽ, അതിലെ ഉള്ളടക്കം പ്രസാധകർക്ക് സ്വീകാര്യമാകാത്തതിനാൽ അത് പ്രസിദ്ധീകരിക്കപ്പെട്ടില്ല.

അതിനെതുടർന്നാണ് എംഗൽസ് 'യഥാർത്ഥ സോഷ്യലിസ്റ്റുകൾ' എന്ന ലേഖനം തയ്യാറാക്കിയത്. അതിനും അതേ ഗതിയുണ്ടായി. 1847-ൽ മാർക്സും എംഗൽസും അവരെ തുറന്നുകാട്ടുന്ന ഓരോ ലേഖനം എഴുതിയിരുന്നു. അവ പ്രസിദ്ധീകരിക്കപ്പെട്ടു. ഹെസ്സ് കരുതിയത് അവയിലെ വിമർശനങ്ങൾ കാരണം തങ്ങളും മാർക്സും എംഗൽസുമായി വ്യക്തിബന്ധത്തിൽ വന്ന തകർച്ചയാണെന്നായിരുന്നു. പക്ഷേ, കമ്യൂണിസ്റ്റ് ആശയങ്ങളെ ഹെസ്സും കൂട്ടരും രൂക്ഷമായി എതിർത്തതാണ് തങ്ങൾ 'യഥാർത്ഥ' സോഷ്യലിസ്റ്റുകാരെ തുറന്നു കാട്ടുന്നതിനു നിദാനമായതെന്നു എംഗൽസിന്റെയും മാർക്സിന്റെയും ലേഖനങ്ങൾ അടിവരയിട്ടു ചൂണ്ടിക്കാട്ടി.

*ജർമ്മൻ പ്രത്യയശാസ്ത്ര*ത്തിൽ ഇങ്ങനെ പറഞ്ഞിരിക്കുന്നു:

> ഈ സോഷ്യലിസ്റ്റുകാർ അല്ലെങ്കിൽ അവർ സ്വയം വിളിക്കുന്നതുപോലെ 'യഥാർത്ഥ സോഷ്യലിസ്റ്റുകാർ' വിദേശ കമ്യൂണിസ്റ്റ് സാഹിത്യത്തെ ഒരു യഥാർത്ഥ പ്രസ്ഥാനത്തിന്റെ പ്രകാശനവും ഉല്പന്നവും ആയിട്ടല്ല കാണുന്നത്. 'ശുദ്ധചിന്ത'യുടെ ഒരു പ്രക്രിയയിലൂടെ ഉരുത്തിരിഞ്ഞുവരുന്ന തികച്ചും സൈദ്ധാന്തികമായ കൃതികളായിട്ടാണ്. ഇതേ രീതിയിലാണ് ജർമ്മൻ ദാർശനിക വ്യവസ്ഥകളും ഉരുത്തിരിഞ്ഞത് എന്നാണ് അവരുടെ ധാരണ. ഈ കൃതികൾ ഒരു വ്യവസ്ഥയെക്കുറിച്ച് പറയുമ്പോൾ പോലും അവ പ്രായോഗികാവശ്യങ്ങളിൽനിന്ന്, ഒരു പ്രത്യേകരാജ്യത്തെ പ്രത്യേക വർഗത്തിന്റെ ജീവിതസാഹചര്യങ്ങളിൽ നിന്നാകെ, ഉയർന്നുവന്നതാണെന്ന് അവർക്ക് തോന്നുന്നതേയില്ല..... കമ്യൂണിസ്റ്റ് വ്യവസ്ഥയെയും വിമർശനപരവും സംവാദപരവുമായ കൃതികളെയും 'യഥാർത്ഥ' പ്രസ്ഥാനത്തിൽനിന്ന് അവർ അടർത്തിമാറ്റുന്നു. ആ പ്രസ്ഥാനത്തിന്റെ പ്രകാശനങ്ങളാണ് അവ.

മാത്രമല്ല, ജർമ്മൻ ദർശനവുമായി അവയെ സ്വേച്ഛാപരമായി കൂട്ടിക്കെട്ടുകയും ചെയ്യുന്നു. തൊഴിലാളിവർഗ്ഗത്തിന്റെ സ്ഥിതിയും ആശയങ്ങളും പ്രതിഫലിപ്പിക്കുന്ന കമ്യൂണിസ്റ്റ് ആശയങ്ങളെ മാനവരാശിക്കാകെ ബാധകമായ വർഗ്ഗാതീത തത്ത്വങ്ങളായാണ് 'യഥാർത്ഥ' സോഷ്യലിസ്റ്റുകാർ അവതരിപ്പിച്ചത്. അതായത്, തൊഴിലാളിവർഗ്ഗത്തിന്റെ ആശയങ്ങളിലെ വിപ്ലവാത്മകത മുഴുവൻ ചോർത്തിക്കളഞ്ഞാണ് അവർ അവതരിപ്പിച്ചത്. എല്ലാ മനുഷ്യരോടും സ്നേഹം, തൊഴിലാളിവർഗ്ഗത്തിനുപകരം എല്ലാ മനുഷ്യർക്കുംവേണ്ടി നിലകൊള്ളൽ - ഇതായിരുന്നു പെറ്റിബൂർഷ്വാസോഷ്യലിസ്റ്റുകാരുടെ നിലപാട് (അതേകൃതി വാല്യം 5, പേജ് 455–56).

തങ്ങൾ സോഷ്യലിസത്തിന്റെയും കമ്യൂണിസത്തിന്റെയും ഐക്യത്തിനുവേണ്ടി നിലകൊള്ളുന്നതായി 'യഥാർത്ഥ' സോഷ്യലിസ്റ്റുകാർ പറഞ്ഞു. ഇത്തരത്തിലാണ് അവർ ഫ്രഞ്ച് സോഷ്യലിസത്തെയും കമ്യൂണിസത്തെയും മനസ്സിലാക്കിയത്. സോഷ്യലിസം തീസിസ്, കമ്യൂണിസം ആന്റി തീസീസ്, തങ്ങളുടെ സിദ്ധാന്തം നിഷേധത്തിന്റെ നിഷേധമായ 'സമന്വയം'-അവർ ഇങ്ങനെയാണ് ഹെഗലിന്റെ വൈരുദ്ധ്യരീതിയെ പ്രയോഗിച്ചത്. അവരുടെ 'സമന്വയം' അന്യവല്ക്കരണത്തെക്കുറിച്ച് ഹെഗലും ഫൊയർബാഹും പറഞ്ഞതിനെ കൂട്ടിക്കുഴച്ചുണ്ടാക്കിയതായിരുന്നു. മതം, പണം, കൂലിവേല എല്ലാം മനുഷ്യസത്തയുടെ അന്യവല്ക്കരണങ്ങളായിരുന്നു. ഇമ്മട്ടിലുള്ള ആശയവാദത്തെ മാർക്സും എംഗൽസും കണക്കിനു കളിയാക്കി.

സാർവ്വത്രികമായ സാഹോദര്യം യഥാർത്ഥ സോഷ്യലിസ്റ്റുകാർ പ്രചരിപ്പിച്ചു. വർഗ്ഗസമരം മനുഷ്യന്റെ അന്യവല്ക്കരണത്തിന്റെ ഏറ്റവും മോശപ്പെട്ട രൂപമാണെന്ന് കുറ്റപ്പെടുത്തി, ജനാധിപത്യത്തിനുവേണ്ടിയുള്ള സമരത്തെ സ്വയം വഞ്ചിക്കലായി അവർ ചിത്രീകരിച്ചു. ഒരിക്കലും രാഷ്ട്രീയ വിപ്ലവങ്ങളിൽ പങ്കുകൊള്ളരുതെന്ന് അവർ തൊഴിലാളികളെ ഉപദേശിച്ചു. യഥാർത്ഥ മനുഷ്യർ ആകണമെങ്കിൽ സന്തോഷം വേണം. സ്വത്തുണ്ടായാൽ സന്തോഷമുണ്ടാവില്ല. സമ്പന്നരിൽ ഒരു വലിയ വിഭാഗം അസന്തുഷ്ടരാണെന്ന് ഇതിന് തെളിവായി അവർ ചൂണ്ടിക്കാട്ടി. ചെറുകിടസ്വത്താണ് യഥാർത്ഥ മനുഷ്യനായ സോഷ്യലിസ്റ്റിന്റെ ഗുണവിശേഷം എന്നവർ വാദിച്ചു.

തൊഴിലാളിവർഗ്ഗത്തിന്റെ വളർച്ചയെ 'യഥാർത്ഥ' സോഷ്യലിസ്റ്റുകാർ ഭയപ്പെട്ടു. സോഷ്യലിസവും തൊഴിലാളിവർഗവും തമ്മിൽ ഒരു ബന്ധവുമില്ലെന്ന് അവർ വാദിച്ചു. ഒന്നുമില്ലാത്തവരത്രെ തൊഴിലാളി വർഗ്ഗം. 'യഥാർത്ഥ' സോഷ്യലിസ്റ്റുകളോ ആത്മീയമായി കുലീനർ, ബുദ്ധിജീവികൾ. തൊഴിലാളി-മുതലാളിവർഗ്ഗങ്ങൾ തമ്മിലുള്ള വൈരുദ്ധ്യങ്ങൾ മൂത്തുവരുന്ന ഒരു സന്ദർഭത്തിൽ അവർ അതിനെ കുറച്ചു

കാണിക്കാൻ ശ്രമിച്ചു. മുതലാളിമാരോട് സോഷ്യലിസത്തിന്റെ അടിസ്ഥാനത്തിൽ ഉദാരമതികളാകാൻ അവർ ആഹ്വാനം ചെയ്തു.

ബൂർഷ്വാസിയിലെ ഉല്പതിഷ്ണുക്കളെയും അവർ വെറുതെ വിട്ടില്ല. തൊഴിലാളിവർഗ്ഗത്തെ വളർത്തിക്കൊണ്ട് ചെറുകിട കച്ചവടക്കാരെ നശിപ്പിക്കുകയാണ് അവരെന്ന് കുറ്റപ്പെടുത്തി. രാഷ്ട്രീയസമരത്തെ അവർ തള്ളിക്കളഞ്ഞു. ഭരണഘടന വേണമെന്ന ആവശ്യം ജനങ്ങളുടേതല്ലെന്ന് അവർ വാദിച്ചു.

ഇവർ ഫൊയർബാഹിൽനിന്നാണ് മനുഷ്യനും പ്രകൃതിയും തമ്മിലുള്ള ബന്ധത്തെക്കുറിച്ചുള്ള ആശയം കടമെടുത്തത് എന്ന് മാർക്സ് ചൂണ്ടിക്കാട്ടി. ബൂർഷ്വാസിയെയും ജനാധിപത്യപരമായ പരിവർത്തനത്തിനുള്ള സമരങ്ങളെയും തള്ളിപ്പറഞ്ഞുകൊണ്ട് 'യഥാർത്ഥ' സോഷ്യലിസ്റ്റുകാർ നാടുവാഴിത്തത്തെയാണ് സഹായിക്കുന്നത് എന്ന് മാർക്സ് സ്ഥാപിച്ചു. രാഷ്ട്രീയം, മതം മുതലായ എല്ലാ പ്രധാനപ്പെട്ട ആശയങ്ങളുടെ കാര്യത്തിലും പ്രയോഗത്തിൽ അവർ നാടുവാഴിത്തത്തിന്റെ മാപ്പുസാക്ഷികളായിരുന്നു.

ഹൈൻസെനും 'യഥാർത്ഥ' സോഷ്യലിസ്റ്റുകാർക്കും എതിരായി നടത്തിയ ആശയസമരംപോലെ പ്രധാനമാണ് പ്രൂധോണിനെതിരായി മാർക്സ് നടത്തിയ ആശയസമരവും. അത് മാർക്സിസത്തെ കൂടുതൽ സമ്പന്നമാക്കി. ഹെഗലിന്റെയും ഫൊയർബാഹിന്റെയും ആദ്യസംഭാവനകളെ സ്വാഗതം ചെയ്തതുപോലെ പ്രൂധോണിന്റെ ആദ്യകാല സംഭാവനയായ *എന്താണ് സ്വത്ത്?* എന്ന കൃതിയെക്കുറിച്ച് മാർക്സ് നല്ല അഭിപ്രായമാണ് പ്രകടിപ്പിച്ചത്. തന്റെ ചില മുൻഗാമികളെപോലെ പ്രൂധോൺ മൂല്യസിദ്ധാന്തത്തെയും ലോകചരിത്രത്തെക്കുറിച്ചുള്ള സ്വന്തം ദാർശനിക സങ്കല്പത്തെയും കൂട്ടിയിണക്കാൻ ശ്രമിച്ചു. 1844-45 വർഷങ്ങളിൽ മാർക്സ് പാരീസിലായിരുന്നു. അക്കാലത്ത് പ്രൂധോണെക്കണ്ട് മുതലാളിത്തത്തിനെതിരായ വിപ്ലവസമരത്തിൽ അദ്ദേഹത്തെ പങ്കാളിയാക്കാൻ മാർക്സ് ശ്രമിച്ചു. എന്നാൽ ഉട്ടോപ്യൻ സോഷ്യലിസത്തിലും ആശയവാദത്തിലും നിലകൊണ്ടിരുന്ന പ്രൂധോൺ ഇടത്തോട്ടു നീങ്ങുന്നതിനുപകരം വലത്തോട്ടുനീങ്ങി 'യഥാർത്ഥ' സോഷ്യലിസ്റ്റുകാരുമായി അടുത്തു. അവരിലൂടെ പകർന്നുകിട്ടിയ ഹെഗലിന്റെ ദർശനംകൂടി കൈവന്നപ്പോൾ പ്രൂധോൺ 1846 ൽ *ദാരിദ്ര്യത്തിന്റെ ദർശനം* എഴുതി. 'കമ്യൂണിസ്റ്റ് ബന്ധസമിതി'യിൽ പ്രൂധോണിനെ ചേർക്കാനുള്ള മാർക്സിന്റെ ശ്രമംപോലും വിജയിച്ചില്ല.

*ദാരിദ്ര്യത്തിന്റെ ദർശന*ത്തിൽ പ്രൂധോൺ കമ്യൂണിസത്തെയും തൊഴിലാളിവർഗ്ഗ പ്രസ്ഥാനത്തെയും പൊതു രാഷ്ട്രീയ സമരത്തെപ്പോലും, കടന്നാക്രമിച്ചു. 'യഥാർത്ഥ' സോഷ്യലിസ്റ്റുകാരെപ്പോലെ ചെറുകിട ഉല്പാദനത്തെയാണ് പ്രൂധോൺ മാതൃകാപരമായി കണ്ടത്. അതുകൊണ്ട് മുതലാളിത്തത്തിൽനിന്ന് അവരുടെ സമൂഹത്തിലേക്കുള്ള സമാധാനപരമായ പരിവർത്തനത്തിനുവേണ്ടി അദ്ദേഹം ആഹ്വാനം

ചെയ്തു. ഈ ചെറുകിട ഉല്പാദകർ പരസ്പരം സ്വതന്ത്രരായിരിക്കും, ഓരോ ഉല്പന്നത്തിലും അടങ്ങിയ അധ്വാനത്തിന് അനുസരിച്ചായിരിക്കും അവയുടെ കൈമാറ്റമൂല്യം. ഉല്പാദനം ദേശീയാടിസ്ഥാനത്തിൽ സംഘടിപ്പിക്കപ്പെട്ടിട്ടുള്ളതിനാൽ ഭരണകൂടം നിലവിലില്ല എന്ന് അദ്ദേഹം വാദിച്ചു. ചെറുകിട ഉല്പാദകരുടെ സ്വകാര്യസ്വത്താണ് മനുഷ്യപ്രകൃതത്തിന് യോജിച്ചത്. മുതലാളിമാരുടെ സ്വകാര്യസ്വത്ത് അതിനെ വികലമാക്കുന്നു എന്ന് പ്രൂധോൺ അഭിപ്രായപ്പെട്ടു.

കൈവേലക്കാരായിരുന്നു അദ്ദേഹത്തിന്റെ ദൃഷ്ടിയിൽ സമൂഹത്തിൽ മാതൃകായോഗ്യർ. 'സ്വതന്ത്രമായ' കൈവേലയിൽനിന്നും അതുകൊണ്ടുള്ള ഉല്പാദനത്തിൽനിന്നും അകന്നുപോയതുകൊണ്ട് തൊഴിലാളിവർഗ്ഗം പ്രൂധോണിന്റെ ദൃഷ്ടിയിൽ മോശക്കാരായി. തൊഴിലാളി പണിമുടക്കുകളെ അന്ധരായ ജനക്കൂട്ടം നടത്തുന്ന ലഹളയായി അദ്ദേഹം ചിത്രീകരിച്ചു. കൈവേലക്കാർ സമൂഹത്തിൽ അടിസ്ഥാനപരമായ മാറ്റം വരുത്തുമെന്നായിരുന്നു അദ്ദേഹം വിഭാവനം ചെയ്തത്. പണത്തിന്റെ സഹായമില്ലാതെ സ്വന്തം ഉല്പന്നങ്ങളെ കൈവേലക്കാർക്ക് കൈമാറാൻ കഴിയത്തക്കവിധം 'കൈമാറ്റ' പ്രക്രിയയിൽ ചില്ലറ മാറ്റം വരുത്തിയാൽ എല്ലാം കുശാലാവുമെന്ന് അദ്ദേഹം വിശ്വസിച്ചു. കച്ചവടം, പണം, പലിശയ്ക്കു കടം കൊടുക്കൽ ഇവയെ എല്ലാ സാമൂഹ്യദോഷങ്ങളുടെയും ഉറവിടങ്ങൾ ആയി അദ്ദേഹം കണക്കാക്കി. പണമാണ് ന്യായമായ കൈമാറ്റത്തിന്റെ നിയമമായ മൂല്യനിയമത്തെ വികലമാക്കിയത് എന്നായിരുന്നു അദ്ദേഹത്തിന്റെ ധാരണ.

പ്രൂധോൺ പെറ്റിബൂർഷ്വാസിയുടെ (ചെറുകിട ഉല്പാദകരുടെ) സൈദ്ധാന്തികനായിരുന്നു എന്ന് മേൽപ്പറഞ്ഞ ആശയങ്ങൾ സൂചിപ്പിക്കുന്നു. *ദാരിദ്ര്യത്തിന്റെ ദർശന*ത്തിൽ ആ സിദ്ധാന്തം സ്ഥാപിക്കാനാണ് അദ്ദേഹം ശ്രമിച്ചത്. മുതലാളിത്തത്തെ വിമർശിച്ചുകൊണ്ടുള്ള ആ ആശയങ്ങൾ വ്യാമോഹങ്ങൾ സൃഷ്ടിച്ചുകൊണ്ട് അന്നത്തെ തൊഴിലാളിവർഗ്ഗത്തെ കുഴപ്പത്തിലാക്കുന്നതായി, മാർക്സ് കണ്ടു. പ്രൗധോണിനെ മാർക്സ് 1846 ഡിസംബറിൽ അന്നെങ്കൊവിന് എഴുതിയ കത്തിൽ വിലയിരുത്തിയത് ഇങ്ങനെയായിരുന്നു:

"ഇടത്തരക്കാരിൽ മേലേക്കിടയിലുള്ളവരുടെ ഗാംഭീര്യം കണ്ട് അദ്ദേഹം മയങ്ങിപ്പോയിരിക്കുന്നു. കഷ്ടപ്പെടുന്ന ജനങ്ങളോട് അദ്ദേഹത്തിന് അനുഭാവമുണ്ട്. അദ്ദേഹം ഒരേ സമയം ബൂർഷ്വായുമാണ്, ജനകീയനുമാണ്. താൻ നിഷ്പക്ഷനാണെന്നും ശരിയായ സമനില കണ്ടെത്തിയിരിക്കുന്നെന്നും ആണ് അദ്ദേഹത്തിന്റെ ഉള്ളിന്റെ ഉള്ളിലെ വിചാരം.... ഇങ്ങനെയുള്ള പെറ്റിബൂർഷ്വാവൈരുദ്ധ്യത്തെ വാനോളം പുകഴ്ത്തുന്നു. കാരണം, വൈരുദ്ധ്യമാണ് ആ പെറ്റിബൂർഷ്വായുടെ നിലനില്പിന്റെ സത്തതന്നെ" (സമാഹൃതകൃതികൾ, വാല്യം 38, പേജ് 105).

പ്രൂധോൺ മുതലാളിത്തത്തിനോ സ്വകാര്യസ്വത്തിനോ മത്സരത്തിനോ എതിരായിരുന്നില്ല. അവയുടെയൊക്കെ നല്ല വശവും

> ചീത്തവശവും തിരിച്ചറിയാനായിരുന്നു ശ്രമം. അവ തമ്മിലുള്ള വൈരുദ്ധ്യം തീർത്ത് മുതലാളിത്തത്തെ നന്നാക്കലായിരുന്നു പ്രൂധോണിന്റെ ലക്ഷ്യം. മുതലാളിത്തത്തെ നിലനിർത്തണം. അതിന്റെ അനിവാര്യമായ ചീത്തഫലങ്ങൾ ഒഴിവാക്കുകയും വേണം. ഈ അസാദ്ധ്യലക്ഷ്യം സാക്ഷാൽക്കരിക്കാനായിരുന്നു അദ്ദേഹത്തിന്റെ ശ്രമം. മുതലാളിമാർക്ക് തെറ്റായി നല്കിയ പ്രാമാണ്യം തിരുത്തി ചെറുകിട ഉല്പാദകർക്ക് മുൻതൂക്കം നല്കിയാൽ മുതലാളിത്തം ജോറാവും, മുതലാളിത്തത്തിനു കുഴപ്പമൊന്നുമില്ല. ചില ചില്ലറ റിപ്പയർകൊണ്ട് മുതലാളിത്ത സൗധത്തിന്റെ എല്ലാ കോട്ടവും തീർക്കാമെന്ന് ഉറച്ചു വിശ്വസിക്കുകയും വാദിക്കുകയും ചെയ്യുന്ന അർത്ഥശാസ്ത്രജ്ഞന്മാർ ഇന്നും ഉണ്ടല്ലോ. എല്ലാ നല്ല ബൂർഷ്വകളും ചെയ്തതാണ് അദ്ദേഹവും ചെയ്തത്...... ദുഷ്ഫലങ്ങൾ ഉളവാക്കാത്ത മത്സരത്തെയാണ് അവരെല്ലാം ആഗ്രഹിച്ചത്. അസാദ്ധ്യമായതാണ് അവർക്കൊക്കെ ആവശ്യം. മുതലാളിത്ത നിലനിൽപ്പിനുള്ള സ്ഥിതിഗതികൾ വേണം. അവയുടെ ഒഴിവാക്കാനാവാത്ത പ്രത്യാഘാതങ്ങൾ വേണ്ടതാനും. നാടുവാഴിത്ത ഉല്പാദനരൂപം പോലെ ബൂർഷ്വാഉല്പാദനരൂപവും ചരിത്രപരവും മാറിമാറി വരുന്നതും ആണെന്ന് അവരാരും മനസ്സിലാക്കുന്നില്ല

എന്ന് മാർക്സ് ചൂണ്ടിക്കാട്ടി (അതേകൃതി, പേജ് 1030).

ബൂർഷ്വാഅർത്ഥശാസ്ത്ര തത്ത്വങ്ങളെ ചരിത്രപരവും പരിവർത്തന വിധേയവുമായ സാമ്പത്തിക ബന്ധങ്ങളുടെ അമൂർത്തരൂപങ്ങളായല്ല പ്രൂധോൺ കണക്കാക്കിയത്, മാനവരാശിയുടെ ആദ്യകാലം മുതൽക്കേ നിലനിന്നവയായിട്ടായിരുന്നു. ബൂർഷ്വാസി സ്വത്ത്, മത്സരം മുതലായവ സംബന്ധിച്ച തത്ത്വങ്ങളെ വളച്ചൊടിക്കുന്നു എന്ന് മാത്രമായിരുന്നു അവരെക്കുറിച്ചുള്ള അദ്ദേഹത്തിന്റെ ഏക പരാതി. ബൂർഷ്വാ അർത്ഥശാസ്ത്രസങ്കല്പങ്ങൾ ശാശ്വതവും അനശ്വരവും ആണെന്ന് ശഠിച്ച പ്രൂധോൺ ബൂർഷ്വാ ചക്രവാളത്തിനപ്പുറം ഉയരുന്നില്ല എന്ന് മാർക്സ് അഭിപ്രായപ്പെട്ടു.

ഉല്പാദനത്തെ വസ്തുക്കളുടെ ഉല്പാദനം മാത്രമായിട്ടാണ് പ്രൂധോൺ കണ്ടത്. അതിനാൽ സാമൂഹ്യ ബന്ധങ്ങൾ ഉല്പാദനശക്തികളുടെ സൃഷ്ടിയല്ല. അവയിൽനിന്ന് സ്വതന്ത്രമാണ് എന്നായിരുന്നു അദ്ദേഹത്തിന്റെ ധാരണ. അതിനാൽ സാമൂഹ്യവൈരുദ്ധ്യങ്ങളെ പരിഹരിക്കുക ചിന്തയിലൂടെ ആയിരിക്കണമെന്ന് അദ്ദേഹം വിധിച്ചു. ഈ ധാരണയെ കളിയാക്കിക്കൊണ്ട് മാർക്സ് എഴുതി: "അതിനാൽ വിജ്ഞന്മാരാണ്, ദൈവത്തിന്റെ സ്വകാര്യചിന്തകളെ കട്ടുവായിക്കാൻ കഴിയുന്നവരാണ്, ചരിത്രം സൃഷ്ടിക്കുന്നത്. അവരുടെ വെളിപാടുകളെ പ്രയോഗിക്കുക മാത്രമേ സാധാരണക്കാർ ചെയ്യേണ്ടതുള്ളൂ." (അതേകൃതി, അതേ പേജ്)

തൊഴിലാളിവർഗ്ഗത്തെ വർഗ്ഗസമരത്തിൽനിന്ന് പിന്തിരിപ്പിക്കുകയായിരുന്നു പ്രൂധോണിന്റെ പ്രധാന ഉന്നങ്ങളിൽ ഒന്ന്.

ചരക്ക് കൈമാറ്റത്തെ സംബന്ധിച്ച അദ്ദേഹത്തിന്റെ വീക്ഷണത്തെ മാർക്സ് ഖണ്ഡിച്ചു. ചരക്കുല്പാദനം എല്ലാ കാലത്തും തന്റെ കാലത്തുള്ളതുപോലെ വൈവിദ്ധ്യമാർന്നതായിരുന്നു എന്ന് പ്രൂധോൺ കരുതി. ജനങ്ങളുടെ ആവശ്യം വിവിധങ്ങളായതുകൊണ്ട് അവയ്ക്കൊപ്പം പിടിക്കാൻവേണ്ടി ഉല്പദനവും വിപുലമായിവന്നു എന്നായിരുന്നു അദ്ദേഹത്തിന്റെ ധാരണ. വസ്തുത മറിച്ചാണെന്ന് മാർക്സ് വ്യക്തമാക്കി. ചരക്കുകളുടെ കൈമാറ്റത്തെയും സാമൂഹ്യജീവിയായ വ്യക്തിയുടെ ആവശ്യങ്ങളെയും ചരിത്രത്തിന്റെ വെളിച്ചത്തിൽ മാത്രമേ ശരിയായി മനസ്സിലാക്കാനാവൂ എന്ന് അദ്ദേഹം പറഞ്ഞു. ഉല്പാദിപ്പിച്ചതിൽ മിച്ചം വരുന്നതുമാത്രം മനുഷ്യർ വിറ്റ ഒരു കാലമുണ്ടായിരുന്നു. മുമ്പ് കൈമാറാനാവാത്തത് എന്ന് കരുതിയതിനെ മുതലാളിത്തത്തിൻ കീഴിൽ വാങ്ങുകയും വില്ക്കുകയും ചെയ്യുന്നു. ഉദാഹരണമായി സ്വഭാവഗുണം, പ്രേമം, വിശ്വാസം, വിജ്ഞാനം, മനഃസാക്ഷി മുതലാവയെല്ലാം മുതലാളിത്തവ്യവസ്ഥയിൽ വില്പനച്ചരക്കായി മാറി, പടർന്നുപിടിച്ച അഴിമതിയും സാർവ്വത്രികമായ പണക്കൊതിയും മുതലാളിത്തവ്യവസ്ഥയുടെ കൂടപ്പിറപ്പുകളാണ്. ധാർമ്മികബോധത്തിനുപോലും കമ്പോളവില നിശ്ചയിക്കപ്പെടുന്നു. മനുഷ്യാദ്ധ്വാനംപോലും ചരക്കായി മാറുന്നു. ഇതിന്റെ പ്രാധാന്യം പ്രൂധോൺ മനസ്സിലാക്കിയില്ല. തൊഴിൽവിഭജനവും ചരക്കുകൈമാറ്റവും ഉല്പാദകരുടെ സൗകര്യത്തിനുവേണ്ടിയാണ് എന്ന് അദ്ദേഹം വാദിച്ചു. മനുഷ്യന്റെ സ്വതന്ത്രമായ ഇച്ഛാശക്തിമൂലമല്ല മനുഷ്യാദ്ധ്വാനം ചരക്കാകുന്നത്. മൂല്യനിയമമാണ്, മുതലാളിത്തത്തിനു കീഴിൽ ചരക്ക്—പണബന്ധത്തെ സാർവ്വത്രികം ആക്കുന്നത്.

തങ്ങളുടെ പ്രാഥമിക ആവശ്യങ്ങൾ നിറവേറ്റിക്കഴിഞ്ഞശേഷമാണ് മനുഷ്യർ സുഖഭോഗവസ്തുക്കൾ ഉല്പാദിപ്പിക്കാൻ തുടങ്ങിയതെന്നായിരുന്നു പ്രൂധോൺ വാദിച്ചത്. മനുഷ്യരുടെ ഉല്പാദനപ്രവർത്തനത്തിന്റെ വസ്തുനിഷ്ഠമായ അടിസ്ഥാനത്തെയും ചരക്കുല്പാദനത്തിൽ അന്തർലീനമായ വൈരുദ്ധ്യത്തെയും പ്രൂധോൺ അവഗണിച്ചു. ഇത് ചരിത്രപുരോഗതിയെ കീഴ്മേൽ മറിക്കലാണ് എന്ന് മാർക്സ് ചൂണ്ടിക്കാട്ടി. സ്വകാര്യസ്വത്തിന്റെ ആവിർഭാവം മുതൽ ജീവത്തായ അദ്ധ്വാനവും സഞ്ചിതമായ അധ്വാനവും തമ്മിൽ വൈരുദ്ധ്യമുണ്ടായിരുന്നു. അതുപോലെ വിവിധ സാമൂഹ്യവിഭാഗങ്ങൾ തമ്മിലും. ശത്രുതയില്ലെങ്കിൽ പുരോഗതിയുമില്ല എന്നായിരുന്നു സ്ഥിതി.

> ഇതേവരെ ഇത്തരത്തിലുള്ള വർഗ്ഗശത്രുതകളിലൂടെയാണ് ഉല്പാദനശക്തികൾ വളർന്നത്. ഇപ്പോൾ എല്ലാ തൊഴിലാളികളുടെയും എല്ലാ ആവശ്യങ്ങളും നിറവേറ്റപ്പെട്ടതുകൊണ്ട് കൂടുതൽ ഉയർന്ന ഉല്പാദനം—കൂടുതൽ സങ്കീർണ്ണമായ വ്യവസായങ്ങൾ—

> നടത്തുന്നതിലേക്ക് മനുഷ്യർക്ക് ശ്രദ്ധ പതിപ്പിക്കാൻ കഴിയുന്നുവെന്ന് പറയുന്നത് വർഗ്ഗശത്രുതയെ കീഴ്മേൽ മറിക്കൽ ആയിരിക്കും

എന്ന് മാർക്സ് പറഞ്ഞു (അതേകൃതി, വാള്യം 6 പേ. 132-3).

ഉല്പാദനത്തെ സംബന്ധിച്ച് പ്രൂധോണിനുണ്ടായിരുന്ന ധാരണ തീർത്തും വികലമായിരുന്നു. ഏറ്റവും വിലകുറഞ്ഞ സാധനങ്ങൾക്ക് ഏറ്റവുമധികം പ്രചാരമുണ്ടായത് അവയ്ക്ക് ഏറ്റവും കൂടുതൽ ഉപയോഗം ഉള്ളതുകൊണ്ടാണത്രെ. ആ വാദം അനുസരിച്ച് കേരളത്തിൽ അരിയെക്കാൾ കൂടുതൽ ഉപയോഗം ഗോതമ്പിനാണെന്നുവരും. വില അതിനാണല്ലോ കുറവ്. തൊഴിലാളികളുടെ അദ്ധ്വാനശക്തികൊണ്ട് ഉല്പാദിപ്പിച്ച മൂല്യങ്ങളുടെ ആകെ തുകയും ഉല്പാദകരുടെ വരുമാനത്തിന്റെ ആകെ തുകയും സമമാണെന്നായിരുന്നു മറ്റൊരു വാദം. അതുകൊണ്ട് ഉല്പാദകർക്ക് ഉല്പാദിപ്പിക്കപ്പെടുന്ന സാധനങ്ങളെല്ലാം വാങ്ങാൻ കഴിയുമെന്നും. എന്നാൽ തൊഴിലാളികൾക്ക് കിട്ടുന്ന കൂലി എന്താണ്? അവർ ഉല്പാദിപ്പിക്കുന്ന വസ്തുക്കളുടെ മൂല്യമാണോ? അല്ല. അദ്ധ്വാനശക്തിയെ പുനരുല്പാദിപ്പിക്കുന്നതിന് ആവശ്യമായ മൂല്യമാണ്. തൊഴിലാളികൾക്ക് ഉല്പാദിപ്പിക്കുന്നതിനെക്കാൾ കുറവേ കിട്ടുന്നുള്ളൂ. അത് മുതലാളിത്തചരക്കുല്പാദനത്തിന്റെ സ്വഭാവമാണ്. ഉല്പാദനോപകരണങ്ങൾ ഇല്ലാത്തവരാണ് തൊഴിലാളികൾ എന്നതാണ് ഇതിന് കാരണം. തൊഴിലാളികളുടെയോ മുതലാളിമാരുടെയോ ഇച്ഛയല്ല ഇതിന് നിദാനം.

തനിക്കു കിട്ടുന്നതിനേക്കാൾ കൂടുതൽ മൂല്യം തൊഴിലാളി മുതലാളിക്കു തിരിച്ചുകൊടുക്കുന്നു എന്ന് ചൂണ്ടിക്കാണിക്കുന്നതോടെ മാർക്സ് മിച്ചമൂല്യ സിദ്ധാന്തത്തിലെ അടിസ്ഥാനപ്രശ്നം പരിഹരിക്കുന്നു. മുതലാളിത്ത ചൂഷണം എങ്ങനെ നടക്കുന്നു എന്ന് സ്പഷ്ടമാക്കുന്നു. *ദർശനത്തിന്റെ ദാരിദ്ര്യ*ത്തിലെ ഈ കേന്ദ്ര ആശയത്തിന് ശാസ്ത്രീയമായ സാധൂകരണം കാണുകയാണ് *മൂലധന*ത്തിൽ അദ്ദേഹം ചെയ്തത്. എന്നാൽ *ദർശനത്തിന്റെ ദാരിദ്ര്യ*ത്തിൽ ഈ ആശയം അവതരിപ്പിച്ചത് മുതലാളിവർഗ്ഗത്തിനെതിരായി പോരാടാൻ തൊഴിലാളിവർഗ്ഗത്തെ പ്രേരിപ്പിക്കുന്നതിനാണ്.

പ്രൂധോൺ ഇത് മനസ്സിലാക്കിയില്ല. മൂല്യനിയമത്തെ യുക്തിരഹിതമായി പ്രയോഗിക്കുന്നതുകൊണ്ട് ഉണ്ടായ കുഴപ്പമായിട്ടാണ് തൊഴിലാളികളുടെ ദാരിദ്ര്യത്തെ അദ്ദേഹം വിവരിച്ചത്. ഉല്പന്നത്തിന്റെ കൈമാറ്റമൂല്യവും അതിന്റെ ഉപയോഗ്യതയും തമ്മിലുള്ള ബന്ധം ശരിയാക്കിയാൽ ഈ കുഴപ്പം മാറ്റാം എന്നായിരുന്നു അദ്ദേഹം നിർദ്ദേശിച്ച പ്രതിവിധി. കൈമാറ്റ മൂല്യത്തെ ദൗർലഭ്യമായിട്ടും ഉപയോഗമൂല്യത്തെ സുലഭതയായിട്ടും ആണ് അദ്ദേഹം താദാത്മ്യപ്പെടുത്തിയത്. ഈ രണ്ടു മൂല്യങ്ങളും തമ്മിലുള്ള ശത്രുതയുണ്ടാക്കുന്നത് മനുഷ്യന്റെ സ്വതന്ത്രമായ ഇച്ഛയാണെന്ന് പ്രൂധോൺ വ്യാഖ്യാനിച്ചു. അതിനാൽ ഓരോ വസ്തുവിന്റെയും മൂല്യം അതിന്റെ ഉല്പാദനത്തിന് ആവശ്യമായ

തൊഴിൽസമയമാക്കിയാൽ പ്രശ്നം പരിഹരിക്കപ്പെടും. വിദഗ്ധ തൊഴിലും അവിദഗ്ദ്ധ തൊഴിലും തമ്മിലുള്ള വ്യത്യാസവും പ്രൂധോൺ കണക്കിലെടുത്തില്ല. മുതലാളിത്തവ്യവസ്ഥയിലെ കുഴപ്പത്തെ 'രൂപീകൃത' മൂല്യംകൊണ്ട് പരിഹരിക്കാമെന്നായിരുന്നു അദ്ദേഹം നിർദ്ദേശിച്ചത്. എന്നാൽ ഈ മൂല്യം റിക്കാർഡൊവിന്റെ മൂല്യ സിദ്ധാന്തത്തിന്റെ ഉട്ടോപ്യൻ വ്യാഖ്യാനം മാത്രമാണ് എന്ന് മാർക്സ് ചൂണ്ടിക്കാട്ടി. ബൂർഷ്വാ സമൂഹത്തിന്റെ സിദ്ധാന്തമായി റിക്കാർഡൊ ശാസ്ത്രീയമായി അവതരിപ്പിച്ചതിനെ പ്രൂധോൺ അശാസ്ത്രീയമായി പുനരാവിഷ്കരിക്കാൻ ശ്രമിക്കുക മാത്രമാണ് ചെയ്തത്.

പണം ഉപയോഗിച്ചുള്ള കൈമാറ്റമാണ് മൂല്യനിയമത്തെ വികലമാക്കുന്നത് എന്നായിരുന്നു പ്രൂധോണിന്റെ മറ്റൊരു കണ്ടുപിടിത്തം. അതിനാൽ തങ്ങളുടെ ഉല്പന്നങ്ങളെ നേരിട്ടു കൈമാറാൻ, അങ്ങനെ പണം തൊടാതിരിക്കാൻ, പ്രൂധോൺ കൈവേലക്കാരോട് നിർദ്ദേശിച്ചു. ഇവിടെയും അദ്ദേഹത്തിന് കാര്യമായ തെറ്റുപറ്റി. ബൂർഷ്വാസമൂഹത്തിൽ ഉല്പാദകർ ഒറ്റയ്ക്കൊറ്റയ്ക്കല്ല, കൂലിക്കു പണിയെടുക്കുന്ന ജനസാമാന്യമാണ് ഉല്പന്നങ്ങൾ കൈമാറുന്നത് എന്ന വസ്തുത അദ്ദേഹം കണ്ടില്ല. മുതലാളിത്തവ്യവസ്ഥയുടെ ചരക്ക് എന്ന അടിത്തറയെ ഇല്ലായ്മചെയ്യുകയായിരുന്നില്ല അദ്ദേഹത്തിന്റെ ലക്ഷ്യം. അതായത് അതിനെ ഒരു ഊനവും തട്ടാതെ നിലനിർത്തിക്കൊണ്ട് കൈമാറ്റത്തെയും കൈമാറ്റ മൂല്യത്തെയും ദുരുപയോഗത്തിൽനിന്നും പ്രതിസന്ധികളിൽനിന്നും മറ്റും രക്ഷിച്ച് 'നന്നാക്കി' നിലനിർത്തുക.

ആദംസ്മിത്ത്, റിക്കാർഡൊ മുതലായ അർത്ഥശാസ്ത്രജ്ഞന്മാർക്കും റോബർട്ട് ഓവൻ, സാങ് സിമോൺ മുതലായ ഉട്ടോപ്യൻ സോഷ്യലിസ്റ്റുകാർക്കും ഇടയിൽ പ്രൂധോണിന്റെ സ്ഥാനമെവിടെ എന്ന് മാർക്സ് വിവരിക്കുന്ന ഭാഗം ഉജ്ജ്വലമാണ്, ശാസ്ത്രീയ സോഷ്യലിസത്തിലേക്ക് അഗാധമായ ഉൾക്കാഴ്ച നല്കുന്നതാണ്.

ആദംസ്മിത്തിനെയും റിക്കാർഡൊയെയും മാർക്സ് വിധിവിശ്വാസികൾ എന്നു വിളിച്ചു. മുതലാളിത്തത്തിൽ ദാരിദ്ര്യം അനിവാര്യമാണെന്നായിരുന്നു അവരുടെ വിശ്വാസം. പിന്നീട് മുതലാളിത്തം പുരോഗമിക്കുകയും മുതലാളി-തൊഴിലാളി ശത്രുത പ്രകടമാകുകയും ചെയ്തപ്പോൾ രംഗത്തുവന്ന സാമ്പത്തിക കാല്പനികവാദികളും സാമ്പത്തിക മാനവികവാദികളും തൊഴിലാളികളുടെ സ്ഥിതിയിൽ പരിതപിക്കുകയും കുട്ടികളുടെ എണ്ണം കുറയ്ക്കാനും മിതത്വംപാലിക്കാനും അവരെ ഉപദേശിക്കുകയും ചെയ്തു. പിന്നീടുവന്ന സാമ്പത്തിക പരോപകാരികൾ മുതലാളിത്തബന്ധങ്ങളെ നിലനിർത്താനും ശത്രുതാപരമായ വൈരുദ്ധ്യങ്ങളെ ഇല്ലായ്മചെയ്യാനും ശ്രമിച്ചു. ഇവരൊക്കെ തമ്മിൽ പ്രത്യക്ഷത്തിൽ എന്ത് അന്തരമുണ്ടായിരുന്നെങ്കിലും മൗലികമായി മുതലാളിത്ത വ്യവസ്ഥയുടെ സൈദ്ധാന്തികരായിരുന്നു. മുതലാളിത്ത വ്യവസ്ഥ ശാശ്വതമായി നിലനില്ക്കും എന്ന് അവരെല്ലാം വിശ്വസിച്ചു.

സോഷ്യലിസ്റ്റുകാരും കമ്യൂണിസ്റ്റുകാരും വ്യത്യസ്തരായിരുന്നു. അവർ അതത് കാലത്തെ തൊഴിലാളിവർഗ്ഗത്തിന്റെ താല്പര്യങ്ങളാണ് പ്രകടിപ്പിച്ചത്. അതിൽ പരിമിതികളുണ്ടായിരുന്നു.

> ഒരു വർഗ്ഗമായി സ്വയം മാറാൻമാത്രം തൊഴിലാളിവർഗ്ഗം വളരാത്ത കാലത്തോളം, അതിനാൽ ബൂർഷ്വാസിയുമായുള്ള തൊഴിലാളി വർഗ്ഗത്തിന്റെ സമരം രാഷ്ട്രീയസ്വഭാവം കൈവരിക്കാത്ത കാലത്തോളം, തൊഴിലാളിവർഗ്ഗത്തിന്റെ വിമോചനത്തിനും ഒരു പുതിയ സമൂഹത്തിന്റെ രൂപീകരണത്തിനും ആവശ്യമായ ഭൗതികസാഹചര്യങ്ങളെക്കുറിച്ച് ഏകദേശ ധാരണ നമുക്ക് കിട്ടത്തക്കവണ്ണം ഉല്പാദനശക്തികൾ ബൂർഷ്വാവ്യവസ്ഥയ്ക്കുള്ളിൽ വേണ്ടത്ര വളരാത്ത കാലത്തോളം, ഈ സൈദ്ധാന്തികർ സാങ്കല്പികവാദികൾ മാത്രമായിരിക്കും. എന്ന് മാർക്സ് വ്യക്തമാക്കി. (അതേകൃതി, വാള്യം 6, പേജ് 177)

മർദ്ദിതവർഗ്ഗങ്ങളെ സഹായിക്കാനുള്ള പോംവഴികൾ അന്വേഷിച്ചും ഒരു പുനർജ്ജനനശാസ്ത്രം തേടിയും അവർ അലഞ്ഞുനടന്നു.

ഇതിലേത് വിഭാഗത്തിലാണ് പ്രൂധോൺ പെടുക? ബൂർഷ്വാ സാമ്പത്തിക ശാസ്ത്രജ്ഞന്മാർ മുതലാളിത്തത്തിന്റെ നല്ലവശം മാത്രമേ കാണൂ, സോഷ്യലിസ്റ്റുകാർ ചീത്ത വശവും. പരസ്പരവിരുദ്ധമായ ഈ സിദ്ധാന്തങ്ങളെ സമന്വയിപ്പിച്ചു എന്നാണ് പ്രൂധോൺ അവകാശപ്പെട്ടത്. വാസ്തവത്തിൽ അദ്ദേഹം ചെയ്തത് രണ്ടിലെയും തെറ്റുകൾ ആവർത്തിക്കുകയായിരുന്നു.

> ബൂർഷ്വാസിയുടെയും തൊഴിലാളികളുടെയും മീതെ ശാസ്ത്രജ്ഞനായി പറന്നുനടക്കാൻ അദ്ദേഹം ആഗ്രഹിക്കുന്നു. എന്നാൽ അദ്ദേഹം ഒരു പെറ്റിബൂർഷ്വാ മാത്രമാണ്. മുതലാളിക്കും തൊഴിലാളിക്കും ഇടയിൽ, അർത്ഥശാസ്ത്രത്തിനും കമ്യൂണിസത്തിനും ഇടയിൽ, തുടർച്ചയായി അമ്മാനമാടപ്പെടുന്ന പെറ്റിബൂർഷ്വാ"

എന്നാണ് മാർക്സ് പ്രൂധോണിനെ വിശേഷിപ്പിച്ചത് (അതേകൃതി, വാള്യം 6 പേജ് 1780).

ഈ കാഴ്ചപ്പാട് പ്രൂധോണിനെ വിപ്ലവസമരത്തിന്റെ ശത്രുവും പരിഷ്കരണവാദിയും പ്രമാണവാദിയുമാക്കി. യഥാർത്ഥ സാമൂഹ്യചരിത്ര പ്രക്രിയയെ ശാസ്ത്രീയമായി മനസ്സിലാക്കിക്കൊണ്ടേ സോഷ്യലിസ്റ്റ് സിദ്ധാന്തത്തെ സജീവമായി വളർത്താൻ കഴിയൂ. സ്വന്തം വർഗ്ഗശത്രുവിനെതിരായി തൊഴിലാളിവർഗ്ഗം സംഘടിതമായി സമരം തുടങ്ങിക്കഴിഞ്ഞാൽ പിന്നെ, അതിന്റെ സൈദ്ധാന്തിക വക്താക്കൾ നടന്നുകൊണ്ടിരിക്കുന്ന ചരിത്രപ്രക്രിയ പഠിച്ച് ബോധപൂർവ്വം അതിനെ പ്രകാശിപ്പിച്ചാൽ മതി.

> അവർ ശാസ്ത്രത്തെ നോക്കുകയും വ്യവസ്ഥകൾ ഉണ്ടാക്കുകയും മാത്രം ചെയ്യുന്ന കാലത്തോളം, അത് സമരത്തിന്റെ തുടക്കത്തിൽ മാത്രമാണെങ്കിൽ, അവർ ദാരിദ്ര്യത്തിന്റെ ദാരിദ്ര്യം മാത്രമേ കാണൂ. പഴയ സമൂഹത്തെ തകർക്കുന്ന അതിന്റെ വിപ്ലവകരവും വിധ്വംസകവുമായ വശം കാണില്ല. എന്നാൽ ഈ വശം അവർ കാണാൻ തുടങ്ങുന്ന നിമിഷം മുതൽ ചരിത്രപരമായ പ്രസ്ഥാനം സൃഷ്ടിക്കുന്നതും അതുമായി നിരന്തരം സ്വയം ബന്ധപ്പെടുന്നതുമായ ശാസ്ത്രം പ്രമാണവാദപരമല്ലാതാവുന്നു. വിപ്ലവാത്മകമായിത്തീരുന്നു (അതേകൃതി, പേജ് 177-8).

പ്രൂധോണിനെക്കുറിച്ചുള്ള വിമർശനത്തിൽനിന്ന് മാർക്സ് ബഹുദൂരം മുന്നോട്ടുപോകുന്നു. തൊഴിലാളിവർഗ്ഗത്തിന്റെ ശാസ്ത്രബോധം എന്തെന്നും അതിനെ എങ്ങനെ വളർത്തും, എങ്ങനെ ഉപയോഗിക്കും എന്നും ഇവിടെ വിശദമാക്കിയിരിക്കുന്നു.

പ്രൂധോൺ ധനശാസ്ത്രവും ദർശനവും ഒരുപോലെ കൈകാര്യം ചെയ്ത ആളായിരുന്നു. അതുകൊണ്ട് ധനശാസ്ത്രജ്ഞന്മാരോട് ദാർശനികനെന്ന നിലയിലും ദാർശനികരോട് ധനശാസ്ത്രജ്ഞനെന്ന നിലയിലുമാണ് പെരുമാറിയത്. ധനശാസ്ത്രത്തെക്കുറിച്ച് റിക്കാർഡൊവും ഡോ. ക്വെസ്നെയും ദർശനത്തെക്കുറിച്ച് ഹെഗലും പറഞ്ഞതിനെ എല്ലാംകൂടി കൂട്ടിക്കുഴയ്ക്കുകയാണ് അദ്ദേഹം ചെയ്തത്. (ക്വെസ്നെ ഫ്രാൻസിലെ ആദ്യത്തെ ധനശാസ്ത്രജ്ഞനായിരുന്നു എന്ന് മാർക്സ് ചൂണ്ടിക്കാണിച്ചിട്ടുണ്ട്. അതേസമയം അവസാനത്തെ ഫ്രഞ്ച് രാജാവായ ലൂയി പതിനഞ്ചാമന്റെ വൈദ്യനുമായിരുന്നു.) ധനശാസ്ത്രപരമായ ആശയങ്ങളെ ഹെഗലിന്റെ രീതി ഉപയോഗിച്ച് പ്രൂധോൺ വിശകലനം ചെയ്യുകയല്ല. അമൂർത്തവല്ക്കരിക്കുകയാണുണ്ടായത്, എന്ന് മാർക്സ് പറഞ്ഞിട്ടുണ്ട്. വൈരുദ്ധ്യാത്മകതയെക്കുറിച്ച് പ്രൂധോണിന് ഒരു പിടിപാടും ഉണ്ടായിരുന്നില്ലെന്നും മാർക്സ് ചൂണ്ടിക്കാട്ടി.

> നമ്മൾ കാലഗണനയുടെ അടിസ്ഥാനത്തിലുള്ള ചരിത്രമല്ല, ആശയങ്ങളുടെ അനുക്രമം അനുസരിച്ചുള്ള ചരിത്രമാണ് നല്കുന്നത്. സാമ്പത്തികസിദ്ധാന്തങ്ങൾക്ക് ഏതായാലും യുക്തിപരമായ ക്രമമുണ്ട്, ധാരണയിൽ അവയുടെ സാമൂഹ്യബന്ധമുണ്ട്. ഈ ക്രമം കണ്ടുപിടിച്ചെന്നാണ് നാം വീമ്പിളക്കുന്നത്.

എന്ന് പ്രൂധോൺ പറഞ്ഞതിനെ ചൂണ്ടികാട്ടി, ഹെഗലിന്റെ ശൈലി പ്രയോഗിച്ച് ഫ്രഞ്ചുകാരെ വിരട്ടാനാണ് അദ്ദേഹം ശ്രമിച്ചതെന്ന് മാർക്സ് അഭിപ്രായപ്പെട്ടു. ഹെഗലിനെക്കുറിച്ചുള്ള വിശദമായ വിമർശനം മാർക്സ് 1845 ആകുമ്പോഴേക്ക് നടത്തിയിരുന്നു. അതുകൊണ്ട് പ്രൂധോൺ സ്വീകരിച്ച ഹെഗലിന്റെ ആശയവാദരീതിയാണ് *ദർശനത്തിന്റെ ദാരിദ്ര്യത്തിൽ* മാർക്സ് കാര്യമായി വിമർശിച്ചത്.

ഇതിനെ മാർക്സ് വൈരുദ്ധ്യാത്മകതയെ വിമർശിച്ചതായി പലരും ദുർവ്യാഖ്യാനം ചെയ്തിട്ടുണ്ട്. യഥാർത്ഥത്തിൽ ആശയവാദപരമായ വൈരുദ്ധ്യാത്മകതയെയും ഭൗതികപരമായ വൈരുദ്ധ്യാത്മകതയെയും തമ്മിൽ തട്ടിച്ചുനോക്കുകയാണ് മാർക്സ് ചെയ്തത്. വികാസത്തെക്കുറിച്ചുള്ള വൈരുദ്ധ്യാത്മക സങ്കല്പനത്തെ മാർക്സ് ചോദ്യം ചെയ്തതേയില്ല. ''നിലനില്ക്കുന്നതിനെയെല്ലാം, കരയിലും വെള്ളത്തിലും ജീവിക്കുന്നതിനെയെല്ലാം, അമൂർത്തതയിലൂടെ ഒരു താർക്കിക സംവർഗ്ഗമായി ചുരുക്കാമെങ്കിൽ—യഥാർത്ഥലോകത്തെയാകെ അമൂർത്തതകളുടെ ലോകത്തിൽ, താർക്കിക സംവർഗ്ഗങ്ങളുടെ ലോകത്തിൽ, മുക്കിത്താഴ്ത്താമെങ്കിൽ അതിൽ ആരാണ് അത്ഭുതപ്പെടേണ്ടത്" എന്ന് മാർക്സ് ചോദിച്ചു. (അതേകൃതി, വാല്യം 6, പേജ് 163) ഉടനെ ഇങ്ങനെ കൂട്ടിച്ചേർക്കുകയും ചെയ്തു. "നിലനില്ക്കുന്നതെല്ലാം, കരയിലും ജലത്തിലും ജീവിക്കുന്നതെല്ലാം, നിലനില്ക്കുന്നതും ജീവിക്കുന്നതും ഏതെങ്കിലും തരത്തിലുള്ള ചലനംകൊണ്ടാണ്. ചരിത്രത്തിന്റെ ചലനം സാമൂഹ്യബന്ധങ്ങളെ സൃഷ്ടിക്കുന്നു. വ്യാവസായികചലനം നമുക്ക് വ്യാവസായികോല്പന്നങ്ങൾ തരുന്നു."

എന്നാൽ ആശയവാദികൾ ചലനത്തെ കണ്ടതെങ്ങനെയാണ്? താർക്കിക സംവർഗ്ഗങ്ങളിലാണ് എല്ലാ വസ്തുക്കളുടെയും സത്തയെ അവർ കണ്ടെത്തിയത്. ചലനത്തിന്റെ താർക്കിക സൂത്രത്തെ കേവല രീതിയിൽ കണ്ടെത്താമെന്ന നിഗമനത്തിൽ അവർ എത്തി. കേവലരീതി എല്ലാ കാര്യങ്ങളെയും വിശദീകരിക്കുക മാത്രമല്ല, അവയുടെ ചലനത്തെ സൂചിപ്പിക്കുകയും ചെയ്യുന്നതായി അവർ കരുതി, കേവലരീതിയെ ഹെഗൽ വിശദീകരിച്ചത് ഇങ്ങനെയാണ്: "രീതി കേവലവും അനന്യവും പരമവും അനന്തവുമായ ശക്തിയാണ്. ഒരു വസ്തുവിനും അതിനെ ചെറുക്കാനാവില്ല, യുക്തിയുടെ പ്രവണതയാണ് വീണ്ടും സ്വയം കണ്ടുപിടിക്കൽ, ഓരോ വസ്തുവിലും സ്വയം കണ്ടെത്തൽ." ഹെഗൽ ഇത് മതത്തിന്റെയും നിയമത്തിന്റെയും മറ്റും കാര്യത്തിൽ ചെയ്തത് പ്രൂധോൺ അർത്ഥശാസ്ത്രത്തിന്റെ കാര്യത്തിൽ ചെയ്തു.

മാർക്സ് സംവർഗ്ഗങ്ങൾ സൈദ്ധാന്തികചിന്തയ്ക്ക് ആവശ്യമില്ലെന്ന് വാദിക്കുകയല്ല ചെയ്തത്. ചിന്ത സ്വയം ചലിക്കുകയല്ല. വൈരുദ്ധ്യം ചിന്തകൾ തമ്മിലല്ല, ചിന്തകൾ സൃഷ്ടിക്കുന്ന പ്രക്രിയകളുടെ സത്തയാണ് വൈരുദ്ധ്യം എന്നും വിപരീതങ്ങളുടെ സംഘട്ടനം ചിന്തകൾ തമ്മിലല്ല, യഥാർത്ഥത്തിലുള്ള വസ്തുക്കൾ തമ്മിലാണ് എന്നും സ്ഥാപിച്ചു.

> ഉവ്വ് ഇല്ല ആയും ഇല്ല ഉവ്വ് ആയും ഉവ്വ്, ഉവ്വും ഇല്ലയും ആയും ഇല്ല, ഇല്ലയും ഉവ്വും ആയും മാറി വിപരീതങ്ങൾ തമ്മിൽ സന്തുലനം ചെയ്യുന്നു, പരസ്പരം നിഷ്പക്ഷവല്ക്കരിക്കുന്നു, മരവിപ്പിക്കുന്നു, ഈ രണ്ട് വിപരീതചിന്തകൾ കൂടിച്ചേർന്ന് ഒരു

> പുതിയ ചിന്തയായിത്തീരുന്നു. അത് അവയുടെ സമന്വയമാകുന്നു. ഈ ചിന്ത വീണ്ടും രണ്ട് വിപരീതചിന്തകളായി പിളരുന്നു. അവ പിന്നീട് ഒരു പുതിയ സമന്വയമായി കൂടിച്ചേരുന്നു (അതേകൃതി, വാല്യം 6, പേജ് 164).

ഹെഗലിന്റെ രീതിയിലെ പൊരുത്തക്കേട് ചൂണ്ടിക്കാട്ടുകയാണ് മാർക്സ് ഇവിടെ ചെയ്തത്.

ഉല്പാദനത്തിന്റെ സാമൂഹ്യബന്ധങ്ങളുടെ സൈദ്ധാന്തികപ്രകാശനമാണ് സാമ്പത്തികസംവർഗ്ഗങ്ങൾ. നിയതമായ ഉല്പാദനബന്ധങ്ങളിലാണ് മനുഷ്യർ വസ്തുക്കൾ ഉല്പാദിപ്പിക്കുന്നത് എന്ന് പ്രൂധോണിന് അറിയാം. എന്നാൽ, ഈ ബന്ധങ്ങൾ മനുഷ്യസൃഷ്ടിയാണെന്ന് അദ്ദേഹം മനസ്സിലാക്കിയില്ല. സാമൂഹ്യബന്ധങ്ങളും ഉല്പാദനശക്തികളുമായി കെട്ടുപിണഞ്ഞുകിടക്കുന്നു. പുതിയ ഉല്പാദനശക്തികളെ നേടുമ്പോൾ മനുഷ്യർ ഉല്പാദനരീതി മാറ്റുന്നു. ആ മാറ്റത്തിലൂടെയും ജീവനോപാധി നേടുന്ന മാർഗ്ഗം മാറ്റുന്നതിലൂടെയും അവർ എല്ലാ സാമൂഹ്യബന്ധങ്ങളും മാറ്റുന്നു. കൈകൊണ്ട് പ്രവർത്തിപ്പിക്കുന്ന യന്ത്രം ജന്മിയുള്ള സമൂഹം നമുക്ക് തന്നു. ആവിയന്ത്രം മുതലാളിയുള്ള സമൂഹവും.

ഭൗതികോല്പാദനത്തിനൊത്ത് സാമൂഹ്യബന്ധങ്ങൾ സ്ഥാപിക്കുന്ന മനുഷ്യർതന്നെ അവയ്ക്ക് യോജിച്ച തത്ത്വങ്ങളും ആശയങ്ങളും സംവർഗ്ഗങ്ങളും സൃഷ്ടിക്കുന്നു. ഇവയൊന്നും ശാശ്വതങ്ങളല്ല. അവ മാറ്റത്തിനു വിധേയമാണ്.

ഉല്പാദനശക്തികൾ സദാ വളർന്നുകൊണ്ടിരിക്കുന്നു. സാമൂഹ്യബന്ധങ്ങൾ തകർന്നുകൊണ്ടിരിക്കുന്നു. ആശയങ്ങൾ രൂപംകൊണ്ടുവരുന്നു.

വൈരുദ്ധ്യാത്മകതയെ വ്യാഖ്യാനിക്കുന്നതിൽ പ്രൂധോണിന്റെ ആത്മനിഷ്ഠത മാർക്സ് തുറന്നുകാട്ടി. വൈരുദ്ധ്യാത്മകരീതിയുടെ വസ്തുനിഷ്ഠ സ്വഭാവം എടുത്തുകാണിക്കുകയും ചെയ്തു. പ്രൂധോൺ അത് മനസ്സിലാക്കിയില്ല. വളർച്ചയുടെ ആന്തരിക സ്രോതസ്സ് എന്ന നിലയിലുള്ള അവയുടെ പങ്ക് വസ്തുവിൽനിന്ന് സ്വതന്ത്രമാണെന്ന് തിരിച്ചറിഞ്ഞില്ല. ആശയങ്ങൾ തമ്മിൽ മാത്രമാണ് വൈരുദ്ധ്യം എന്നായിരുന്നു അദ്ദേഹം ധരിച്ചത്. "സാമ്പത്തികബന്ധങ്ങളായ തൊഴിൽവിഭജനം, കടം, പണിശാല എന്നിവയെല്ലാം തുല്യതയ്ക്കുവേണ്ടി മാത്രം കണ്ടുപിടിക്കപ്പെട്ടതാണെന്ന് അദ്ദേഹം കരുതുന്നു. അവസാനം അവ അതിന് എതിരായിത്തീരുന്നതായും അദ്ദേഹം കണക്കാക്കുന്നു." (അതേകൃതി, പേജ് 1727 വൈരുദ്ധ്യങ്ങളെ കുറിച്ചുള്ള പ്രൂധോണിന്റെ ധാരണയുടെ പാപ്പരത്തം ആണ് ഇവിടെ വെളിവാകുന്നത്.

ഇതെല്ലാം വഴി ഹെഗലിന്റെ വൈരുദ്ധ്യാത്മകതയെ വളച്ചൊടിക്കുകയാണ് പ്രൂധോൺ ചെയ്തത്. വൈരുദ്ധ്യാത്മകതയുടെ മർമ്മമാണ് വൈരുദ്ധ്യം; ഏതു സംവർഗ്ഗത്തിനും രണ്ടുവശമുണ്ട്. നല്ലതും ചീത്തയും

അവയെയാണ് വൈരുദ്ധ്യത്തിന്റെ ഉറവിടമായി പ്രൂധോൺ കണക്കാക്കിയത്. ചീത്തയെ നീക്കിയാൽ വൈരുദ്ധ്യപ്രശ്നം പരിഹരിക്കപ്പെടും എന്നുവരെ അദ്ദേഹം പറഞ്ഞു. വൈരുദ്ധ്യങ്ങളെപ്പറ്റി ഒരു പിടിപാടും അദ്ദേഹത്തിന് ഇല്ലായിരുന്നു എന്നതിന് വേറെ തെളിവ് ആവശ്യമില്ല. ഹെഗലിന്റെ ആശയമല്ല, ഭാഷ മാത്രമാണ് പ്രൂധോൺ കടമെടുത്തത് എന്ന് മാർക്സിന് പറയേണ്ടിവന്നത് അതുകൊണ്ടാണ്.

പ്രൂധോണിന്റെ നല്ലതും ചീത്തയ്ക്കും ഒരു ഉദാഹരണമാണ് മുതലാളിത്ത വ്യവസ്ഥയിലെ സമ്പത്തും ദാരിദ്ര്യവും. ആദ്യത്തേത് നല്ലത്. രണ്ടാമത്തേത് ചീത്ത. എന്നാൽ സമ്പത്താണ് ദാരിദ്ര്യമുണ്ടാക്കുന്നത് എന്നതുകൊണ്ട് ദാരിദ്ര്യത്തെ മാത്രമായി മുതലാളിത്ത വ്യവസ്ഥയിൽ നിന്ന് നീക്കംചെയ്യാനാവില്ല. 'നല്ലതും ചീത്തയും' തമ്മിൽ പ്രകൃതിയിൽ വേപെടുത്തൽ അപ്രായോഗികമാണ്. തന്നെയല്ല, 'ചീത്ത' വശമാണ് വിപ്ലവശക്തി എന്ന് കാണാനും കഴിഞ്ഞില്ല. മാർക്സ് *ദർശനത്തിന്റെ ദാരിദ്ര്യ*ത്തിൽ ഇത് ഊന്നിപ്പറഞ്ഞിട്ടുണ്ട്. വൈരുധ്യാത്മകചലനം എന്നാൽ രണ്ട് പരസ്പരവിരുദ്ധവശങ്ങളുടെ സഹവർത്തിത്വവും അവയുടെ സംഘട്ടനവും ഒരു പുതിയ സംവർഗ്ഗമായുള്ള അവയുടെ ഉരുകിച്ചേരലുമാണ്. ചീത്തവശത്തെ ഇല്ലായ്മ ചെയ്യുക എന്ന് പറയുന്നതുതന്നെ വൈരുദ്ധ്യാത്മകചലനത്തെ തടയുന്നു.

കേവലനീതി, കേവലസമത്വം എന്ന ലോകചരിത്രത്തിന്റെ അന്തിമ ലക്ഷ്യത്തിലേക്കാണ് ഓരോ കാലത്തെയും മനുഷ്യരുടെ പ്രയത്നം നീങ്ങുന്നതെന്ന് പ്രൂധോൺ കരുതി. അപ്പോൾ സമത്വത്തെ ഉറപ്പിക്കുന്നത് നല്ലവശം, അസമത്വത്തെ ഉറപ്പിക്കുന്നത് ചീത്തവശം. പ്രൂധോൺ സൂചിപ്പിക്കുന്നത് സമൂഹത്തിലാകെയുള്ള സമത്വമല്ല, ചെറുകിട ഉല്പാദകരുടെ സമത്വമാണ്. ഈ സങ്കുചിത കാഴ്ചപ്പാടോടെയാണ് അദ്ദേഹം തൊഴിൽവിഭജനം തൊട്ടുള്ള എല്ലാറ്റിനെയും വിലയിരുത്തിയത്.

തൊഴിൽവിഭജനം സാമ്പത്തികപരിണാമങ്ങളുടെ പരമ്പരയ്ക്ക് തുടക്കമിടുന്നു എന്നുപറയുന്ന പ്രൂധോൺ ആ പരിണാമങ്ങളെ അപഗ്രഥിക്കുന്നതും നല്ലതും ചീത്തയുമായിട്ടാണ്. അതിന്റെ നല്ലവശം: "തൊഴിൽ വിഭജനം ആറ്റിക്കുറുക്കി നോക്കിയാൽ അവസരസമത്വവും ബുദ്ധിസമത്വവും കൈവരിക്കുന്ന രീതിയാണ്" ദാരിദ്ര്യത്തെ രൂക്ഷമാക്കുന്നു, അദ്ധ്വാനത്തെ ഏകപക്ഷീയവും അനാകർഷകവുമായ പ്രവർത്തനമാക്കുന്നു എന്നതാണ് അതിന്റെ ദോഷവശം. തൊഴിൽ വിഭജനത്തിന്റെ ദോഷങ്ങൾ ഇല്ലായ്മ ചെയ്യുകയും ഗുണങ്ങൾ നിലനിർത്തുകയും ചെയ്യുന്ന ഒരു സാമ്പത്തികബന്ധം കണ്ടുപിടിക്കലാണ് കടമ. അത്തരത്തിലുള്ള സാമ്പത്തികബന്ധം താൻ കണ്ടുപിടിച്ചതായി പ്രൂധോൺ അവകാശപ്പെട്ടു. അതാണ് യന്ത്രവും ഫാക്ടറിയും.

മുതലാളിത്ത ഫാക്ടറിവ്യവസ്ഥയും യന്ത്രവും രണ്ടാണെന്നും യന്ത്രം സാമ്പത്തികബന്ധമല്ലെന്നും മാർക്സ് ചൂണ്ടിക്കാട്ടി. യന്ത്രോൽപ്പാദനം നിർദ്ദിഷ്ടമായ ഒരു സാങ്കേതിക പ്രക്രിയയാണ്. അത് മുത

ലാളിത്ത ഫാക്ടറിവ്യവസ്ഥയിൽനിന്ന് വ്യത്യസ്തമാണ്. പ്രൂധോൺ അങ്ങനെ ഒരു വേർതിരിവും നടത്തിയില്ല. യന്ത്രത്തെയും ഫാക്ടറിയെയും അമൂർത്തവല്ക്കരിക്കുകമാത്രം ചെയ്തു. തൊഴിൽവിഭജനം പല കഷണങ്ങളായി ഭിന്നിപ്പിച്ച സംക്രിയകളെ യന്ത്രം ഏകോപിപ്പിക്കുന്നതായി പ്രൂധോൺ പറഞ്ഞു. അതുവഴി തൊഴിൽവിഭജനം ഛിന്നഭിന്നമാക്കിയ മനുഷ്യാദ്ധ്വാനത്തിന്റെ ഐക്യം പുനഃസ്ഥാപിക്കപ്പെടുന്നതായും.

കായികാദ്ധ്വാനം ഉപയോഗിച്ചുള്ള അദ്ധ്വാനത്തിൽ വിവിധ തൊഴിലാളികൾ ചെയ്തുവന്ന സംക്രിയകളെ യന്ത്രം ഏകോപിപ്പിച്ചു എന്നതു ശരിയാണ്. അതിൽനിന്ന് യന്ത്രം തൊഴിൽവിഭജനത്തിന്റെ വിപരീതമാണ് എന്ന നിഗമനത്തിലെത്തിയ പ്രൂധോൺ തൊഴിൽവിഭജനത്തിന്റെ പുതിയ രൂപങ്ങൾക്ക് അടിസ്ഥാനം മുതലാളിത്ത ഫാക്ടറി വ്യവസ്ഥയാണെന്ന വസ്തുത മാത്രം കണ്ടില്ല. 18-ാം നൂറ്റാണ്ടിന്റെ അവസാനം മാത്രമാണ് യന്ത്രങ്ങളുടെ രംഗപ്രവേശം. അവ ചിതറിക്കിടക്കുന്ന അദ്ധ്വാനത്തെ കൂട്ടിയോജിപ്പിച്ചു എന്നു പറയുന്നതിലും വലിയ അസംബന്ധമില്ല. ഓരോ യന്ത്രത്തിന്റെ ആവിർഭാവവും തൊഴിൽവിഭജനത്തെ മൂർച്ഛിപ്പിക്കുന്നു, അത് പുതിയ യന്ത്രങ്ങൾ കണ്ടുപിടിക്കുന്നതിന് ഇടയാക്കുന്നു. ഈ പ്രക്രിയ അവിരാമം തുടരുന്നതായി മാർക്സ് തെളിയിച്ചു.

യന്ത്രങ്ങളുടെ കണ്ടുപിടിത്തം വ്യവസായ ഉല്പാദനവും കാർഷികോല്പാദനവും തമ്മിൽ പൂർണ്ണമായ വേർതിരിവ് ഉണ്ടാക്കി. ആവിയന്ത്രത്തിന്റെയും യന്ത്രാവലിയുടെയും പ്രയോഗത്തോടെ തൊഴിൽവിഭജനം മൂത്ത് വൻകിട വ്യവസായം ദേശീയാതിരുകളെ മറികടന്ന് ലോക വിപണിയെ പൂർണ്ണമായി ആശ്രയിക്കാൻ തുടങ്ങി.

ഫാക്ടറികളിൽ യന്ത്രങ്ങൾ തൊഴിലാളികളുടെ ജോലിയും അദ്ധ്വാനവും ലഘൂകരിച്ചു എന്നത് ശരിയാണ്. യന്ത്രോല്പാദനവും മുതലാളിത്ത ഫാക്ടറിവ്യവസ്ഥയും തൊഴിൽവിഭജനവും തമ്മിലുള്ള യഥാർഥ ബന്ധം പ്രൂധോൺ കണ്ടില്ല. വൻകിട വ്യവസായങ്ങളുടെ വളർച്ച മനുഷ്യനെ അടിച്ചമർത്തുന്ന തൊഴിൽവിഭജന രൂപങ്ങൾ ഇല്ലായ്മ ചെയ്യുന്നതിനുള്ള ഭൗതിക സാഹചര്യങ്ങൾ സൃഷ്ടിക്കുന്നു എന്ന് അത്രപോലും മനസ്സിലാക്കിയില്ല. വ്യത്യസ്ത കൈവേലകൾ ഇല്ലാതാക്കുകയും അവയുടെ അനുബന്ധമായ കൈവേലക്കാരുടെ വിഭാഗത്തെ തുടച്ചുനീക്കുകയും ചെയ്യുന്നതാണ് തൊഴിൽവിഭജനത്തിന്റെ അടിച്ചമർത്തൽ രൂപം ഇല്ലായ്മ ചെയ്യുന്നതിനുള്ള മുന്നുപാധി. വ്യക്തിയുടെ സർവ്വതോമുഖമായ വളർച്ച കൈവരിക്കുന്നതിന് ഫാക്ടറിവ്യവസ്ഥ വഹിക്കുന്ന പുരോഗമനപരമായ പങ്ക് *മൂലധന*ത്തിൽ മാർക്സ് വിശദമാക്കിയിട്ടുണ്ട്.

മത്സരത്തിന് നല്ലവശവും ചീത്തവശവും ഉണ്ടെന്നായിരുന്നു പ്രൂധോണിന്റെ കണ്ടുപിടിത്തം. തൊഴിൽവിഭജനം പോലെ ഒഴിച്ചുകൂടാനാവാത്തതാണ് അതും. തുല്യത ഉണ്ടാകുന്നതിന് അത് ആവശ്യമാണത്രെ.

മത്സരമല്ല, അതിശയകരമായ അനുകരണമാണ് ആവശ്യമെന്ന ഫ്യൂറിയെയുടെയും മറ്റു വാദത്തെ പ്രൂധോൺ എതിർത്തു. മത്സരം ലാഭത്തിനു വേണ്ടിയുള്ള നെട്ടോട്ടമാണ്: കമ്യൂണിസ്റ്റ് സമൂഹത്തിൽ മത്സരമല്ല, അതിശയകരമായ അനുകരണമാണ് ഉണ്ടാവുക എന്ന് മാർക്സ് വിവരിച്ചു.

മത്സരം മനുഷ്യസ്വഭാവത്തിൽനിന്ന് ഉടലെടുത്തതാണ് എന്ന പ്രൂധോണിന്റെ വാദത്തെക്കുറിച്ച് മാർക്സ് പറഞ്ഞത് മാനവരാശിയുടെ ചരിത്രം മനുഷ്യസ്വഭാവത്തിന്റെ മാറ്റത്തിന്റെ ചരിത്രമാണെന്നാണ്. ഓരോ കാലഘട്ടത്തിലുമുള്ള പുരോഗതിയുടെ സൃഷ്ടിയാണ് മനുഷ്യസ്വഭാവം. അപ്പോൾ അതിൽനിന്ന് ഉടലെടുക്കുന്ന മത്സരത്തിന് സ്ഥിരസ്വഭാവം ഉണ്ടാവുകയില്ല എന്ന് മാർക്സ് ചൂണ്ടിക്കാട്ടി.

മത്സരം എന്നെന്നും നിലനില്ക്കുന്നതാണെന്ന് സ്ഥാപിക്കാൻ പ്രൂധോൺ ഉന്നയിച്ച വാദം മത്സരം വേണ്ടത്ര വളർച്ച പ്രാപിച്ചിട്ടില്ലാത്ത ഉല്പാദനശാഖകൾ സാമ്പത്തികമായി പിന്നോക്കമായിരിക്കും എന്നായിരുന്നു. മുതലാളിത്ത ഉല്പാദനത്തെ സംബന്ധിച്ചിടത്തോളം ഇത് ശരിയാണ്. എന്നാൽ പ്രൂധോൺ അതിന് സാമാന്യവല്ക്കരിച്ചു. തുല്യതയും സാമൂഹ്യനീതിയും മറ്റും കൈവരിക്കാനുള്ള താക്കോൽ ആണ് മത്സരമെന്നുവരെ പറഞ്ഞുവച്ചു. എന്നിട്ടും, വികലമായ വൈരുധ്യവാദത്തിന്റെ പ്രയോക്താവായ പ്രൂധോൺ മത്സരത്തിലും ചീത്തവശം കണ്ടെത്തി. അതിനുള്ള പ്രതിവിധിയാണത്രെ കുത്തക.

പ്രൂധോൺ ഇവിടെ ചൂണ്ടിക്കാട്ടിയത് യഥാർത്ഥത്തിലുള്ള വിവരണങ്ങളെ തന്നെയാണ്. നാടുവാഴിത്ത കുത്തകയിൽനിന്ന് അതിന്റെ നിഷേധമായി ഉയർന്നുവന്നതാണ് മത്സരം. അത് മുതലാളിത്ത കുത്തകയെ വളർത്തുന്നു. ഇവിടെ മത്സരം കുത്തകയുടെ നിഷേധമായി ഉയർന്നു വരുന്നതും ആ രണ്ടു വിപരീതങ്ങളും സമന്വയിച്ചുണ്ടാകുന്ന പുതിയ കുത്തക നിഷേധത്തിന്റെ നിഷേധമാവുന്നതും വൈരുദ്ധ്യവാദത്തിന് ഉദാഹരണമായി മാർക്സ് വിവരിച്ചു. എന്നാൽ മാർക്സ് കണ്ടതുപോലെ ഇതിനെ മനുഷ്യസമൂഹത്തിലെ ചലനത്തിന്റെ സൃഷ്ടിയായിട്ടല്ല, മനുഷ്യപ്രതിഭയുടെ കണ്ടുപിടിത്തമായിട്ടാണ് പ്രൂധോൺ കണ്ടത്.

കുത്തകയ്ക്കും ചീത്തവശമില്ലേ? ഉണ്ടെന്നായിരുന്നു പ്രൂധോണിന്റെ അഭിപ്രായം. അതിനുള്ള പ്രതിവിധിയായി അദ്ദേഹം കണ്ടത് നികുതികളെയാണ്. മുതലാളിത്തവർഗ്ഗത്തിന്റെ കൈയിലാണ് അധികാരമെന്നും അതിനാൽ നികുതികളെ തങ്ങളുടെ അധികാരം നിലനിർത്തുന്നതിനും മറ്റു താൽപ്പര്യങ്ങൾക്കുമായി ആ വർഗ്ഗം ഉപയോഗിക്കുമെന്നുള്ള വസ്തുത പ്രൂധോൺ മനസ്സിലാക്കിയില്ല. വർഗ്ഗ അടിസ്ഥാനത്തിലായിരുന്നില്ല അദ്ദേഹത്തിന്റെ സാമൂഹ്യ വിശകലനം.

ഇത്തരത്തിൽ പ്രൂധോണിന്റെയും മറ്റ് പെറ്റിബൂർഷ്വാ സൈദ്ധാന്തികരുടെയും വാദമുഖങ്ങളിലെ ആശയപാപ്പരത്തം ചൂണ്ടിക്കാണിക്കുക മാത്രമല്ല മാർക്സ് ചെയ്തത്. ശാസ്ത്രീയ കമ്യൂണിസത്തെ ദാർശനിക

മായും അർഥശാസ്ത്രപരമായും സാധൂകരിക്കുക കൂടി ചെയ്തു. നാടുവാഴിത്തത്തിന്റെയും മുതലാളിത്തത്തിന്റെയും വക്താക്കൾ അതത് സമൂഹബന്ധങ്ങളെ എന്നെന്നും നിലനില്ക്കുന്നതായി ചിത്രീകരിച്ചപ്പോൾ മാർക്സ് അവരുടെ വാദഗതിയിലെ തെറ്റ് തിരുത്തിക്കൊണ്ട് സാമൂഹ്യപുരോഗതിയിലെ ഓരോ ഘട്ടമാണ് നാടുവാഴിത്തവും മുതലാളിത്തവുമെന്ന് സ്ഥാപിച്ചു. സമൂഹത്തിലെ ചലനങ്ങൾക്ക് ആധാരം ഉല്പാദശക്തികളുടെ വളർച്ചയാണ്. അവ ഓരോ കാലഘട്ടത്തിൽ, ഓരോ നിലവാരത്തിൽ എത്തിനില്ക്കുന്നു. അവയെ ആസ്പദമാക്കി ഉല്പാദനരീതി, ഉല്പാദനബന്ധങ്ങൾ, കൊള്ളകൊടുക്ക, ഉപഭോഗം, സമൂഹബന്ധങ്ങൾ, അവയ്ക്ക് അനുരൂപമായ തത്ത്വങ്ങൾ, ആശയങ്ങൾ, സംവർഗ്ഗങ്ങൾ എന്നിവ രൂപംകൊള്ളുന്നതായി മാർക്സ് കഴിഞ്ഞകാല ചരിത്രത്തിൽ നിന്നുള്ള ഉദാഹരണങ്ങൾ നിരത്തിവച്ചുകൊണ്ടു സ്ഥാപിച്ചു. ഉല്പാദനശക്തികളുടെ വളർച്ചയും അതിനെ ആശ്രയിച്ചുള്ള നാനാതരം ബന്ധങ്ങളും തമ്മിലുള്ള സജീവമായ കെട്ടുപാടുകൾ വിവരിക്കുന്ന ചരിത്രപരമായ ഭൗതികവാദത്തിന്റെ ഉജ്ജ്വലമായ അവതരണം *ദർശനത്തിന്റെ ദാരിദ്ര്യ*ത്തിൽ കാണാം.

ബൂർഷ്വാ സമൂഹത്തോടെ ഉല്പാദനശക്തികളുടെ വളർച്ച സ്തംഭിക്കുമെന്നായിരുന്നു ബൂർഷ്വാസിയുടെ വാദം. പെറ്റിബൂർഷ്വാ ചിന്താഗതി പ്രൂധോണും അവതരിപ്പിച്ചു. കൂലി കൂട്ടിയാൽ വില കൂടും. അതുകൊണ്ട് കൂലിക്കുവേണ്ടിയുള്ള പണിമുടക്ക് ന്യായീകരിക്കാനാവില്ല. അതിനാൽ തൊഴിലാളികൾക്ക് രാഷ്ട്രീയ സംഘടനകൾ ഉണ്ടായികൂടാ, അധ്വാനിക്കുന്ന ജനങ്ങളുടെ താല്പര്യങ്ങൾ സംരക്ഷിക്കാൻ ഒരു ഭരണകൂടത്തിനും സാദ്ധ്യമല്ല എന്നെല്ലാമുള്ള—നമുക്കിന്നു സുപരിചിതമായ - വാദമുഖങ്ങൾ പ്രൂധോൺ അക്കാലത്ത് അവതരിപ്പിച്ചിരുന്നു.

മാർക്സ് അവയുടെ പൊള്ളത്തരം ചൂണ്ടിക്കാട്ടുകയും വർഗ്ഗങ്ങൾ ഇല്ലാതാക്കുന്നതിലൂടെ മാത്രമേ അസമത്വവും അനീതിയും അവസാനിപ്പിക്കാനാവൂ എന്ന് സ്ഥാപിക്കുകയും ചെയ്തു. മുതലാളിത്തത്തിനെതിരായ തൊഴിലാളിവർഗ്ഗത്തിന്റെ പോരാട്ടം വർഗ്ഗങ്ങൾ ഇല്ലാത്ത സമൂഹം കെട്ടിപ്പടുക്കാനാണ്.

തൊഴിലാളിവർഗ്ഗം നാടുവാഴിത്തത്തിന്റെ ജീർണ്ണതയിൽനിന്ന് ഉടലെടുത്തതാണെന്ന പ്രൂധോണിന്റെ നിഗമനത്തെ എതിർത്തുകൊണ്ട് ഉല്പാദനശക്തികളുടെ പുരോഗതിയുടെ സൃഷ്ടിയാണ് തൊഴിലാളിവർഗ്ഗമെന്ന് മാർക്സ് ചൂണ്ടിക്കാട്ടി. സമൂഹത്തിന്റെ മുന്നേറ്റത്തിനുള്ള മഹത്തായ ശക്തിയാണ് സമരം. വിപ്ലവവർഗ്ഗമായ തൊഴിലാളിവർഗ്ഗം സമൂഹത്തിലെ ഏറ്റവും വമ്പിച്ച ഉല്പാദനശക്തിയാണ്.

മാർക്സ് *ദർശനത്തിന്റെ ദാരിദ്ര്യം* എഴുതിയ കാലത്ത് തൊഴിലാളിവർഗ്ഗം സമൂഹത്തിൽ വലിയൊരു ശക്തിയായിരുന്നില്ല. എന്നാൽ അതേവരെയുള്ള ചരിത്രഗതിയെ വൈരുദ്ധ്യവാദത്തിന്റെ സഹായത്തോടെ അപഗ്രഥിച്ച് ആ മഹാസത്യം അനാവരണം ചെയ്യാനും ചരിത്രത്തിന്റെ

പാത ഏതെന്ന് വ്യക്തമാക്കാനും കഴിഞ്ഞതും മാർക്സിന്റെ അനിതര സാധാരണമായ പ്രതിഭാശക്തിയുടെ മാത്രമല്ല, അദ്ദേഹവും എംഗൽസും കൂടി രൂപംനല്കിയ വൈരുദ്ധ്യാത്മക ഭൗതികവാദത്തിന്റെയും അതിന്റെ അടിസ്ഥാനത്തിൽ ആവിഷ്കരിച്ച ചരിത്രത്തെക്കുറിച്ചുള്ള ഭൗതിക സങ്കല്പനത്തിന്റെയും ശാസ്ത്രീയതയുടെകൂടി നിദർശനമാണ്.

12

കമ്യൂണിസത്തിന്റെ മൂലതത്ത്വങ്ങൾ

ആയിരത്തി എണ്ണൂറ്റി നാല്പത്തിമൂന്ന്-നാല്പത്തിനാല് കാലം മുതൽക്ക് മാർക്സും എംഗൽസും ഫ്രാൻസിലെയും ഇംഗ്ലണ്ടിലെയും മറ്റും തൊഴിലാളിപ്രവർത്തകരുമായി ബന്ധപ്പെട്ടിരുന്നു. അക്കൂട്ടത്തിൽ എംഗൽസ് 1843 ൽ ലീഗ് ഓഫ് ദ ജസ്റ്റിന്റെ നേതാക്കളായ ബാവർ, ഷാപ്പർ, മ്ാൾ എന്നിവരുമായി എഴുത്തുകുത്തുബന്ധം തുടർന്നുവന്നു. ലീഗിൽ ചേരാനുണ്ടായ ക്ഷണം എംഗൽസ് അന്ന് നിരസിച്ചെങ്കിലും അവരുമായി എഴുത്തുകുത്തുവഴി ബന്ധം തുടർന്നുവന്നു. ബ്ലാങ്കിയുടെ നേതൃത്വത്തിലായിരുന്ന ഈ തൊഴിലാളിസംഘടന 1839 മേയിൽ വലിയ തിരിച്ചടി ഉണ്ടായതിനെത്തുടർന്ന് കേന്ദ്രീകൃതമായി പ്രവർത്തിക്കാതായി. ആസ്ഥാനം ലണ്ടനിലേക്ക് മാറ്റപ്പെട്ടു. പിന്നീട് പാരീസിലും ജർമ്മനിയിലും സ്വിറ്റ്സർലണ്ടിലും അതിന്റെ പ്രവർത്തനം പുനരാരംഭിക്കുകയുണ്ടായി. ബ്ലാങ്കി, വൈറ്റ്ലിങ്, പ്രൂധോൺ മുതലായവരുടെ ഉട്ടോപ്യൻ സോഷ്യലിസ്റ്റ് ചിന്താഗതിക്കായിരുന്നു അക്കാലത്ത് ലീഗിൽ പ്രാമുഖ്യം. എന്നാൽ ഉട്ടോപ്യൻ ആശയഗതിക്ക് തൊഴിലാളിവർഗ്ഗ പ്രസ്ഥാനം അന്ന് നേരിട്ടിരുന്ന പ്രായോഗിക പ്രശ്നങ്ങൾക്ക് പരിഹാരം കാണാൻ കഴിഞ്ഞിരുന്നില്ല.

1846 അവസാനമായപ്പൊഴേക്കും മാർക്സിന്റെയും എംഗൽസിന്റെയും ആശയങ്ങൾക്ക് തൊഴിലാളിവർഗ്ഗ പ്രവർത്തകരുടെ ഇടയിൽ പ്രചാരം സിദ്ധിച്ചു തുടങ്ങിയിരുന്നു. അവരുടെ സ്വാധീനത്തിൻകീഴിൽ വരട്ടുതത്ത്വവാദത്തിനും സെക്ടേറിയൻ സമീപനത്തിനുമെതിരായി പോരാടേണ്ടതിന്റെ ആവശ്യകത ലീഗ് ഓഫ് ദ ജസ്റ്റിന്റെ നേതാക്കൾക്ക് ബോദ്ധ്യപ്പെട്ടിരുന്നു. എന്നാൽ എല്ലാ കാര്യങ്ങളിലും അവർക്ക് മാർക്സിന്റെയും എംഗൽസിന്റെയും അഭിപ്രായഗതിയോട് പെട്ടെന്ന് യോജിക്കാൻ കഴിഞ്ഞില്ല. 'യഥാർത്ഥ സോഷ്യലിസ്റ്റ്' പോരാളിയായിരുന്ന

ക്രൈഗെയുടെ ആശയങ്ങളെക്കുറിച്ചുള്ള മാർക്സിന്റെയും എംഗൽസിന്റെയും വിമർശനങ്ങളോട് അവർ യോജിച്ചില്ല. 'യഥാർത്ഥ സോഷ്യലിസ'ത്തിന് അക്കാലത്ത് ലീഗിലുണ്ടായിരുന്ന സ്വാധീനത്തിന്റെ തെളിവാണിത്.

അതിനാൽ 1845 അവസാനം മുതൽ മാർക്സും എംഗൽസും 'യഥാർത്ഥ സോഷ്യലിസ'ത്തിനും പ്രൂധോണിന്റെ ആശയങ്ങൾക്കും എതിരായി നടത്തിയ ആശയസമരം വെറും വിതണ്ഡവാദമായിരുന്നില്ല, അന്നത്തെ തൊഴിലാളിവർഗ്ഗപ്രസ്ഥാനത്തിന്റെ വളർച്ചയ്ക്ക് ആവശ്യമായിരുന്നു. അവർ നടത്തിയ ആശയസമരമാണ് ലീഗ് ഓഫ് ദ ജസ്റ്റിന്റെ രഹസ്യസ്വഭാവം കളഞ്ഞ് അതിനെ പുനഃസംഘടിപ്പിച്ച് കമ്യൂണിസ്റ്റ് ലീഗ് രൂപീകരിക്കാൻ പ്രേരണ നല്കിയത്. തൽഫലമായി ലീഗ് ഓഫ് ദ ജസ്റ്റിലെ അംഗങ്ങൾ തെറ്റായ ധാരണകൾ കൈവെടിയുക മാത്രമല്ല, ആ സംഘടന പുനഃസംഘടിപ്പിക്കാൻ മാർക്സിനെയും എംഗൽസിനെയും ക്ഷണിക്കുകയും ചെയ്തു. അങ്ങനെയാണ് തങ്ങൾ ലീഗിൽ ചേരാനിടയായത് എന്ന് എംഗൽസ് രേഖപ്പെടുത്തിയിട്ടുണ്ട്.

മുതലാളിത്തത്തിന്റെ തകർച്ച അനിവാര്യമാണെന്നും സോഷ്യലിസ്റ്റ് വ്യവസ്ഥയാണ് അതിനുശേഷം നിലവിൽവരാൻ പോകുന്നതെന്നും തൊഴിലാളിവർഗ്ഗത്തിന്റെ നേതൃത്വത്തിലാണ് സോഷ്യലിസം സ്ഥാപിക്കപ്പെടുകയെന്നും മാർക്സ് സൈദ്ധാന്തികമായി കണ്ടെത്തിയത് ഇതിനു മുമ്പ് വിവരിച്ചിട്ടുണ്ടല്ലോ. ആ കടമ നിറവേറ്റുന്നതിനുള്ള തൊഴിലാളിവർഗ്ഗത്തിന്റെ മുഖ്യ ആയുധമായിട്ടാണ് കമ്യൂണിസ്റ്റ് പാർട്ടിയെ മാർക്സും എംഗൽസും വിഭാവനം ചെയ്തത്. ക്രൈഗെയുടെയും ഹൈൻസെന്റെയും മറ്റും 'യഥാർത്ഥ സോഷ്യലിസ്റ്റ്' ആശയങ്ങളെ എതിർക്കുന്നതിലൂടെ കമ്യൂണിസ്റ്റ് പാർട്ടിയെക്കുറിച്ചുള്ള തങ്ങളുടെ ധാരണയ്ക്ക് അവർ രൂപംനല്കി.

1847 ൽ ലണ്ടനിൽ ചേർന്ന "ലീഗ് ഓഫ് ദ ജസ്റ്റി"ന്റെ കോൺഗ്രസ് ലീഗിനെ പുനഃസംഘടിപ്പിക്കാനും പേര് കമ്യൂണിസ്റ്റ് ലീഗ് എന്നാക്കാനും തീരുമാനിച്ചു. "മനുഷ്യരെല്ലാം സഹോദരന്മാരാണ്" എന്ന പഴയ ആപ്തവാക്യം മാറ്റി "എല്ലാ രാജ്യങ്ങളിലെയും തൊഴിലാളികളെ, സംഘടിക്കുവിൻ" എന്ന വിപ്ലവമുദ്രാവാക്യം തൽസ്ഥാനത്ത് പ്രതിഷ്ഠിക്കപ്പെട്ടു.

ഈ കോൺഗ്രസിൽ എംഗൽസ് പാരീസിൽനിന്നുള്ള പ്രതിനിധിയായി പങ്കെടുത്തിരുന്നു. മാർക്സ് പങ്കെടുത്തിരുന്നില്ല. "വിശ്വാസത്തെക്കുറിച്ചുള്ള കമ്യൂണിസ്റ്റ് കുമ്പസാരം" എന്ന എംഗൽസിന്റെ കരട് ലേഖനമായിരുന്നു കോൺഗ്രസ് ചർച്ചയ്ക്ക് ആധാരം. വൻകിട വ്യവസായത്തിന്റെ വികസനത്തിലൂടെ മാത്രമേ കമ്യൂണിസ്റ്റ് സമൂഹം കെട്ടിപ്പടുക്കാനാവൂ എന്ന് അതിൽ ഊന്നിപ്പറഞ്ഞിരുന്നു. അടിമകൾക്കോ അടിയാന്മാർക്കോ കൈവേലക്കാർക്കോ ആവിഷ്കരിക്കാനാവാതിരുന്ന, തൊഴിലാളിവർഗ്ഗത്തിനുമാത്രം സാദ്ധ്യമായ, വിമോചനസിദ്ധാന്തമാണ് കമ്യൂണിസം എന്ന് എംഗൽസ് അതിൽ ഊന്നിപ്പറഞ്ഞു. അതുകൊണ്ടാണ് അത് 19-ാം നൂറ്റാണ്ടിൽമാത്രം നാമ്പെടുത്തത്; അതിനുമുമ്പ്

നാമ്പെടുക്കാതിരുന്നതും. കമ്യൂണിസ്റ്റുകാരുടെ അന്തിമലക്ഷ്യം എന്താണെന്നും അത് എങ്ങനെ കൈവരിക്കാമെന്നും എംഗൽസ് വിശദീകരിച്ചിരുന്നു.

"ബൂർഷ്വാസിയെ അധികാരഭ്രഷ്ടമാക്കൽ, തൊഴിലാളിവർഗ്ഗഭരണം സ്ഥാപിക്കൽ, വർഗ്ഗശത്രുതയിൽ ഊന്നിയുള്ള പഴയ ബൂർഷ്വാസമൂഹത്തെ തുടച്ചുനീക്കൽ, വർഗ്ഗങ്ങളും സ്വകാര്യസ്വത്തും ഇല്ലാത്ത പുതിയ സമൂഹത്തിന് അടിത്തറ പാകൽ" എന്നിവ തൊഴിലാളിവർഗ്ഗത്തിന്റെയും അതിന്റെ പാർട്ടിയുടെയും അടിസ്ഥാനലക്ഷ്യമായി അംഗീകരിക്കപ്പെട്ടു.

1847 നവംബർ-ഡിസംബറിൽ കൂടിയ കമ്യൂണിസ്റ്റ് ലീഗിന്റെ രണ്ടാം കോൺഗ്രസിൽ മാർക്സും പങ്കെടുത്തിരുന്നു. മാർക്സും എംഗൽസും നിർദേശിച്ചതനുസരിച്ച് ലീഗ് ഒരു കമ്യൂണിസ്റ്റ് പാർട്ടിയാണെന്ന് പ്രഖ്യാപിക്കാനും അതിന്റെ സൈദ്ധാന്തിക തത്ത്വങ്ങൾ എടുത്തുപറയാനും കോൺഗ്രസ് തീരുമാനിച്ചു. ലീഗിന്റെ പരിപാടി തയ്യാറാക്കാൻ മാർക്സിനെയും എംഗൽസിനെയും കോൺഗ്രസ് ചുമതല ഏല്പിച്ചു.

ആ ഒക്ടോബറിലും നവംബറിലുമായി എംഗൽസ് തയ്യാറാക്കിയിരുന്ന പരിപാടിയുടെ കരടുരൂപമാണ് *കമ്യൂണിസത്തിന്റെ മൂലതത്ത്വങ്ങൾ.* മാർക്സിനും എംഗൽസിനും അതിൽ പൂർണ്ണതൃപ്തി ഇല്ലാതിരുന്നതുകൊണ്ടാണ് അവർ പിന്നീട് *കമ്യൂണിസ്റ്റ് മാനിഫെസ്റ്റൊ* തയ്യാറാക്കിയത്. എങ്കിലും ഒരു ചരിത്രരേഖ എന്നതിലുപരി, ശാസ്ത്രീയ കമ്യൂണിസത്തിന്റെ അടിസ്ഥാനതത്ത്വങ്ങൾ വിശദീകരിച്ചതിനോടൊപ്പം പുതിയ ചില പ്രശ്നങ്ങൾ ഉന്നയിച്ചുവെന്ന പ്രാധാന്യംകൂടി *കമ്യൂണിസത്തിന്റെ മൂലതത്ത്വങ്ങൾ*ക്കുണ്ട്.

1847 ഒക്ടോബർ അവസാനം തയ്യാറാക്കിയ ഈ കൃതി 25 ചോദ്യോത്തരങ്ങളായാണ് എഴുതപ്പെട്ടിട്ടുള്ളത്. കമ്യൂണിസം എന്നാൽ എന്ത് എന്നാണ് ആദ്യത്തെ ചോദ്യം. തൊഴിലാളിവർഗ്ഗത്തിന്റെ വിമോചനത്തിനു വേണ്ട വ്യവസ്ഥകളെക്കുറിച്ചുള്ള സിദ്ധാന്തം എന്നാണ് ഉത്തരം. തൊഴിലാളിവർഗ്ഗം എന്നും ഉണ്ടായിരുന്നു എന്ന ധാരണയെ തിരുത്തുകയാണ് പിന്നത്തെ രണ്ടു ചോദ്യങ്ങൾ ചെയ്തത്. അദ്ധ്വാനിക്കുന്ന വർഗ്ഗങ്ങൾ എന്നും ഉണ്ടായിരുന്നു. അടിമകളും അടിയാളരും എല്ലാം അദ്ധ്വാനിക്കുന്ന വർഗ്ഗങ്ങൾതന്നെ. എന്നാൽ അവരിൽനിന്ന് വ്യത്യസ്തരാണ് തൊഴിലാളിവർഗ്ഗം. പതിനെട്ടാം നൂറ്റാണ്ടിന്റെ രണ്ടാംപകുതിയിൽ ഇംഗ്ലണ്ടിലുണ്ടായ വ്യവസായവിപ്ലവത്തിന്റെ സൃഷ്ടിയാണ് തൊഴിലാളിവർഗ്ഗം. ആവിയന്ത്രവും തുണിമില്ലുകളിലെ വിവിധയന്ത്രങ്ങളും മറ്റ് യാന്ത്രിക വിധാനങ്ങളും വലിയ വിലയുള്ളവയായിരുന്നതിനാൽ അവ വാങ്ങാൻ വൻകിട മുതലാളിമാർക്കു മാത്രമേ കഴിഞ്ഞിരുന്നുള്ളൂ. ഇവ ഉപയോഗിച്ച് ഉല്പാദിപ്പിക്കുന്ന സാധനങ്ങൾക്ക് വില കുറവുമായിരുന്നു. അതോടെ കൈത്തൊഴിലുകാരെ മുതലാളിമാർക്ക് ആവശ്യമില്ലാതായി. ഇത് ഉല്പാദനബന്ധങ്ങളിലാകെ മാറ്റം വരുത്തി. മുതലാളിമാർക്ക് സ്വന്തം അദ്ധ്വാനശക്തി വിറ്റ് ജീവിക്കുന്ന ഒരു വർഗ്ഗം അതോടെ നിലവിൽവന്നു.

അവരാണ് പ്രോലിറ്റേറിയറ്റ് അഥവാ തൊഴിലാളിവർഗ്ഗം. സമൂഹത്തിലെ മറ്റെല്ലാ വർഗ്ഗങ്ങളിലുംപെട്ടവർ പുതിയ രണ്ട് വർഗ്ഗങ്ങളിലേക്ക് പടിപടിയായി തങ്ങളറിയാതെതന്നെ മാറാൻ തുടങ്ങി.

തൊഴിലാളികൾക്കു കിട്ടുന്ന കൂലി അവരുടെ നിലനില്പിനുമാത്രം തികയുന്ന തുകയായിരിക്കുമെന്ന് എംഗൽസ് ചൂണ്ടിക്കാട്ടി. വ്യവസായത്തിന്റെ ഏറ്റിറക്കങ്ങളനുസരിച്ച് ഈ തുക കൂടുകയോ കുറയുകയോ ചെയ്യും. ഈ പുതിയ സാമ്പത്തികനിയമം *കമ്യൂണിസത്തിന്റെ മൂലതത്വങ്ങ*ളിലാണ് സ്പഷ്ടമായി ആദ്യം അവതരിപ്പിക്കപ്പെട്ടത്. പിന്നീട് മാർക്സ് *മൂലധന*ത്തിൽ ഇതിനെ വിപുലപ്പെടുത്തി.

അടിമ, അടിയാളൻ, കൈത്തൊഴിലുകാരൻ, വ്യവസായവിപ്ലവത്തിനുമുമ്പത്തെ നിർമ്മാണസംരംഭങ്ങളിൽ തൊഴിലെടുത്തിരുന്നവൻ– ഇവരും തൊഴിലാളിയും തമ്മിലുള്ള വ്യത്യാസം 7, 8, 9, 10 ചോദ്യങ്ങൾക്കുള്ള ഉത്തരങ്ങളിൽ വ്യക്തമാക്കിയിട്ടുണ്ട്. അടിമയെക്കൊണ്ട് എന്നും പണിയെടുപ്പിക്കേണ്ടത് ഉടമയുടെ ആവശ്യമായതുകൊണ്ട് ജീവൻ നിലനിർത്താനാവശ്യമായ ആഹാരവും മറ്റും അടിമയ്ക്ക് കിട്ടുമെന്നുറപ്പാണ്. ഓരോ മുതലാളിക്കും ഓരോ ദിവസവും ഇഷ്ടമുള്ള തൊഴിലാളിയുടെ അദ്ധ്വാനശക്തി വാങ്ങാം എന്നതിനാൽ അടിമയ്ക്കുള്ളത്ര ഉപജീവനസുരക്ഷിതത്വം തൊഴിലാളിക്കില്ല. എംഗൽസ് പരാമർശിച്ച ഒന്നരനൂറ്റാണ്ട് മുമ്പുണ്ടായിരുന്നതിനേക്കാൾ സേവന വേതന സ്ഥിരത ഇന്ന് തൊഴിലാളികൾക്കുണ്ടെങ്കിലും അടിസ്ഥാനപരമായി തൊഴിലാളി ഇന്നും അരക്ഷിതനാണ്: എത്രകാലം സേവനം ചെയ്തിട്ടുണ്ടെങ്കിലും ശരി, വ്യവസായത്തിൽ മാന്ദ്യമോ മറ്റേതെങ്കിലും കുഴപ്പമോ ഉണ്ടായാൽ തൊഴിലാളിക്ക് തൊഴിലും വരുമാനവും ഇല്ലാതാകും എന്ന അനുഭവം ഇപ്പോഴും വികസിതമുതലാളിത്ത രാജ്യങ്ങളിൽ പോലുമുണ്ട്.

തൊഴിലാളിയുടെ സ്ഥിതി അടിമയുടെതിനേക്കാൾ മോശമാണെന്നാണോ? അടിമവർഗ്ഗത്തിന്റെ സ്ഥിതിയെക്കാൾ മെച്ചപ്പെട്ടതാണ് തൊഴിലാളിവർഗ്ഗത്തിന്റേത്, സംശയമില്ല. എന്നാൽ ഒരു അടിമയുടെ സ്ഥിതിയുമായി തട്ടിച്ചുനോക്കുമ്പോൾ ഒരു തൊഴിലാളിയുടേത് മെച്ചമാകണമെന്നില്ല. കാരണം, തൊഴിലാളി വർഗ്ഗത്തിനാകെയാണ് നിലനില്പ് മെച്ചപ്പെട്ടിട്ടുള്ളത്. അതിനകത്ത് വലിയ മത്സരമാണ്. മുതലാളിവർഗ്ഗം ആവശ്യമുള്ളതിലധികം പേരെ തൊഴിലാളികളാക്കി മാറ്റിയിട്ടുണ്ട്. അവരിൽനിന്ന് തങ്ങൾ നിശ്ചയിക്കുന്ന കൂലിക്ക് ആവശ്യമുള്ളവരെ മുതലാളിമാർ അപ്പപ്പോൾ തെരഞ്ഞെടുക്കുകയാണ്. ഇതാണ് മത്സരത്തിന് കാരണം. അടിമയ്ക്ക് ഈ പൊല്ലാപ്പില്ല. ഇതൊക്കെയാണെങ്കിലും, അടിമയുടെ ഉപജീവനനിലവാരം ഉയർന്നതാണെങ്കിൽപ്പോലും, തൊഴിലാളി നില്ക്കുന്നത് അടിമ നില്ക്കുന്നതിനെക്കാൾ വളർച്ച നേടിയ സമൂഹത്തിലാണ്. അടിമ സ്വാതന്ത്ര്യം നേടുന്നത് സ്വകാര്യസ്വത്തിന്റെ മറ്റെല്ലാ രൂപവും നിലനിർത്തിക്കൊണ്ട് അടിമത്തം ഇല്ലായ്മചെയ്താണ്.

സ്വകാര്യസ്വത്തവകാശത്തെ പാടെ ഉന്മൂലനം ചെയ്തുകൊണ്ടാണ് തൊഴിലാളി മോചനം നേടുക.

അടിയാളന്റെ വരുതിയിലാണ് ഉല്പാദനോപകരണമായ ഭൂമി. അതുപയോഗിച്ച് അയാൾ ഉല്പാദിപ്പിക്കുന്നു. ഇതിന് പ്രതിഫലമായി വിളവിൽ ഒരു പങ്ക് ഭൂവുടമയ്ക്ക് നൽകുകയോ അയാൾക്കുവേണ്ടി പ്രവൃത്തിയെടുക്കുകയോ ചെയ്താൽ മതി. തൊഴിലാളി ആരാന്റെ ഉല്പാദനോപകരണം ഉപയോഗിച്ച് ആരാനും വേണ്ടി തൊഴിലെടുക്കുന്നു. ഉല്പന്നത്തിൽ ഒരു പങ്ക് പ്രതിഫലമായി വാങ്ങുന്നു. അടിയാളൻ ജന്മിക്ക് ഉല്പാദനത്തിലൊരു പങ്ക് കൊടുക്കുന്നു തൊഴിലാളിക്കത് മുതലാളി നല്കുന്നു. അടിയാളന് ഉപജീവനം ഉറപ്പുണ്ട്. തൊഴിലാളിക്കില്ല. അടിയാളൻ മത്സരം നേരിടേണ്ടതില്ല. തൊഴിലാളി നേരിടണം. അടിയാളൻ സ്വതന്ത്രനാകുന്നത് ഒരുതരത്തിലല്ലെങ്കിൽ മറ്റൊരു തരത്തിൽ ഉടമവർഗ്ഗത്തിലേക്കു കടന്നുകൊണ്ടാണ് (ജന്മിക്ക് പാട്ടമോ അദ്ധ്വാനമോ നല്കുന്നതിന് പകരം പണംകൊടുക്കുക, ജന്മിയെ ആട്ടിയോടിക്കുക, അല്ലെങ്കിൽ സ്വയം പട്ടണത്തിലേക്കുകടന്ന് കൈത്തൊഴിലുകാരനാകുക). തൊഴിലാളി സ്വകാര്യസ്വത്തും മത്സരവും മറ്റെല്ലാ വർഗ്ഗഭേദങ്ങളും ഇല്ലായ്മ ചെയ്താണ് സ്വതന്ത്രനാവുക.

കൈത്തൊഴിലുകാരന്റെ മോഹം മൂലധനമുണ്ടാക്കി മറ്റ് ജോലിക്കാരെ ചൂഷണം ചെയ്യാനാണ്. ഫാക്ടറിവ്യവസ്ഥ വ്യാപകമാകുന്നതോടെ അയാൾക്ക് ഒന്നുകിൽ തൊഴിലുടമ അല്ലെങ്കിൽ തൊഴിലാളിയായി മാറിയേ കഴിയൂ.

നിർമ്മാണ സംരംഭങ്ങളിൽ തൊഴിലെടുക്കുന്നവന് ഉല്പാദനോപകരണം സ്വന്തമായുണ്ട്, നാട്ടിൻപുറത്ത് താമസമായതിനാൽ അല്പം ഭൂമിയുണ്ട്. തൊഴിലുടമയുമായി മക്കത്തായ കുടുംബങ്ങളിലേതുപോലുള്ള ബന്ധമാണ് അയാൾക്ക്. തൊഴിലാളികളുടെ താമസം പട്ടണത്തിലാണ്. ഭൂമിയോ ഉല്പദനോപകരണമോ ഇല്ല. മുതലാളിയുമായുള്ള ബന്ധം തികച്ചും പണത്തിന്റെ അടിസ്ഥാനത്തിലാണ്.

വ്യവസായവിപ്ലവംമൂലം ഉണ്ടായ മൂന്നു പ്രധാനഫലങ്ങൾ എംഗൽസ് വിവരിച്ചു. യൂറോപ്പിൽ വൻകിടവ്യവസായം നിലവിൽവന്നത് ലോകമാകെ പ്രത്യാഘാതങ്ങളുണ്ടാക്കി; അവിടങ്ങളിലെ ഉല്പാദനത്തെയാകെ കീഴ്മേൽ മറിച്ചു. അവ ലോകമെങ്ങുമുള്ള ജനങ്ങളെ തമ്മിലടുപ്പിച്ചു. ഏതെങ്കിലും ഒരു രാജ്യത്ത് തൊഴിലാളികൾ സ്വയം മോചിപ്പിച്ചാൽ അത് മറ്റ് രാജ്യങ്ങളിലും വിപ്ലവം ഉണ്ടാകുന്നതിനിടയാക്കും. രണ്ടാമത്, മുതലാളിവർഗ്ഗം സമൂഹത്തിൽ സാമ്പത്തിക മേൽക്കൈ നേടിയതോടെ രാഷ്ട്രീയാധികാരം കൈയടക്കുന്നതിനായി ഭരണവ്യവസ്ഥയിൽ മാറ്റം വരുത്തി. പ്രഭുക്കളുടെ അധികാരാവകാശങ്ങൾ കളഞ്ഞ് ജനങ്ങൾ തിരഞ്ഞെടുക്കുന്ന പ്രതിനിധികളുടെ പാർലമെന്റിന് പരമാധികാരം നല്കി. ഇത് അധികാരം സ്വന്തം കൈയിലൊതുക്കാൻ മുതലാളിവർഗം പ്രയോഗിച്ച സൂത്രമായിരുന്നു; ജനങ്ങളിൽ ഭരണത്തെക്കുറിച്ച് വ്യാമോഹ

മുണ്ടാക്കാനും. മൂന്നാമത്, വ്യവസായവിപ്ലവം മുതലാളിവർഗ്ഗത്തോടൊപ്പം തൊഴിലാളിവർഗ്ഗത്തെയും വളർത്തിക്കൊണ്ടുവന്നു. മൂലധനവും തൊഴിലാളിവർഗ്ഗവും ഒരേ വേഗത്തിലാണ് വളരുന്നത്. പുതുതായി നിർമ്മിക്കപ്പെടുന്ന യന്ത്രങ്ങൾ കൂലി കുറച്ചുകൊണ്ട് തൊഴിലാളികളുടെ സ്ഥിതി കൂടുതൽ കൂടുതൽ വഷളാക്കുന്നു. അങ്ങനെ അസംതൃപ്തി വർദ്ധിച്ചുവരുന്ന തൊഴിലാളിവർഗ്ഗം എണ്ണത്തിൽ ഏറിവരുന്നത് സാമൂഹ്യവിപ്ലവത്തിന് കളമൊരുക്കുന്നു.

വ്യവസായവിപ്ലവത്തോടൊപ്പം വ്യവസായത്തിലെ പ്രതിസന്ധിയും വളർന്നുവെന്ന് എംഗൽസ് ചൂണ്ടിക്കാട്ടി. ഏതാണ്ട് ഒരേ കാലയളവിനു ശേഷം ആവർത്തിക്കുന്ന പ്രതിസന്ധികൾ തൊഴിലാളികൾക്ക് കൂടുതൽ ദുരിതം വരുത്തിവയ്ക്കുന്നു; വിപ്ലവബോധം വളർത്തുന്നു, നിലവിലുള്ള വ്യവസ്ഥയെ കൂടുതൽ അപകടപ്പെടുത്തുന്നു. മുതലാളിത്ത ഉല്പാദന രീതിക്ക് ഈ പ്രതിസന്ധികളെ ഇല്ലായ്മ ചെയ്യാനാവില്ല. മുതലാളിത്ത ഉല്പാദനബന്ധങ്ങളുടെ അനിവാര്യഫലമാണവ എന്ന് എംഗൽസ് വ്യക്തമാക്കി. ഇതിനുള്ള പോംവഴിയും എംഗൽസ് നിർദ്ദേശിച്ചു:

> ഒന്നുകിൽ വൻകിടവ്യവസായത്തെ ഇല്ലായ്മ ചെയ്യണം—അത് തീരെ സാദ്ധ്യമല്ല. അല്ലെങ്കിൽ സമൂഹത്തെ തികച്ചും പുതുതായ രീതിയിൽ പുനഃസംഘടിപ്പിക്കണം. പരസ്പരം മത്സരിക്കുന്ന ഒരോ ഫാക്ടറി ഉടമയും വ്യാവസായികോല്പാദനത്തെ നിയന്ത്രിക്കുന്നതിനുപകരം സമൂഹമാകെ ഒരുറച്ച പദ്ധതിയുടെ അടിസ്ഥാനത്തിൽ എല്ലാവരുടെയും ആവശ്യങ്ങളനുസരിച്ച് അത് നടത്തണം. (അതേകൃതി, വാല്യം 6, പേജ് 347)

വൻകിട വ്യവസായത്തിന് മനുഷ്യരുടെ യഥാർത്ഥ ആവശ്യങ്ങളെയാകെ നിറവേറ്റാൻ കഴിയും. മനുഷ്യനിൽ ഒളിഞ്ഞുകിടക്കുന്ന കഴിവുകളെയും ശക്തികളെയും വികസിപ്പിച്ചെടുക്കാൻ അത് സഹായിക്കുന്നു. എന്നാൽ സ്വകാര്യ ഉടമസ്ഥതയെ അടിസ്ഥാനമാക്കിയുള്ളതും അതിനാൽ പ്രതിസന്ധിക്ക് ഇടയാക്കുന്നതുമായ മുതലാളിത്തത്തിൻകീഴിൽ അത് സാദ്ധ്യമല്ലെന്ന് എംഗൽസ് പറഞ്ഞു. അതുകൊണ്ട് സ്വകാര്യ ഉടമസ്ഥത ഇല്ലാതാക്കണം. അതിന്റെ സ്ഥാനത്ത് ഉല്പാദനോപകരണങ്ങളുടെ പൊതു ഉപയോഗം ഉണ്ടാവണം. എല്ലാ ഉല്പന്നങ്ങളും പൊതുവായ യോജിപ്പോടെ വിതരണം ചെയ്യണം.

പുതിയ ഉല്പാദനശക്തികളുടെ ആവിർഭാവമാണ് സമൂഹക്രമത്തിന്റെ മാറ്റത്തിനും ഉല്പാദനബന്ധങ്ങളിലെ വിപ്ലവത്തിനും കാരണം. ഇത്തരത്തിലാണ് സ്വകാര്യസ്വത്തുടമസ്ഥത തന്നെ നിലവിൽവന്നതെന്ന് എംഗൽസ് ചൂണ്ടിക്കാട്ടി. മദ്ധ്യശതകങ്ങളുടെ അവസാനം പുതിയ ഉല്പാദനരീതിയായ നിർമ്മാണം രൂപംകൊണ്ടപ്പോൾ അതിനെ ഉൾക്കൊള്ളാൻ പഴയ നാടുവാഴിത്ത—ഗിൽഡ് ഉടമാസമ്പ്രദായങ്ങൾക്ക് കഴിഞ്ഞില്ല. അങ്ങനെയാണ് സ്വകാര്യസ്വത്തുടമസ്ഥത നിലവിൽവന്നത്.

വൻകിട വ്യവസായത്തിന് അത് മാത്രമായിരുന്നു അനുയോജ്യം. അതിന്റെ വളർച്ചയ്ക്ക് സ്വകാര്യസ്വത്തുടമസ്ഥത ആവശ്യമായിരുന്നു. എന്നാൽ 19-ാം നൂറ്റാണ്ടായപ്പോഴേക്ക് ഉല്പാദനശക്തികളുടെ വളർച്ചയ്ക്ക് സ്വകാര്യസ്വത്ത് തടസ്സമായി. അതുകൊണ്ടാണ് അതിനെ ഇല്ലായ്മ ചെയ്യണമെന്ന് എംഗൽസ് നിർദ്ദേശിച്ചത്.

ഇത് സമാധാനപരമായി നടക്കണമെന്നാണ് കമ്യൂണിസ്റ്റുകാരുടെ ആഗ്രഹമെന്ന് എംഗൽസ് പറഞ്ഞു. (ഇതേ ആശയം കമ്യൂണിസ്റ്റ് (മാർക്സിസ്റ്റ്) പാർട്ടിയുടെ പരിപാടയിൽ ഉൾക്കൊള്ളിച്ചതിനെ റിവിഷനിസമായി ചിലർ വിശേഷിപ്പിക്കുകയുണ്ടായി. മാർക്സിന്റെ കാലം മുതൽ കമ്യൂണിസ്റ്റുകാർ പ്രകടിപ്പിച്ചുപോന്ന ആഗ്രഹമാണിത്.) ഗൂഢാലോചനയിലൂടെ വിപ്ലവം നടത്താനാവില്ലെന്നും പലപ്പോഴും അത് ദോഷം ചെയ്യുമെന്നും എംഗൽസ് പറഞ്ഞു. വിപ്ലവം നടക്കുന്നത് ബോധപൂർവ്വമോ ഇച്ഛയനുസരിച്ചോ അല്ല എന്നും പാർട്ടികളുടെയും വർഗ്ഗങ്ങളുടെ തന്നെയും ഇച്ഛയ്ക്കും നേതൃത്വത്തിനും തികച്ചും അതീതമായ പരിതഃസ്ഥിതിയുടെ ഫലമാണ് അതെന്നും കമ്യൂണിസ്റ്റുകാർക്ക് നന്നായറിയാം എന്ന് എംഗൽസ് പറഞ്ഞതിൽ വിപ്ലവപരിതഃസ്ഥിതിയെക്കുറിച്ചുള്ള മാർക്സിസ്റ്റ് സിദ്ധാന്തത്തിന്റെ ബീജം കാണാം.

വിപ്ലവം നടന്ന ഉടനെ തൊഴിലാളിവഗ്ഗത്തിന് സ്വകാര്യസ്വത്ത് പാടെ ഇല്ലാതാക്കാനാവില്ല. ഉല്പാദനബന്ധങ്ങളിൽ സമൂലമായ പരിവർത്തനം വരുത്തിയിട്ടേ, ഇപ്പോഴത്തെ ഉല്പാദനശക്തികളെ സമൂഹസ്വത്ത് സ്ഥാപിക്കത്തക്ക നിലയിലേക്ക് ഉയർത്തിയിട്ടേ, ഉല്പാദനോപാധികളെ വികസിപ്പിച്ചിട്ടേ അത് നടക്കൂ. വിപ്ലവത്തിന്റെ ആദ്യഘട്ടം തൊഴിലാളിവർഗ്ഗത്തിന്റെ രാഷ്ട്രീയവാഴ്ച പ്രത്യക്ഷമായോ പരോക്ഷമായോ തുടങ്ങിവയ്ക്കുന്ന ജനാധിപത്യവിപ്ലവമായിരിക്കും. സ്വകാര്യസ്വത്ത് ഇല്ലായ്മ ചെയ്താൽ വൻകിട വ്യവസായത്തിന്റെ ഇപ്പോഴത്തെ നടത്തിപ്പ് കൊണ്ടുള്ള ദുഷ്ഫലങ്ങൾ ഇല്ലാതാവും; പ്രതിസന്ധി അവസാനിക്കും; മുതലാളിത്തവ്യവസ്ഥയിൻകീഴിൽ ഉള്ളതിനെക്കാൾ എത്രയോ വേഗത്തിൽ വൻകിട വ്യവസായം വികസിക്കും. എംഗൽസിന്റെ അന്നത്തെ പ്രവചനം ഈ നൂറ്റാണ്ടിൽ സോവിയറ്റ് യൂണിയനിലും ജനകീയ ചൈനയിലും മറ്റ് സോഷ്യലിസ്റ്റ് രാജ്യങ്ങളിലും യാഥാർത്ഥ്യമായി.

സ്വകാര്യസ്വത്തുടമാസമ്പ്രദായം ഇല്ലായ്മചെയ്യുകവഴി വർഗ്ഗങ്ങളും അവ തമ്മിലുള്ള ശത്രുതകളും ഇല്ലാതാകുകയും സമൂഹത്തിലെ എല്ലാ അംഗങ്ങളുടെയും കഴിവുകളെ ഇന്നത്തെ തൊഴിൽവിഭജനം ഇല്ലാതാക്കിക്കൊണ്ടും വ്യാവസായിക വിദ്യാഭ്യാസത്തിലൂടെയും പട്ടണത്തെയും നാട്ടിൻപുറത്തെയും തമ്മിൽ യോജിപ്പിച്ചുകൊണ്ടും സർവ്വതോമുഖമായി വികസിപ്പിക്കുകയും ചെയ്യാൻ കഴിയുമെന്ന് എംഗൽസ് പറഞ്ഞു. അതുപോലെ സ്ത്രീക്ക് പുരുഷനെയും കുട്ടികൾക്ക് അച്ഛനമ്മമാരെയും ആശ്രയിക്കുന്നത് അവസാനിപ്പിക്കാം. ബൂർഷ്വാസമൂഹത്തിൽ വ്യഭിചാരംവഴി സ്ത്രീകളെ പൊതുസ്വത്താക്കുന്നതും സ്വകാര്യസ്വത്തില്ലായ്മ ചെയ്യുന്ന

തോടെ അവസാനിക്കും.

ബൂർഷ്വാവിപ്ലവങ്ങളോട് കമ്യൂണിസ്റ്റുകാർക്ക് ഉണ്ടാകേണ്ട സമീപനം എന്തെന്ന് എംഗൽസ് *കമ്യൂണിസത്തിന്റെ മൂലതത്ത്വത്തിൽ* വ്യക്തമാക്കി. "ബൂർഷ്വാസിയെ എത്രയുംവേഗം അധികാരത്തിൽനിന്ന് താഴത്തിറക്കുന്നതിനുവേണ്ടി അവരെ കഴിയുന്നത്ര വേഗത്തിൽ അതി ലേറാൻ സഹായിക്കേണ്ടത് കമ്യൂണിസ്റ്റുകാരുടെ താല്പര്യങ്ങൾക്ക് അനുയോജിച്ചതാണ്." (അതേകൃതി, പേജ് 356)

എംഗൽസ് *കമ്യൂണിസത്തിന്റെ മൂലതത്ത്വങ്ങൾ* എന്ന തലക്കെട്ടോടെ എഴുതിയ ഈ നക്കലിൽനിന്നാണ് മാർക്സും എംഗൽസുംകൂടി *കമ്യൂണിസ്റ്റ് മാനിഫെസ്റ്റോ* വികസിപ്പിച്ചെടുത്തത്. അതിലാണ് അതേവരെ പല കൃതികളിലായി മാർക്സും എംഗൽസും ആവിഷ്കരിച്ച ആശയങ്ങൾ ഏറ്റവും ലളിതവും വ്യക്തവും മൂർത്തവുമാകുന്നത്. ഇതേവരെയുള്ള മനുഷ്യസമൂഹത്തിന്റെ വളർച്ചയുടെ ചരിത്രം, ഇനിയങ്ങോട്ടുള്ള വളർച്ചയുടെ നഖചിത്രം, അത് നേടിയെടുക്കാൻ തൊഴിലാളിവർഗ്ഗം സ്വീകരിക്കേണ്ട തന്ത്രവും അടവും എല്ലാം ഒരു സംശയവും തോന്നാത്ത വിധത്തിൽ ആ കൊച്ചുപുസ്തകത്തിൽ അവർ വിശദീകരിച്ചു. അതിന്റെ ഉള്ളടക്കം വായനക്കാർക്ക് സുപരിചിതമായതുകൊണ്ട് കൂടുതൽ വിവരിക്കുന്നില്ല.

മാർക്സും എംഗൽസും കൂടി എങ്ങനെ മാർക്സിസത്തിനു രൂപം നല്കി എന്ന് സംക്ഷിപ്തമായി വിവരിക്കുകയാണ് ഇതേവരെ ചെയ്തത്. ബൂർഷ്വാ ചിന്തകരും കമ്യൂണിസ്റ്റ് വിരുദ്ധന്മാരും അവരുടെ വാക്കുകൾ വിശ്വസിച്ചവരും വസ്തുതകളെ വളച്ചൊടിച്ചുകൊണ്ടാണ് മാർക്സിസ ത്തിന്റെ ആവിർഭാവത്തെ വിവരിക്കാറുള്ളത്. ആ തെറ്റായ ധാരണകൾ തിരുത്തുകയും ചരിത്രരേഖകളുടെ അടിസ്ഥാനത്തിൽ എങ്ങനെ മാർക്സിസം രൂപംകൊണ്ടു, അതിൽ മാർക്സിന്റെയും എംഗൽസി ന്റെയും സംഭാവന എന്ത് എന്ന് ചൂണ്ടിക്കാണിക്കുകയും ചെയ്യാനാണ് ഇവിടെ ശ്രമിച്ചിട്ടുള്ളത്.

മുതലാളിത്ത സാമൂഹ്യചിന്തയുടെ ഏറ്റവും വളർച്ച പ്രാപിച്ച രൂപങ്ങളായ ജർമ്മൻ ക്ലാസിക്കൽ ദർശനവും ഇംഗ്ലണ്ടിലെ അർത്ഥ ശാസ്ത്രവും ഫ്രാൻസിലെ ഉട്ടോപ്യൻ സോഷ്യലിസവും പശ്ചിമ യൂറോപ്യൻ മുതലാളിത്തത്തെ ആശയപരമായി വളർത്തുന്നതിനുപകരം, കെട്ടിവരിയാൻ തുടങ്ങിയ കാലഘട്ടത്തിലാണ് മാർക്സും എംഗൽസും സാമൂഹ്യ-രാഷ്ട്രീയ രംഗത്ത് പ്രവേശിച്ചത്.

തങ്ങളുടെ ആശയപരമായ വളർച്ചയ്ക്കിടയിൽ യുവഹെഗേലിയ നിസവുമായുണ്ടായ ബന്ധം ഹെഗലിന്റെ ദർശനത്തെയും അതിൽനിന്ന് ഉരുത്തിരിഞ്ഞ യുവഹെഗേലിയൻ ആശയങ്ങളെയും ഫൊയർബാഹിന്റെ ഭൗതികവാദത്തെയും വിലയിരുത്താൻ അവരെ പ്രേരിപ്പിച്ചു. ഇതിനിടെ നേരിടേണ്ടിവന്ന സാമൂഹ്യപ്രശ്നങ്ങൾ ഉട്ടോപ്യൻ സോഷ്യലിസത്തെയും ഇംഗ്ലീഷ് അർത്ഥശാസ്ത്രത്തെയും കുറിച്ച് അഗാധമായ പഠനം

നടത്താൻ അവരെ പ്രേരിപ്പിച്ചു. ഈ പഠനങ്ങളിലൂടെയും വിമർശനങ്ങളിലൂടെയും ആണ് അവർ മുതലാളിത്തവ്യവസ്ഥ നാശോന്മുഖമാണെന്നും സോഷ്യലിസമാണ് ഇനി വരാൻപോകുന്ന വ്യവസ്ഥയെന്നും അത് തൊഴിലാളിവർഗ്ഗത്തിന്റെ നേതൃത്വത്തിലാണ് സ്ഥാപിക്കപ്പെടുക എന്നുമുള്ള നിഗമനത്തിൽ എത്തിച്ചേർന്നത്.

അന്ന് പൊതുവെ അംഗീകരിക്കപ്പെട്ടിരുന്ന ദാർശനിക അർത്ഥശാസ്ത്ര രാഷ്ട്രീയ ആശയങ്ങളെ ആകെ മാർക്സും എംഗൽസും കൂടി മുപ്പത് വയസ്സാകുമ്പോഴേക്കും പൊളിച്ചെഴുതി. ഈ ആശയരംഗങ്ങളെയെല്ലാം വൈരുദ്ധ്യാത്മക ഭൗതികവാദത്തിന്റെ അടിത്തറയിൽ അവർ പിൽക്കാലത്ത് പുതുക്കിപ്പണിതു. നാനാവിജ്ഞാനശാഖകളെ ശാസ്ത്രീയമായി അവർ ക്രോഡീകരിച്ചു. ചോദ്യം ചെയ്യാനാവാത്ത പ്രമാണങ്ങളായിട്ടല്ല, പ്രവർത്തനത്തിനുള്ള വഴികാട്ടിയായിട്ടാണ് അവർ തങ്ങളുടെ സിദ്ധാന്തത്തെ വളർത്തിയെടുത്തത്. മറ്റൊരു ദർശനസിദ്ധാന്തത്തിനും ഇല്ലാത്തതും വൈരുദ്ധ്യാത്മക ചരിത്രപര ഭൗതികവാദത്തിന് മാത്രം ഉള്ളതുമായ സവിശേഷതയാണിത്.

മാർക്സിസ്റ്റ് സിദ്ധാന്തത്തിന്റെ പ്രധാനപ്പെട്ട പല ഭാഗങ്ങളും പിന്നീട് *മൂലധനം, ദൂറിങ്ങിനെതിരെ, പ്രകൃതിയുടെ വൈരുദ്ധ്യാത്മകത* മുതലായ ഗ്രന്ഥങ്ങളിലാണ് മാർക്സും എംഗൽസും കൂടി വികസിപ്പിച്ചെടുത്തത്. എന്നാൽ ആ സിദ്ധാന്തത്തിന്റെ അന്തഃസത്ത *കമ്യൂണിസ്റ്റ് മാനിഫെസ്റ്റോ*യോടുകൂടി അവർ സ്പഷ്ടമാക്കിയിരുന്നു. അത്ര സുപരിചിതമല്ലാത്ത മാർക്സിസത്തിന്റെ ആ സ്രോതസ്സുകളെ തൊട്ടുകാണിക്കുക എന്ന ഈ പുസ്തകത്തിന്റെ ലക്ഷ്യം ഇതോടെ നിറവേറിയിരിക്കുന്നു.

www.ingramcontent.com/pod-product-compliance
Lightning Source LLC
LaVergne TN
LVHW101429051026
849519LV00005BC/1917
* 9 7 8 9 3 8 5 0 4 5 1 0 3 *